வைணவ இலக்கிய வகைகள்

வைணவ இலக்கிய வகைகள்

ம.பெ. சீனிவாசன் (பி. 1943)

வைணவப் பனுவல்களில் ஆழ்ந்த புலமை, தமிழ்ச் செவ்விலக்கிய நீள்பரப்பில் சிறந்த அறிவு, நவீனத் தமிழிலக்கியப் பரிச்சயம், பக்தி இலக்கியங்கள்மீது தனித்த பார்வை, சமூக ஓர்மை, இயல்பான தமிழ்நடை இவை ஒருசேர அமையப்பெற்ற தமிழறிஞர் முனைவர் ம.பெ. சீனிவாசன்.

ம.பெ.சீ., சிவகங்கை மாவட்டம் சேந்தி உடையநாதபுரத்தில் பிறந்தவர். சிவகங்கை மன்னர் துரைசிங்கம் கல்லூரியில் இளங்கலைப் பொருளாதாரம் கற்றார். தமிழார்வம் காரணமாக மதுரைத் தியாகராசர் கல்லூரியில் முதுகலைத் தமிழ் படித்தார். மதுரைப் பல்கலைக்கழகத்தில் இளமுனைவர் பட்டம், முனைவர் பட்டம்.

சென்னை து.கோ. வைணவக் கல்லூரி, சிவகங்கை மன்னர் துரைசிங்கம் நினைவுக்கல்லூரி இவற்றில் 34 ஆண்டுகள் பணி.

ஏறத்தாழ ஐம்பது ஆண்டுகளாக எழுதிவருகிறார். 23 நூல்கள் எழுதி யுள்ளார். இவரது முதல் நூல் 'திருமங்கையாழ்வார் மடல்கள்' 1987இல் வெளியானது. சாகித்ய அகாதெமி, இந்திய இலக்கிய சிற்பிகள் வரிசையில் 'பெரியாழ்வார்', 'குலசேகராழ்வார்', 'முதலாழ்வார்கள்' ஆகிய நூல்களையும், 'திவ்வியப் பிரபந்த பாசுரத் தொகுப்பு', 'கார்மேகக் கோனாரின் தேர்ந்தெடுத்த கட்டுரைத் தொகுப்பு' ஆகியவற்றையும் வெளியிட்டுள்ளது. வைணவ அறிஞர் பி.ஆர். புருஷோத்தம நாயடு பற்றிய நூலொன்று அதன் வெளியீடாக வரவிருக்கிறது.

இவரது நாலாயிரத் திவ்வியப் பிரபந்த ஆய்வுப் பதிப்பை இரு தொகுதி களாகத் தஞ்சைத் தமிழ்ப் பல்கலைக்கழகம் வெளியிட்டுள்ளது.

குறிப்பிடத் தகுந்த வேறு நூல்கள்: 'ஆழ்வார்களும் தமிழ் மரபும்', 'கம்பனும் ஆழ்வார்களும்', 'ஒருநாள் ஒரு பாசுரம்', 'இராமானுசர்'.

மனைவி தேவகி (காலமாகிவிட்டார்). ஒரு மகன், ஒரு மகள்.

மகனோடு மதுரையில் வசித்துவருகிறார்.

தொடர்பு எண்: 9842436640

ம.பெ. சீனிவாசன்

வைணவ இலக்கிய வகைகள்

காலச்சுவடு பதிப்பகம்

● அன்பார்ந்த வாசகருக்கு,

வணக்கம்.

காலச்சுவடு நூலை வாங்கியமைக்கு நன்றி.

நூலின் உள்ளடக்கம், உருவாக்கம், அட்டைப்படம் இன்ன பிற அம்சங்கள் பற்றிய உங்கள் கருத்துகளையும் ஆலோசனைகளையும் காலச்சுவடு வரவேற்கிறது. தகவல், எழுத்து, வாக்கியப் பிழைகள் தென்பட்டால் அவசியம் தெரிவித்து உதவுங்கள். நூல் தயாரிப்பில் கடும் குறைபாடு இருப்பின் மாற்றுப் பிரதி உங்களுக்குக் கிடைக்கக் காலச்சுவடு ஏற்பாடு செய்யும்.

மின்னஞ்சல்: **publisher@kalachuvadu.com**

காலச்சுவடு நாகர்கோவில் அலுவலகத்திற்குக் கடிதம் அனுப்பலாம்.

தங்கள்
எஸ்.ஆர். சுந்தரம் (கண்ணன்)
பதிப்பாளர் — நிர்வாக இயக்குநர்

வைணவ இலக்கிய வகைகள் ❖ ஆய்வு நூல் ❖ ஆசிரியர்: ம.பெ. சீனிவாசன் ❖ © ம.பெ. சீனிவாசன் ❖ முதல் பதிப்பு: அக்டோபர் 1994 ❖ காலச்சுவடு முதல் பதிப்பு: டிசம்பர் 2024 ❖ வெளியீடு: காலச்சுவடு பப்ளிகேஷன்ஸ் (பி) லிட்., 669, கே.பி. சாலை, நாகர்கோவில் 629001

காலச்சுவடு பதிப்பக வெளியீடு: 1335

vaiNava ilakkiya vakaikaL ❖ Research Essay ❖ Author: Dr. Ma.Pe. Srinivasan ❖ © Dr. Ma.Pe. Srinivasan ❖ Language: Tamil ❖ First Edition: October 1994 ❖ Kalachuvadu First Edition: December 2024 ❖ Size: Demy 1 x 8 ❖ Paper: 18.6 kg maplitho ❖ Pages: 312

Published by Kalachuvadu Publications Pvt. Ltd., 669 K.P. Road, Nagercoil 629001, India ❖ Phone: 91-4652-278525 ❖ e-mail: publications @kalachuvadu.com ❖ Printed at Clicto Print, Jaleel Towers, 42 KB Dasan Road, Teynampet Chennai 600018

ISBN: 978-93-6110-468-8

12/2024/S.No. 1335, kcp 5489, 18.6 (1) rss

காணிக்கை

பாலப் பருவத்திலேயே
திருப்பாவைப் பாசுரங்களை ஓதுவித்து
என்னை
'ஈரத்தமிழ்' அறிந்த பேரனாக்கிய
'எந்தை தந்தை'
சேந்தி உடைய நாதபுரம்
அழ. மருதுக்கோன்
திருவடிகளுக்கு

பொருளடக்கம்

	வல்லாளர் வரிசையில் சீனிவாசன்	11
	நன்றியறிதல்	17
	சுருக்க விளக்கம்	19
1.	பக்தி இலக்கிய வகைக்கூறுகளும் பக்தி இலக்கியமும்	23
2.	நாலாயிரத் திவ்வியப் பிரபந்தம்: தொகுப்பு வரலாறும் நூல் அடைவும்	59
3.	பொருள் அடிப்படையில் இலக்கிய வகைகள்	82
4.	யாப்பு அடிப்படையில் இலக்கிய வகைகள்	159
5.	எண்ணலங்கார அடிப்படையில் இலக்கிய வகை	222
6.	முடிவாக	240
	பின்னிணைப்புகள்	245
	துணைநூற்பட்டியல்	285

வல்லாளர் வரிசையில் சீனிவாசன்

தமிழ்ச்செம்மல்
டாக்டர் ம.ரா.போ. குருசாமி

அசாவாமை

> அருமை உடைத்தென் றசாவாமை வேண்டும்
> பெருமை முயற்சி தரும்

என்று ஆள்வினையுடைமை பற்றித் திருவள்ளுவர் பேசுவார். மிக எளிய முயற்சிகளால் முனைவர் பட்டத்தை வாரி எடுப்போர் பலராக, முனைவர் ம.பெ. சீனிவாசன் பகீரதத்தில் நம்பிக்கை கொண்டவராய்க் காணப்படுவது வியப்பினை விளைக்கிறது; பகீரத நெறிக்கு ஏற்பவே கங்கையையே கொணர்ந்து ஆய்வுக்களத்துக்குப் பெருமை சேர்த்திருக்கிறார். நடைபெறும் பல்வேறு பாவங்களால் பரிபவப்பட்டுள்ள ஆய்வரங்கினை நண்பர் சீனிவாசன் கொணர்ந்த 'கங்கை' தூய்மைப்படுத்தியுள்ளது. இப்படிச் சொல்வது உயர்வுநவிற்சியணியின்பாற் கொண்ட கவர்ச்சியாலன்று; குட்டி 'மதில்' ஏறிக் குவடேறி விட்டதாக விளம்பரம் தேடுவோரால் குறைவுற்றுள்ள தமிழாய்வரங்கில் இஃது ஒரு கழுவாயாகப் பொலிவது கண்டு சொல்லும் இயல்பு நவிற்சியே.

'வைணவ இலக்கிய வகைகள்' என்று பரந்த தலைப்பைத் தந்து, ஆழ்வார்கள் பாடிய நாலாயிரத் திவ்வியப் பிரபந்தத்தில் உள்ள இலக்கிய வகைகளைப் பற்றியதாக வரையறைப்படுத்திக் கொண்டுள்ளார். ஆயினும், நாலாயிரத்தை ஆய்வதாக வரையறுத்தவர், தம் நுண்மாண் நுழைபுலத்தால் பரந்துபட்ட களமாக மாற்றியிருக்கிறார். இலக்கியம், இலக்கணம், சாத்திரம், தோத்திரம் என்று பல்வகையாலும் தம் கணிப்புக்கு விரிவான களம் அமைத்திருக்கிறார். வைணவத் தளவில் நின்றால் போதுமானது; ஆயினும் ஒப்புமை உள்ள இடங்களிலெல்லாம் சைவ சமயத் திருமுறைகளையும் எடுத்துக்காட்டி ஆய்வை விரிவாக்கியுள்ளார். திருமுறை ஆய்வையும் பயின்ற உணர்வு நமக்கு ஏற்படுகிறது. எவ்வகை இலக்கியத்தை எடுத்தாலும் – தொல்காப்பியம் தொடங்கி, சங்க இலக்கியத்தைத் துருவி, இடைக்கால இலக்கியங்களையும் காட்டி, தற்கால எழுத்து களையும் இயைத்து விடுகிறார். மேலும், ஆங்காங்கே இனி எழக்கூடிய போக்குகளையும் சுட்டிச் செல்வது இவ்வாய்வாளரின் முயற்சியாக உள்ளது. நாட்டுப்புற இலக்கியங்களும் இவர் பார்வையிலிருந்து தப்பவில்லை.

எளிதிலே ஆய்வேடுகளை உருவாக்கிவிட வழிகள் இருக்கவும் அருமை உடைத்து என்று அசாவாது அசைவிலா ஊக்கம் உடையவராகிய முனைவர் சீனிவாசன்பால் ஆக்கம் அதர்வினாய்ச் செல்லும் என்பது உறுதி. 'குடிசெய்வல்' என்று செயல்படும் இவர்க்குக் கண்ணன் என்னும் கருந்தெய்வம் மடிதற்றுத் தான் முந்துறும் என்பது உறுதி.

நுனிப்புல் மேயற்க

சிறந்த இவ் ஆய்வேட்டில் கூறப்பட்டுள்ள செய்திகளை நிரலே எடுத்துச் சொல்லும் முயற்சியை இவ் அணிந்துரை மேற்கொள்ளாது. தாம் கண்டுரைத்த செய்திகளை ஒவ்வோர் இயலின் இறுதியிலும் நூலின் இறுதியிலும் ஆய்வாளரே தெளிவாகக் கொடுத்திருக்கிறார், 'இவர் என்ன சொல்கிறார்' என்பதை மட்டும் அறிய விரும்புவோர் ஒவ்வோர் இயலின் இறுதியிலும் 'முடிவு' என்ற தலைப்பிலும் 'ஆய்வு முடிவுகள்' என்ற ஆறாம் இயலிலும் ஆசிரியர் தந்துள்ள தொகுப்புரைகளைப் பார்த்தால் போதும். ஆய்வேடு அமையவேண்டிய முறை எனச் செய்யப்பட்டுள்ள வரையறையால் ஆய்வாளர் தொகுப்புரை வழங்கியிருக்கிறார். ஆனால் ஆய்வின் பரப்பினை – ஆழத்தினை – நுட்பத்தினை – ஆய்வாளரின் புலமையினை – ஆய்வு நேர்மை யினை அறிய விரும்பும் அறிஞர்கள் ஆய்வேடு முழுவதையும் வரி விடாமல் படிக்க வேண்டும்; பயில வேண்டும்.

சிறப்புகள் சில

"பண்டிதர் அ.கி. நாயுடு என்பார் பாடியது, 'திருமணப் பாவை' என்னும் பெயரினதாகும்" (ப.119). கோவைப் பகுதியில் உள்ள முதியோர் சிலர் அ.கி. நாயுடு அவர்களைப் பற்றி அறிந்திருப் பார்கள். அவர்கள்கூட அ.கி. நாயுடுவின் 'திருமணப் பாவை'யை அறிந்திருக்க மாட்டார்கள் என்பது உறுதி.

வெளியிடப் பெறாத பிஎச்.டி. ஆய்வேடு என்ற விளக்கத்துடன் 'தமிழ் இலக்கியத்தில் கைக்கிளை'யை ஆராய்ந்தெழுந்த ஓர் ஆய்வேட்டையும் அதன் ஆசிரியரையும் குறிப்பிடுகிறார். (ப.135). அச்சிட்டு வெளியாகியுள்ளவையும் புகழ் பெற்றவையுமான நூல்களைப் பற்றியே அறியாத ஆய்வாளர்களையே பெரிதும் காணுகின்றோம். இவரோ, வெளிவராத ஆய்வேடுகளையும் விடுவதில்லை என்று 'தொல்லை'ப் படு(த்து)கிறார்!

"எழுதுபொருள்கள் அதிகம் இல்லாத காலத்தில் நினைவுத் தொடர்ச்சிக்கு ஒரு வாய்ப்பாகச் செய்யுள் இலக்கியங்களில் இவ் வந்தாதிப் பண்பு இடம் பெற்றது என்பர்." (ப.169) அந்தாதி வகைமையமைப்பிற்கு எல்லோரும் சொல்லக் கூடிய காரணம் தான் இது. ஆனால் ஆய்வாளர் தமக்கு இக்கருத்தாதரவு கிடைத்தது எங்கிருந்து என்பதை அடிக்குறிப்பாகச் சுட்டுகிறார். நன்றியுணர்வு மட்டுமன்றி, ஆய்வு முறையின் நேர்மையும் இங்கே புலப்படுகின்றது. ஆய்வாளரின் தகுதிப் பாடு இது. இதன்மேல், அதே இடத்தில் ஆய்வாளரின் திறப்பாடும் புலப்படுகிறது என்பதற் காகவே இங்கு இது சுட்டப்படுகிறது.

"மாறிமாறிப் பல பிறப்பும் பிறந்து" என்னும் திருவாய் மொழிப் பாசுரத்துக்கு ஈட்டுரைகாரர் தரும் விளக்கம் இவ்வந்தாதி ஆக்கத்திற்கான காரணத்தைச் சுட்டிக்காட்டுவது போல் உள்ளது. மாறிமாறிப் பல பிறப்பும் பிறந்து இறுதியில் இறைவனின் திருவடிகளைப் பற்றி முடிவிலாத அழகிய இனிய வெள்ளத்திலே மூழ்கியதாகக் குறிப்பிடுகிறார் ஆழ்வார். இப்பேற்றுக்கு அவர் அந்தாதியாகப் பிறந்து போந்ததே காரணம் என்கிறார் உரையாசிரியர். (ப.170) வைணவ இலக்கியத்தில் இரண்டறக் கலந்து திளைப்பதற்கு வைணவ வியாக்கியானங்கள் பேருதவி புரிய வல்லன. அந்தாதி பற்றிய விளக்கம் எழுதும்போது ஆய்வாளர் ஈட்டுரையை எடுத்தாள்கிறார் என்பது சிறப்பு; அவ்வுரை இவர் நினைவாற்றலில் சிக்கியிருக்கிறது என்பது சிறப்புக்குச் சிறப்பு.

இம் மிகுசிறப்புக்கு மேலும் ஒரு சிறப்பு உண்டு. "சிவஞான போத முதற் சூத்திரம் இறைவனை 'அந்தம் ஆதி' எனக்

குறிக்கின்றது. ஆதலின் இறைவனைப் பாட அருளாளர்கள் அந்தாதி இலக்கியத்தைத் தேர்வு செய்ததிலும் ஒரு பொருத்தம் காணப்படுகிறது" எனச் சிவஞான முனிவரின் அந்தாதி இலக்கியங்கள் என்ற ஆய்வு நூலிலிருந்து மேற்கோள் காட்டுகின்றார். அந்தாதி இலக்கியத் தோற்றத்துக்குத் தாம் மேற்கொண்ட திவ்வியப் பிரபந்த ஆய்வெல்லையிலே வைணவ வியாக்கியான மேற்கோள் போதுமானதற்கும் மேலானது; இவ்வாய்வாளர் அவ்வளவில் நின்றிடவில்லை. சைவ சமயத்தையும் மனங்கொண்டு, அங்கே அந்தாதி இலக்கிய ஆய்வு எங்கே உளதெனத் தேடிக் கண்டு, மேற்கோள் காட்டுகிறார், ஆய்வாளர் சீனிவாசன். *'அங்கங்கே கலைகள் தேரும் அறிவன்'* என்று இவரைக் குறிப்பது பொருத்தம்.

வைணவர்களிலே வடகலையார், தென்கலையார் என இரு பிரிவினர் உள்ளனர். நெற்றியில் இடும் திருமண் அமைப்பிலே உள்ள வேற்றுமை யாவரும் அறிவர். திருமண் ஒரு குறியே தவிர, அதுவே உயிர்நாடியாகி விடாது; அடிப்படையான உண்மைகளைக் கொண்டே இரு பிரிவுகளிடையே உள்ள வேற்றுமையைப் புலப்படுத்த வேண்டும். தென்கலையார்க்குத் தமிழ் மொழியே முதன்மை; வடகலையார் வடமொழிக்கே முதன்மை தருவர். இப்படி ஒரு விளக்கம் கூறுவதுண்டு. இதுவும் நடைமுறை வேறுபாடுதான். "இறைவனை அடைய சீவன்களின் முயற்சி தேவையில்லை என்பர் தென்கலையார்; சீவன்கள் முயற்சியும் தேவை என்பர் வடகலையார். இதுவே அடிப்படை வேறுபாடு" என்று ஓர் அடிக்குறிப்பு இந்நூலில் *(ப.73)* காணப்படுகிறது. இந்தத் தத்துவத்தின் அடிப்படை வேறுபாடு பாசுரங்களைக் கணக்கிடு வதிலும் தலைகாட்டியதைக் குறிப்பாகச் சுட்டிக்காட்டும்போது ஆய்வாளரின் புலமை நுட்பத்தைப் பாராட்டாமலிருக்க முடியாது.

பல்லாண்டுப் பிரபந்தம் பற்றி விளக்கும்போது, "விஷ்ணு சித்தர் என்னும் இயற்பெயர் கொண்டிருந்தவரைப் பெரியாழ்வார் என ஆக்கிய பிரபந்தம் திருப்பல்லாண்டு எனலாம்" என்று விளக்கி, "சிறந்த படைப்பிலக்கியம் படைப்பாளிக்குப் பெருமை சேர்ப்பதை உணரலாம்" *(ப.92)* என்று முடிப்பது நயமாக உள்ளது.

மேலும் பல்லாண்டு கூறும் மரபு ஆழ்வார்கள் பிறரிடத்தும் இருப்பதை எடுத்துக்காட்டி 'போற்றுகையாவது திருப்பல்லாண்டு பாடுகை' என உரைகாரர் விளக்குவதையும் காட்டி "ஆழ்வார்க ளிடத்துப் பல்லாண்டு கூறும் பண்பு மிகுந்திருத்தல் பற்றி, திவ்வியப் பிரபந்தம் முழுவதையும் 'மங்களாசாசனப் பிரபந்தம்' எனக் கூறும் வழக்கும் உண்டு" என்று விளக்கிக் காட்டுவது

கருதத்தக்கது. ஆசிரியர்க்குச் சிறப்புப்பெயர் தரும் ஒரு பிரபந்தத்தின் கூறு, முழு நூலுக்குமே வேறு ஒரு சிறப்புப் பெயர் தருவதை ஆய்வாளர் நமக்கு நினைவூட்டுவது மிக நயவுணர்வுடன் பாராட்டப்பட வேண்டியதாகும்.

இறைவன் துயில்வதுண்டா? இப்படி எழுப்பக் கூடியதடைக்கு விடை வேண்டுமா? பாவை, பள்ளியெழுச்சி இரண்டும் இணைந்து பாடப்படுவது ஏன் எனத் தெரிய வேண்டுமா? முன் இல்லாத வகையில் இலக்கண நூல்கள் புது இலக்கணம் வகுத்த பிரபந்தவகை நாலாயிரத்தில் உண்டு என்கிறார்களே, அது பற்றித் தெரிய வேண்டுமா? – இத்தகைய வினாக்களும் அவற்றுக்குரிய விடைகளும் நூல் நெடுகிலும் காணலாம். எடுத்துக்காட்டாகச் சில அரிய செய்திகள் மட்டுமே இங்கே வினாவடிவில் தரப்பட்டன.

யாப்பிலக்கண வளர்ச்சி வரலாறு பற்றி மிக நுட்பமாக ஆய்வு செய்ய வேண்டிய கட்டாயம், இந்நூலைப் பொறுத்தவரையில், ஆய்வாளர்க்கு இல்லை. எனினும், எடுத்தது எதுவாயினும் அதன் பல்வேறு நுட்பச் சாயல்களையும் காண வேண்டும் எனும் ஆர்வம் இந்நூலில் காணப்படுகிறது. 'தமிழ் யாப்பில் ஆசிரியம்' என்ற கிளைத் தலைப்பிலே ஆசிரியர் குறளனைய செறிவுடன் தந்துள்ள குறிப்புகள் பெரிதும் பாராட்டத்தக்கன. (ப.181).

'திருச்சந்தவிருத்தம்' ஆசிரியவிருத்தமா, கலிவிருத்தமா என்ற ஆய்வு சிறப்பாக அமைந்துள்ளது. (ப.188–195) பல்வேறு வாதங்களைத் தொகுத்தும் வகுத்தும் ஆராய்ந்து, "இவற்றை நோக்க யாப்புக்கு முதன்மை அளிக்காமல் சந்தத்தை மட்டுமே கருத்திற் கொண்டு இப்பிரபந்தம் பெயர் பெற்றிருக்கலாம் என்று தோன்றுகிறது. ஆயினும், யாப்பினைக் கருதுகையில் திருச்சந்தவிருத்தப் பாடல்களைச் சீரின் அமைதி குலையுமாறு பிரித்து எழுசீர்க் கழிநெடிலடி ஆசிரிய விருத்தமாகக் கொள்வதினும், தம்முள் அளவொத்த நாற்சீரடி கொண்ட கலி விருத்தமாகக் கொள்வதுவே பொருத்தம் ஆகும் எனலாம்" (ப.195) என்று சிறந்த முடிவு கூறுவது சீரிது.

தாண்டகம் பற்றிய ஆய்வு மிகவும் போற்றத்தக்கதாக (ப.204–221) விரிவாக அமைந்திருக்கிறது. வடமொழித் தண்டகத்தோடு இணைத்திடும் முயற்சியைச் சுட்டி, திருமுறை வரலாற்றில் பேரா. வெள்ளைவாரணர் கூறும் செய்திகளைத் தொகுத்துக் கணித்து ஒப்பீடுசெய்து, பாட்டியல் நூல்களின்

தடுமாற்றம் புலப்படுத்தி, எல்லாவற்றையும் ஒப்பிட்டும் உறழ்ந்தும் கணித்து, மேலும் ஆய்வாளர்க்கு இம்முயற்சியில் பணி எஞ்சி யிருப்பதாகவும் சொல்லி, "தாண்டகம் பற்றி இங்குக் கூறப்பட்ட கருத்துக்கள் அது பற்றிய தேடலில் சற்று முன்னேறிச் சென்றதன் அடையாளமாகவே கொள்ளத்தகும். மேலாய்வுக்கும் தெளிவுக்கும் இன்னும் இடமிருக்கிறது என்பதுவே இங்குக் குறிக்கத்தக்க செய்தியாகும்" *(ப.219)* என முடிக்கிறார்.

தெளிவான முடிவுகளை நெடுகிலும் கூறிச் செல்பவர். 'விடை காண இயலவில்லை' *(ப.210)*, 'தெளிவாக உணர முடிய வில்லை' *(ப.212)*, 'ஐயமே எஞ்சுகின்றது' *(ப.219)* என்று குறித்துச் செல்கிறார். இம் முறைமை ஆய்வாளரின் ஆய்வொழுக்கத்தைப் புலப்படுத்துகிறது.

ஆராய்ச்சி என்பது தன் அறிவின் வலையிலே முழுவதாகச் சிக்கி முடிந்துவிட்டது என்று தமக்குத் தாமே வாகை மலைந்து முடிசூட்டிக்கொள்ளும் ஆணவம் இவ்வாய்வாளரிடம் இல்லை என்பது மிகமிகப் போற்றிப் பாராட்டப்பட வேண்டும்.

ஆய்வாளர் வைணவ நெறியில் ஆழங்காற்பட்டவராயினும் திருவெழுகூற்றிருக்கையில் கவிதைச் சிறப்பில்லை என நடுவுநிலை பேணிப் பேசுவது *(ப.238)* ஆய்வாளர்க்குப் பெருமை தருவதாகும்.

சிறப்பான இவ்வாய்வேட்டின் சிறப்புகள் சிலவற்றை மட்டுமே இவ் அணிந்துரையில் எடுத்துக் காட்டினேன். முறையான திறனாய்வு நெறியில் சிறப்புகள் அனைத்தையும் எடுத்துக் காட்டப்புகின், தனி ஒரு நூலாக விரியும். 'விரிப்பிற் பெருகும் என அஞ்சி விடுத்தாம்' என்பது இங்கே உபசார வழக்கன்று; உண்மையே.

நுண்மாண் நுழைபுலம் செயல்படுதல், தரவுகளைத் தொகுத்தல், தொகுத்தவற்றைப் பகுத்தல், பகுத்தவற்றைக் கணித்தல், ஒப்புமையும் ஒருமையும் காணல். போன்ற பண்புகளை என் பேராசிரியர்களாகிய பேரா. க. வெள்ளைவாரணரிடமும், டாக்டர் துரையரங்கனாரிடமும் அவர்கள் நூல்கள் வாயிலாகக் கண்டிருக்கிறேன். திருமிகு மு. அருணாசலத்திடமும் அப்பண்புகள் உண்டு. அந்த வல்லாளர் வரிசையில் முனைவர் ம.பெ. சீனிவாசன் பெயரும் சேர்க்கத்தக்கது என்பது என் முடிபு. வாழ்க வளமுற!

(முதற்பதிப்பிற்கு எழுதிய முன்னுரை)

நன்றியறிதல்

மதுரைக் காமராசர் பல்கலைக்கழகத்தின் முனைவர் பட்டத்திற்காக ஆழ்வார்களின் இலக்கிய வகைமைகள் குறித்துச் செய்த ஆய்வு 1993இல் 'வைணவ இலக்கிய வகைகள்' என்னும் பெயரில் திருமலை திருப்பதி தேவஸ்தான நிதி உதவியுடன் நூலாக வெளி வந்தது. வெளியீடு சிவகங்கைத் தேவகி பதிப்பகம். மேலை நாடுகளில் "*GENRE*" எனப்பெறும் இலக்கிய வகைமைக் கோட்பாட்டின் அடியொற்றிச் செய்த ஆய்வு இது. நான் முன்னர் நோற்றதன் பயனாய் அறிஞர் தமிழண்ணல் வழி இத்தலைப்புக்கு ஆற்றுப்படுத்தியவர் தமிழ் மூதறிஞர் வ.சுப. மாணிக்கனார். 'ஈட்டில் இலக்கிய உத்திகள்' என்னும் முந்திய தலைப்பினை மாற்றியவரும் இப்புதிய தலைப்புக்கான மதகு திறந்துவிட்டவரும் அவரே. ம.கா. பல்கலையின் அப்போதைய துணைவேந்தர் அவர். 2001இல் மெய்யப்பன் தமிழாய்வகத்தின் வழியாகச் சிறிய பெயர் மாற்றத்துடன் இந்நூல் மறுபதிப்புக்கண்டது.

ஆய்வேட்டின் வடிவத்திலேயே வந்தவை முந்தைய பதிப்புகள். இப்போது சிறுமாற்றங் களுடன் 'காலச்சுவடு' பதிப்பகத்தின் மூலம் வெளிவருகின்றது. முதற்பதிப்புக்கு அறிஞர் ம.ரா.போ. குருசாமி அவர்கள் விமர்சன நோக்கில் எழுதிய முன்னுரை இப்பதிப்பிலும் இடம்பெற் றுள்ளது. இதனை அழகிய முறையில் வெளியிடும் காலச்சுவடு பதிப்பகத்தார்க்கும், வெளியீட்டுக்கு

உதவிய மொழிபெயர்ப்பாளர் திருவண்பரி (திருப்பதி)சாரம் தி.அ. ஸ்ரீனிவாஸனுக்கும் என் நன்றியறிதலை உரியதாக்கி மகிழ்கின்றேன். நூல் முழுமையும் மெய்ப்புப் பார்த்து உதவிய அ. மோகனா – ப. திருஞானசம்பந்தம் பேராசிரியத் தம்பதியர்க்கு என் ஆசிகள். இதுவன்றிச் செய்யத்தக்க வேறு கைம்மாறு எதுவுமில்லை.

மாறன் பொன்னடியே நந்தமக்குப் பொன்

தேவகி இல்லம்
சிவகங்கை

ம.பெ. சீனிவாசன்
31.10.2024

சுருக்க விளக்கம்

அகநா.	–	அகநானூறு
அ.பி.	–	அமலனாதிபிரான்
இ.தி.அ.	–	இரண்டாம் திருவந்தாதி
இ.வி.பா.	–	இலக்கண விளக்கப் பாட்டியல்
இளம்.	–	இளம்பூரணர்
உ.ஆ.	–	உரையாசிரியர்
ஐங்குறு.	–	ஐங்குறுநூறு
க.நு.சி.	–	கண்ணிநுண் சிறுத்தாம்பு
கலித்.	–	கலித்தொகை
குறள்.	–	திருக்குறள்
குறிஞ்சிப்.	–	குறிஞ்சிப்பாட்டு
குறுந்.	–	குறுந்தொகை
சி.பா.	–	சிதம்பரப் பாட்டியல்
சி.தி.ம.	–	சிறியதிருமடல்
சிலம்பு.	–	சிலப்பதிகாரம்
சிறுபாண்.	–	சிறுபாணாற்றுப்படை
சீவக.	–	சீவகசிந்தாமணி
தி.ஆ.	–	திருவாசிரியம்
தி.எ.கூ.	–	திருவெழுகூற்றிருக்கை

தி.கு.தா.	–	திருக்குறுந்தாண்டகம்
தி.ச.வி.	–	திருச்சந்தவிருத்தம்
தி.ப.எ.	–	திருப்பள்ளியெழுச்சி
தி.பல்.	–	திருப்பல்லாண்டு
தி.பா.	–	திருப்பாவை
தி.நெ.தா.	–	திருநெடுந்தாண்டகம்
தி.மா.	–	திருமாலை
தி.வா.மொ.	–	திருவாய்மொழி
தி.வி.	–	திருவிருத்தம்
தொல்.சொல்.	–	தொல்காப்பியம் சொல்லதிகாரம்
தொல்.பொருள்.	–	தொல்காப்பியம் பொருளதிகாரம்
நச்சி.	–	நச்சினார்க்கினியர்
ந.நீ.பா.	–	நவநீதப் பாட்டியல்
நற்.	–	நற்றிணை
நா.தி.அ.	–	நான்முகன் திருவந்தாதி
நா.தி.மொ.	–	நாச்சியார் திருமொழி
பட்டினப்.	–	பட்டினப்பாலை
பதிற்.	–	பதிற்றுப்பத்து
ப.பா	–	பன்னிருபாட்டியல்
பரி.	–	பரிபாடல்
பி.ம.	–	பிரபந்த மரபியல்
புறநா.	–	புறநானூறு
பெ.ஆ.தி.	–	பெரியாழ்வார் திருமொழி
பெ.தி.அ.	–	பெரியதிருவந்தாதி
பெ.தி.ம.	–	பெரிய திருமடல்
பெ.தி.மொ.	–	பெரிய திருமொழி
பெரு.தி.மொ.	–	பெருமாள் திருமொழி
பெரும்பாண்.	–	பெரும்பாணாற்றுப்படை

பேரா.	–	பேராசிரியர்
பொ.ப.ஆ.	–	பொதுப்பதிப்பாசிரியர்
பொருந.	–	பொருநராற்றுப்படை
மதுரைக்.	–	மதுரைக்காஞ்சி
மலைபடு.	–	மலைபடு கடாம்
மு.தி.அ.	–	முதல் திருவந்தாதி
மு.நூ.	–	முற்காட்டிய நூல்
முருகு.	–	திருமுருகாற்றுப்படை
முல்லை.	–	முல்லைப்பாட்டு
மு.வீ.	–	முத்துவீரியம்
மூ.தி.அ.	–	மூன்றாம் திருவந்தாதி
யா.க.	–	யாப்பருங்கலம்
யா.க.வி.	–	யாப்பருங்கல விருத்தி
யா.கா.	–	யாப்பருங்கலக் காரிகை
வெ.பா.	–	வெண்பாப் பாட்டியல்

1

பக்தி இலக்கிய வகைக்கூறுகளும் பக்தி இலக்கியமும்

தமிழ் பக்தியின் மொழி என்று சிறப்பித்துக் கூறப்படுகிறது.[1] "பக்தியில் கலித்த செய்யுட்கள் தமிழில் அரும்பி மலர்ந்து போல வேறு எம்மொழியிலும் மலர்ந்தில. அளவிலும் சுவையிலும் தமிழில் உள்ள திருப்பாடல்கள் போலப் பிற இலக்கியங்களில் இல்லை"[2] என்பர். தமிழ் இலக்கியப் பரப்பினை ஒருமுறை முழுமையாக நோக்கி இதனை நாம் எளிதில் உணரலாம். 'பாட்டும் தொகையும்' எனப்படும் பழைய சங்க நூல்களில் உள்ள பாடல்களின் எண்ணிக்கை 2381 ஆகும்.[3] பக்தி இலக்கியங்களுள் சைவத்தில் முதல் ஏழு திருமுறைகளான தேவாரம் மட்டும் எண்ணாயிரம் பாடல்கள் கொண்டது.[4] எட்டாம் திருமுறை முதல் பன்னிரண்டாம் திருமுறை முடிய அந்நூல்களில் உள்ள பாடல்கள் 9750 ஆகும்.[5] ஆழ்வார்கள் பாடிய திவ்வியப் பிரபந்தப் பாசுரங்கள் 3776 உள்ளன. ஆக, சைவ வைணவ பக்தி

---

1. T.P. Meenakshisundaran, Prof. T.P.Meenakshisundaran Sixty-First Birthday Commemoration Volume, P.23.
2. தனிநாயக அடிகள், தமிழ்த்தூது, ப.33.
3. எஸ். வையாபுரிப்பிள்ளை (ப.ஆ.), சங்க இலக்கியம் – இரண்டாம் பகுதி, ப.1369.
4. மு. வரதராசன், தமிழ் இலக்கிய வரலாறு, ப.103.
5. ச.வே. சுப்பிரமணியன், திராவிட மொழி இலக்கியங்கள் – அறிமுகம் ப.63.

இலக்கியப்பாடல்கள் மொத்தத்தில் இருபதினாயிரத்தையும் தாண்டிவிடுகின்றன. எனவே தமிழ்ப் பக்திப் பாடல்கள் சங்கப் பாடல்களினும் பதின்மடங்கு அதிகமாம் என்பது வெளிப்படை. பின்னரும் அருணகிரியார், குமரகுருபரர், சிவப்பிரகாசர், பிள்ளைப்பெருமாள் ஐயங்கார், தாயுமானவர், இராமலிங்கர் எனத் தொடர்ந்து, பாரதியார், கவிமணி காலம் வரை எழுந்த பக்திப் பாடல்கள் பல. இங்ஙனம் தமிழில் பக்திப் பாடல்களின் பெருக்கத்தைக் கண்ட அறிஞர் தமிழைப் 'பக்தியின் மொழி' என்று சிறப்பித்திருப்பது பொருத்தமே ஆகும்.

எந்த ஒரு மொழியிலும் குறிப்பிட்ட ஓர் இலக்கிய வகை திடுமெனத் தோன்றிப் பல்கிப் பெருகிவிடாது. அதன் முழுமையான வளர்ச்சிக்கும் மலர்ச்சிக்கும் முன்னர் மகரந்தச் சேர்க்கை போலமூலக்கூறுகள் அதற்கு முந்தியகாலங்களில் இருந்திருக்க வேண்டும். தமிழ்ப் பக்தி இலக்கியப் பெருக்கை நோக்கும்போது, அதற்கு முந்திய கால இலக்கியங்களில் அதற்கான அடிப்படைகளைக் காண்பது சாத்தியமே எனலாம். எனவே தொல்காப்பியம் தொடங்கிப் பதினெண்கீழ்க்கணக்கு வரையிலான நூல்களில் பக்தி இலக்கியவகைக்கூறுகளைக் காண்பதுவும் அவற்றின் அடியாகப் பின்னர் உருவான பக்தி இலக்கியங்களைப் பற்றி ஆய்வதுவும் இவ்வியலின் நோக்கங்களாகும். எனவே இவ்வியல், 'பக்தி இலக்கிய வகைக்கூறுகள்' எனவும் 'பக்தி இலக்கியம்' எனவும் இரு பகுதிகள் கொண்டதாக அமைகின்றது.

பக்தி இலக்கிய வகைக்கூறுகள்

தொல்காப்பியத்தில் கடவுள்

பழந்தமிழ் நூலான தொல்காப்பியத்துள், 'கடவுள்' 'தெய்வம்' என்னும் சொற்கள்[6] காணப்படுகின்றன. 'கடவுள் வாழ்த்து' எனவும் 'தெய்வம் அஞ்சல்' எனவும் 'வழிபடு தெய்வம்' எனவும் வரும் சொற்றொடர்கள்[7] பழந்தமிழரின் கடவுள் நம்பிக்கையையும் வழிபாட்டுணர்வையும் கோடிட்டுக் காட்டுகின்றன. மேலும், தொல்காப்பியர் நிலத்தினை நான்காகப் பகுத்து அந்நில மக்கள் வழிபடும் கடவுளராக மாயோன், சேயோன், வேந்தன், வருணன் என்போரைக் கூறியிருப்பதும்

6. கடவுள்: தொல். பொருள். 144.
   தெய்வம்: தொல். சொல். 4, 58.
7. கடவுள் வாழ்த்து: தொல். பொருள். 85.
   தெய்வம் அஞ்சல்: தொல். பொருள். 268.
   வழிபடு தெய்வம்: தொல். பொருள். 415.

கருப்பொருள்களுள் முதலாவதாகத் தெய்வத்தைக் குறித்திருப்பதும் நோக்கத்தக்கன.[8]

சங்க நூல்களில் கடவுள் தொடர்பான செய்திகள்

தொல்காப்பியத்தை அடுத்துத் தோன்றிய சங்க நூல்களில் கடவுள் தொடர்பான பல செய்திகள் காணப்படுகின்றன. கடவுளர் பலரைப் பற்றியும், வேதம், வேள்வி பற்றியும், ஊழ், நல்வினை, தீவினை, நரகம், சொர்க்கம், மறுபிறப்பு, மறுமை உலகம் பற்றியும், நடுகல் வழிபாடு, சிறுதெய்வ வழிபாடு பற்றியும், பேய் பூதங்களிடத்து நம்பிக்கை பற்றியும், புராணக் கதைகள் பற்றியும், மீவியல் ஆற்றல் பற்றியும் பல குறிப்புகள் அந்நூல்களில் உள்ளன.[9] சங்க காலத்தில் கோயில் என்ற சொல் பெரும்பாலும் அரண்மனையைக் குறித்ததாயினும் சில இடங்களில் கடவுள் உறையும் இடத்தையும் குறித்தது.

"வச்சிரத் தடக்கை நெடியோன் கோயிலுள்"[10] என வரும் புறநானூற்று அடியால் இதை அறியலாம். சில இடங்களில் கோயிலைக் குறிக்க 'நகர்'[11] என்னும் சொல் ஆளப்பட்டுள்ளது. இங்ஙனம் கடவுள் தொடர்பான செய்திகள் சங்க நூல்களில் காணப்படினும் சங்ககாலத் தமிழரின் வாழ்வில் சமயம்

---

8. தொல்.பொருள். 5, 20
9. கடவுளர் பலர்: புறநா. 56:1–15
   வேதம்: மதுரைக். 468–469: பெரும்பாண். 300–301: 655–656; புறநா. 2:18; 15:17.
   வேள்வி: புறநா. 15:17–20; 166:22.
   ஊழ்: புறநா.192:9–10.
   நல்வினை, தீவினை, நரகம், சொர்க்கம், மறுபிறப்பு, மறுமை உலக நம்பிக்கை: புறநா. 214:1; 367:10; 5:6; 50:15; 22:35; 240:6; 214: 1–10; 134:1; 174:19–20; அகநா. 66:1–2.
   நடுகல் வழிபாடு: புறநா. 232:3–4; 265:1–5; அகநா. 67:9–11; 131:6–11; ஐங்குறு. 352:1–2.
   சிறுதெய்வ வழிபாடு: புறநா. 260:5
   பேய் பூதங்களிடத்து நம்பிக்கை: பதிற். 13:15; 67:11; புறநா.62:4 369:15,17
   புராணக் கதைகள்
   (அ) இராமாவதாரம்: அகநா. 70:15–17; புறநா. 378:18–21.
   (ஆ) கிருஷ்ணாவதாரம்: அகநா. 59:4–7.
   (இ) வாமனாவதாரம்: முல்லை.1–3; பரி. 3:20: கலித். 124:1.
   (ஈ) முருகன் கிரௌஞ்சமலை பிளந்தது: முருகு. 266–267; குறுந். கடவுள் வாழ்த்து. 3–4.
   (உ) முருகன் சூரனை வென்றது: அகநா. 59:10–11; கலித். 27:15–16; 93:25; பரி.14;18–19. மீவியல் ஆற்றல்: புறநா.27:7–9.
10. புறநா. 241:3.
11. மேலது, 6:18.

ஒரு கூறாகவே இலங்கியது என்றும் பண்டை நல்லிசைப் புலவரின் பாடுபொருள் மனிதனே தவிரச் சமயம் அன்று என்றும் அறிஞர்கள் கருதுகின்றனர்[12] "சங்க நூல்களில் திருமுருகாற்றுப்படை, பரிபாடல் என்ற இரண்டையும் தள்ளி விட்டு ஏனையவற்றை எடுத்துப்பார்த்தால் பக்தி அந்நூல்களில் தனியே பேசப்படவில்லை"[13] என்றும் சுட்டிக்காட்டுகின்றனர்.

இதற்கான காரணத்தைப் பின்வருமாறு தெளிவு படுத்துகிறார் க. கைலாசபதி. "சான்றோர்செய்யுட்களை ஆராயும்பொழுது அவற்றைப் பாடிய பாவலர்கள் பாடத் தொடங்குமுன் தெய்வத்தை வழிபட்டனர் என்பதற்குப் பல சான்றுகள் காணலாம். அதாவது அவர்கள் கடவுளரைச் செயல்முறையில் வழிபட்டனர். பெரும்பாலும் தனித்தனிச் செய்யுட்களாகப் பாடிய அவர்கள் கடவுள் வாழ்த்தைப் பாட்டாக இயற்ற வேண்டிய தேவையில்லாதிருந்தது எனலாம்"[14] க. கைலாசபதியின் இக்கருத்து ஏற்புடையதாகவே தோன்றுகிறது.

மூலக்கூறுகள்

இந்நிலையில் சங்க நூல்களுக்கு முற்பட்டதாகக் கருதப் படும் தொல்காப்பியத்தில் பக்தி இலக்கியத் தோற்றத்துக்கான சில மூலக்கூறுகளைக் காணமுடிகிறது. புறத்திணையியலில் பாடாண்திணை பற்றிய சில நூற்பாக்கள் அத்தகைய கூறுகளைக் கொண்டுள்ளன.

பாடாண்திணை

பாடாண்திணை என்பது அகக்கைக்கிளைத் திணைக்குப் புறனாகும் எனவும் அஃது எட்டு வகைப்படும் எனவும் கூறுவர் தொல்காப்பியர்.[15]

பாடாண்திணை என்பதற்குப் பாடப்படும் ஆண்மகனது ஒழுகலாறு எனப்பொருள் கூறுவர்.[16] "சிறந்தோரைப்பாடுதல் புலவர் இயல்பு. பாடப்படுவோர் விரும்பினும் விரும்பாவிடினும் புலவர் பாடுவர். ஆதலின் இது ஒருமருங்கு பற்றிய காதலாம்

---

12. தெ. ஞானசுந்தரம், "சங்க இலக்கியத்தில் திருமால்நெறி" சங்க இலக்கியக் கட்டுரைகள் – கருத்தரங்கம், ப.210.
13. அ.ச. ஞானசம்பந்தன், தத்துவமும் பக்தியும், ப.32.
14. கைலாசபதி, அடியும் முடியும், ப. 65.
15. தொல். பொருள் 78.
16. மு. இராகவையங்கார், தொல்காப்பியப் பொருளதிகார ஆராய்ச்சி, ப.140.

கைக்கிளைக்குப் புறனாயிற்று."[17] இதனால் மக்களுட் சிறந்தோரைப் பாடுதற்குரிய திணையாகப் பாடாண் விளங்கியது என அறிகிறோம். இத்திணையானது மக்களோடு தேவர்க்கும் உரியது என்பது நச்சினார்க்கினியர் கருத்து. தேவர்க்குரியதனை அவர், 'தேவபாடாண்' எனத் தனித்துக் குறிப்பிடுகின்றார்.[18] இதற்கு இடம் தரும் தொல்காப்பிய நூற்பா வருமாறு:

"அமரர்கண் முடியும் அறுவகை யானும்
புரைதீர் காமம் புல்லிய வகையினும்
ஒன்றன் பகுதி ஒன்றும் என்ப"[19]

இதில், 'அமரர்கண் முடியும் அறுவகை' என்னும் தொடர் பாடாண் திணையானது அமரரைப் பற்றி அமையும் என்னும் கருத்தினைத் தோற்றுவிக்கின்றது. அமரர் என்னும் சொல்லுக்கு இளம்பூரணரும், நச்சினார்க்கினியரும், 'தேவர்' என்றே பொருள் கொண்டனர். அமரர்கண் முடியும் அறுவகையாவன: கொடிநிலை, கந்தழி, வள்ளி, புலவராற்றுப்படை, புகழ்தல், பரவல் என்பர் இளம்பூரணர்.[20] இது, புறப்பொருள் வெண்பா மாலையாசிரியர் ஐயனாரிதனாரைத்தழுவிக் கூறியதாகும்.[21] நச்சினார்க்கினியரோ முனிவர், பார்ப்பார், ஆநிரை, மழை, முடியுடை வேந்தர், உலகு என்னும் பொருள் பற்றிய அறுமுறை வாழ்த்து என உரை கூறுவர்.[22] மேற்கூறிய முனிவர் முதலாகிய அறுவரும், ". . .தத்தஞ் சிறப்பு வகையான் அமரர் சாதிப்பால வென்றல் வேதமுடிவு"[23] என்பது தம் கருத்துக்கு அவர் தரும் விளக்கம் ஆகும். மேலும் அவர் இந்நூற்பாவுக்கு உரை கூறுமுன்னர் ". . . பாடாண்டிணை தேவரும் மக்களுமென இருதிறத்தார்க்கே உரிய என்பார், அவ்விரண்டனுள் தேவர் பகுதி இவையென்பதுணர்த்துகின்றது"[24] எனக் கூறுதலால் இந்நூற்பாவினை அவர் தேவபாடாணுக்குரியதாகவே கருதினார் என அறியலாம்.

நச்சினார்க்கினியர் கண்ட இப்பொருள் முன்னர்க் குறித்த இளம்பூரணர் உரையொடு மாறுபடுகின்றது. இளம்பூரணர் 'அறுவகை'யை வணக்க வகைகள் ஆறு எனக் கொள்ள

17. சி. இலக்குவனார். தொல்காப்பிய ஆராய்ச்சி, ப.231.
18. நச்சி. (உ–ஆ.), தொல். பொருள் 81–இன் உரை.
19. தொல். பொருள். 79.
20. இளம், (உ.ஆ.), தொல். பொருள். 79–இன் உரை.
21. புறப்பொருள் வெண்பாமாலை, 227–231.
22. நச்சி, (உ.ஆ.), தொல். பொருள். 81–இன் உரை.
23. மேலது.
24. மேலது.

நச்சினார்க்கினியர் அவற்றைப் பரவும் வகையாக்காமல் பரவப்படும் கடவுளராகக் கூறுகின்றார். நாவலர் சோமசுந்தர பாரதியாரோ இவ்விருவர் தம் உரைகளையும் ஏற்கவில்லை. போர்மறவர்பால் சென்றமைகின்ற வெட்சி முதல்காஞ்சியீறான புறத்திணை வகை பற்றிய ஆறுமே அமரர்கண் முடியும் அறுவகையாம் என்பது அவர் கருத்து.[25] 'அமரர்' என்பதனைப் 'போர்' என்று பொருள்படும் 'அமர்' என்னும் சொல்லின் அடியாகப் பிறந்த பெயராகக் கொண்டு அவர் இங்ஙனம் பொருள் கூறினார். நாவலர் பாரதியாரின் இக்கருத்தே ஆசிரியர் தொல்காப்பியர் கூற்றுக்கும் சங்கத்தொகை நூல்களாகிய தமிழ்ச் செய்யுட்களின் அமைப்புக்கும் ஏற்றதாகும் என்று உடன்பட்டு எழுதுகின்றார் க.வெள்ளைவாரணன்.[26] "தேவர்களைப் பற்றிப் பாடும் அறுமுறை வாழ்த்து அல்லது போர்வீரர்களைப் பற்றிப் பாடும் அறுமுறை வாழ்த்து..."[27] என இருசாரார் கருத்துகளையும் ஏற்றுக்கொள்கின்றார் சி. இலக்குவனார். தொல்காப்பியம் பற்றிய அவரது ஆங்கில ஆய்வு நூலிலும் இக்கருத்தே காணப்படுகின்றது.[28]

'அமரர்', 'அறுவகை' என்பதற்கு முற்றிலும் வேறுபட்ட நிலையில் விளக்கம் கூறுவர் மொ.அ. துரையரங்கனார். 'அமரர்' என்பதற்கு 'அன்பர்கள்' எனவும், 'அறுவகை' என்பதற்குப் 'பிறப்பு அறுக்கும் வகை' எனவும், அவர் பொருள் காண்கின்றார்.[29]

இந்நூற்பா புலவரால் புகழ்ந்து பாடுதற்குரிய பாடாண் திணைக்கு அடிப்படையான இரண்டினைப் பற்றிக் குறிப்பிடுகின்றது.

ஒன்று, அமரர்கண் முடிவும் அறுவகை.
இரண்டு, புரைதீர் காமம் புல்லியவகை.

இவ்விரண்டனுள் முதலாவதாக உள்ள குறிப்பில்தான் உரையாசிரியர்களிடையே வேறுபாடு காணப்படுகின்றது. இரண்டாவதாக உள்ள, 'அகத்திணையின் அடிப்படையில் பாடாண் தோன்றும்' என்பதில் கருத்து வேறுபாடு இல்லை. முதலது பற்றிய வேறுபாடு இருவகையாக அமைகின்றது. கடவுள் வாழ்த்து அடிப்படையில் பாடாண் தோன்றும் என்பது ஒரு கருத்து; போர்த்திணையின் அடிப்படையில் பாடாண் தோன்றும் என்பது மற்றொரு கருத்து. பாடாண் திணை பற்றி

25. ச. சோமசுந்தர பாரதியார், தொல்காப்பியர்–பொருட்படலம், பக். 174–175.
26. க. வெள்ளைவாரணன், தமிழ் இலக்கிய வரலாறு–தொல்காப்பியம், பக். 107–108.
27. சி. இலக்குவனார், மு.நூ., ப. 232.
28. S. Ilakkuvanar, Tholkappiyam with Critical Studies, P-455.
29. மொ.அ. துரையரங்களார், தொல்காப்பிய நெறி, ப. 105.

விரிவாக ஆய்ந்த நா. செயராமன், இவ்வேறுபாட்டினைச் சுட்டிக்காட்டி, இரண்டாவது விளக்கமே பொருத்தமுடையது என்கின்றார்.[30] எனவே இந்நூற்பா தேவர்களைக் குறித்துப் பாடும் பாடாண் திணை பற்றிப் பேசுகிறது என்பதில் உரையாசிரியர்களிடையே கருத்தொற்றுமை இல்லை. என்றாலும் அடுத்துவரும் நூற்பாக்களால் கடவுளைப் பொருளாகக் கொண்டு பாடுவது தொல்காப்பியர்க்கு உடன்பாடாதலை அறியலாம்.

அகத்திணை மரபில் கடவுளைப்பாடல்

"காமப் பகுதி கடவுளும் வரையார்
ஏனோர் பாங்கினும் என்மனார் புலவர்"[31]

என்னும் இந்நூற்பாவுக்கு "மக்களைப் பொருளாகக் கொண்டு பாடுதற்குரிய காமப்பகுதியினைக் கடவுளைப் பொருளாகக் கொண்டு பாடினும் நீக்காது ஏற்றுக்கொள்வர். கடவுளை ஏனைமக்கள் விரும்பியதாகச் செய்யுள் செய்தலும் நீக்கப் படாது"[32] என்பது பொருளாகும். இவ்விரு வகையினையும் முறையே கடவுள் மாட்டுத் தெய்வப் பெண்டிர் நயந்த பக்கம் என்றும் கடவுள் மாட்டு மானிடப் பெண்டிர் நயந்த பக்கம் என்றும் விளக்குவர் இளம்பூரணர்.[33] இவற்றுடன் கடவுள் மானிடப் பெண்டிரை நயப்பனவும் அமையும் என மூன்றாக்கி உரைப்பர் நச்சினார்க்கினியர்.[34]

'கடவுள் கடவுளொடு காதல் கொண்ட புரைதீர் காமப் பாடாண்' எனவும், 'கடவுள் மானிடர் மருங்கு காதலித்த பாடாண் பகுதி' எனவும் பொருள் கொண்டு இவற்றுக்கு முறையே கம்பராமாயணத்திலிருந்தும் திருமுருகாற்றுப்படையிலிருந்தும் உதாரணம் காட்டுவார் நாவலர் பாரதியார்.[35] இந் நூற்பா விளக்கத்தில் உரையாசிரியர் தம்முள் பெரிதும் வேறுபட வில்லை. ஆதலின் காதலைப் பாடும் அகப்பாடல் முறையில் கடவுளைப் பாடுவதும் பழந்தமிழரிடையே வழக்கில் இருந்ததனை இந்நூற்பாவாலும் உரையாசிரியர் தரும் விளக்கங்களாலும் அறியமுடிகிறது.

---

30. நா. செயராமன், சங்க இலக்கியத்தில் பாடாண்திணை, பக்.43–44.
31. தொல். பொருள் 81.
32. க. வெள்ளைவாரணன், மு.நூ., ப. 108.
33. இளம், (உ.ஆ.), தொல். பொருள் 81இன் உரை.
34. நச்சி (உ.ஆ.), தொல். பொருள் 82இன் உரை.
35. ச. சோமசுந்தர பாரதியார், மு.நூ., பக்.194–195.

கொடிநிலை, கந்தழி, வள்ளி

“கொடிநிலை கந்தழி வள்ளி என்ற
வடுநீங்கு சிறப்பின் முதலன மூன்றும்
கடவுள் வாழ்த்தொடு கண்ணிய வருமே”[36]

என்பது அடுத்துக் கருதுதற்குரிய நூற்பாவாகும். இது குறித்தும் பண்டை உரையாசிரியர்களிடையே கருத்தொற்றுமை இல்லை. மயிலை சீனி. வேங்கடசாமி போன்றோரும் உரையாசிரியர்கள் வழி இதற்குப் பொருள் காண இயலாமையைப் புலப்படுத்தியுள்ளனர்.[37]

“குற்றம் தீர்ந்த சிறப்பினையுடைய கொடிநிலை முதலாகச் சொல்லப்பட்ட முற்பட்ட மூன்றும் பாட்டுடைத் தலைவனைச் சார்த்தி வருங்காலத்துக் கடவுள் வாழ்த்தொடு பொருந்தி வரும்”[38] என்பது இளம்பூரணர் தரும் விளக்கமாகும். அவரது கருத்துப்படி, அரசனது கொடியினைப் புகழ்தல் கொடிநிலை; அவன் பகையரணை அழித்த செயலைப் பாடுதல் கந்தழி; வள்ளலைப் பாடுதல் வள்ளி.[39] இவற்றுள் முன்னைய இரண்டுக்கும் ஐயனாரிதனாரின் மேற்கோள் பாடல் இரண்டையுமே எடுத்துக்காட்டுகிறார் இளம்பூரணர்.[40] இதனால் ஐயனாரிதனாரின் கருத்து அவர்க்கு உடன்பாடு என்பது விளங்கும்.

நச்சினார்க்கினியரோ, ‘கொடிநிலை’யைக் ‘கீழ்த்திசைக் கண்ணே நிலைபெறத் தோன்றும் வெஞ்சுடர் மண்டிலம்’ என்றும், ‘கந்தழி’ யை, ‘ஒரு பற்றுக்கோடின்றி அருவாகித் தானே நிற்கும் தத்துவங் கடந்த பொருள்’ என்றும், ‘வள்ளி’யைத் ‘தண்கதிர் மண்டிலம்’ என்றும் விளக்குகின்றார்.[41]

“கொடிநிலையாவது கொடியது தன்மை கூறுவது; கந்தழியாவது செருவில் தெட்பமுடைமை; வள்ளியாவது முருகவேளைக் குறித்தது”[42] என்பது வீரசோழியவுரை.

---

36. தொல். பொருள் 85.
37. மயிலை சீனி வேங்கடசாமி, “பழந்தமிழும் பல்வகைச் சமயமும்” பல்கலைப் பழந்தமிழ், ப.309.
38. இளம், (உ.ஆ.), தொல். பொருள். 85இன் உரை.
39. “According to Ilampuranar they are the flag of the king, the destruction of the fort and the praise of the benefactor” - S. Ilakkuvanar, Op.cit.. p.455
40. இளம், (உ.ஆ.), தொல். பொருள். 55இன் உரை.
41. நச்சி, (உ.ஆ.), தொல். பொருள். 88இன் உரை.
42. வீரசோழியம், பொருட்படலம் 21இன் உரை.

இப்பழைய உரைகளை நோக்க, இந்நூற்பாவுக்கு உரையாசிரியர்கள் கூறும் விளக்க உரைகள் தம்முள் பெரிதும் மாறுபட்டுள்ளன என்று அறியலாம். இதனால் ஆசிரியர் கருத்து இன்னது எனத் துணியக்கூடவில்லை.

தற்கால அறிஞர்களுள் பேராசிரியர் மு. இராகவையங்கார் இந்நூற்பாவுக்குப் புதிய விளக்கம் தருகின்றார். கொடிநிலை என்பது மேகத்தை உணர்த்துமென்றும், கந்தழி என்பது பற்றழிந்தாராகிய நீத்தாரது தன்மையென்றும், வள்ளி என்பது வண்மை பற்றி நிகழும் அறம் என்றும் அவர் விளக்குகின்றார். திருக்குறளில் பாயிரமாகவுள்ள கடவுள் வாழ்த்து, வான்சிறப்பு, நீத்தார் பெருமை, அறன் வலியுறுத்தல் ஆகிய நான்கு அதிகாரங்களும் இல்விலக்கணத்தை யொட்டி அமைந்தனவே என்பது அவர் முடிபு.[43]

ஞாயிறும் தீயும் திங்களும் இறைவனை வாழ்த்தும் வாயில்கள் என்று இதனை விளக்குகின்றார் இளவழகனார்.[44]

நாவலர் பாரதியாரோ, தமது பொருட்படலப் புத்துரையில் ‘கந்தழி’ என்பதற்கு மாறாகக் ‘காந்தள்’ என வேறுபாடமே கொண்டார். அப்பாடத்திற்கு ஏற்பக் காந்தள் என்பதற்கு வெட்சிவகை முருகக்கடவுள் வாழ்த்து எனப் பொருள் கூறினார். ‘கொடிநிலை’ என்பதைக் கொடி பிடித்துச் செல்லும் நிலை எனவும், ‘வள்ளி’ என்பதைப் பெண்டிர் முருகக்கடவுளைப் பாடும் வள்ளி என்னும் வாழ்த்து எனவும் அவர் விளக்கி யுள்ளார்.[45] நாவலரது கருத்துப்படி முருகனை ஆடவர் புகழ்வது காந்தள் எனவும், பெண்டிர் புகழ்வது வள்ளி எனவும் பெயர் பெறும் என்பர் சி. இலக்குவனார்.[46] இம்மூன்றும் கடவுட் பரவுதலுடன் பொருந்திவரும் என்பது நாவலர் பாரதியாரின் கருத்தாகும்.

கொடிநிலை முதலாகச் சொல்லப்பட்ட மூன்றுக்கும் மொ.அ. துரையரங்கனார் தரும் விளக்கம் சமயச் சார்புடைய புதிய விளக்கமாய் அமைந்துள்ளது.[47]

இந்நூற்பாவுக்கு இளம்பூரணர் தரும் விளக்கம் தெளிவும் எளிமையும் உடையது எனக் குறிப்பிடும் சி. இலக்குவனார் கொடிநிலை முதலானவற்றிற்கு நச்சினார்க்கினியர் வலிந்து

43. மு. இராகவையங்கார், மு.நூ., பக் – 141–145.
44. இளவழகனார், பண்டைத் தமிழர் பொருளியல் வாழ்க்கை, ப–152.
45. ச. சோமசுந்தர பாரதியார், மு.நூ., பக்.203–209.
46. S.Ilakkuvanar, Op.cit.,P,455.
47. மொ.அ. துரையரங்கனார், மு.நூ., பக்.130,136,137.

பொருள் கூறியிருப்பினும் அதுவே ஏற்புடையதாகும் என்கின்றார்.[48]

க. வெள்ளைவாரணன் இவ்வுரைகள் பலவற்றையும் கருத்துட் கொண்டு, "இங்கெடுத்துக் காட்டிய விளக்கங்கள் அவரவரது அறிவின் திறத்தால் நலிந்தும் வலிந்தும் திரித்துங் கூறப்பட்டனவாதலின், இவை தொல்காப்பியனார் கருதிய பொருளை விளக்குவன எனக் கொள்ளுதற்கில்லை"[49] என்னும் முடிவுக்கு வருகின்றார்.

அங்ஙனமாயின் இந்நூற்பாவின் தெளிந்த பொருள்தான் யாது? என்பது ஆராயத்தக்கது. இந்நூற்பாவுக்கு உரை காண்பதில் ஐயனாரிதனாரின் புறப்பொருள் வெண்பா மாலையைத் துணைக்கொள்வது ஓரளவு பொருத்தமாகும் என்பர் இராம. பெரியகருப்பன்.[50] தொல்காப்பியப் புறத் திணையியலின் விளக்கமாக எழுந்ததே புறப்பொருள் வெண்பா மாலை. தொல்காப்பியர் கூறும் சில துறைப் பெயர்களை ஏற்றும் விளக்கியும் சிறிது மாற்றியும் வெண்பாமாலையார் தம் நூலிற் கூறிச் செல்லுதலைக் காணலாம். எனவே, 'கடவுள் வாழ்த்தொடு கண்ணிய வருமே' என்று தொல்காப்பியர் கூறியது கொண்டு, அரி, அயன், அரன் என்று முத்தேவர் கொடிகளுள் ஒன்றோடு உவமித்து அரசன் கொடியைப் புகழ்வது கொடிநிலை எனவும், திருமால் 'சோ' வென்னும் அரணையழித்த வெற்றியைச் சிறப்பித்தது கந்தழியெனவும் மகளிர் முருகனை வழிபட்டு வெறியாடுவது வள்ளி எனவும் துறை விளக்கம் கூறினார்.[51] இங்குக் கொடிநிலைக்குக் கூறிய விளக்கம் மட்டுமே, 'கடவுள் வாழ்த்தொடு கண்ணிய வருமே' என்பதற்குப் பொருந்துவதாய் உள்ளது. ஏனைய இரண்டுக்கும் அவர் கூறும் விளக்கத்தை நோக்க, அவை முறையே திருமால் வாழ்த்தும் முருக வாழ்த்துமாகத் தனித்தனிக் கடவுள் வாழ்த்து ஆகுமேயன்றி, 'கடவுள் வாழ்த்தொடு பொருந்திவரும்' என்பதனோடு இயையமாட்டா. ஆதலின் க. வெள்ளைவாரணன் கூறுவதுபோல இம்மூன்றனையும் அரசரோடு மட்டும் தொடர்பு படுத்தி அரசனது கொடியின் வெற்றியினைப் பாடும் கொடிநிலை, அவ்வரசர் அவரது பகையரணை அழித்தலாகிய கந்தழி, அவ்வேந்தற்கு வெற்றி வேண்டியாடும் வள்ளிக்கூத்து எனப் பொருள் கொண்டு, இம்மூன்றும் பாட்டுடைத் தலைவனைச்

---

48. S. Ilakkuvanar, Op.cit., p.455.
49. க. வெள்ளைவாரணன், மு.நூ., ப.110.
50. ஆய்வாளர் – இராம. பெரியகருப்பன் (தமிழண்ணல்) உரையாடல், நாள்: 1–1–1990.
51. புறப்பொருள் வெண்பாமாலை, 227–229.

சார்த்தி வருங் காலத்துக் கடவுள் வாழ்த்தோடு பொருந்திவரும் எனக் கொள்வதே பொருத்தமாகும்.[52] அங்ஙனம் பொருள் கொண்டால், போர்த்திணைத் துறைகளாகிய இவற்றில் தலைவனைப் புகழும்போது, கடவுள் வாழ்த்தையும் இணைத்தே தலைவனைப் புகழ்ந்து கூறலாம் என்னும் கருத்துப்போதரும். எனவே, "தொல்காப்பியர் காலத்தில் பாடாண் திணையுள் மன்னன், வள்ளல் முதலிய மக்களே தலைமை பெற்றனரென்றும் மக்களுக்குத் துணைவேண்டிக் கடவுள் வாழ்த்துப் பாடப் பட்டது என்றும் அறியலாம்."[53]

மன்னனைப் போற்றிப் பாடும் பாடாண்திணையுள் 'புறநிலை வாழ்த்து[54] என்றொரு துறை உள்ளது. "வழிபடுதெய்வம் நிற்புறங்காப்பப் பழிதீர் செல்வமொடு பொலிக"[55] என்று வாழ்த்துவதே அதன் பொருளாகும். இங்கும் மன்னனுக்காகவே கடவுள் இடம்பெறக் காண்கிறோம். 'கொற்றவை நிலை', 'வேலன் வெறியாட்டயர்ந்த காந்தள்' முதலிய புறத்துறைகளிலும்[56] மன்னனின் வெற்றிக்காகக் கடவுளைப் பாடும் நிலையே காணப்படுகின்றது. மன்னனைத் திருமாலோடு உவமித்துப் பேசும் பூவை நிலைத் துறையும்[57] இத்தகையதே. இவற்றால் மன்னரே தலைவராக இருக்கக் கடவுள் அவருக்குக் காப்புத் துணையாகும் நிலையே பாடாண் திணையுள் கூறப்படுவதாகக் கொள்ளலாம்.

"கொற்றவள்ளை ஓரிடத்தான" என்னும் நூற்பாவின் மூலம், 'வஞ்சிவகைக் கொற்றவள்ளையும் ஒரோவழிக் கடவுள் வாழ்த்தொடு பாடாண் ஆம்'[58] என அறிகின்றோம். 'கொடிநிலை', 'கந்தழி' பற்றிப் பேசும் நூற்பாவை அடுத்து இடம்பெறும் நூற்பா இது. எனவே, இதனாலும் மன்னர், தலைவர் முதலிய மக்களே முதனிலை பெற அவர்களுக்காகவே கடவுள் வாழ்த்துத் துணைநிலையாக (இரண்டாம் நிலையில்) இடம்பெற்றது என்பது உறுதிப்படுகின்றது. இத்தகு பாடாண் பாடல்களைப் 'போர்த்திணைப்பாடாண்'[59] என்று வகைப்படுத்துகிறார் நா. செயராமன்.

---

52. க. வெள்ளைவாரணன், மு.நூ., ப.108.
53. நா. செயராமன், மு.நூ., ப. 294.
54. தொல். பொருள் 87.
55. மேலது, 415.
56. மேலது, 62, 63.
57. மேலது, 63.
58. ச. சோமசுந்தர பாரதியார், மு.நூ., ப.209
59. நா. செயராமன், மு.நூ., ப.288.

தேவபாடாண்

இவ்வகைப் பாடல்களோடு கடவுளையே தலைவராகக் கொண்டு பாடப்பட்ட பாடல்களும் அக்காலத்து இருந்தன என்பதைத் தொல்காப்பியத்திலுள்ள வேறு நூற்பாக்களால் அறியலாம். இவற்றையே நச்சினார்க்கினியர் கூறும் தேவபாடாண் அல்லது தேவபாணி எனக் கருத இடமுள்ளது.

செய்யுளியலில் நான்குவகைப் பாக்களின் வடிவம் (Form) பற்றிக் கூறும் தொல்காப்பியர் அப்பாக்களில் இடம்பெறும் உள்ளடக்கம் (Content) பற்றியும் பேசுகின்றார். வெண்பா முதலான நான்கு வகைப் பாக்களிலும் அறம், பொருள், இன்பம் எனும் மூன்று வகையான முதற்பொருளும் இடம்பெறலாம் எனவும், புறநிலை வாழ்த்து, வாயுறை வாழ்த்து முதலியன வஞ்சிப்பாவிலும் கலிப்பாவிலும் பாடலாகாது எனவும் விதிக்கின்றார்.[60] இவ்வாறான வரையறைகளைக் கூறிவரு மிடத்துக் கலிப்பாவின் வகைகளுள் ஒன்றான ஒத்தாழிசைக் கலிப்பா முன்னிலையிடத்துத் தேவரைப் பரவும் பொருளில் வரும் என்கின்றார்.

"ஏனை யொன்றே
தேவர்ப் பராஅய முன்னிலைக் கண்ணே"[61]

என்பது நூற்பா. இதனால் தேவரை முன்னிலைப்படுத்திப் பாடும் முறை தொல்காப்பியர் காலத்தே இருந்தது என அறியலாம். இதனைத் 'தேவபாணி' என்றே பேராசிரியரும் நச்சினார்க்கினியரும் குறிப்பிடுகின்றனர்.[62] பாணி என்பது பண்ணோடு கூடிய இசைப்பாட்டு. தெய்வத்தைப் பண் பொருந்தப் பாடிய இசைப்பாட்டு 'தேவபாணி' என்றே பெயர் பெறுவதாயிற்று.[63]

இசையில் வல்ல பாணர்கள் இத்தேவபாணியைப் பாடி வந்தனர் என்பதனை 'மலைபடுகடாம்' காட்டுகிறது. அவர்கள் தம் இசைத்திறத்தை அவைக்கட் புலப்படுத்தத் தொடங்கு முன்னர்த் தெய்வப் பாடலையே முதன்மையாகப் பாடுவது வழக்கம்.

---

60. தொல். பொருள். 410, 411, 415, 416.
61. மேலது, 442.
62. பேரா. (உ.ஆ.), தொல். பொருள். 450இன் உரை. நச்சி. (உ.ஆ.), தொல். பொருள். செய்யுளியல் 138இன் உரை.
63. அடியார்க்கு நல்லார் (உ.ஆ.), சிலம்பு. ப.190.

"அருந்திறற் கடவுட் பழிச்சிய பின்றை
விருந்திற் பாணி கழிப்பி"[64]

என்னும் அடிகளால் இதனை அறியலாம். பாடினி பாலை யாழை மீட்டிக் காடுறை கடவுளை வாழ்த்திப் பாட, பொருநன் 'தடாரி' என்ற தாளவாத்தியத்தை வாசித்தமையைப் பொருநராற்றுப்படை குறிப்பிடுகின்றது.[65]

இத்தகைய தேவபாணி முன்னிலையாகவே பாடத்தக்கது எனவும் படர்க்கையாயவழி புறநிலை வாழ்த்தாம் எனவும் தெய்வம் தன்மையில் சொல்லிற்றாகச் செய்யுள் செய்தல் கூடாதெனவும் கூறுவர் பேராசிரியர்.[66] ஆனால் நச்சினார்க்கினியரோ தெய்வத்தை முன்னிலையிலும் படர்க்கையிலும் பரவுதற்குச் சான்றாகச் சிலப்பதிகார ஆய்ச்சியர் குரவை, வேட்டுவவரிப் பாடல்களையும், திருவாய்மொழி, திருவாசகம் முதலியவற்றையும் எடுத்துக் காட்டுக்களாகத் தருகின்றார். பின்வந்த பரணி இலக்கியத்தையும் 'தேவபாணி' என்றே காட்டுகின்றார்.[67] அடியார்க்கு நல்லாரோ தேவபாணி முத்தமிழ்க்கும் பொதுவென்றும், இயற்றமிழில் வருங்கால் கொச்சகவொருபோகாய் பெருந்தேவபாணி, சிறுதேவபாணி என இருவகைத்தாய் வருமென்றும் கூறுகின்றார்.[68] 'கலிப்பாவில் தெய்வத்தை முன்னிலையிற் பரவுவதே தேவபாணி' என்பதைச் சற்று நெகிழ்த்திய நிலையில் நச்சினார்க்கினியர், அடியார்க்கு நல்லார் ஆகியோரின் விளக்கங்கள் அமைகின்றன. பின்வந்த கடவுள் வாழ்த்துப் பாக்களையும் பக்தி இலக்கியங்களையும் 'தேவபாணி'யாகவே நச்சினார்க்கினியர் ஏற்றுக் கொள்கின்றார். இதனால் தொல்காப்பியர் காலத்தில் கடவுளை முன்னிலையிற் பரவுதற்கு மட்டுமே பயன்பட்டு வந்த கலிப்பாக்கள் படர்க்கைப் பரவலுக்கும் பயன்பட்டு வந்ததை அறியலாம். நச்சினார்க்கினியரது விளக்கம் தொல்காப்பியர் காலம், பக்தி இயக்கக் காலம் ஆகிய இரண்டுக்கும் பாலமாக அமைந்து, இடைப்பட்ட காலத்தில் ஏற்பட்ட பக்தி இலக்கிய வளர்ச்சியைத் தொடர்புறுத்திக் காட்டுவதாக உள்ளது. இத்தகு வளர்ச்சி அல்லது மாற்றம் காலப்போக்கில் நிகழக்கூடியதே. அடியார்க்கு நல்லாரின் கூற்றால் தேவபாணி முத்தமிழுக்கும் பொதுவாம் என்னும் புதிய செய்தியும் கிடைக்கின்றது. இதனால் கடவுளைப் போற்றும் தேவபாணி இயல், இசை, நாடகம் ஆகிய மூன்று நிலையிலும் இடம்பெற்றதை உணரமுடிகின்றது.

---

64. மலைபடு, 538–539.
65. பொருந. 48–52.
66. பேரா (உ.ஆ.), தொல். பொருள். 450இன் உரை.
67. நச்சி (உ.ஆ.), தொல். பொருள். செய்யுளியல் 119இன் உரை.
68. அடியார்க்கு நல்லார் (உ.ஆ.), மு.நூ., ப. 190.

இங்கு. உரையாசிரியர்கள் குறிக்கும் தேவபாடாண் இயற்றமிழ்ச் செய்யுட்கள் எனவும், தேவபாணி இசைத் தமிழ்ப் பாடல்கள் எனவும் வேறுபடுத்தி அறியத்தக்கன.

சங்க நூல்களில் கடவுள் வாழ்த்து

சங்க நூல்களைப் பொறுத்தவரை எட்டுத்தொகை நூல்களுள் கடவுள் வாழ்த்துப் பாடல்கள் தொடக்கத்தில் அமைந்துள்ளன. நூன்முகத்தில் கடவுள் வாழ்த்துக் கூறும் இலக்கிய மரபு பதினெண் கீழ்க்கணக்கு நூல்கள் தோன்றிய காலப்பகுதியில்தான் உருவாயிற்றென்பர் க. கைலாசபதி.[69]

தொல்காப்பியத்திலும் கடவுள் வாழ்த்து இல்லை எனக் கூறும் அவர், பத்துப்பாட்டைத் தொகுத்தோர் அத்தொகைக்குக் கடவுள் வாழ்த்தாகத் திருமுருகாற்றுப்படையை அமைத்ததை யும், எட்டுத்தொகை நூல்களுள் நற்றிணை, குறுந்தொகை, ஐங்குறுநூறு, அகநானூறு, புறநானூறு என்னும் தொகைகட்குப் பிற்காலத்தவரான பெருந்தேவனார் கடவுள் வாழ்த்துப் பாடியதையும் தம் கருத்துக்கு ஆதாரமாகக் காட்டுகிறார்.[70]

நற்றிணைக் கடவுள் வாழ்த்து திருமாலைப் பற்றியது. குறுந்தொகைக் கடவுள் வாழ்த்து முருகனைக் குறித்தது. ஏனைய மூன்றும் சிவபிரான் பற்றியன. படர்க்கை நிலையில் அமைந்த இவ்வாழ்த்துப் பாடல்கள் கடவுளரது வடிவம். மாலை, கொடி, ஊர்தி, சேவடி, கருவி முதலியவற்றைப் புகழ்ந்து கூறி உலகைக் காக்கும் இறையாற்றலைப் புலப்படுத்துகின்றன. நற்றிணைக் கடவுள் வாழ்த்து கடல் சூழ்ந்த ஞாலத்தையே திருமாலாகக் கண்டு போற்றுகின்றது.

பதிற்றுப்பத்து, கலித்தொகை ஆகியவற்றின் கடவுள் வாழ்த்துப் பாடல்களும் சிவபிரான் பற்றியனவே. பதிற்றுப்பத்துக் கடவுள் வாழ்த்து படர்க்கை நிலையில் அமைந்து சிவபிரானது நிறம், கொன்றைமாலையணிந்த மார்பு முதலியவற்றைப் புகழ்ந்து அவனுக்கு 'வெற்றியுண்டாக' எனப் போற்றுகிறது. கலித்தொகைக் கடவுள் வாழ்த்து மட்டும் கடவுளை முன்னிலையிற் பரவுகின்றது. 'முன்னிலையிடத்துத் தேவரைப் பரவும் முறையில் கலிப்பா வரும்' என்னும் தொல்காப்பிய இலக்கணத்துக்கு ஏற்ப அமைந்துள்ளது.

ஆக, தொகை நூல்களில் பரிபாடல் நீங்கலாக ஏனைய ஏழு நூல்களிலும் அமைந்துள்ள கடவுள் வாழ்த்துப் பாடல்களுள் ஆறு படர்க்கையிலும் ஒன்று முன்னிலையிலுமாக அமைந்து கடவுளைப் பரவும் போக்கினைக் காணமுடிகின்றது.

---

69. க. கைலாசபதி, மு.நூ., ப. 66.
70. மேலது.

தொல்காப்பியர் விதித்த முன்னிலைப் பரவல் நெகிழ்ந்து படர்க்கைப் பரவலாக வளர்ச்சி பெற்று நிற்கிறது. இவ்வளர்ச்சிக்கூறு பக்தி இலக்கியப் பண்புகளுள் தலையாய ஒன்றாக நிற்பது உணரத்தக்கது. தொகை நூல்களின் கடவுள் வாழ்த்துப் பாடல்கள் பற்றி மதிப்பீடு செய்த கைலாசபதி, அவை பிற்காலத்துப் பக்தி இலக்கியத்திற்கு எவ்வாறு உதவின என்பதை இனங்காட்டுகின்றார். "இத்தகைய பாக்களின் தருக்க ரீதியான வளர்ச்சியையே பக்தி இலக்கியங்களிற் பார்க்கிறோம். அந்த வகையில் எட்டுத்தொகை நூல்களுக்கு அமைந்த கடவுள் வாழ்த்துப் பாக்கள் பிற்காலத்தவர்க்கு மூலப்படிவங்களாகவும் முன் மாதிரிகளாகவும் விளங்கின எனக் கொள்ளுதல் தவறாகாது"[71]

முருகாற்றுப்படை

கடவுளைத் தலைவராகக் கொண்டு பாடிய முதல் நெடிய பாட்டாகத் தமிழில் உள்ளது முருகாற்றுப்படையே. "317 அடிகளால் அமைந்த இதுவே சங்ககாலத்தில் பக்தியுணர்ச்சி நிரம்பிய முழுநூல்"[72] என்பர் மு. வரதராசன். முருகக் கடவுள் கோயில் கொண்டுள்ள இடங்களும் அவனது அறுமுகம், பன்னிரு திருக்கைகள் ஆகியவற்றின் செயல்களும் அப்பெருமானைப் பழந்தமிழர் வழிபட்ட முறைகளும் இந்நூலிற் பரக்கப் பேசப்படுகின்றன. ஓரிடத்து, வழிபாடாகப் புகை காட்டப்பெற்றுக் குறிஞ்சிப்பண்ணிற் பாடிய செய்தியும் குறிக்கப்படுகின்றது.[73] சூரர மகளிர் முருகப்பெருமானை வாழ்த்திப் பாடிக்கொண்டே ஆடியதையும் கானவர் கிளையுடன் மகிழ்ந்து குரவையாடி யதையும் முருகாற்றுப்படை கூறுகின்றது.[74] இவற்றால் ஆடியும் பாடியும் இறைவனை வழிபடும் முறைக்கு முருகாற்றுப் படை முன்னோடியாவதை அறியலாம். அன்றியும் இந்நூலில் 253 முதல் 276 முடியவுள்ள தொடர்கள், 'அருச்சனை பாட்டே யாகும்'[75] என்னும் பின்னையோர் கூற்றுக்கு இலக்கியமாக உள்ளன. எனவேதான் இன்றளவும் முருக வழிபாட்டினர்க்கு இது பாராயண நூலாகவும் பயன்பட்டு வருகின்றது.

பரிபாடல்

இத்தொகை நூலில் 14 பாடல்கள் கடவுள் வாழ்த்துப் பொருண்மையுடையனவாய் உள்ளன, "தமிழர் சமயம்பற்றி ஆராய

---

71. க. கைலாசபதி, மு.நூ., ப.71.
72. மு. வரதராசன், மு.நூ., ப. 53.
73. முருகு, 239.
74. மேலது, 38–41; 194–197.
75. பெரியபுராணம், தடுத்தாட்கொண்ட புராணம் 70.

விழைவார்க்குப் பழைய பனுவல்களுள் பரிபாடலே பெரிதும் கைகொடுக்கவல்லது"[76] என்பர். இறையனார் அகப்பொருள் உரை, தொல்காப்பிய உரைகளால் இப்பரிபாடல் எழுபது பாடல்களைக் கொண்ட நூல் எனத் தெரிகிறது.[77] எனினும் இன்று நமக்குக் கிடைத்துள்ள பாடல்கள் 22 மட்டுமே. அவற்றுள் முன்னர் நாம் குறித்த கடவுட் பொருண்மையுடைய பாடல்கள் பதினான்கனுள் திருமாலுக்கு உரியன ஆறு; செவ்வேளுக்கு எட்டு; எஞ்சிய எட்டும் வையை பற்றியன. இம்முப்பிரிவும் நீங்கலாக மதுரை என்னும் ஊர் பற்றியும் கொற்றவை என்னும் தெய்வம் பற்றியும் பாடல்கள் இருந்தனவென்று அறிகிறோம். பரிபாடலில் இருந்தனவாகச் சொல்லப்படும் எழுபது பாடல் களையும் மேற்குறித்த ஐந்துக்கும் பின்வரும் எண்ணிக்கையில் பகுத்துக் கூறுகிறது ஒரு பழைய வெண்பா.

> "திருமாற் கிருநான்கு செவ்வேட்கு முப்பத்
> தொருபாட்டு காடு காட் கொன்று – மருவினிய
> வையைஇரு பத்தாறு மாமதுரை நான்கென்ப
> செய்யபரி பாடல் திறம்"

இவ்வெண்பா குறிக்கும் காடுகாள் என்பது காடுகிழாள் ஆகிய கொற்றவை என்னும் தெய்வம் ஆகும். இதனால் கொற்றவைக்கு ஒருபாடல் இருந்ததை அறியமுடிகின்றது. தொல்காப்பியர் நிலத்தெய்வங்களுள் ஒன்றாகக் கொற்றவையைக் குறிப்பிட வில்லை. ஆயினும் வெட்சித்திணை பற்றிக் கூறுமிடத்து,

> "கொற்றவை நிலையும் அத்திணைப் புறனே"[78]

என்று கொற்றவை வழிபாட்டினைக் குறிப்பிடுகின்றார். வெற்றி பெற வேண்டிப் போர்த் தெய்வமான கொற்றவையை வழிபடுவர் என்று நச்சினார்க்கினியர் குறிப்பதாலும்[79] இதனையறியலாம்.

பரிபாடல் வையை, மதுரை முதலியவற்றைப் பாடி யிருப்பினும், கடவுள் வாழ்த்துக்கே முதன்மை கொடுத்துத் தோன்றிய முதல் இலக்கியமாகத் திகழ்கின்றது. எழுபது பாடல்களுள் நாற்பது கடவுளுக்கு உரியனவாய்க் கூறப் பட்டிருப்பதும், ஏனைய முப்பது மட்டுமே வையைக்கும் மதுரைக்கும் உரியனவாய் உள்ளதும் நோக்கத்தக்கன. "திருமால், செவ்வேள் ஆகிய கடவுளரை ஆராதனைப் பொருள் கொண்டு வழிபட்டது போலவே, வையையையும் பரிபாடல் காலத்து

---

76. இரா. சாரங்கபாணி, பரிபாடல் திறன், ப. ix.
77. (அ) களவியல் என்ற இறையனாரகப் பொருள் உரை, ப. 6.
    (ஆ) பேரா. (உ.ஆ.), தொல். பொருள். 461இன் உரை.
78. தொல். பொருள். 62.
79. நச்சி. (உ.ஆ.), தொல். பொருள். 59இன் உரை.

மக்கள் வழிபட்டனர்... வையையை நோக்கியும் மக்கள் வரங் கேட்டனர்."[80] இதனாலும் வழிபாட்டுப் பொருண்மை மிகுதியும் உடைய நூலாகப் பரிபாடலைக் கருதலாம்.

பரிபாடல் தொகுதியில் ஒவ்வொரு பாடலின் இறுதியிலும் பாடற் பொருளும் பாடினோர் பெயரும் இசையும் பண்ணும் குறிக்கப்பட்டுள்ளன. கடவுள் வாழ்த்தாக வரும் பாடல்களில் எல்லாம் அவற்றின் உள்ளடக்கம் கடவுட் பொருண்மையே என்பதைத் தெளிவுறுத்தும் வகையில்,

"கடவுள் வாழ்த்து
கடுவன் இளவெயினனார் பாட்டு
பெட்டனாகனார் இசை
பண்ணுப்பாலையாழ்"

"கடவுள் வாழ்த்து
குன்றம் பூதனார்பாட்டு
நல்லச்சுதனார் இசை
பண் காந்தாரம்"

என அவ்வப் பாடலின் இறுதியில் குறிப்புகள் உள்ளன.[81] இவற்றுள், தலைப்பில் இரத்தினச்சுருக்கமாய் உள்ள 'கடவுள் வாழ்த்து' என்னும் குறிப்பே பாடல் நுதலும் பொருளை முன்னரே உணர்த்திவிடுகின்றது.

இவ்வாழ்த்துப் பாடல்கள் திருமால், செவ்வேள் முதலிய கடவுளர் உறையும் பதிகளையும் அவர்களுக்குரிய ஊர்தி களையும் குறிப்பிடுகின்றன. மக்கள் அவர்களை வழிபட்ட வகையினையும் விளக்குகின்றன.[82] குறிப்பாக ஒரு பாடல், "மாலிருங்குன்றத்திற்கு மனைவியோடும் பெற்றோரோடும் பிறந்தாரோடும் உறவினரோடும் செல்லுங்கள்"[83] என ஆற்றுப் படுத்துகின்றது. "சங்க இலக்கியத்தில், 'இக்கோயிலுக்குச் சென்று வழிபடுங்கள்' என்னும் பிரச்சாரப் போக்கில் அமைந்த பாடல் இது ஒன்றேயாகும்"[84] என்பர் தொ. பரமசிவன். அப்பாடலி லேயே, 'சென்றுதொழ மாட்டாதவர் அம்மலையைக் கண்டு தொழுக' எனவும், 'அம்மலையினைத் திசைநோக்கித் தொழுது செல்லுங்கள்' எனவும் வருவன[85] நோக்கத்தக்கன. இவற்றால் மூர்த்தி, தலம், தீர்த்தம் என்னும் மூன்றையும் போற்றிப் பாடும் பக்தி இலக்கியங்களுக்கு முன்னோடியாகப் பரிபாடல் அமைந்தமை புலப்படும்.

இவையனைத்துக்கும் மேலாக அப்பாடல்களில் இறைவனை நினைந்து உருகும் பக்தியுணர்வு

---

80. இரா. சாரங்கபாணி, மு.நூ., ப.258.
81. பரி. 3, 18ஆம் பாடல்களின் அடிக்குறிப்பு.
82. இரா. சாரங்கபாணி, மு.நூ., ப.240
83. பரி. 15:45–48.
84. தொ. பரமசிவன், அழகர்கோயில், ப.22.
85. பரி. 15:34–48.

மேலோங்கியிருப்பதுதான் இங்கு நாம் எண்ணத்தக்கது ஆகும்: இவ்வகையிலும் பிற்காலப் பக்தி இலக்கியங்களுக்கு இவை வழிகாட்டியாகின்றன.

"தீயினுள் தெறல் நீ; பூவினுள் நாற்றம் நீ;
கல்லினுள் மணியும் நீ; சொல்லினுள் வாய்மை நீ;
அறத்தினுள் அன்பு நீ; மறத்தினுள் மைந்து நீ;
வேதத்து மறை நீ; பூதத்து முதலும் நீ;
வெஞ்சுடர் ஒளியும் நீ; திங்களுள் அளியும் நீ;
அனைத்தும் நீ; அனைத்தின்உட் பொருளும் நீ"[86]

எனத் திருமாலைப் போற்றுகிறது ஒரு பாடல்.

"யாஅம் இரப்பவை
பொருளும் பொன்னும் போகமும் அல்ல; நின்பால்
அருளும் அன்பும் அறனும் மூன்றும்"[87]

என்று முருகப்பெருமானிடம் வேண்டுகிறது ஒரு பாடல். இவை முறையே வழிபடுமாற்றையும் இறைவன்பால் வரம் வேண்டும் வகையினையும் வெளிப்படுத்துவனவாய் உள்ளன. "சங்க இலக்கியங்களில் பரிபாடல் ஒன்றே, மக்கள் கிளைஞரொடு தெய்வத்தை வணங்கினர் என்றும், தமக்கும் தமர்க்கும் சேர்த்தே வரம் வேண்டினர் என்றும் நுவல்கின்றது"[88] எனவே, அக்காலத்தே முருகாற்றுப்படை போலப் பக்தியுணர்ச்சி நிரம்பிய நூலாகப் பரிபாடலும் இலங்கியது என்று அறியலாம்.

சிலம்பில் கடவுட் பரவல்

"சங்கப் பாடலுக்குப் பின்பும் பக்தி இயக்கத்திற்கு முன்புமாக இசைச் சார்புடைய தேவர் பரவலைத் தரும் இலக்கியம் சிலப்பதிகாரம்... நிலத் தெய்வ வழிபாட்டின் தொடர்ச்சி எனக் கூறும் வண்ணம் இதில் தெய்வவழிபாடு அமைகின்றது... கொற்றவை, மாயோன், செவ்வேள் முறையே வேட்டுவவரி, ஆய்ச்சியர் குரவை, குன்றக்குரவையில் இசைப் பாடலான வரிகளால் போற்றுதல் பெறுகின்றனர்."[89]

வேட்டுவவரியுள் கொற்றவையின் கோலத்தை வருணிக்கும் பகுதியும் கொற்றவையின் பெயர்களை அடுக்கிக் கூறும் பகுதியும் அத்தெய்வத்தை முன்னிலைப் பரவலாக ஏத்தும் பகுதியும் பக்தி உணர்வின் கொள்கலங்களாக உள்ளன.[90]

---

86. பரி. 3:62–68.
87. 5:78–80. மேலது
88. இரா. சாரங்கபாணி, மு.நூ., பக்.240–241.
89. ச.வே. சுப்பிரமணியன், மு.நூ., ப.60.
90. சிலம்பு. 12:54–11; முன்னிலைப்பரவல் 1–3.

ஆய்ச்சியர் குரவை மாயவனது வருகையும் குழலோசையும் பற்றிப் பக்திப் பரவசத்துடன் பாடுகின்றது. தொடக்கக் காலக் குரவைக் கூத்துக்களில் இறைவழிபாட்டுணர்ச்சியோ சமய உணர்ச்சியோ இல்லை என்பர் கோ. விசயவேணுகோபால். பின்னை வளர்ச்சியாக இறைவழிபாட்டோடு தொடர்புடைய குரவையினைச் சிலப்பதிகாரத்திற்கு முன்பு திருமுருகாற்றுப் படை, மதுரைக்காஞ்சி, கலித்தொகை ஆகிய மூன்று சங்க நூல்களிலும் காணலாம் என்கிறார் அவர்.[91] சமய உணர்ச்சி தழைத்தோங்கிய நிலையில் குரவைக்கூத்து இறைவழிபாட்டுக் கூத்தாக முழுமை பெற்றதைச் சிலப்பதிகார ஆய்ச்சியர் குரவையும் குன்றக்குரவையும் உணர்த்துகின்றன.

ஆய்ச்சியர் குரவையில் முன்னிலைப் பரவலாகவும் படர்க்கைப் பரவலாகவும் அமைந்த பாடல்கள் ஆழ்வார்களின் பக்தி நெறிப் பாசுரங்களுக்கு முன்னோடி எனலாம். "நான் கண்டுகொண்டேன் நாராயணா என்னும் நாமம்" (பெ.தி.மொ. 1–1) என்று திருமங்கையாழ்வார் பாடுதற்கு முன்னர், "நாராயணாவென்னா நாவென்ன நாவே?"[92] என வினவியது சிலப்பதிகாரம். "இங்கு இளங்கோ கண்ணனின் செயல்களை, மாலின் பிற அவதாரச் செய்திகளைக் குறித்தும், சுட்டியும் செல்வது பக்தி இயக்கத்தில் ஆழ்வாரிடம் இன்னும் சிறக்க வளர்கின்றது"[93] என்பர் ச.வே. சுப்பிரமணியன்.

சிலப்பதிகார வஞ்சிக் காண்டத்துள் வரும் குன்றக்குரவை செவ்வேள் புகழ் பாடுகின்றது. வரைவு முடிதல் வேண்டித் தெய்வத்தைப் பரவும் நிலையில் முருகனையும் அப்பெருமானது வேலையும் போற்றுதல்[94] பிற்காலப் பக்தி இலக்கியத்திற்கான அடிப்படையே எனலாம்.

இங்கெல்லாம் கொற்றவை, மாயோன், முருகன் எனப் போற்றப்படும் தெய்வங்கள் வெவ்வேறாயினும் வெளிப்படும் பக்தியுணர்வில் வேற்றுமை இல்லை என்பதும் கவனிக்கத்தக்கது. இத்தகைய நிலையையே வேத மறுப்புச் சமயங்களான சமணத்திலும் பௌத்தத்திலும் காணமுடிகின்றது.

சிலம்பில் கவுந்தியடிகளுக்கு அறிவுரை கூறும் சாரணர் வாயிலாக, "அறிவன் அறவோன் அறிவுவரம் பிகந்தோன்" என அருகனின் பெயர்கள் அடுக்கிக் கூறப்படுகின்றன. சாரணர்

---

91. கோ. விசயவேணுகோபால். "ஆய்ச்சியர் குரவை ஓர் ஆராய்ச்சி" வையை – மலர் ஐந்து, பக்.254–256.
92. சிலம்பு, 17, முன்னிலைப் பரவல்.
93. ச.வே. சுப்பிரமணியன், மு.நூ., ப.60.
94. சிலம்பு, 24, பாட்டுமடை.

மொழிந்த உருக்கமான அருகனின் பெயர்களைக் கேட்ட அளவில் கவுந்தியடிகள் அருகனின் புகழ் பாடத் தொடங்குகின்றார்.[95] இவ்வாறு, "சிலப்பதிகாரத்திற் சாரணர், கவுந்தியடிகள் வாயிலாக வெளிப்படும் பாசுரப் பகுதிகள் சமணரின் பக்தி நெறிக்கு ஆதாரமாக அமைகின்றன"[96] என்பர் சோ.ந. கந்தசாமி. மேலும், அவர் சாரணர் – அருகனின் பெயர்களை அடுக்கிக் கூறுவதை, 'அருகநாமாவளி' என்றும், கவுந்தியடிகள்,

"ஒருமூன்று அவித்தோன் ஓதிய ஞானத்
திருமொழிக் கல்லதென் செவியகம் திறவா"

என்று தொடங்கி அருகன் புகழ் பாடுதலை 'அங்கமாலை' என்றும் சிறப்பித்துக் கூறுவர். அப்பரடிகளுக்கு முன்பே அங்கமாலை பாடியவர் இளங்கோவடிகள் என்பதும் அவர் கருத்தாகும்.[97] 'அருகனை அன்றிப் பிறரை வணங்கேன்' என்னும் கவுந்தியடிகளின் கூற்றில், 'மறந்தும் புறந் தொழாத' உறுதியோடு நெகிழ்ந்த பக்தியுணர்வையும் காணமுடிகின்றது. எனவேதான் இங்குக் குறித்த கவுந்தியடிகளின் இசைமொழியைப் பக்திக்கு ஓர் இலக்கணம் என்று சுட்டுகிறார் தி. முருகரத்தனம்.[98]

மணிமேகலையில் உள்ள புத்ததேவரைப் பற்றிய துதியும் இத்தகையதே.

"மாரனை வெல்லும் வீர நின்னடி
தீநெறிக் கடும்பகை கடிந்தோய் நின்னடி
... ...
வணங்குதல் அல்லது வாழ்த்துதல் என்நாவிற்கு
அடங்காது"[99]

என்பது புத்தரின் திருவடிப் புகழ்ச்சியாக அமைகின்றது. இங்கெல்லாம் இறையிலி சமயங்களான சமண பௌத்த மதங்களைச் சார்ந்தோரும் நெகிழ்ந்த பத்திமையுணர்வோடு பாடுவது நோக்கத்தக்கது. இப்பாசுரப் பகுதிகள் திருமுறைகளின் தோற்றத்துக்குத் தூண்டுகோலாயிருக்கக்கூடும் என்பது அறிஞர்தம் கருத்தாகும்.[100]

---

95. மேலது, 10:176–189; 194–207.
96. சோ.ந. கந்தசாமி, தமிழும் தத்துவமும், ப.86.
97. மேலது
98. தி. முருகரத்தனம். "சமய எழுச்சியும் இலக்கிய வளர்ச்சியும்"– (கி.பி. 200–600), 1988 ஆகஸ்ட் 20–22 தேதிகளில் பாண்டிச்சேரிப் பல்கலைக்கழகத்தைச் சார்ந்த காரைக்கால் தமிழ்த்துறை நடத்திய தேசியக் கருத்தரங்கில் படிக்கப் பெற்ற கட்டுரை.
99. மணிமேகலை 11:61–72.
100. சோ.ந. கந்தசாமி. மு.நூ., ப.88.

சிலப்பதிகாரத்தில் வரும் இத்தகு பாடல்களை நோக்க, தொல்காப்பியர் காலத்தில் நிலவிய கடவுள் வாழ்த்து அல்லது தேவபாடாண் படிப்படியாகப் பெற்றுவந்த வளர்ச்சியினை அறியமுடிகின்றது. திருமுருகாற்றுப்படை, பரிபாடல், சிலப்பதிகாரம் முதலியவற்றுள் கடவுளரது புறக்கோலம் பற்றிய குறிப்புகளைக் காட்டிலும் பக்தியுணர்ச்சியே முதலிடம் பெறுவதைக் காணமுடிகின்றது. இப்போக்கின் விரிவாகவே பிற்காலப் பக்தி இயக்கம் எழுந்தது எனலாம்.

திருக்குறளில் கடவுள் வாழ்த்து

கடவுள் வாழ்த்து திருக்குறளில் நூலின் தொடக்கத்தே ஓர் அதிகாரமாக அமைந்துள்ளது. இதன்கண் உள்ள பத்துக் குறள்களும் இறைவனுக்குரிய பொதுத்தன்மைகளையே பேசுகின்றன. குறிப்பிட்ட சமயக் கடவுள் பற்றிய பேச்சுக்கே இடமில்லை. இருப்பினும் தம்முள் வேறுபடும் சமயத்தார் பலரும் திருக்குறள் கூறும் தெய்வம் 'தந்தெய்வம், எந்தெய்வம்' என்றே கொண்டாடுகின்றனர்.

இங்ஙனம் அனைவரும் ஏற்கும் பொதுமையே இக்கடவுள் வாழ்த்தின் தனிச்சிறப்பு எனலாம். சைவ நூலாகிய கல்லாடமும் சமயக்கணக்கர் மதிவழிக் கூறாத புலவராகத் திருவள்ளுவரைக் குறிப்பதும்[101] இங்குக் கருதத்தக்கது.

பிற பதினெண் கீழ்க்கணக்கு நூல்களில் கடவுள் வாழ்த்து

ஏனைய பதினெண் கீழ்க்கணக்கு நூல்களுள் நாலடியார், பழமொழி, சிறுபஞ்சமூலம், ஏலாதி முதலியவற்றுள் அருகனைப் பற்றிய கடவுள் வாழ்த்துப் பாடல்கள் உள. திரிகடுகம், நான்மணிக்கடிகையின் கடவுள் வாழ்த்துகள் திருமாலைப் பற்றியன. இவற்றுள் நான்மணிக்கடிகை மட்டும் இரண்டு கடவுள் வாழ்த்துச் செய்யுட்களைக் கொண்டுள்ளது. இப்பாடல்களில், 'பூவைப் புதுமலர் ஒக்கும்' திருமாலின் நிறத்தைக் குறிப்பிட்டு, அவன் 'சோ' என்னும் அரணை அழித்த திறத்தைப் போற்றுகிறார் புலவர். இவையிரண்டும் பூவைநிலை, கந்தழி ஆகிய பழைய துறைகளின் அடியாகப் பிறந்த கடவுள் வாழ்த்துப் பாடல்கள் எனலாம்.

இன்னா நாற்பதின் ஆசிரியர் தமது கடவுள் வாழ்த்தில், 'சிவபெருமான், பலராமன், திருமால், முருகன் ஆகியோரைத் தொழாதவர் துன்புறுவர்' எனப் பாடியுள்ளார். இனியவை நாற்பதின் கடவுள் வாழ்த்தும் இத்தகையதே. இங்குப் பூதஞ்சேந்தனார் முதலிற் சிவனையும் அடுத்துத் திருமாலையும்

---

101. கல்லாடம், ப.12.

பின்னர்ப் பிரமதேவனையும் குறிப்பிட்டுள்ளார். இதனால் சமயப் பொதுநோக்குடைய கடவுள் வாழ்த்துக்களாக இவற்றைக் கருதலாம். எனினும் பக்தி இயக்கத்தின் ஆதார அச்சான சைவம், வைணவம் ஆகிய இரண்டும் ஒன்றுபட்டுப் பொது எதிரியான சமண, பௌத்த மதங்களை எதிர்கொள்ளு தற்கான முன்னோடிகளாக இவற்றைக் கருதுதல் பொருத்தமாகும்.

கார் நாற்பதில் தனியே கடவுள் வாழ்த்து இல்லை. எனினும், 'தோழி தலைமகட்குப் பருவங்காட்டி வற்புறுத்தியதாக' உள்ள முதற்பாட்டில், "திருமாலின் மாலைபோல் வானவில் தோன்றி மழை பொழியும்போது வருவோம் என்றார் தலைவர். இப்போது கார்காலம் தோன்றிவிட்டது; அவர் வருவார்" என்று தலைவியை ஆற்றுவிக்கிறாள் தோழி. இதனால் நூலின் தொடக்கத்தே முல்லைநிலக் கடவுளாகிய திருமால் நினைக்கப்பட்டமை அறியலாம்.

ஐந்திணை ஐம்பதின் முதற்பாடலும் இவ்வகைப் போக்கிலேயே அமைந்துள்ளது. ஆயினும் இங்குத் தோழி பருவங்காட்டி வற்புறுத்தும் நிலையில் கடவுளர் மூவரை நினைவுகூர்கின்றாள். "மல்லரைக் கடந்தவனாகிய திருமாலின் நிறம் போன்று வானம் இருண்டது; முருகனது வேல் போல மின்னியது; சிவபிரான் மாலையாக அணியும் கொன்றைகளும் பூத்தன" என்பது அவள் கூற்று. இது, தனிக்கடவுள் வாழ்த்து ஆகாது எனினும், நூலின் தொடக்கத்திலேயே, 'முன்னிய வினைமுடிக' என்று பெருங்கடவுளரை உவமை முகத்தாலேனும் நினைத்தமை அறியலாம்.

இவை தவிர எஞ்சிய பதினெண்கீழ்க்கணக்கு நூல்களான ஆசாரக்கோவை, முதுமொழிக்காஞ்சி, திணைமாலை நூற்றைம்பது, ஐந்திணையெழுபது, திணைமொழி ஐம்பது, கைந்நிலை, களவழி நாற்பது முதலியவற்றுள் வாழ்த்துப் பாடல்கள் காணப்படவில்லை.

கடவுள் வாழ்த்தும் இசையும்

கடவுள் வாழ்த்துப் பாடல்கள் பண்ணுடன் பாடப்பட்டமையைப் பரிபாடல், சிலப்பதிகாரம் முதலான நூல்களால் அறிகிறோம். மாதவியின் நாட்டியம் தொடங்கும் நிலையில் தோரியமகளிர் (ஆடிமுதிர்ந்தோர்),

> "சீரியல் பொலிய நீரல நீங்க
> வார மிரண்டும் வரிசையிற் பாட"[102]

---

102. சிலம்பு. 3: 135-136.

என்று சிலப்பதிகாரம் கூறுகிறது. நன்மை மிகவும் தீமை நீங்கவும் இத்தகு கடவுள் வாழ்த்துப் பாடல்கள் பாடப் பட்டனவாம். 'வாரமிரண்டும்' என்பதற்கு. " ஓரொற்று வாரம் ஈரொற்றுவாரம் என்னும் தெய்வப்பாடல்"[103] எனப்பொருள் கூறுவர் அடியார்க்கு நல்லார். இதனால் வாரம் என்பது தெய்வப் பாடல் என்பது உறுதிப்படுகின்றது. பிற்காலத்தே திருஞானசம்பந்தர் முதலான மூவரும் இறைவனைக் குறித்துப் பாடியவை 'தேவாரம்' எனும் பெயர் பெற்றது இங்குக் கருதத்தக்கது.

சிலப்பதிகாரத்திற் கடலாடு காதையில் திருமாலைப் பாடும் தேவபாணியும், வருணப்பூதர் நால்வரைப் பாடும் நால்வகைத் தேவபாணியும், திங்கள் என்னும் தெய்வத்தைப் பரவிய தேவபாணியும் கூத்தின்கண் முதலிற் பாடுதற்குரிய இசைப் பாடல்களாக இடம்பெறுகின்றன. இவற்றை முதலிற் பாடிய பின்னரே மாதவி கொடு கொட்டி முதலான பதினோராடலையும் ஆடத் தொடங்கினாள் என்பது மனம் கொள்ளத்தக்கது.[104]

தெய்வப் பாடல்கள் இசையோடு பாடப்பட்டதற்குப் பரிபாடலும் தெளிந்த சான்றாக உள்ளது. 'பரிபாடல்' என்பது இசைப்பாட்டே ஆகும். இது 'பரிபாட்டு' எனவும் வழங்கும். பரிபாடலுக்கு உரைவகுத்த பரிமேலழகர், "பரிபாட்டென்பது இசைப்பாவாதலான்"[105] என அதன் இயல்பினை எடுத்துக் காட்டுகிறார். "இன்னியல் மாண்டேர்ச்சி இசை பரிபாடல்"[106] எனப் பரிபாடலில் வரும் ஓரடியும் இதன் இசைத்தன்மையைப் புலப்படுத்துகின்றது. இதனால், "முற்காலத்தே இசை பரிபாடல் என வழங்கியது, பிற்காலத்தே இசை என்னும் அடை வழக்கு வீழ்ந்து பரிபாடல் என்றே வழங்கலாயிற்று"[107] இன்று நமக்குக் கிடைத்துள்ள இருபத்திரண்டு பரிபாடல்களுள் இருபத்தொன்றிற்கு இசையமைத்தோர் பெயரும் அவற்றைப் பாடுதற்குரிய பண்ணின் பெயரும் குறிக்கப்பட்டுள்ளன. ஆதலின் இவற்றைப் 'பண்சுமந்த பாடல்கள்'[108] எனவும் சிறப்பித்துக் கூறுவர். இங்ஙனம் கடவுட் பொருண்மையோடு இசைப்பண்பும் பெற்றிருப்பதாலே, "பிற்காலப் பக்திப் பாசுரங்களின்

---

103. அடியார்க்கு நல்லார் (உ.ஆ.), மு.நூ., ப.119.

104. சிலம்பு. 6: 35–37.

105. உ.வே. சாமிநாதையர் (ப.ஆ.), பரிபாடல் மூலமும் பரிமேலழகர் உரையும், ப.5.

106. பரி, 11:137.

107. இரா. சாரங்கபாணி, மு.நூ., ப.29.

108. சுப. அண்ணாமலை, பண்சுமந்த பாடல், ப.1.

பண்ணமைப்புக்கும் எழுச்சிக்கும் வளர்ச்சிக்கும் பரிபாடல்கள் அடிப்படை"[109] ஆயின என்கிறார் இரா.சாரங்கபாணி.

தொல்காப்பியப் புறத்திணையியலில், "வழங்கியல் மருங்கின் வகைபட நிலைஇ" என்னும் நூற்பா ஒன்றுக்கு உரை வகுக்கும் இளம்பூரணர், "தேவபாணியும் அகப்பொருள் பாடும் பாட்டும் இசைத்தமிழில் வரைந்து ஓதினாற் போல..."[110] என்று கூறியிருப்பதும் நம் சிந்தனைக்குரியது. இவற்றால் கடவுள் வாழ்த்துப் பாடல்கள் அந்நாளில் இசையூட்டப்பெற்று இசைக்கப்பட்டன என்று தெரிகின்றது.

செந்துறை

செந்துறை என்னும் இசைப்பாவகையும் அக்காலத்து இருந்தது. 'செந்துறை வண்ணப்பகுதி'[111] எனத் தொல்காப்பியர் இதனைக் குறிப்பிடுவர். இதற்கான உரை காண்பதில் இளம்பூரணரும் நச்சினார்க்கினியரும் தம்முள் வேறுபடு கின்றனர். 'செந்துறையாவது இசைத்தமிழ்ப் பாட்டு வகை' எனவும், 'வண்ணம் என்பது இசைக்குரிய ஓசை வேறுபாடு' எனவும் குறிப்பிடுவார் நாவலர் பாரதியார்.[112]

அவரது விளக்கத்தை ஏற்று, "பரவல் புகழ்தல் முதலிய பொருள்களில் இசைப்பாடல்கள் பாடப்பட்டதுண்டு; அவைகளையே செந்துறைப் பாடாண்பாட்டு என்றனர்"[113] என்கிறார் நா. செயராமன். கலியையும் பரிபாடலையும் இசைப்பாடலாக ஏற்கும் பேராசிரியர் அவற்றைச் 'செந்துறை மார்க்கத்தன'[114] என்று குறிப்பதுவும் நம் சிந்தனைக்குரியது. இவற்றால் பாடாண் என்னும் பொருளடிப்படையில் மக்களைப் புகழ்ந்தும் தேவரைப் பரவியும் பாடப்பட்ட இசைப்பாடல்கள் அக்காலத்தே இருந்தன என அறியலாம்.

பண்ணத்தி

பண் பற்றியே எழும் பாடலைத் தொல்காப்பியர் பண்ணத்தி என்று கருதியதாகத் தெரிகிறது.

"பாட்டிடைக் கலந்த பொருள வாகிப்
பாட்டின் இயல பண்ணத் தியயே"[115]

---

109. இரா. சாரங்கபாணி, மு.நூ., ப.ix.
110. இளம். (உ.ஆ.), தொல். பொருள். 80–இன் உரை.
111. தொல். பொருள். 88.
112. ச. சோமசுந்தர பாரதியார். மு.நூ., ப.187.
113. நா. செயராமன், மு.நூ., ப. 266.
114. பேரா. (உ.ஆ.), தொல். பொருள். 554இன் உரை.
115. தொல். பொருள். 482.

என்பது நூற்பா. 'பண்ணைத் தோற்றுவித்தலாற் பண்ணத்தி' என இளம்பூரணரும், 'மெய்வழக்கல்லாக புறவழக்கின பண்ணத்தி' எனப் பேராசிரியரும் இதற்கு விளக்கம் தருவர்.[116] சங்க நூல்களில் இருந்து பண்ணத்திக்கு எடுத்துக்காட்டுத் தரவியலாத பேராசிரியர், "...இலக்கணம் உண்மையின் இலக்கியம் காணாமாயினும் அமையும்..."[117] என்றார். "தொல்காப்பியர் காலத்துக்கு முன்னர் பண்ணத்தி என்னும் இலக்கியம் தமிழில் இருந்ததால் தான் தொல்காப்பியர் அதற்கு இலக்கணம் கூறினார்; இன்று நமக்கு அது கிடைக்கவில்லையாயினும் முற்காலத்து இருந்திருக்க வேண்டும்" என்பது அவர் கருத்து. இலக்கியம் கண்டதற்கே இலக்கணம் கூறுதல் மரபாதலின் அவர் கருத்து ஏற்கத்தக்கதே ஆகும். "நாட்டுப்பாடல்கள் தொல்காப்பியரால் அங்கீகரிக்கப் பெற்றுப் பண்ணத்தி என்னும் பாவகையாகப் பகுக்கப்பட்டது"[118] எனப் புது விளக்கம் தருவர் நா.வானமாமலை. ஆக, தொல்காப்பியர் கருதிய பண்ணத்தி இன்னதெனத் தெரியவில்லை எனினும் பண்ணோடு கூடிய பண்ணத்தி என்னும் பாடல்கள் அக்காலத்து நிலவின எனவும் பிறவற்றோடு கடவுட் பொருண்மையையும் அவை பாடுபொருளாகக் கொண்டிருக்கலாம் எனவும் ஊகிக்கலாம்.

இவ்வாறு பாடாண்திணை அடிப்படையில் தோன்றிய கடவுட் பொருண்மையுடைய பாடல்கள் அக்காலத்தே இருந்தன. அவை இயல் இசை நாடகம் ஆகிய முத்தமிழிலும் வழங்கி வந்தன. ஆயினும் இவ்வகைப் பாடல்கள் தனியொரு இலக்கிய வகையாகக் கருதப்பட்டதாகத் தெரியவில்லை.

அக்கால இலக்கிய வகைகள்

தொல்காப்பியர் காலத்து வழங்கிய அடிப்படையான இலக்கிய வகைகள் ஏழு என அறிகிறோம். அவை பாட்டு, உரை, நூல், வாய்மொழி, பிசி, அங்கதம், முதுசொல் என்பன.[119] இவற்றுள் பாட்டு அடிவரையறையுடையது எனவும், பாட்டு அல்லாத ஏனைய ஆறும் அடிவரையறையற்றன எனவும் அறிகிறோம்.[120] இதனால் அக்காலத்தே, 'பாட்டு' 'பாட்டு அல்லாதன' என்ற பகுப்பு பெரும் பிரிவாகக் கருதப்பட்டமை

---

116. இளம். (உ.ஆ.), தொல். பொருள். 482இன் உரை.
    பேரா. (உ.ஆ.), தொல். பொருள். 492இன் உரை.
117. பேரா. (உ.ஆ.), தொல். பொருள். 494இன் உரை.
118. மேற்கோள் : ந. பிச்சமுத்து, திறனாய்வும் தமிழ் இலக்கியக் கொள்கைகளும், ப.29.
119. தொல். பொருள். 384
120. மேலது. 466.

அறியலாம். "இவற்றுள் பாட்டும் நூலுமே ஓங்கிய நிலையில் அறியப்பட்ட இலக்கிய வகைகள் ஆகும். பாட்டு என்பது அகம், புறம் எனப் பகுக்கப்பட்டது".[121] நூல் என்பது தொல்காப்பியர் காலத்தில் இலக்கணத்தைக் குறித்தது.

உரை பற்றிக் கூறும் தொல்காப்பியர்,

"பாட்டிடை வைத்த குறிப்பி னானும்
பாவின் றெழுந்த கிளவி யானும்
பொருளொடு புணராப் பொய்ம்மொழி யானும்
பொருளொடு புணர்ந்த நகைமொழி யானும்
உரைவகை நடையே நான்கென மொழிப"[122]

என்கின்றார். இதனால் அவர் கருதிய 'உரை' என்பது, "...பாட்டின் இடையே அமையும் குறிப்புரை, பாட்டு இல்லாமலே வரும் உரை, பொருளில்லாப் புனைமொழியான கதை, பொருளமைந்த நகைமொழி"[123] என நால்வகைப் படும் என்பர்.

உரை என்பது புலவர்களாற் படைக்கப்பட்ட உரைவகை இலக்கியங்களைக் குறிப்பதோடு, பாமர மக்களிடத்தே வழங்கிய நாட்டுப்புறக் கதைகளையும் உள்ளடக்கிய ஓர் இலக்கிய வகையாக இருந்திருக்கலாம் என்று கருத இடமளிக்கின்றது. இங்குக் குறித்த 'உரை'யோடு பிசி, முதுசொல் ஆகியவற்றையும் வாய்மொழி இலக்கிய மாகவே கருதுகின்றார் இராம. பெரியகருப்பன் "மூவேந்தரால் ஆளப்பட்ட நான்கெல்லைகட்குட்பட்ட மக்கள் வழங்கும் யாப்பு எனத் தொல்காப்பியர் விதந்து ஓதியதற்கு இதுவே காரணமாதல் வேண்டும்"[124] என்பது அவர் கூற்று.

செய்யுளியலில் 158ஆம் நூற்பாவில் 'வாய்மொழி' என்பதை 'மறைமொழி கிளந்த மந்திரம்' என்றும், 'பிசி' என்பதை, 'நொடியொடு புணர்ந்த பிசி' என்றும், 'அங்கதம்' என்பதை, 'கூற்றிடை வைத்த குறிப்பு' என்றும், 'முதுசொல்' என்பதை, 'ஏது நுதலிய முதுமொழி' என்றும் குறிப்பிடுகிறார் தொல்காப்பியர். இக்குறிப்பு, 'வாய்மொழி', 'அங்கதம்' என முன்னர்க் குறித்த சொற்களுக்கு விளக்கம் போல அமைந்துள்ளது. 'பிசி' என்னும் சொல்லாட்சி இரு நூற்பாவிலும் ஒத்துள்ளது. முன்னைய நூற்பாவில், 'முதுசொல்' எனப்பட்டது. பின்னதில் 'முதுமொழி' எனப்படுகிறது. வேறுபாடு இவ்வளவே.

---

121. இராம. பெரியகருப்பன், சங்க இலக்கிய ஒப்பீடு–இலக்கியக் கொள்கைகள், ப.210.
122. தொல். பொருள் 475.
123. மு. வரதராசன், "சங்க இலக்கிய யாப்பு", தமிழியல் ஓர் அகநோக்கு. ப.22.
124. இராம. பெரியகருப்பன், சங்க இலக்கிய ஒப்பீடு–இலக்கிய வகைகள், பக்.23.

இவ்வாறு தொல்காப்பியர் பிசி, முதுமொழி என்பவற்றுக்குக் கூறும் விளக்கத்தின் அடிப்படையில், 'பிசி' என்பதனை விடுகதை இலக்கியமாகவும் 'முதுமொழி' என்பதனைப் பழமொழிகளின் முன்னைய இலக்கிய வடிவ மாகவும் கருதலாம்.

வாய்மொழி, அங்கதம் முதலான இலக்கிய வகைகளும் அக்காலத்து இருந்திருத்தல் வேண்டும். என்றாலும் தொல்காப்பியர் கூறும் பிசி, அங்கதம், வாய்மொழி, முதுசொல் முதலியவற்றைச் சங்க நூல்களில் காணவியலாது. (அவை) "பாட்டின்கண் இடம்பெறும் பண்புகள் போல் உள்ளனவே தவிர, தனி இலக்கியங்களாகக் கருதுமளவு, நமக்குக் கிடைத்திருக்கும் தொகை நூல்களில் ஒரு முழுப் பாடலாக வேனும் இடம்பெறவில்லை"[125] இதனால் தொல்காப்பியர் குறிப்பிடும் இவ்விலக்கிய வகைகள் அவர் காலத்தும் அதற்கு முந்தியும் புலவர்களாற் படைக்கப்படும் செம்மொழி இலக்கியங் களாகவும், பாமர மக்களின் வாய்மொழி இலக்கியமாகவும் இருந்து சில நூல் தொகுப்பில் இடம்பெற்றன எனவும் பல விடுபட்டுப்போயின எனவும் கருதலாம். சில வாய்மொழி வழக்கில் நிலைபெற்றுத் தொடர்ந்து வருகின்றன. பிசி, முதுமொழி போன்றன இவ்வகையின. விடுகதைகள் இன்றளவும் மக்களிடம் வழங்கி வருவதும், அவ்வாறே பழமொழிகள் வழக்கில் இருந்து வருவதும் முதுசொல்லை அடிப்படையாகக் கொண்டு பழமொழி நானூறு போன்ற நூல்கள் பின்னாளில் தோன்றியிருப்பதும் இதற்குச் சான்றுகளாம்.

வடிவ அடிப்படையில் பெரும்பகுதியும், பொருள் அடிப்படையில் சிறுபகுதியுமாக, 'யாப்பு' என்னும் பெயரில் மேற்குறித்தவாறு இலக்கியங்களை வகைப்படுத்திய தொல்காப்பியர், முருகியல் உத்தித் தொகுதிகளின் அடிப்படை யில், 'வனப்பு' என்னும் பெயரிலும் இலக்கியங்களை இனம் பிரித்து வகைப்படுத்தியதாகத் தெரிகிறது.[126] அவை அம்மை, அழகு, தொன்மை, தோல், விருந்து, இயைபு, புலன், இழைபு என்னும் வகைகளாம்.[127] உரையாசிரியர் கூற்றுக்களால் 'அம்மை' அறவகை இலக்கியங்களையும், 'அழகு' தொகை வகை இலக்கியங்களையும், 'தொன்மை' பழங்கதை வகை இலக்கியங்களையும், 'தோல்' பொருட்டொடர் – நிலைச் செய்யுளாகிய பெருங்காப்பியங்களையும், 'விருந்து' பின்னர்ப்

---

125. மேலது.

126. இராம. பெரியகருப்பன், சங்க இலக்கிய ஒப்பீடு–இலக்கிய வகைகள், ப.22.

127. தொல். பொருள், 310, 536–543.

புதிதாகத் தோன்றிய கோவை, உலா, பிள்ளைத்தமிழ், கலம்பகம் போன்றவற்றையும், 'இயைபு' ஈற்றடிப்படையில் அமைந்த காப்பியங்களையும், 'புலன்' கூத்திலக்கியத்தையும், 'இழைபு' இசை இலக்கியத்தையும் குறித்தன என்று அறிகிறோம்.[128]

அவ்வவ்விலக்கியங்களில் மீதூர்ந்து நிற்கும் பொருட் சிறப்பும் அதனை வெளிப்படுத்தும் தனித்தனி அழகும் நோக்கியே இப்பெயர்கள் (வகைகள்) அமைந்தன போலும். எனினும், 'இயைபு' என்னும் வனப்புப் பற்றிய கருத்து ஆய்வுக்குரியதாக உள்ளது. 'ஞணநமனயரலவழள' என்னும் பதினொரு புள்ளியுள் ஒன்றனை இறுதியாகப் பெற்றுவரும் செய்யுள் இயைபு எனப்படும்.[129] னகார ஈற்றை இறுதியாகப் பெற்று வருவதற்குச் சாத்தனாரின் மணிமேகலையையும் கொங்கு வேளிரின் பெருங்கதையையும் பேராசிரியர் சான்றாகக் காட்டுவார். மற்றையீறுகளுக்குச் சான்று காட்டமுடியாத நிலையில், "ஈண்டிலக்கணம் உண்மையின் வந்தவழிக் கண்டு கொள்க. அவை இப்பொழுது வீழ்ந்தன போலும்"[130] என்கின்றார். "வெறும் எழுத்தீறு மட்டுமே காட்டுவது ஓர் அழகுக்கு இலக்கணமாகாது."[131] "சொல்லும் பொருளும் இயைந்துவரத் தொடுப்பது இயைபு எனப்படும்"[132] எனப் பேராசிரியர் கூறுவது. எவ்வகை இலக்கியத்துக்கும் பொருந்தும்; ஆதலின் தனியொரு இலக்கிய வகையினைச் சுட்டுதற்கு அப்பெயரினைப் பயன்படுத்துதல் இயலாது. எனவே, தொல்காப்பியர் காலத்திற்கு முன்பு, "இவ்(இயைபு என்னும்) வனப்பு பின்னும் விளக்கம் பெற்றிருந்தது. இவ்வனப்பு அமைந்த பிற நூல்கள் இருந்தன. காலக்கதியில் அவை வழக்கற்று இறந்து போகவே, அவற்றிலக்கணத்தின் ஒரு பகுதி மட்டுமே இன்று நாம் அறிய முடிகின்றது என்று கருதலாம்"[133] என்பர் மு. அருணாசலம். பொதுவாக ஏனைய வனப்புகள் குறித்தும் இவ்வாறே கருதுவது பொருத்தமாகும்.

இறுதியாக, இலக்கிய வகைப்பாட்டில் யாப்பு, வனப்பு என இருவகை நெறிகள் ஏன்? என்னும் வினா எழக்கூடும். இதற்கு விடைகூற வந்த இராம. பெரியகருப்பன், "யாப்பு வடிவமும்

---

128. ச.வே. சுப்பிரமணியன், "தொல்காப்பியம்", தமிழ் இலக்கியக் கொள்கை ஓர் அறிமுகம்–தொகுதி 1, ப.9.

129. தொல். பொருள். 541.

130. பேரா. (உ.ஆ.), தொல். பொருள். 552இன் உரை.

131. மு. அருணாசலம், "முதற் காப்பியங்கள்" தமிழ் இலக்கியக் கொள்கை ஓர் அறிமுகம்–தொகுதி 1. ப.120.

132. பேரா. (உ.ஆ.), தொல். பொருள். 552இன் உரை.

133. மு. அருணாசலம், மு.நூ., ப.121.

பொருளும் பற்றியது; வனப்பு, யாப்பை அழகு படுத்தும் திறன்களையும் பொருளைச் சிறப்புறுத்தும் திறன்களையும் பற்றியது"[134] எனத் தெளிவுறுத்துவர்.

பக்தி இலக்கியம்

கி.பி. 650 முதல் 950 முடியவுள்ள முந்நூறு ஆண்டுக் காலத்தைப் பக்தி இயக்கக் காலம் என்பர் அறிஞர்.[135] இக்காலக் கட்டத்தில் பக்தி இயக்கத்தை முன்னின்று நடத்திச் சமண, பௌத்த மதங்களைப் புறங்கண்ட சைவமும் வைணவமுமே தமிழ்ப் பக்தி இலக்கியத்துக்குப் பெருங்கொடை நல்கியுள்ளன. தமிழில் பக்தி இலக்கியம் என்னும் போது சைவ நூல்களான பன்னிருதிருமுறையும், வைணவ நூலான நாலாயிரத்திவ்வியப் பிரபந்தமுமே நம்முன் நிற்கின்றன. இவற்றுடன் சமண, பௌத்த நூல்கள் அல்லது பாடல்கள் சிலவும் 'பக்தி இலக்கிய'மாகத் திகழ்கின்றன. எனவே இந்நான்கு சமயங்களையும் சார்ந்த 'பக்தி இலக்கியத்தின் கட்டமைப்பு' (Structure) இங்குச் சுருக்கமாக ஆய்வு செய்யப்படுகிறது.

சைவ, வைணவ நூல்களின் தொகுப்பாசிரியர்கள்

சைவம், வைணவம் ஆகிய இரு சமய நூல்களும் இன்றைய தொகுப்பு வடிவில் நமக்குக் கிடைக்குமாறு செய்தவர்கள் இருவர். சைவத் திருமுறைகளைத் தொகுக்கும் முயற்சியைத் தொடங்கியவர் நம்பியாண்டார் நம்பிகள். நாலாயிரத் திவ்வியப்பிரபந்தத்தைத் தொகுத்தவர் நாதமுனிகள். இவ்விருவரின் தொகுப்புப் பணியினாலும் பக்தி இயக்கம் தன் சிகரத்தைத் தொட்டதாகக் கருதுவர் அறிஞர்.[136]

தொகுப்பு முறை என்பது தமிழுக்குப் புதியதன்று. பழைய சங்கத் தமிழ் நூல்கள் தொகுக்கப்பட்டிருக்கும் வரலாற்றுண்மையே இவ்விருவர்க்கும் வழிகாட்டியிருக்கலாம். எனவே பத்தாம் நூற்றாண்டினரான[137] இவர்கள், தத்தம் சமயப் பெரியார்களுடைய பக்திப் பனுவல்களைத் தொகுத்துத் தமிழுக்கு அளப்பரிய தொண்டாற்றியுள்ளனர். "திருமுறைகளை வகுத்ததில் நம்பியாண்டார் நம்பிகள் எந்த அளவுக்குச்

---

134. இராம. பெரியகருப்பன், சங்க இலக்கிய ஒப்பீடு – இலக்கிய வகைகள், ப.29.
135. T.P. Meenakshisundaran, "The Tamil Literary Theory of Bhakti Period", Journal of Madurai University, Dec. 1970, Vol. II, No. 2, p.1.
136. R.N. Chopra, T.K. Ravindran, N. Subramanian, History of South India, Vol. I, Ancient Period, p. 234.
137. அ) க. வெள்ளைவாரணன், பன்னிரு திருமுறை வரலாறு–முதற்பகுதி, ப.22.
    (ஆ) B.V. Ramanujam, History of Vaishnavism in South India upto Ramanuja, p.258.

சைவ சமயப் பணியாற்றினாரோ, அந்த அளவுக்கு ஒருபடி மேலாகவே தமிழ் இலக்கியப் பணியும் செய்தார்."[138] என்னும் ஏ.வி. சுப்பிரமணிய அய்யரின் கூற்று திவ்வியப்பிரபந்தத் தொகுப்பாசிரியரான நாதமுனிகளுக்கும் பொருந்தும்.

பன்னிரு திருமுறை – தொகுப்பு வரலாறு

திருஞான சம்பந்த சுவாமிகள் அருளிச்செய்தவை முதல் மூன்று திருமுறைகளாகவும், திருநாவுக்கரசு சுவாமிகள் அருளிச் செய்தவை நான்கு, ஐந்து, ஆறாம் திருமுறைகளாகவும், சுந்தரமூர்த்தி சுவாமிகள் அருளிச்செய்தவை ஏழாம் திருமுறையாகவும் வகுக்கப்பட்டுள்ளன. மாணிக்கவாசகரின் திருவாசகமும் திருக்கோவையாரும் எட்டாம் திருமுறையாக வகுக்கப்பட்டுள்ளன. திருமாளிகைத்தேவர் முதலிய ஒன்பதின்மர் பாடிய திருவிசைப்பாவும் சேந்தனாரின் திருப்பல்லாண்டும் ஒன்பதாம் திருமுறையாக அமைக்கப்பட்டுள்ளன. திருமூலரின் திருமந்திரம் பத்தாம் திருமுறையாக இடம் பெற்றுள்ளது. திருவாலவாயுடையார் முதல் நம்பியாண்டார் நம்பி முடியப் பன்னிருவர் அருளிச்செய்த நாற்பது பிரபந்தங்களும் பதினொன்றாந் திருமுறையாகத் தொகுக்கப் பெற்றுள்ளன. இவற்றின் பின்னர் பன்னிரண்டாம் திருமுறையாக இடம் பெறுவதே பெரியபுராணம். இவற்றுள் பெரிய புராணம் நீங்கலாக உள்ள முதல் பதினொரு திருமுறைகளையும் நம்பியாண்டார் நம்பிகளே தொகுத்து உதவினார் எனத் திருமுறை கண்ட புராணம் கூறுகின்றது.[139] வரலாற்றறிஞர் கே.கே. பிள்ளை, நம்பியாண்டார் நம்பி தம்காலத்து வழங்கிய சைவ சமயப் பனுவல்கள் அனைத்தையும் ஒருங்கே தொகுத்துப் பத்துத் திருமுறைகளாக வகுத்தார் என்பர்.[140] ஆனால் பன்னிரு திருமுறைகளின் வரலாற்றினை ஆய்ந்து விரிவாக நூல் எழுதியுள்ள வெள்ளைவாரணன் – திருஞானசம்பந்தர், திருநாவுக்கரசர், சுந்தரர் ஆகிய மூவரும் பாடிய தேவாரத் திருப்பதிகங்களை மட்டுமே நம்பியாண்டார் நம்பிகள் தேடித் தொகுத்தாரெனவும், எட்டு முதல் பதினொன்று வரையில் உள்ள திருமுறைகள் நம்பியாண்டார் நம்பிகள் காலத்துக்குப்பின் தோன்றிய பெருமக்களால் தொகுக்கப் பெற்றிருத்தல் வேண்டும் எனவும் கருதுகின்றார்.[141] அவர் இம்முடிவுக்கு வருவதற்கான காரணங்களுள் ஒன்று, நம்பியாண்டார் நம்பி வாழ்ந்த காலத்துக்கு நெடுங்காலம் பிற்பட்டுத் தோன்றிய ஆசிரியர்களாற்

138. ஏ.வி. சுப்பிரமணிய ஐயர், தமிழ் ஆராய்ச்சியின் வளர்ச்சி, பக். 132–133.
139. க. வெள்ளைவாரணன், பன்னிரு திருமுறை வரலாறு – முதற்பகுதி, பக்.29–30
140. கே.கே. பிள்ளை, தென்னிந்திய வரலாறு – முதற்பகுதி, ப.175.
141. க. வெள்ளைவாரணன், பன்னிரு திருமுறை வரலாறு – முதற்பகுதி, பக்.30–31.

பாடப்பெற்றவை ஒன்பதாம் திருமுறையில் இடம் பெற்றிருப்பதே ஆகும்.[142] அன்றியும் திருமுறை என்னும் சொல்வழக்கு மூவர் முதலிகளின் திருப்பதிகங்களுக்கு மட்டுமே முதலில் வழங்கி வந்தது என்னும் கூற்றும்[143] எட்டு முதலாகப் பின் உள்ள திருமுறைகளை நம்பிகள் தொகுத்திருக்க முடியாது என்னும் அவர் கருத்தை அரண் செய்கின்றது.

பன்னிரு திருமுறைகளையும் ஆசிரியர் வாரியாக நோக்கும் போது ஒன்று முதல் எட்டுத் திருமுறைகளும், பத்து, பன்னிரண்டாம் திருமுறைகளும் தனித்தனி ஆசிரியர்களாற் பாடப்பட்டவைகளே. அவர்கள் திருஞானசம்பந்தர் (1–3), திருநாவுக்கரசர் (4–6), சுந்தரர் (7), மாணிக்கவாசகர் (8), திருமூலர் (10), சேக்கிழார் (12) ஆகியோர் ஆவர். எஞ்சிய ஒன்பதாம் திருமுறையும் பதினொராந் திருமுறையும் பலரின் பாடல்களைக் கொண்டு தொகுக்கப்பெற்ற திருமுறைகள் ஆகும். வெவ்வேறு காலங்களில் வாழ்ந்த பலரின் பாடல்கள் இத்திருமுறைகளில் இடம்பெறுவதாலும், பல குழப்பங்களுக்கு இடமளித்தலாலும் 9, 11ஆம் திருமுறைகள் நம்பியாண்டார் நம்பிகளால் தொகுக்கப் பெறவில்லை என அ.ச. ஞானசம்பந்தனும் கருதுகின்றார்.[144]

இக்கருத்துக்களை நோக்கப் பக்தி இயக்கக் காலத்தின் பெரும் பயனாய் விளைந்த முதல் ஏழு திருமுறைகளையே நம்பியாண்டார் நம்பிகள் தொகுத்தார் என்பது உறுதிப்படு கின்றது. கி.பி. ஒன்பதாம் நூற்றாண்டின் இறுதியிலும் பத்தாம் நூற்றாண்டின் தொடக்கத்திலும் வாழ்ந்தவராகக் கருதப்படும்[145] நம்பியாண்டார் நம்பிகள் கி.பி. ஏழு முதல் ஒன்பதாம் நூற்றாண்டு முடியவுள்ள காலக்கட்டத்தில் பக்தி இயக்கம் தமிழ்ச் சமுதாயத்தில் உண்டாக்கிய பாதிப்பை உணர்ந்தவராதல் வேண்டும். குறிப்பாகச் சைவ சமய குரவர் மூவரும் பண் சுமந்த பாடல்களால் சைவத்தை எழுச்சியுறச் செய்ததனை உணர்ந்து அவர்களின் பாடல்களைத் தொகுக்கும் முயற்சியில் ஈடுபட்டவராதல் வேண்டும். இம்மூவரும் வாழ்ந்த காலமுறை கருதியும் அவர்களாற் பாடப்பெற்றவை இசைப்பாடல்களாய் இருப்பதை நோக்கியும் நம்பிகள் மூவர் பாடல்களை மட்டுமே முதல் ஏழு திருமுறைகளாய்த் தொகுத்தார் எனலாம். இம்மூவர் காலத்துக்கும் முந்திய திருமூலர், காரைக்காலம்மையார் பாடல்களை நம்பிகள் ஏன் கருத்திற் கொள்ளவில்லை என்னும் கேள்வி எழக்கூடும். அவை இசைப்பாடல்கள் அல்ல; ஆகையால்

---

142. மேலது, ப.31.

143. மேலது, ப.34.

144. அ.ச. ஞானசம்பந்தன், மு.நூ., பக். 180, 203–205, 207, 208.

145. க. வெள்ளைவாரணன், பன்னிரு திருமுறை வரலாறு – முதற்பகுதி, ப.22.

அவரது தொகுப்பில் இடம்பெறவில்லை என்றே இதற்கு அமைதி காணவேண்டும். மூவர் பாடிய திருப்பதிகங்கள் முழுவதும் 'பண்முறை' எனவும், 'தலமுறை' எனவும் இரு வேறு முறையில் வகைப்படுத்தப்பட்டு வெளிவந்துள்ளன.[146] இவ்விருவகையுள் முற்கூறிய பண்முறையமைப்பே பழைய ஏட்டுச்சுவடிகளுள் இடம் பெற்றுள்ளது எனவும் நம்பியாண்டார் நம்பிகள் இவற்றை ஏழு திருமுறைகளாகப் பகுத்து வழங்கும் திருமுறைப் பகுப்புக்கு அடிப்படையாக அமைந்தது இப்பண்முறை அமைப்பே எனவும் க. வெள்ளைவாரணன் கூறுவர்.[147] மூவர் திருப்பதிகங்களையும் தலமுறையில் வைத்துப் பயிலும் பழக்கம் பிற்காலத்தது என்பதும் அவர் கருத்து.[148] மூவரின் திருப்பதிகங்களும் தெய்வ இசைப் பாட்டு எனப் பொருள்படும் தேவாரம் என்னும் சொல்லாற் பின்னர் வழங்கப் பெற்றதும் உணரத்தக்கது.[149] பன்னிரு திருமுறைகளில் திருக்கோவை நீங்கலாக உள்ள முதல் ஒன்பது திருமுறைகளும் இசைப்பாடல்கள் எனவும் ஏனைய மூன்றும் இயற்பாடல்களே எனவும் அ.ச. ஞானசம்பந்தனும் கூறுவர்.[150]

இக்கருத்துக்களை நோக்க மூவர் முதலிகளின் சமயத் தொண்டும் பாடற்பண்பும் கருதி முதல் ஏழு திருமுறைகளை நம்பியாண்டார் நம்பிகள் வகுத்தனர் எனவும் அவர்க்குப் பின் வந்தோர் சைவத்தைப் பாடு பொருளாய்க் கொண்டு எழுந்த பாடல் ஒன்றையும் விட மனமின்றி அவற்றைத் தொகுத்துப் பிற திருமுறைகளாக அமைத்தனர் எனவும் கருதலாம்.

இரண்டாம் கட்டமாகப் பதினொரு திருமுறை அளவில் நின்ற இத்தொகுப்பு, காலத்தாற் பின்தோன்றிய பெரிய புராணத்துடன் 12 ஆக நிறைவுற்றதும் இத்தொகுப்புப்பணி படிப்படியாக நடைபெற்றது என்பதை வலியுறுத்தும். சைவத் திருமுறைகளில் பெரியபுராணம் பின்னர்ச் சேர்க்கப்பட்டது திவ்வியப்பிரபந்தத்தில் ஆழ்வார் பாசுரங்களோடு அமுதனாரின் இராமாநுச நூற்றந்தாதி இடம் பெற்றதை ஒத்திருக்கின்றது.

ஆக, பக்தி இலக்கியத்தின் ஒரு பெரும் பரப்பான சைவத் திருமுறைகள் பன்னிரண்டையும் அருளிச் செய்த ஆசிரியப் பெருமக்கள் திருமூலர் முதல் சேக்கிழார் ஈறாக இருபத்தெழுவர் ஆவர். அவர்கள் பாடியனவாக இன்று நமக்குக் கிடைத்துள்ள திருப்பாடல்களின் எண்ணிக்கை ஏறக்குறைய பதினெண்ணாயிரம் ஆகும்.

---

146. மேலது, ப.396.

147. மேலது, ப.397.

148. மேலது

149. மேலது, ப.41.

150. அ.ச. ஞானசம்பந்தன், மு.நூ., ப.180.

வைணவம்

இங்ஙனம் எண்ணிக்கையில் பெருந்தொகையான பாடல்களைக் கொண்ட சைவப் பக்தி இலக்கியத்தை அடுத்து நிற்பது வைணவப் பக்தி இலக்கியமாகும். ஆழ்வார்களின் பாடல்களைக் கொண்டு நாதமுனிகள் தொகுத்த வைணவப் பக்தி இலக்கியம் நாலாயிரத் திவ்வியப்பிரபந்தம் என வழங்குகிறது. இவ்வாய்வு, நாலாயிரத் திவ்வியப்பிரபந்தம் பற்றியதாதலாலும், அதன் தொகுப்புப் பற்றி விரிவாகக் கூற வேண்டியிருத்தலாலும் அதுபற்றிய செய்திகள் அடுத்துவரும் இரண்டாவது இயலில் இடம்பெறுகின்றன.

சமண, பௌத்த இலக்கியங்கள்

தமிழில் இவ்விரண்டையும் தவிர வேறு பக்தி நூல்களோ பாடல்களோ இல்லையா என்னும் கேள்வி எழுகின்றது. சமண, பௌத்த மதங்களின் தத்துவம் இத்தகைய பக்தி இலக்கியத் தோற்றத்துக்கு இடமளிக்கவில்லை.[151] இவ்விரு சமயத்தாரும் தருக்கநெறியையும் அறவியலையும் அறிவுப் பூர்வமாக வற்புறுத்தியமையே இதற்குக் காரணமாகும் என்பர் க. கைலாசபதி.[152] எனினும் சைவ, வைணவப் பக்தி இலக்கியம் அவர்களிடத்தும் தாக்கத்தை ஏற்படுத்தியது. "பல்லவர்கள் காலத்தில் பக்திவெள்ளம் தமிழ்நாட்டில் எங்கும் பரந்தோடியது... பக்திப் பெருவெள்ளம் சமண மதத்தையும் தன்னுள் ஆழ்த்தியது. யாப்பருங்கலவிருத்தியுள் எடுத்துக்காட்டப்பெறும் பல சமணப் பாடல்கள் பக்திப்பாடல்களாக அந்நாளைய சைவ, வைணவப் பாடல்களைப் போலவே உள்ளத்தை உருக்கக் காணலாம்[153] எனத் தெ.பொ. மீனாட்சிசுந்தரன் எடுத்துக்காட்டுவதால் இதனை உணரலாம்.

சைவ, வைணவப் பக்தி இயக்கம் பொதுமக்களைக் கவர்ந்திழுத்ததைக் கண்ட சமணர் தாமும் பக்தி இலக்கியப் படைப்பிற் கவனம் செலுத்தியமைக்குச் சான்றுகள் உள்ளன. 'தோத்திரத் திரட்டு' என்னும் பெயரில் சின்னச்சாமி நயினார் என்பவர் வெளியிட்டுள்ள ஒரு தொகுதியும், 'திருப்பாமாலை' என்னும் பெயரில் மேல்மின்னல் சக்கரவர்த்தி நயினார் என்பவர் வெளியிட்டுள்ள நூலும் சமண தோத்திரப் பாடல்களைக் கொண்டு விளங்குகின்றன.[154] தேவராசமுனிவர் இயற்றிய ஜினேந்திரஞானத் திருப்புகழ் அருணகிரிநாதரின்

---

151. ஆ. வேலுப்பிள்ளை, தமிழ் இலக்கியத்தில் காலமும் கருத்தும் ப.141.
152. க. கைலாசபதி, மு.நூ., ப.73.
153. தெ.பொ. மீனாட்சிசுந்தரன், தமிழ் மணம், பக்.130–131.
154. ஆ. வேலுப்பிள்ளை, தமிழர் சமய வரலாறு, பக்.132–133.

திருப்புகழையும், அவிரோதியாழ்வாரின் திருவெம்பாவை ஆண்டாள் பாடிய திருப்பாவையையும், மாணிக்கவாசகர் பாடிய திருவெம்பாவையையும் அடியொற்றி அமைந்துள்ளன என்பர்.[155] 'தோத்திரத் திரட்டி'ல் உள்ள பதிகம் ஒன்று அப்பர் சுவாமிகளை நினைவூட்டுவதாக உள்ளது.[156] சமண தருமமும் பக்தியும் இணைந்த நூலாக அமைந்தது அவிரோதியாழ்வாரின் அவிரோதி நூற்றந்தாதி. இந்நூற்றந்தாதி நாலாயிரத் திவ்வியப்பிரபந்தத்திற் காணப்படும் அந்தாதிகளைப் பின்பற்றி அமைக்கப்பட்டிருக்கலாம் என்பர் ஆ.வேலுப்பிள்ளை. பக்தி வெளிப்பாட்டில் எந்த வேறுபாடும் இல்லை எனவும், சமண மதத்தின் இயல்புகளுக்கேற்பக் கூறப்படும் கருத்துக்களால் தான் வைணவப் பக்திப் பாடல்களில் இருந்தும் அந்நூல் வேறுபடுகின்றது எனவும் அவர் விளக்குகின்றார்.[157] திருநூற்றந்தாதியை மதுரைத் தமிழ்ச் சங்கத்தின் வாயிலாகப் பரிசோதித்து வெளியிட்ட ரா. இராகவையங்காரும், "இந்நூல் தமிழறிந்த ஜைனர் பலரால் நாடோறும் பாராயணஞ் செய்யப்படுகிறது"[158] என்று குறித்திருப்பதும் அதன் பக்தி வெளிப்பாட்டுக்கும் தோத்திரத் தன்மைக்கும் சான்றாகின்றது. 'திருப்பாமாலை' என்னும் நூலில் சித்தபக்தி, சைத்தியபக்தி, பஞ்சகுருபக்தி, ஆருகதபக்தி, நந்தீசுர பக்தி என்னும் பல்வேறு தலைப்பில் அமைந்த பாடல்கள் சமணர் பக்தி நெறிக்குத் திரும்பியதை உணர்த்துவன போன்று உள்ளன.[159]

புத்தமதத்தில் பக்திப் பாடல்கள் குறைவே. வீரசோழிய உரை, நீலகேசி உரை முதலியவற்றில் புத்தரைப் பற்றிய தோத்திரப் பாடல்கள் காணப்படுகின்றன. அவை சொல்லழகும் பொருளாழமும் உடையனவாய்க் கற்பார்க்குச் சுவையூட்டுகின்றன. அப்பாடல்களுட் சிலவற்றை மயிலை சீனி. வேங்கடசாமியும், இ.எஸ். வரதராஜ அய்யரும் தமது நூல்களில் தொகுத்துத் தந்துள்ளனர்.[160] இத்தகைய பக்திப் பாடல்களின் விளைவாகவே நீலகேசி உரையிற் பௌத்தர் இயற்றியதாகக் கூறப்படும் 'விம்பசாரக்கதை' என்னும் காவியம் தோன்றியிருக்கலாம் என்பர்.[161] ஆயினும் சமணத்திற் போலத்

155. மேலது.
156. மேலது, ப.134.
157. மேலது, ப.138.
158. ரா. இராகவையங்கார். (ப.ஆ.), திருநூற்றந்தாதி, ப.VI.
159. ஆ. வேலுப்பிள்ளை, தமிழ் இலக்கியத்தில் காலமும் கருத்தும், ப.144.
160. (அ). மயிலை சீனி. வேங்கடசாமி, பௌத்தமும் தமிழும், பக்.162–169.
(ஆ). இ.எஸ். வரதராஜ ஐயர், தமிழ் இலக்கிய வரலாறு, பக்.202–208.
161. ஆ. வேலுப்பிள்ளை, தமிழ் இலக்கியத்தில் காலமும் கருத்தும், ப.141

தமிழில் தனியான பௌத்தப் பக்தி நூல்கள் வேறு எழுந்ததாகத் தெரியவில்லை. பொதுவாகப் பக்தியை முக்திக்குரிய எளிய வழியாகச் சமண, பௌத்த மதங்கள் கருதவில்லை. அதிலும் பௌத்தர் கடவுள் மறுப்புக் கொள்கையுடையவர்.[162] எனவேதான் கடவுளைக் குறித்த பக்தி நூல்களை அவர்கள் இயற்றவில்லை. மேலே குறித்த பாடல்களும் பௌத்த சமய நிறுவநரான புத்தரைப் பற்றியனவாகவே இருத்தல் உணரத்தக்கது.

பக்தி வெள்ளம் பின்வந்த கடவுள் வாழ்த்துப் பாடல்களில் எல்லாம் சுழியிடக் காணலாம் என்பர் தெ.பொ. மீனாட்சி சுந்தரன்.[163] பக்தி இயக்கத்திற்குப் பின்னர் பெரியபுராணம், கம்பராமாயணம் ஆகிய நூல்களை அடுத்து, வில்லிபுத்தூரார், அருணகிரியார், தாயுமானவர், இராமலிங்கர், பாரதியார் ஆகியோர் காலத்திலும் பக்திநெறி தொடர்ந்து காணப்படு கின்றது. இத்தகைய நெடிய காலத் தொடர்ச்சியுடைய வேறு இலக்கிய வகையைத் தமிழிற் காட்டுதல் இயலாதாகும். தொல்காப்பியர் காலம் தொடங்கி இன்றைய அறிவியற் காலம் வரையிலான பக்தி இலக்கியத் தொடர்ச்சி அனைவரின் கவனத்துக்கும் உரியதாகின்றது.

முடிவு

தலைமக்களைப் பாடும் பாடாண் திணை அடிப்படையில் கடவுள் வாழ்த்துத் தோன்றியது; அதுவும் முதலில் தனிநிலைக் கடவுள் வாழ்த்தாக இல்லாமல் மன்னனுக்காகக் கடவுளை வேண்டியும், மன்னனைக் கடவுளோடு உவமித்தும் பாடுவதாக அமைந்தது.

அகத்திணை மரபில் கடவுளையே தலைவராகக் கொண்டு பாடும் மரபும் அக்காலக்கட்டத்தில் தோன்றியது.

ஒத்தாழிசைக் கலிப்பாவில் முன்னிலையிடத்துத் தேவரைப் பரவும், 'தேவபாணி' என்னும் கடவுள் வாழ்த்தும் அக்காலத்தே நிலவியது.

கடவுளைத் தலைவராகக் கொண்டு பாடும் முருகாற்றுப்படை, பரிபாடல் என்னும் நூல்கள் முழுமைபெற்ற பக்தி இலக்கியங்களாகத் தோன்றின.

கடவுள் வாழ்த்துப் பாடல்கள் எட்டுத்தொகையிலும் பதினெண் கீழ்க்கணக்கிலும் நூன்முகத்தே அமைந்தன.

---

162. "...Buddhism was a theology without deity"
Soon after he (Buddha) died his philosophy was changed into a theology and he was adored as a God.
- J.E. Swain, A History of World Civilization, p.207.

163. தெ.பொ. மீனாட்சிசுந்தரன், மு.நூ., ப.131.

முன்னிலையிடத்துத் தெய்வத்தைப் பரவும் தேவபாணி பின்னர்ப் படர்க்கைப் பரவலுக்கும் உரியதாகி இயல் இசை நாடகம் ஆகிய முத்தமிழிலும் இடம்பெற்றது.

சங்க காலத்திற் பாணர் முதலியோர் தம் இசைத்திறத்தைக் காட்டுதற்கு முன் தெய்வத்தை ஏத்திப் பாடிய கடவுள் வாழ்த்துப் பாடல்களும், பரிபாடலும், சிலப்பதிகாரத்தில் கொற்றவை, திருமால், முருகன் முதலியோரைப் பரவும் பாடல்களும் இசைப் பாடல்களாகவே அமைந்தன.

காலந்தோறும் கடவுள் வாழ்த்துப் பாடல்களில் இறைவனைப் போற்றுதல், ஆடிப்பாடி வழிபடல், உள்ளம் உருகித் துதித்தல், இறைவனது தலங்களைப் புகழ்தல், இறைவனிடத்து வரம் வேண்டுதல் முதலிய இயல்புகள் மேன்மேலும் பெருகி வரலாயின.

தொல்காப்பியர் காலத்தில் தெய்வத்தைப் பாடும் பாடல்கள் இருந்தபோதும் அக்கால இலக்கிய வகைகளுள் ஒன்றாகக் ‘கடவுள் வாழ்த்து’ இடம்பெறவில்லை.

இம்முடிவுகளுள் இறுதியாக உள்ள இலக்கிய வகை பற்றிய முடிவு நீங்கலாக ஏனையவற்றை நோக்கின், பிற்காலத்தே தோன்றிய பக்தி இலக்கியத்திற்கான வகைக்கூறுகள் (கடவுளை வாழ்த்துதல், அகப்பாடல் மரபு, இசை மரபு, உருக்கம், பக்தி, வரம் வேண்டுதல், இறைவனது தலங்களைப் புகழ்தல், திருப்பெயர் போற்றல், உருவம், ஊர்தி கொடி முதலியவற்றைப் புகழ்தல், கடவுளைப் பரவிப் பாடி ஆடி வழிபடுதல், புராணக்கதை மரபு முதலியன) முன்னைய நூல்களில் இடம்பெறக் காணலாம். இவையே பக்தி இலக்கியத்திற்குரிய அடிப்படைப் பண்புகளாக அமைந்து பின்னர்ப் ‘பக்தி இலக்கியம்’ என்னும் சட்டகத்தை அமைக்க உதவுகின்றன. இந்த வலுவான அடிப்படையிலேயே ‘பக்தி இலக்கியம்’ கால்கொண்டு நிற்கிறது எனலாம்.

தமிழ்ப் பக்தி இலக்கியத்தில் பெரும்பங்கு வகிப்பவை பன்னிரு திருமுறை, நாலாயிரத் திவ்வியப்பிரபந்தம் ஆகிய சைவ, வைணவ இலக்கியங்கள் ஆகும்.

சைவ, வைணவப் பக்தி இலக்கியங்களின் தாக்கத்தால் சமண, பௌத்த மதத்தினரும் தமிழிற் பக்தி நூல்களைப் படைத்தனர்.

பக்தி இயக்கத்திற்குப் பிந்திய காலக்கட்டங்களிலும் தமிழ்க் கவிதைகளில் பக்திநெறி தொடர்ந்து காணப்படுகின்றது. இதனால் தொல்காப்பியர் காலம் தொடங்கி இன்றளவும் இடையறாத் தொடர்ச்சியுடையதாகத் தமிழ்ப் பக்தி இலக்கியம் திகழ்கின்றது. இந்த இடையறாத் தொடர்ச்சியே தமிழ்ப் பக்தி இலக்கியத்தின் சிறப்புக் கூறாகும்.

2

நாலாயிரத் திவ்வியப் பிரபந்தம்: தொகுப்பு வரலாறும் நூல் அடைவும்

ஆழ்வார்கள் அருளிய பாசுரங்களின் தொகுதிக்கு, 'நாலாயிரத் திவ்வியப்பிரபந்தம்' என்று பெயர். ஆழ்வார்களின் பாசுரங்களைத் தொகுத்து அடைவு[1] செய்தவர் நாதமுனிகள் என்னும் பெரியார் ஆவார். இவ்வியலில் நாலாயிரத் திவ்வியப் பிரபந்தத் தொகுப்பு வரலாறும் நாதமுனிகளின் அடைவில் ஆழ்வார்களின் பாசுரங்கள் இடம் பெற்றுள்ள முறையும் ஆய்வு செய்யப்பெறுகின்றன.

ஆழ்வார், ஆசாரியர்

திருமாலை வழிபடும் வைணவ சமயப் பெரியோர் 'ஆழ்வார்' 'ஆசாரியர்' என இருவகைப் படுவர்.[2] இவர்களுள் ஆழ்வார்கள் தம் இறை யனுபவத்தின் வெளிப்பாடாக ஈரத்தமிழிற் பாசுரங் களைப் பாடியவர்கள் ஆவர். ஆசாரியர்களோ

1. 'அடைவு' என்பது வைணவ மரபுச் சொல்; முறை அல்லது தகுதிஎனப்பொருள்படும்.

   – ஸ்ரீதேவநாதாச்சாரியர் (ப.ஆ.), திருவாய்மொழி வாசக மாலை எனும் விவரண சதகம், அருந்தொடர்ப் பொருளகராதி (தமிழ்), ப.1.

2. R.G. Bhandarkar, Vaisnavism, Saivism and Minor Religious Systems, P.71.

ஆழ்வார்களின் அடிச்சுவட்டைப் பின்பற்றி வைணவ சித்தாந்தத்தை வளர்த்த மெய்யன்பர்கள் ஆவர்.[3] ஆழ்வார்கள் பக்திப் பூங்கோயிலை எழுப்பினவர்கள் என்றும், ஆசாரியர்கள் அப்பூங்கோயிலுக்கு ஞானக்கோட்டை கட்டினவர்கள் என்றும் சிறப்பித்துக் கூறுவதுண்டு.[4]

ஆழ்வார் – சொற்பொருள் விளக்கம்

'ஆழ்வார்' என்னும் சொல்லுக்கு 'இறைமைக் குணங்களில் ஆழ்ந்து ஈடுபடுவோர்' என்பது பொருள். 'வேறொன்றில் கண்வையாதே பகவத் குணங்களிலே ஆழங்காற் பட்டிருந்தமை யால் இவர்களுக்கு ஆழ்வார்கள் என்று பெயராயிற்று' என்பர்.[5] பெரும்பாலோர் இவ்விளக்கத்தையே உடன்பட்டு ஏற்றுள்ளனர்.[6] ஆயினும் மு. இராகவையங்கார், "இப்பெயர் வழக்கிற்குத் திவ்வியப்பிரபந்தங்களிற் பிரமாணங் காணப் பட்டிலது"[7] என்கின்றார். அன்றியும், 'ஆழ்வார்' என்று சாசனங்களிற் பயின்றுவரும் வழக்கினை எடுத்துக் காட்டி, 'ஆள்' என்பதே, 'ஆழ்வார்' என்பதற்குப் பகுதியோ எனவும் ஐயுறுகின்றார்.[8] அவரது கருத்தினையொட்டி, 'ஆழ்வார்' என்பதை 'ஆள்வார்' என்ற சொல்லின் திரிபாகக் கொண்டு 'நம்மை ஆள்பவர்' என்றும் பொருள் சொல்வதுண்டு. இப்பொருளில் ஆழ்வார்கள், 'கடவுள் மீது மெய்யன்பு செலுத்தி நம்மை ஆளும் தலைவ'ராகிறார்கள். சிவனடியார்களை நாயன்மார் எனக் குறிக்கும் சொல்லாட்சியும் 'தலைவர்' என்று பொருள் தருவதே ஆகும். கடவுள் மீது மெய்யன்பு செலுத்தித் தலைவரானவர் என்றே அதற்கும் பொருள் கூறப்படுகிறது.[9] எனினும், 'ஆழ்வார்' என்பதற்கு நாம் முதலிற் குறித்தது போல, 'இறைமைக் குணங்களில் ஈடுபட்டவர்' என்று நேர்பொருள் காண்பதே பொருத்தமாகத் தோன்றுகிறது.

---

3. ஜி. எதிராஜுலுநாயுடு, வைணவப்பூங்கா, பக். 1–2.
4. பி.ஸ்ரீ., ஆழ்வார்களும் ஆசாரியர்களும், பக்.26–27.
5. டி.சி. பார்த்தசாரதி அய்யங்கார் (ப.ஆ.), நாலாயிர திவ்யப்ரபந்தம், ப.8.
6. (அ) A. Govindacharya, The Holy Lives of Azhvars or The Dravida Saints, P.II.

   (ஆ) K. Seshadri, "The Thiruppavai of Andal: Aspects of Religion", Professor P. Sundarampillai Commemoration volume, P.35.

   (இ) Norman Cutler, Songs of Experience- the poetics of Tamil Devotion, P.2.
7. மு. இராகவையங்கார், ஆழ்வார்கள் காலநிலை, ப.22.

   "ஆசைப்பட்(டு) ஆழ்வார் பலர்" நா.தி. அ. 14. இங்கு 'ஆழ்வார்' என்பதன் பொருள் வேறு. "ஸம்ஸாரத்திலே கீழ்நோக்கி விழுவார்" எனப் பொருள் கூறுவர் பெரியவாச்சான்பிள்ளை.
8. மேலது
9 பி.ஸ்ரீ., திவ்யப்பிரபந்தஸாரம், ப.36.

நம்மாழ்வார், பெரிய திருவந்தாதிப் பாசுரம் ஒன்றில் (34),

"பாலாழி நீ கிடக்கும் பண்பையாம் கேட்டேயும்
காலாழும் நெஞ்சழியும் கண்சுழலும்"

எனப் பாடுகின்றார். இறைவன் பாற்கடலிற் பள்ளிகொண் டிருத்தலைப் பிறர் சொல்லக் கேட்ட அளவில் தாம் ஆழங் காற்பட்ட அனுபவத்தையே இவ்வெண்பாவின் முற்பகுதியில் வெளியிடுகின்றார். "திருப்பாற்கடலில் நீ சயநித்த அழகை நாம் கேட்கும்போதே கால் (மேலெழாமல்) அழுந்தும்; நெஞ்சு சிதிலமாகும்; கண் ப்ரமிக்கும்" எனவும், "சிரவண மாத்திரத்திலே (கேள்வி அளவில்) இப்படி அழிகிறவர், ஸாக்ஷாத்கரித்தால்(கண்களாற்கண்டால்) என்படுவாரோ"[10] எனவும் இதற்கு உரையாசிரியர் விளக்கம் தருகின்றார். ஆழ்வாரின் பாடற்போக்கும் உரையாசிரியரின் விளக்கமும், 'ஆழ்வார்' என்பதற்கு, 'இறைமைக் குணங்களில் ஆழ்ந்து போகிறவர்' என்னும் பொருளையே அரண் செய்வதாய் உள்ளன. மேலும் திருவாய்மொழியில்,"வாசத்தடம் போல் வருவானே" (8–5–1) என்று இறைவனைத் தடாகமாகவும் கண்டு அனுபவிக்கிறார் ஆழ்வார். "தயரதன் பெற்ற மரகத மணித்தடம்" (தி.வா.மொ. 10–1–8) என்ற பிறிதோரிடத்தும் அவர் பேசுகின்றார். இறைவனாகிய குளிர் பொய்கையில் ஆழமூழ்கியெழுந்தவர் என்பதற்கு இதுவும் சான்றாகின்றது. எனவே ஆழ்வாரின் இப்பாசுரத் தொடர்கள் கொண்டு, சடகோபராகிய நம்மாழ்வாரை மட்டும் முதலில், 'ஆழ்வார்' எனக் குறித்திருக்கலாம் என்றும், அதுவே காலப்போக்கில் ஏனைய ஆழ்வார்களையும் குறிக்கும் பெயராகியிருக்கக் கூடும் என்றும் கருதலாம்.

'பதின்மர்' என்னும் வழக்கு

ஆழ்வார் பன்னிருவர் ஆவர். இவ்வாறன்றிப் 'பதின்மர்' எனக் கொள்ளும் வழக்கும் உண்டு. உபதேச ரத்தினமாலையின் நான்காம் செய்யுள் இதனை உறுதி செய்கின்றது. மேலும்

"பதின்மர் செந்தமிழைப் படிக்கிலாய்"[11]

"பதின்மருடைய ஞானமும் ஸ்த்ரீதனமாக இவள் (ஆண்டாள்) பக்கலிலேயிறே குடிகொண்டது"[12] என வருவன கொண்டும் இதனை அறியலாம்.

---

10. பெரியவாச்சான்பிள்ளை (உ.ஆ.), இயற்பா–பெரியதிருவந்தாதி. பக்.46–47.
11. மேற்கோள்: கி. வேங்கடசாமி (ப.ஆ.), நாலாயிர திவ்வியப்பிரபந்தம், ப.50.
12. கி. ஸ்ரீ நிவாஸய்யங்கார் ஸ்வாமி (உ.ஆ.), திருப்பாவை வ்யாக்யானம், ப.16.

ஆண்டாள் என்னும் கோதை நாச்சியாரைப் பெரியாழ்வார் வைபவத்திலும் மதுரகவிகளை நம்மாழ்வார் வைபவத்திலும் அடக்கிக் கூறுதலே இதற்குக் காரணம் ஆகும். மதுரகவிகளையும் ஆண்டாளையும் சேர்த்துச் சொல்லும் போது, 'ஆழ்வார் பன்னிருவர்' என்பது தேறும்.

அருளிச் செயல்

ஆழ்வார்களின் பிரபந்தங்களை, 'அருளிச்செயல்' எனக் குறிப்பதே வைணவ மரபாகும். மணவாளமாமுனிகள் உபதேச ரத்தினமாலையில், 'அருளிச் செயல்' என்றே குறிப்பிடுகின்றார்.

" ஆழ்வார்கள் வாழி ! அருளிச் செயல்வாழி!"
"ஆழ்வார் களையும் அருளிச் செயல்களையும்..."
"ஆழ்வார்கள் சீர்மை அறிவாரார் ?
அருளிச் செயலை அறிவாரார் ?"

என்பன அவர் கூற்றுகள்.[13] ஆழ்வார்களைக் கூறி அடுத்த நிலையில் அவரது படைப்புக்களைக் குறிக்குமிடம் தோறும், 'அருளிச்செயல்' என்றே அவர் பாடுதல் காணலாம். 'ஆசாரிய ஹிருதயம்' என்னும் நூல், 'அருளிச்செயல்' என்பதனோடு 'திவ்யப்பிரபந்தம்' என்னும் பெயராலும் ஆழ்வார்களின் பிரபந்தங்களைக் குறிப்பிடுகின்றது.[14]

திவ்வியப் பிரபந்தம்

நாளடைவில் ஆழ்வார்களின் தமிழ்ப் பாசுரங்களை, 'திவ்வியப் பிரபந்தம்' என்னும் வடமொழிப் பெயர் கொண்டு குறிப்பது வழக்குக்கு வந்துவிட்டது. 'ஆறாயிரப்படி குருபரம்பரை', 'கலியனருள்பாடு', 'கோயிலொழுகு' போன்ற நூல்களில் 'திவ்வியப்பிரபந்தம்' என்னும் பெயர் காணப்படுகிறது.[15] 'பிரபந்தம்' என்னும் வடசொல், 'நன்றாகக் கட்டப்பட்டது'[16] என்னும் பொருளில் நூலைக் குறிப்பதாகும். அதனோடு, 'திவ்வியம்' என்னும் அடை சேர்ந்து 'திவ்வியப்பிரபந்தம்' ஆயிற்று. 'திவ்வியம்' என்னும் சொல் தெய்விகமான பொருள்களைக் குறிக்கப் பயன்பட்டுள்ளது. வைணவ நெறியில் இறைவன் எழுந்தருளியுள்ள தலங்கள் 'திவ்விய தேசம்' எனப் பெயர்

---

13. உபதேச ரத்தினமாலை, 3.35, 36.
14. ஆசாரியஹிருதயம், 63, 44
15. (அ) எஸ்.கிருஷ்ணஸ்வாமி அய்யங்கார் (ப.ஆ.), ஆறாயிரப்படி குரு பரம்பரா ப்ரபாவம், பக்.118–120.
    (ஆ) அரசாணிபாலை கந்தாடை கிருஷ்ணமாசார்ய ஸ்வாமி (ப.ஆ.), கலியனருள்பாடு, பக். 4, 8, 11.
    (இ) எஸ். கிருஷ்ணஸ்வாமி அய்யங்கார் (ப.ஆ.), கோயிலொழுகு, பக்.31, 33.
16. ந.வீ. செயராமன், பாட்டியல் திறனாய்வு, ப.10.

பெறுகின்றன. இறைவனால் மயர்வற மதிநலம் அருளப்பெற்ற தெய்வமாக் கவிகளான ஆழ்வார்கள், 'திவ்விய சூரிகள்' எனச் சிறப்பிக்கப்படுகின்றனர்.[17] எனவே அவர்களாற் பாடப் பெற்ற பிரபந்தங்களும், 'திவ்வியப் பிரபந்தங்கள்' ஆயின. வைணவத்தில் பிரமாணம் (உண்மை அறிவிற்குக் கருவியாயிருப்பது), பிரமேயம் (பிரமாணத்தால் அறியப்படும் பொருள்), பிரமாதா (உண்மை அறிவுடையோன்) என்னும் மூன்றும் 'திவ்வியம்' என்னும் அடை கொடுத்தே வழங்கப்படுகின்றன.[18] 'திவ்வியப்பிரபந்தம்' என்னும் பெயருக்கு இவ்வழக்கே அடிப்படையாகின்றது.

பாசுரங்களின் எண்ணிக்கையைக் கருத்திற் கொண்டு, 'நாலாயிரம்', 'நாலாயிரப் பிரபந்தம்'' என்னும் பெயர்களும்[19] இந்நூலுக்கு வழங்கியுள்ளன. எனினும், 'நாலாயிரத் திவ்வியப் பிரபந்தம்' என்னும் பெயரே இன்று நிலை பெற்றுள்ளது. இப்பிரபந்தங்களைச் 'செய்யதமிழ் மாலைகள்'[20] எனவும் குறிப்பதுண்டு. இது அருகிய வழக்கே. மேலே குறித்த பெயர்களில் அன்றி, 'சந்தமிகு தமிழ்மறை'[21] என்னும் பெயரிட்டு இந்நூலை ஒருவர் பதிப்பித்துள்ளார் என்பது புதிய செய்தியாகும்.

நாதமுனிகள் திவ்வியப் பிரபந்தங்களைப் பெற்ற வரலாறு

நாதமுனிகள் ஆழ்வார் பிரபந்தங்களைத் தேடித் தொகுத்த வரலாறு வைணவ நூல்களில் மிகைபடக் கூறப்பட்டுள்ளது.

'காலதோஷத்தால்' ஆழ்வாரின் படைப்புகள் மறைந்துவிட, அவற்றை முதல் ஆசாரியரான நாதமுனிகள் யோக நிலையினால் வெளிப்படுத்தினார் என்பர்.[22]

வீரநாராயணபுரம் என்ற காட்டுமன்னார் கோயிலைச் சேர்ந்தவர் நாதமுனிகள். ஒரு முறை அவரது ஊரில் கோயில் கொண்டுள்ள மன்னனாரைச் சேவிக்க வந்த வைணவர்கள் சிலர், 'ஆராவமுதே' எனத் தொடங்கும் திருவாய்மொழிப் பதிகம் (5–8) ஒன்றைப் பாடத் தொடங்கினர். அப்பாசுரங்களைக் கேட்ட நாதமுனிகள் அவை குடந்தைக் கிடந்த பெருமானாகிய

---

17. ர. ஜெயந்தி, ஆழ்வார் பாடல்கள் – அடைவும் ஓதும் மரபுகளும், எம்.ஃபில் ஆய்வேடு, ப. 14.
18. மேலது, ப. 44.
19. கோமடம் எஸ்.எஸ். ஐயங்கார் (ப.ஆ.), சந்தமிகு தமிழ்மறை – முதலாயிரம், ப.50.
20. கொமாண்டூர் அநந்தாசார்யர் (ப.ஆ.), தேசிகப்ரபந்தம், அதிகார சங்கிரகம் 1.
21. கோமடம் எஸ்.எஸ். ஐயங்கார் (ப.ஆ.), சந்தமிகு தமிழ்மறை (முதலாயிரம் பெரியதிருமொழி, திருவாய்மொழி, இயற்பா–தனித்தனிப் பகுதிகளாக), சென்னை, வெளியிட்ட ஆண்டு முதலிய பதிப்பு விவரங்கள் இல்லை.
22. V.N. Hari Rao (Ed.), Koil Olugu, P.33.

ஆராவமுதனைப் பற்றியவை என்று தெரிந்துகொண்டார். பதிகத்தின் இறுதிப் பாசுரத்தில்,

"குருகூர்ச் சடகோபன் குழலின் மலியச்சொன்ன
ஓராயிரத்துள் இப்பத்தும்"

என்று ஓர் அடி வருவதை அவர் கூர்ந்து கேட்டார். இவை போலும் சுவைமிக்க பாசுரங்கள் ஆயிரம் உள்ளன என்று அறிந்து பெருமகிழ்ச்சி கொண்டார். அம்மகிழ்ச்சி பொங்க. 'ஆயிரம் பாசுரங்களையும் நீங்கள் அறிவீர்களா?' என்று அவ்வடியார்களிடம் வினவினார். அவர்களோ தங்களுக்குத் தெரிந்தது அந்த ஒரு பதிகம் மட்டுமே என்று பதில் கூறினர். நம்மாழ்வார் பிறந்த குருகூருக்கே விரைந்து சென்றார் நாதமுனிகள். அங்கு மதுரகவியாழ்வாரின் சீடரான பராங்குசதாசரைக் கண்டு வணங்கினார். 'இங்குத் திருவாய்மொழி ஓதினவர்கள் உண்டோ?' என்று வினவினார். அவர் மூலமாகத் திருவாய்மொழியும் திவ்வியப் பிரபந்தங்களும் நெடுங்காலம் இருந்து, பின்னர் வழக்கொழிந்து போனதை அறிந்தார். அவரிடமிருந்து நம்மாழ்வாரைக் குறித்து மதுர கவியாழ்வார் பாடிய 'கண்ணிநுண் சிறுத்தாம்பு' என்னும் பிரபந்தத்தைக் கற்று, அதை நம்மாழ்வாரின் திருமுன்னர்ப் பன்னீராயிரம் முறை உருச்சொன்னார். நம்மாழ்வாரும் மகிழ்ந்து அவருக்கு நாலாயிரம் பாசுரங்களையும் தரிசனத்தின் ஆழ்பொருளையும் யோக தசையில் உபதேசித்தருளினார். நாதமுனிகளும் தமக்குக் கிடைத்த நம்மாழ்வார் பாடல்களையும் ஏனைய ஆழ்வார்களின் பாடல்களையும் நாலாயிரப் பிரபந்தமாகத் தொகுத்தார். பாடல்களைப் பண், ஒத்து முதலியவற்றோடு சீடர்களுக்குக் கற்பித்தார். இனிமையான பண்களில் அமைந்த திவ்வியப்பிரபந்தம் தமிழ் நாடெங்கும் விரைவில் பரவத் தொடங்கியது.[23]

நாதமுனிகள். திவ்வியப் பிரபந்தங்களைப் பெற்றமை குறித்துக் குருபரம்பரை கூறும் வரலாறு இதுவேயாகும். காலத்தாற் பின்தோன்றிய, 'சடகோபர் திவ்விய சரித்திரம்' மற்றும் 'வைணவ ஆசாரியர்கள்' முதலிய நூல்களிலும் அதிக வேறுபாடின்றி இத்தகையதொரு வரலாறே கூறப்பட்டுள்ளது.[24] புராணிகத் தன்மையுடன் *(Mythical quality)* சொல்லப்பட்ட

---

23. (அ) எஸ். கிருஷ்ணஸ்வாமி அய்யங்கார் (ப.ஆ.), ஆறாயிரப்படி குருபரம் பராப்ரபாவம், பக்.117–120.
   (ஆ) எஸ். கிருஷ்ணஸ்வாமி அய்யங்கார் (ப.ஆ.), கோயிலொழுகு, பக்.30–31.
24. அ) தேவராஜய்யங்கார் ஸ்வாமிகள், ஸ்ரீசடகோப திவ்ய சரித்திரம். பக்.169–185.
   (ஆ) டி.எஸ். ராஜகோபாலன். வைணவ ஆசாரியர்கள் – முதற்பகுதி. பக். 20–25.

வரலாறு இது. வைணவ உலகம் இந்நிகழ்ச்சியை உண்மையென்றே போற்றிக் கொண்டாடுகிறது. யோக நிலையிலேயே அவர் திவ்வியப் பிரபந்தங்களைப் பெற்றிருக்கக் கூடுமென்றும், யோகக்கலையினை (நாத யோகம்)த் தம் சீடர்களுக்குக் கற்றுக்கொடுப்பதற்கு முன்பே அவர் காலமாகிவிட்டதாலும், அவர் இயற்றிய 'யோகரகசியம்' போன்ற நூல்கள் கிடைக்காமற் போய்விட்டதாலும், அக்கலை பற்றி ஒன்றும் தெரிந்துகொள்ள முடியவில்லை என்றும் சிலர் கருதுகின்றனர்.[25] ஆயினும் இக்கதையின் மூலம், நாதமுனிகள் ஆழ்வார்களின் பாசுரங்களை அரும்பாடுபட்டுத் திரட்டித் தொகுத்தார் என்பதுவே நாம் அறிய வேண்டிய செய்தியாகும். டி.எஸ். எலியட் என்ற மேனாட்டு அறிஞர், *"Myth is the emotional equivalent of Philosophy"*[26] என்று கூறியுள்ளமை இங்கு நினைவிற் கொள்ளத்தக்கது. வைணவ நூல்கள் கூறும் இந்நிகழ்ச்சியை அப்படியே எழுத்துக்கு எழுத்து ஏற்கவேண்டியதில்லை எனக் கூறும் வி.என். ஹரிராவ், நாதமுனிகளின் உயரிய, சிறப்புமிக்க பணியினைக் குறித்த மிகைக்கூற்றாகவே இதனைக் கொள்ளவேண்டும் என்பர்.[27]

நாதமுனிகள் கி.பி. 813இல் பிறந்து 918 வரை வாழ்ந்தவர் என்றும் ஆழ்வார்கள் அனைவரும் அவருக்கு முற்பட்ட காலத்தவர் என்றும் கூறுவர் மு. இராகவையங்கார்.[28] "இவ்வாழ்வார்கள் தன்னுடைச் சோதிக்கு எழுந்தருளி நெடுங்காலம் கழிந்தவாறே வீரநாராயணபுரத்தில்"[29] நாதமுனிகள் தோன்றினார் என்று ஆறாயிரப்படி குருபரம்பரையும் குறிப்பிடுகின்றது. இவற்றால் ஆழ்வார்களுக்கும் ஆசாரியர்களுள் முதல்வராகக் கூறப்படும் நாதமுனிகளுக்கும் இருந்த நீண்ட கால இடைவெளியை நாம் உணரக்கூடும். இவ்விடைவெளியை இட்டு நிரப்பும் நோக்கத்துடனேயே நம்மாழ்வாரிடமிருந்து திவ்வியப் பிரபந்தங்களை நாதமுனிகள் யோக நிலையிற் பெற்றதாக வைணவ நூல்கள் குறிப்பிடுகின்றன.[30] அன்றியும் ஆழ்வார்களுள் நம்மாழ்வார் ஒருவரே ஆசாரியநிலை பெறுபவர் (குருபரம்பரையில் இடம்பெறுபவர்) ஆவார்.[31] அவர்க்குப்பின்

25. Prema Nandakumar. A Book review published in the Hindu dated December 18, 1990, P.23.
26. தி. வைத்தமாநிதி, 'அணிந்துரை', ந. சுப்புரெட்டியார், சடகோபன் செந்தமிழ், ப. XV. 'வாழ்க்கைத் தத்துவத்தின் உணர்ச்சிப் பூர்வமான வெளிப்பாடு தொன்மம்' என்பது இதன் பொருள்.
27. V.N. Hari Rao, Op.cit., P.37.
28. மு. இராகவையங்கார், மு.நூ., ப.31.
29 எஸ். கிருஷ்ணஸ்வாமி அய்யங்கார் (ப.ஆ.), ஆறாயிரப்படி குருபரம் பராப்ரபாவம், ப.114.
30. B.V. Ramanujam, History of vaishnavism in south India upto Ramanuja, P.255.
31. Ibid., P.252.

வந்த ஆசாரியர்களுள் முதல்வராகக் கருதப்படும் நாதமுனிகளை நம்மாழ்வாருடன் தொடர்புபடுத்தும் முயற்சியாகவும் இக்கதை எழுந்தது எனலாம்.

"நாதனுக்கு நாலாயிரம் உரைத்தான் வாழியே"[32]

என்று நம்மாழ்வாரைப் போற்றும் வாழித்திருநாமத் தனியனிலும் இத்தொடர்பு வலியுறுத்தப்படுதல் காணலாம்.

நாதமுனிகளின் அரும்பெரும் முயற்சியினாலேயே ஆழ்வார் பாசுரங்கள் தேடித் தொகுக்கப்பட்டன என்பது உண்மை; அவராலேயே திவ்வியப் பிரபந்தங்கள் நிலைபெற்று வாழ்கின்றன என்பதிலும் கருத்து வேறுபாட்டுக்கு இடமில்லை. எனவேதான், 'தமிழ்மறை இன்னிசை தந்த வள்ளல்'[33] என்று அவர் போற்றப்படுகிறார். வேதவியாசருடனும் ஒப்பிடப் படுகிறார்.[34] 'பெரியமுதலியார்'[35] என்றும் அவர் சிறப்பிக்கப் படுகிறார். நாதமுனிகளின் இப்பெருமைகளுக்கு அங்கீகாரம் பெறுவது போலவே நம்மாழ்வாருடன் அவர் தொடர்புபடுத்தப் பட்டுள்ளார் என்றும் கருதலாம்.

நாதமுனிகளின் தொகுப்பும் நூல் அடைவும்

நாதமுனிகள் ஆழ்வார் பாசுரங்களை இயல், இசைக்குத் தக்கவாறு இருபெரும் பகுதிகளாக இயற்பா, இசைப்பா எனப் பிரித்தார். இப்பகுப்பினைச் "செப்பும் தமிழை இயலிசையிற் சேர்த்து"[36] என அழகிய நம்பிதாசரின் குருபரம்பரை குறிப்பிடு கின்றது. "இத்திவ்வியப் பிரபந்தங்களை திவ்யகானத்திலே யடைத்து இயலும் இசையுமாக்கிப் பாடுவித்தருள இது லோகத்திலே ப்ரஸித்தமாயிற்று"[37] என்று ஆறாயிரப்படி குருபரம்பரையும் கூறுகின்றது.

பாசுரங்களை இயற்பா, இசைப்பா எனப் பிரித்த நாதமுனிகள் இயற்பாக்களை ஒரு பகுதியாகவும் இசைப்பாக் களை மூன்று பகுதிகளாகவும் வகுத்தருளினார். 593 பாடல்கள் இயற்பாக்களாகவும் மற்றவை இசைப்பாக்களாகவும் வகுக்கப்பட்டிருக்கின்றன. இயற்பாப் பகுதியில் முதலாழ்வார் மூவருடன் (பொய்கையாழ்வார், பூதத்தாழ்வார், பேயாழ்வார்)

32. நித்யாநுஸந்தாநம், ப.127.
33. கொமாண்டூர் அநந்தாசார்யர் (ப.ஆ.), மு.நூ., அதிகாரசங்கிரகம் 6.
34. எஸ். கிருஷ்ணஸ்வாமி அய்யங்கார் (ப.ஆ.), ஆறாயிரப்படி குருபரம் பராப்ரபாவம், ப.120.
35. அரசாணிபாலை கந்தாடை கிருஷ்ணமாசார்யஸ்வாமி, மு.நூ., ப.7.
36. அழகிய நம்பிதாஸர், குருபரம்பரை, ப.8.
37. எஸ். கிருஷ்ணஸ்வாமி அய்யங்கார் (ப.ஆ.), ஆறாயிரப்படி குருபரம் பராப்ரபாவம், ப.120.

திருமழிசையாழ்வார், நம்மாழ்வார், திருமங்கையாழ்வார் ஆகிய மூவரின் பிரபந்தங்களும் இடம்பெற்றுள்ளன. இசைப்பாவில் முதலாழ்வார் மூவரையும் தவிர ஏனைய ஒன்பதின்மர் பாடல்களும் இடம்பெற்றுள்ளன. இவையாவும் பண்ணுடன் பாடுவதற்கு உகந்தவை என்னும் கருத்திலேயே, 'இசைப்பா' என்று தனியாகப் பிரித்துத் தொகுக்கப்பட்டிருக்கின்றன. இயற்பாவில் அடங்கிய பிரபந்தங்களை, 'சப்தரஸப்பிரதானமாகையாலே'[38] இயற்பா என்று தொகுத்ததாகக் கோயிலொழுகு கூறுகின்றது. நாதமுனிகள் இசைப்பாக்களை, 'தேவகானத்திலே ஏறிட்டுச் சேவித்த'தாகவும், இயற்பாவை, 'இயலாகச் சேவித்து' வந்ததாகவும் அந்நூல் மேலும் குறிப்பிடுகின்றது.[39] இதனால் இசைப்பா, இயற்பா என்ற பாகுபாட்டினைத் தெளிவாக உணர முடிகின்றது. இப்பாகுபாடும் பழைய தமிழ் இலக்கிய மரபைத் தழுவியதாகும் என்பர் ஏ.வி. சுப்பிரமணிய அய்யர்.[40] இயற்பாப் பிரபந்தங்களுக்கும் பண், தாளம் குறிக்கப்பட்ட பதிப்புகள் பின்னாளில் வெளிவந்துள்ளன. இது மிகமிகப் பிற்பட்ட காலத்து வழக்கமே ஆகும் என்பர்.[41]

இசைப்பாத் தொகுதிகள் மூன்றாவன: 1. முதலாயிரம், 2. பெரியதிருமொழி, 3. திருவாய்மொழி. இயற்பாத் தொகுதி ஒன்று. அஃது, 'இயற்பா' என்றே வழங்குகிறது. இவ்விரு பகுப்பிலும் அடங்கும் பிரபந்தங்களும் பாசுரங்களின் எண்ணிக்கையும் வருமாறு:

முதலாயிரம்
(10 பிரபந்தம்)

நூற்பெயர்	பாடியோர் பெயர்	பாசுரங்களின் எண்ணிக்கை
1. திருப்பல்லாண்டு	பெரியாழ்வார்	12
2. பெரியாழ்வார் திருமொழி		461
3. திருப்பாவை	ஆண்டாள்	30
4. நாச்சியார் திருமொழி		143
5. பெருமாள் திருமொழி	குலசேகராழ்வார்	105
6. திருச்சந்த விருத்தம்	திருமழிசையாழ்வார்	120
7. திருமாலை	தொண்டரடிப்பொடி யாழ்வார்	45
8. திருப்பள்ளியெழுச்சி		10

---
38. எஸ். கிருஷ்ணஸ்வாமி அய்யங்கார் (ப.ஆ.), கோயிலொழுகு, ப.22.
39. மேலது, ப.33.
40. ஏ.வி. சுப்பிரமணிய அய்யர், தமிழ் ஆராய்ச்சியின் வளர்ச்சி, ப.179.
41. எஸ். ராஜம் (வெ–ர்). திவ்யப்ரபந்தம் – இயற்பா, பதிப்புரை, ப.IV.

9. அமலனாதிபிரான்	திருப்பாணாழ்வார்	10
10. கண்ணிநுண் சிறுத்தாம்பு	மதுரகவியாழ்வார்	11
	ஆக, பிரபந்தங்கள் 10க்கு	947

இரண்டாம் ஆயிரம் – பெரியதிருமொழி

(3 பிரபந்தம்)

1. பெரியதிருமொழி		1084
2. திருக்குறுந்தாண்டகம்	திருமங்கையாழ்வார்	20
3. திருநெடுந்தாண்டகம்		30
	ஆக, பிரபந்தங்கள் 3க்கு	1134

மூன்றாம் ஆயிரம் – இயற்பா

(10 பிரபந்தம்)

1. முதல் திருவந்தாதி	பொய்கையாழ்வார்	100
2. இரண்டாம் திருவந்தாதி	பூதத்தாழ்வார்	100
3. மூன்றாம் திருவந்தாதி	பேயாழ்வார்	100
4. நான்முகன் திருவந்தாதி	திருமழிசையாழ்வார்	96
5. திருவிருத்தம்	நம்மாழ்வார்	100
6. திருவாசிரியம்		7
7. பெரியதிருவந்தாதி		87
8. திருவெழுகூற்றிருக்கை	திருமங்கையாழ்வார்	1
9. சிறியதிருமடல்		1
10. பெரியதிருமடல்		1
	ஆக, பிரபந்தங்கள் 10க்கு	593

நான்காம் ஆயிரம்

(ஒரே பிரபந்தம்)

1. திருவாய்மொழி	நம்மாழ்வார்	1102
	ஆக, பிரபந்தம் 1க்கு	1102

24 பிரபந்தங்களுக்கு மொத்தப் பாசுரங்கள்:
947+1134+593+1102 = 3776.

நாலாயிர அடைவில் ஆழ்வார்களின் பிரபந்தங்கள் அவர்களது காலவரிசைப்படி அமைக்கப் பெறவில்லை. பெரியாழ்வாரின் திருப்பல்லாண்டுடன் தொடங்கி நம்மாழ்வாரின் திருவாய்மொழியோடு நூல் நிறைவுறுகின்றது.

நாதமுனிகளின் அடைவுக்குக் கூறப்படும் தத்துவ விளக்கம்

நாதமுனிகள் என்ன கொள்கைகளின் அடிப்படையில் திவ்வியப் பிரபந்தத்தை இப்போதுள்ள அமைப்பில் தொகுத்தார் என்று அறிதற்குப் போதிய சான்றுகள் இல்லை. எனினும் பின்வந்தோர்களால் அவரது அடைவுக்குத் தத்துவ முறையில் விளக்கம் கூறப்பட்டுள்ளது.

'ஓம்' என்னும் பிரணவத்தின் விரிவாகவும் 'நம', 'நாராயணாய' என்னும் பதங்களின் விளக்கமாகவும் 'துவயம்'[42] என்னும் மறைமொழியின் விரிவாகவுமே நாலாயிரத் திவ்வியப் பிரபந்தத்தை நாதமுனிகள் அடைவுபடுத்தினார் என்பர்.[43] அவர்களது கருத்துப்படி, முதலாயிரத்தில் உள்ள பிரபந்தங்களுள் திருப்பல்லாண்டு முதல் அமலனாதிபிரான் முடியவுள்ள ஒன்பதும் பிரணவமாகிய 'ஓம்' என்பதன் விளக்கம் என்றும், முதலாயிரத்தின் இறுதியில் உள்ள 'கண்ணிநுண் சிறுத்தாம்பு' என்னும் பிரபந்தம் 'நம' என்பதன் விளக்கம் என்றும், பெரியதிருமொழி முதல் பெரியதிருமடல் ஈறாகவுள்ள பெரியதிருமொழி மற்றும் இயற்பாப் பிரபந்தங்கள் பதின் மூன்றும் நாராயண சப்தார்த்த விவரணமென்றும், எஞ்சியுள்ள திருவாய்மொழி துவயமந்திரத்தின் விளக்கம் என்றும் கொள்ளப்பெறும்.[44]

இதனையே, திருவாய்மொழி, 'த்வயார்த்த விவரண'மென் றும், ஏனைய இருபத்து மூன்று பிரபந்தமும் 'திருமந்த்ரார்த்த விவரணம்' என்றும் கூறுகிறது கோயிலொழுகு.[45]

பிறிதொரு சாரார் திருமந்திரம். துவயம் ஆகியவற்றோடு சரம சுலோகத்தையும் உளப்படுத்திக் கூறுவர். அவர்கள் இயற்பாவை மட்டும் தனித்து எடுத்து, அதனைச் சரமசுலோக விளக்கம் என்பர்.[46] முன்னைய விளக்கத்தில் விடுபட்ட சரம

---

42. 'துவயம்' என்பது இரு தொடர்களால் ஆய வடமொழி மந்திரம்.
"ஸ்ரீமத் நாராயண சரணௌ சரணம் ப்ரபத்யே
ஸ்ரீமதே நாராயணாய நம:" என்பது அது.
43. சே. கிருஷ்ணமாசாரியர் (ப.ஆ.), நாலாயிர திவ்யப்ரபந்தம், முகவுரை, பக்.2.
44. சுந்தரராமாநுஜ ஸ்வாமிகள், "நாலாயிரத் திவ்ய ப்ரபந்தம்", ஸ்ரீ வைஷ்ணவம், பக்.149–150.
45. எஸ். கிருஷ்ணஸ்வாமி அய்யங்கார் (ப.ஆ.), கோயிலொழுகு, ப.32. த்வயார்த்த விவரணம்: துவயம் என்னும் மந்திரத்தின் விளக்கம். திருமந்த்ரார்த்த விவரணம்: 'ஓம் நமோ நாராயணாய' என்னும் திருமந்திரத்தின் விளக்கம்.
46. A. Govindasharya, op. cit.. PP. XXI-XXII.

சுலோகத்தை[47] அவர்கள் இங்கு உட்படுத்தியது கவனிக்கத் தக்கது.

திருமந்திரம், துவயம், சரமசுலோகம் ஆகிய மூன்றையும் 'ரஹஸ்யத்ரயம்'[48] (மூன்று இரகசியங்கள்) என்று போற்றிக் கூறுவர் வைணவர். எனவே நாதமுனிகளின் அடைவு இம்மூன்று இரகசியங்களின் அடிப்படையில் அமைந்தது என்பது வைணவர்களின் கருத்தாம் என்று அறியலாம்.

இத்தகைய தத்துவ விளக்கங்கள் ஒருபுறமிருக்க, ஏ.வி. சுப்பிரமணிய அய்யர் போன்றோர் தற்கால இலக்கிய விமரிசன முறையில் நாதமுனிகளின் நூல் அடைவுக்குக் காரணமும் பொருத்தமும் காண முயன்றுள்ளனர்.[49] அவையும் ஊகத்தின் அடிப்படையில் எழுந்தவையே. ஆதலின் நாதமுனிகளின் தொகுப்புக் கொள்கையை அறிய உதவும் சான்றுகள் ஆகமாட்டா.

வைப்பு முறையில் கருத்து வேறுபாடு

நாலாயிரத் திவ்வியப்பிரபந்த அடைவில் முதலாயிரம், பெரியதிருமொழி ஆகிய முதலிரண்டு ஆயிரங்களின் வைப்பு முறையிலும் ஒருமித்த கருத்து நிலவுகிறது. ஆனால் இயற்பா, திருவாய்மொழி ஆகிய இரண்டு ஆயிரங்களையும் மூன்றாவது நான்காவது ஆயிரமாகக் கொள்வதில் கருத்து வேறுபாடு இருந்து வந்திருக்கிறது. பொருட் சிறப்பினை ஒட்டி முதலாயிரம், பெரியதிருமொழி, இயற்பா. திருவாய்மொழி எனக் கொள்ளுதல் ஒரு மரபு. முதலாயிரம்,பெரியதிருமொழி, திருவாய்மொழி, இயற்பா எனக் கொள்வது மற்றொரு வகை மரபு ஆகும். இவ்விருவகை மரபுகளுக்கும் தத்துவார்த்தமாக விளக்கம் தரப்படுகிறது.[50] இவ்விளக்கத்தின் அடிப்படையில் நாலாயிரத்

---

47. கீதை 18ஆம் அத்தியாயத்தில் இடம்பெறுவது சரமசுலோகம். "ஸர்வதர்மாந் பரித்யஜ்ய மாமேகம் சரணம்வ்ரஜ அகம்த்வா ஸர்வபாபேப்யோ மோக்ஷயிஷ்யாமி மாசுச:" என்பது அது.

48. எஸ். கிருஷ்ணஸ்வாமி அய்யங்கார் (ப.ஆ.), முமுக்ஷுப்படி, பக்.3,4,113,114.

49. ஏ.வி. சுப்பிரமணிய அய்யர், மு.நூ., பக். 190–195.

50. திருமந்திரம், துவயம், சரமசுலோகம் என்பதுவே மூன்று ரகசியங்களின் வரிசை முறையாகும். திருவாய்மொழி நீங்கலாக உள்ள ஏனைய 23 பிரபந்தங்களையும் திருமந்திரத்தின் விளக்கம் என்றும், திருவாய்மொழி துவயம், சரமசுலோகம் ஆகிய இரண்டின் விளக்கம் என்றும் கருதியவர்கள் முதலாயிரம். பெரியதிருமொழி, இயற்பா, திருவாய்மொழி என்னும் வரிசை முறையில் பதிப்பித்தார்கள். இஃது ஒருவகை மரபு.

    முதலாயிரம், பெரியதிருமொழி இரண்டும் திருமந்திர விளக்கம் என்றும், திருவாய்மொழி துவயத்தின் விளக்கம் என்றும், இயற்பா, சரமசுலோக விளக்கம் என்றும் கருதியவர்கள் முதலாயிரம், பெரியதிருமொழி, திருவாய்மொழி, இயற்பா என்னும் வரிசைமுறையில் பதிப்பித்தார்கள். இது, மற்றொரு வகை மரபாகும்.

    –சே. கிருஷ்ணமாசாரியர் (ப.ஆ.), மு.நூ., ப.2.

திவ்வியப்பிரபந்தப் பதிப்புகள் பல வெளிவந்துள்ளன.[51] திவ்வியப் பிரபந்தம் நான்கு ஆயிரங்களும் பெரும்பாலான ஏட்டுப்பிரதி களில் தனித்தனியாகவே அமைந்துள்ளதாக ராஜம் பதிப்பு தெரிவிக்கிறது.[52] எனவே இவ்வரிசைமுறை குறித்தும் நாதமுனி களின் கருத்தினைத் தெரிந்துகொள்ள முடியவில்லை.

2.10 பிரபந்தங்களின் எண்ணிக்கை

நாதமுனிகளின் தொகுப்பில் அடங்கிய பிரபந்தங்களின் எண்ணிக்கை 24 ஆகும். நாதமுனிகளுக்குப் பிறகு இராமானுசர் காலத்தில் திருவரங்கத்தமுதனார் பாடிய இராமானுச நூற்றந்தாதியை அதன் தகுதி நோக்கி இயற்பாவை அடுத்து ஓதுதற்குரியதாக மட்டுமே அமைத்தனர்.[53] ஆதலால் பிரபந்தங்கள் 24 என்பதில் எந்த மாற்றமும் ஏற்படவில்லை.

பெரியாழ்வாரின் பிரபந்தங்களான திருப்பல்லாண்டு, பெரியாழ்வார் திருமொழி ஆகிய இரண்டனுள் திருப்பல்லாண்டினைத் தனிப் பிரபந்தமாகக் கொள்ளாமல் சிலர் பெரியாழ்வாரின் திருமொழியோடு அடக்கிக் கூறலாயினர். அதனால் பிரபந்தங்களின் எண்ணிக்கை 23 ஆகக் குறைந்தது. இவ்வாறு கொண்டோர், இராமானுச நூற்றந்தாதியையும் சேர்த்துப் பிரபந்தங்களின் எண்ணிக்கை 24 என்பர்.

---

51. முதல் மரபை ஓட்டி வெளியான பதிப்புகள்

    (அ) திருநாராயணபுரம் கோவிந்தராஜ ஐயங்கார் (ப.ஆ.), நாலாயிர திவ்யப்ரபந்தம், நற்றமிழ் விலாச அச்சியந்திர சாலை, சென்னை. 1908.

    (ஆ) சே. கிருஷ்ணமாசாரியர் (ப.ஆ.), நாலாயிர திவ்யப்ரபந்தம், சென்னை, ருதிரோத்காரி (1923–24).

    (இ) ஸ்ரீ நிவாஸராகவாசாரியர் (ப.ஆ.), நாலாயிர திவ்யப்ரபந்தம், திருமகள் விலாச அச்சியந்திர சாலை, சென்னை, விபவ (1928–1929).

    (ஈ) டி.ஸி. பார்த்தசாரதி அய்யங்கார் (ப.ஆ.), நாலாயிர திவ்யப்ரபந்தம், பூமகள் விலாச அச்சுக்கூடம், சென்னை. 1939.

    இரண்டாவது மரபையொட்டி வெளியான பதிப்புகள்

    (அ) "1856இல் முதல் முதல் வெளியிட்ட கூர்மாசாரியர் பதிப்பும். 1908இல் வெளியிட்ட காரப்பங்காடு கோபாலாசாரியர் பதிப்பும்" – கி. வேங்கடசாமி ரெட்டியார் (ப.ஆ.), நாலாயிர திவ்வியப்பிரபந்தம், ப.26.

    (ஆ) கோமடம் எஸ்.எஸ். ஐயங்கார் (ப.ஆ.), சந்தமிகு தமிழ்மறை, சென்னை, பதிப்பு விவரம் இல்லை.

    (இ) கி. வேங்கடசாமி ரெட்டியார் (ப.ஆ.), நாலாயிர திவ்வியப்பிரபந்தம், சென்னை, 1973.

52. எஸ். ராஜம் (வெ–ர்), இயற்பா, பதிப்புரை: ப.V.

53. எஸ். கிருஷ்ணஸ்வாமி அய்யங்கார் (ப.ஆ.), கோயிலொழுகு. ப.48.

"ஆறிருவர் ஓரொருவர் அவர்தாம் செய்த
துய்யதமிழ் இருபத்து நான்கு"[54]

என்பது வேதாந்ததேசிகரின் கூற்று. இங்கு ஆழ்வார் பன்னிருவருடன் திருவரங்கத்தமுதனாராகிய ஒருவரையும் சேர்த்துப் பதின்மூவரும் செய்த இருபத்துநாலு பிரபந்தங்கள் என வேதாந்ததேசிகர் தெளிவுபடக் கூறியுள்ளார். ஆதலின் அவரது உள்ளக்கருத்தை அனுசரித்து இராமாநுச நூற்றந்தாதியை இயற்பாவின் இறுதியில் வைத்துப் பதினோராவது பிரபந்தமாகக் கொள்ளும் முறை ஏற்பட்டது.[55] இம்முறையினை ஏற்காதவர்கள், இராமாநுச நூற்றந்தாதியைத் தனி ஒரு பிரபந்தமாகக் கணக்கிடாமல், திருப்பல்லாண்டு முதலாகப் பிரபந்தங்களின் எண்ணிக்கை 24 எனக் கொண்டனர்.

இதன் விளைவாக, திவ்வியப்பிரபந்தப் பதிப்புகளும் இவ்விரு வகையையும் தழுவியமைந்தன. பழைய திவ்வியப் பிரபந்தப் பதிப்பாசிரியர்களுள் இயற்பாவின் இறுதியில் இராமாநுச நூற்றந்தாதியைச் சேர்த்துப் பதிப்பித்தவர்களும் உண்டு. நாலாயிர எண்ணிக்கையில் இராமாநுச நூற்றந்தாதியை உட்படுத்தாமல் பதிப்பித்தவர்களும் உண்டு.[56] எனினும் 24 பிரபந்தங்கள் என்னும் வழக்கு பொதுவாக நிலவுகின்றது. ஒரு சாரார் பெரியாழ்வார் திருமொழி முதலாக (திருப்பல்லாண்டு பெரியாழ்வார் திருமொழியுள் அடக்கம்) இராமாநுச நூற்றந்தாதி ஈறாக 24 பிரபந்தங்கள் என்பர். மற்றொரு சாரார் திருப்பல்லாண்டு முதலாக (இம்முறையில் திருப்பல்லாண்டும் பெரியாழ்வார் திருமொழியும் தனித்தனிப் பிரபந்தங்கள்) திருவாய்மொழி ஈறாக 24 பிரபந்தங்கள் என்பர்.[57]

இந்நிலையில், "ஆழ்வார்கள் பதின்மரும் ஆண்டாளும் மதுரகவியும் ஆகப் பன்னிரண்டு திருநாமமருளிச் செய்த இருபத்துநாலு ப்ரபந்தங்களில்..."[58] என வரும் கோயிலொழுகுத் தொடர் நம் கவனத்துக்கு உரியதாகின்றது. 'ஸ்ரீமந்நாதமுனிகள் கல்பித்த கட்டளை' என்னும் பகுதியில் காணப்படும் தொடர் இது. உடையவரின் வைபவத்தில் அமுதனாரின் நூற்றந்தாதியை இயற்பாவுடன் சேர்த்து வழங்கும் வழக்கம் ஏற்பட்டதாகக் குறிக்கும் கோயிலொழுகு, நாதமுனிகள் பற்றிப் பேசுகையில் 'ஆழ்வார் பன்னிருவர்' என்றும் அவர்களால் இயற்றப்பட்ட பிரபந்தங்கள் 24 என்றும் குறிக்கக் காண்கிறோம்.[59] இக்குறிப்பு

54. கொமாண்டூர் அநந்தாசார்யா (ப.ஆ.), மு.நூ., பிரபந்தசாரம் 17.
55. எஸ். ராஜம் (வெ–ர்), இயற்பா, பதிப்புரை, பக். IV-V.
56. மேலது, ப.V.
57. கி. வேங்கடசாமி ரெட்டியார் (ப.ஆ.), மு.நூ., ப.33.
58. எஸ். கிருஷ்ணஸ்வாமி அய்யங்கார் (ப.ஆ.), கோயிலொழுகு, ப.33.
59. மேலது, பக்.47–48.

நாதமுனிகள் தம் காலத்திலேயே ஆழ்வார்களின் பிரபந்தங்களை 24 ஆக வகுத்திருக்கலாம் என்று கருத இடமளிக்கிறது. பிரபந்தங்களுக்குத் தனித்தனியான பெயர் அமைந்திருப்பதும் முறையே பப்பத்துப் பாசுரங்களும் பதினொன்றே பாசுரங்களும் உடைய திருப்பள்ளியெழுச்சி, அமலனாதிபிரான், கண்ணிநுண்சிறுத்தாம்பு போன்ற அளவிற் சிறிய பதிகங்களுக்கும் 'பிரபந்தம்'[60] என்ற உயர்நிலை கொடுத்திருப்பதும் இம்முடிவினை அரண் செய்வதாய் உள்ளன.

நாலாயிரம் என்னும் எண்ணிக்கை

நாலாயிரத் திவ்வியப்பிரபந்தத் தொகுப்பில் உள்ள மொத்தப் பாசுரங்களின் எண்ணிக்கை 3776 ஆகும். இவ்வாறே பதிப்பாசிரியர் பலரும் கொண்டுள்ளனர்.[61] இக்கணக்கில் நாலாயிரம் பாசுரம் பூர்த்தியாகவில்லை. ஆதலால் தனித்தனி பாடல்களாகக் கருதத்தக்க திருமங்கையாழ்வாரின் சிறிய திருமடல், பெரியதிருமடல் இரண்டையும் பல பாசுரங்களாகப் பிரித்து, நாலாயிரமாகக் கணக்கிடும் முறை மேற்கொள்ளப் பட்டது. அப்படிப் பிரிப்பதிலும் இருவேறு கொள்கைகள் உருவாயின. முன்னர்க்கண்ட பிரபந்தங்களின் எண்ணிக்கை குறித்த கருத்து வேறுபாட்டின் அடிப்படையிலேயே பாசுரக் கணக்கீட்டிலும் வேற்றுமைகள் தொடர்ந்தன. அங்ஙனம் வேறுபட்டோர் வடகலை, தென்கலை ஆகிய இருவேறு நெறிகளைச் சார்ந்தோர் ஆவர்.

இராமாநுச நூற்றந்தாதி இன்றியே பாசுரங்களின் எண்ணிக்கையை நாலாயிரமாகக் காட்டியவர் அப்பிள்ளை. இவர் தென்கலை நெறியினர். தென்கலை ஆசாரியரான மணவாள மாமுனிகளின் சீடர். இராமாநுச நூற்றந்தாதியைச் சேர்த்து நாலாயிரம் பாசுரங்களாகக் கணக்கிட்டவர் வேதாந்த தேசிகர். இவர் வடகலை நெறியைத் தோற்றுவித்தவர். இவ்விரு கலையாருக்கும் தத்துவார்த்த அடிப்படையில் வேற்றுமைகள் உள்ளன.[62] அவ்வேற்றுமைகள் பாசுரங்களைக் கணக்கிடுவதிலும் தலைகாட்டின எனலாம்.

---

60. எஸ். கிருஷ்ணஸ்வாமி அய்யங்கார் (ப.ஆ.), ஆறாயிரப்படி குருபரம் பராப்ரபாவம், பக்.556–565.

61. சே. கிருஷ்ணமாசாரியர், மயிலை மாதவதாஸன், எஸ். கிருஷ்ணஸ்வாமி அய்யங்கார் முதலிய பதிப்பாசிரியர்கள் இவ்வாறே கொண்டுள்ளனர்.

62. "இறைவனை அடையச் சீவன்களின் முயற்சிதேவையில்லை என்பர் தென்கலையார்; சீவன்கள் முயற்சியும் தேவை என்பர் வடகலையார். இதுவே அடிப்படை வேறுபாடு"

(அ) ம. ராதாகிருஷ்ணபிள்ளை, பிற்கால வைணவம், பக்.97–98.

(ஆ) R.G. Bhandarkar, Op.cit., PP. 78-79.

அப்பிள்ளை கணக்கில் நாலாயிரம்

சிறியதிருமடலில் 155 அடிகளும் பெரியதிருமடலில் 297 அடிகளும் உள்ளன. அப்பிள்ளை என்பார் மடலில் அமைந்த ஒரு கண்ணியை (இரண்டு அடிகளை) ஒரு பாசுரமாகக் கொண்டு சிறியதிருமடல் 77½, பெரியதிருமடல் 148½ – ஆகப் பாசுரம் 226 என்று கணக்கிட்டுள்ளார்.

"இலங்கெழு கூற்றிருக்கை இருமடலீந்தான் வாழியே
இம்மூன்றில் இருநூற்றிருபத் தேழீந்தான் வாழியே"[63]

என்று அவரே பாடிய வாழித்திருநாமச் செய்யுட்பகுதி இதற்கு ஆதாரமாக உள்ளது. 227 என்று உள்ளதில் திருமங்கையாழ்வார் பாடிய திருவெழுகூற்றிருக்கையைக் கழித்துப் பார்த்தால் திருமடல்களை 226 பாசுரமாகக் கணக்கிட்டதை அறியலாம். இவரது கணக்குப்படி இராமாநுச நூற்றந்தாதி இன்றியே நாலாயிரம் என்னும் எண்ணிக்கை (3374+226= 4000) நிறைவுபெற்று விடுகிறது.

வேதாந்ததேசிகர் கணக்கின்படி நாலாயிரம்

108 பாசுரங் கொண்ட இராமாநுச நூற்றந்தாதியையும் சேர்த்து நாலாயிரம் எனக் கொண்டவர் வேதாந்ததேசிகர். இவரது கணக்கின்படி திருமடல்கள் இரண்டும் 118 பாசுரங்கள் ஆகின்றன. திருமடல்களைப் பல பாசுரங்களாகப் பிரிப்பதில் தேசிகர் ஒரு புதிய முறையை மேற்கொண்டதாகத் தெரிகிறது. அப்பிள்ளையைப்போல இரண்டுஅடி ஒரு பாசுரம் என்று அவர் கணக்கிடவில்லை. ஒரே பாடலாக நீண்டு அமைந்த சிறிய திருமடலையும் பெரியதிருமடலையும் பொருட்போக்கைக் கருதித் தனித்தனியாகப் பிரித்து, அத்தனிப்பகுதி ஒவ்வொன்றையும் ஒரு பாசுரமாக அவர் கணக்கிட்டிருக்கிறார். அவ்வாறு கணக்கிட்டதில் சிறியதிருமடல் பாசுரம் 40 என்பதும் பெரியதிருமடல் பாசுரம் 78 என்பதும் அவர் முடிவு ஆகும்.

"சிறியமடற் பாட்டுமுப்பத் தெட்டு இரண்டும்
சீர்பெரிய மடல்தனிற் பாட்டு எழுபத தெட்டும்"[64]

என்று அவர் பாடியதே இதற்கு ஆதாரமாக உள்ளது. இவர் கணக்குப்படியும் நாலாயிரம் என்னும் எண்ணிக்கை (3774+40+78+108=4000) நிறைவு பெறுகிறது.

---

63. நித்யாநுஸந்தாநம், ப.125.

64. கொமாண்டூர் அநந்தாசார்யார் (ப.ஆ.), மு.நூ., பிரபத்தசாரம் 13.

இவ்வாறு திருமடல்களைப் பல பாசுரங்களாகப் பிரித்துக் கணக்கிடும் இருவேறு கொள்கைகளும் பொதுவாகப் பதிப்பாசிரியர்களால் பின்பற்றப்பட்டுள்ளன.[65]

ஆழ்வார் பாசுரங்கள் சரியாக நாலாயிரம் என்று காட்டுவதற்காகத் திருமடல்களைப் பல பாசுரங்களாகக் கணக்கிடத் தேவையில்லை என்பது அறிஞர் கருத்து. திருமடல்களைப் பல பாட்டாகப் பிரித்தல் இலக்கண முறைக்கு எவ்வகையாலும் இணங்காது என்பர் வைணவ அறிஞர் பி.ப. அண்ணங்கராசாரியர்.[66]

திருமடல்கள் இரண்டும் வெண்பாவுக்குரிய சீரும் தளையும் பெற்று, கலிவெண்பாவில் அமைந்துள்ளன. எனவே இலக்கணப்படி ஒவ்வொரு மடலையும் ஒவ்வொரு பாட்டாகக் கொள்வதே ஏற்புடையது. அவ்வாறு கொண்டால் பாசுரங்களின் மொத்த எண்ணிக்கை நாலாயிரம் ஆகாதே என்று சிலர் வினவக்கூடும். "உலகத்தில் பெரிய தொகைக்குச் சில எண்கள் குறைந்தாலும் பெரிய தொகையை இட்டே வழங்குவதுண்டு. நாலாயிரக் கணக்குக்கு நூறு இருநூறு குறைந்தாலும் நாலாயிரம் என்றே வழங்கலாம்"[67] என்று இதற்கு அமைதி கூறுவார் பி.ப. அண்ணங்கராசாரியர். மேலும் நாலாயிர அடைவில் முதலாயிரத்தில் உள்ள பாசுரங்கள் 947 மட்டுமே. இருந்தும் அது, 'முதலாயிரம்' என்றே கூறப்படுகிறது. திருவாய்மொழிப் பாசுரங்கள் மொத்தம் 1102. எனினும் ஆழ்வார் தாமே, "குருகூர்ச்சட கோபன் நேர்ந்த ஓர் ஆயிரம்" (தி.வா.மொ. 3–5–11; 3–6–11; 3–8–11; 3–9–11) என்பது போலப் பலவிடத்தும் கூறிச் செல்கின்றார். பெரியதிருமொழிப் பாசுரங்கள் 1084. அவைகளைக் குறித்து ஓர் அடியார். "மங்கையர்கோன் ஈந்த மறையாயிரம்"[68] என்றே பேசுகிறார். இங்கெல்லாம் ஆயிரம் என்றே பேச்சுப்படினும் முதலாயிரத்தில் ஆயிரத்துக்குக் குறைவாகவும், பெரியதிருமொழி. திருவாய்மொழிகளில் ஆயிரத்துக்கு அதிகமாகவும் பாடல்கள் அமைந்துள்ளன. இச்சான்றுகளால் ஆயிரத்துக்கு நூறு, ஐம்பது குறைந்தாலும் மிகுந்தாலும் ஆயிரம் என்று கூறும் வழக்கு இருந்ததாகத் தெரிகிறது. எனவே கலிவெண்பாவினாலான திருமடல்களைப் பல பாசுரங்களாகப் பிரித்து நாலாயிரமாகக் கணக்குக் காட்டவேண்டியதில்லை எனவும் திருமடல்களைத் தனித்தனிப் பாட்டாகக் கொள்வதே பொருத்தம் எனவும் துணியலாம்.

---

65. எஸ். ராஜம் (வெ–ர்), இயற்பா, ப.X.
66. பி.ப. அண்ணங்கராசாரியர் (உ.ஆ.), சிறியதிருமடல் – தீபிகையுரை, ப.22.
67. மேலது, ப.23.
68. மயிலை மாதவதாஸன் (ப.ஆ.), மு.நூ., ப. 219.

நாதமுனிகளின் நோக்கில் இலக்கிய வகைகள்

நாதமுனிகளின் அடைவில் ஆழ்வார்களின் பாசுரங்களைத் தனித்தனி இலக்கியங்களாக வகைப்படுத்தும் முயற்சி முளைவிட்டிருப்பதைக் காணமுடிகின்றது. இயல், இசை என்னும் பெரும்பகுப்புக்கும் மேலாக, பொருள், யாப்பு, அளவு முதலியவற்றால் அவர் நூல்களை வகைப்படுத்தித் தொகுத்திருக்கிறார் என்று கருதுதற்கும் இடமுள்ளது.

பாடல்களைத் திரட்டித் தொகைப்படுத்துவோர் பொருள், யாப்பு, அடிவரையறை, பாடலிடையே வரும் தொடர், பாடல்களின் தன்மை, எண்ணிக்கை ஆகியவற்றைக் கருத்திற் கொண்டு அவற்றை வகைப்படுத்திப் பெயரிடுதல் மரபு. 'பாட்டும் தொகையும்' எனப்படும் சங்க இலக்கியங்கள் தொகுக்கப்பட்டுள்ள முறையினை நோக்கி நாம் இதனை ஒருவாறு உணர்ந்து கொள்ளலாம். அகநானூறு, புறநானூறு முதலிய தொகை நூல்கள் பாடுபொருளும், பாடல்களின் எண்ணிக்கையும் கருதி அவ்வாறு பெயர் பெற்றுள்ளன. நற்றிணை, குறுந்தொகை முதலிய அகப்பொருள் நூல்கள் மேற்குறித்த இயல்புகளோடு அடிவரையறையையும் கருத்திற்கொண்டு தொகுக்கப் பெற்றுள்ளன. ஐங்குறுநூறு பதிக அமைப்பையும் கருத்திற்கொண்டு தொகுக்கப் பெற்றுள்ளது. கலி, பரிபாட்டு என்னும் ஓசை நயம் நிரம்பிய செய்யுள் வகையில் அமைந்த நூல்கள் கலித்தொகை, பரிபாடல் என்றே பெயர் பெற்றுள்ளன. பத்துப்பத்து அகவற்பாக்களால் அமைந்து பத்துப் பகுதிகளைக் கொண்ட நூல் ஒன்றுக்குப் பதிற்றுப்பத்து என்று பெயர் சூட்டியுள்ளனர். இந்நூலில் உள்ள ஒவ்வொரு பாட்டுக்கும் ஒவ்வொரு பெயர் தரப்பட்டிருக்கிறது. அவ்வப்பாட்டில் அமைந்த வருணனை மிக்க சிறந்த தொடரே பாட்டின் பெயராக அமைந்துள்ளது. பத்துப் பெரிய அகவற் பாடல்களைக் கொண்ட தொகுதிக்குப் பத்துப்பாட்டு என்றே பெயர் வழங்குகிறது.

தமிழில் உள்ள பழைய தொகை நூல்கள் பற்றிய இக்கருத்துக்களை நினைவிற் கொண்டு நாதமுனிகளின் தொகுப்பினைக் காணுதல் வேண்டும். இத்தகைய முறையிலேயே ஆழ்வார் பரசுரங்களையும் பிரபந்தங்களையும் அவர் தொகுத்திருக்கக் கூடும்; பிரபந்தங்களுக்குப் பெயர் சூட்டி யிருக்கக் கூடும். பெயரீடுகள் எதுவும் இன்றி, இயற்பா, இசைப்பா அல்லது முதலாயிரம், பெரியதிருமொழி, இயற்பா, திருவாய்மொழி என்ற பகுப்புக்களை மட்டுமே அவர் செய்திருப்பார் எனல் பொருந்தாது. "The editorial art is

ம.பெ. சீனிவாசன்

the microscope of literary study"[69] என்பர் மேனாட்டறிஞர். இக்கருத்துக்கேற்பவே தொகுப்புக் கலையிற் சிறந்தவராக நாதமுனிகளை நாம் இனம் காணமுடிகிறது.

நாதமுனிகளின் தொகுப்பில் ஆழ்வாரின் பிரபந்தங்கள் அளவாலும் யாப்பாலும் வேறுபல சிறப்பாலும் பல்வேறு பெயர்களைப் பெற்றுள்ளன. பெரியாழ்வார் திருமொழி, நாச்சியார் திருமொழி, பெருமாள் திருமொழி முதலியன பாடியவர்களாற் பெயர் பெற்றவை. திருப்பல்லாண்டு, அமலனாதிபிரான், கண்ணிநுண் சிறுத்தாம்பு போன்றவை பாட்டு முதற் குறிப்பால் பெயர் பெற்றவை. நான்முகன் திருவந்தாதி என்பது பாட்டு முதற் குறிப்பாலும் அந்தாதித் தொடையாலும் பெயர் பெற்றது. முதல் திருவந்தாதி, இரண்டாம் திருவந்தாதி, மூன்றாம் திருவந்தாதி, பெரிய திருவந்தாதி என்பன அந்தாதித் தொடையால் பெயர் பெற்றவை. திருவாசிரியம், திருச்சந்தவிருத்தம், திருவிருத்தம், திருக்குறுந்தாண்டகம், திருநெடுந்தாண்டகம் என்பவை யாப்பால் பெயர் பெற்றவை. திருவெழு கூற்றிருக்கை என்பது எண்ணலங்காரத்தாற் பெயர் பெற்றது. திருப்பாவை, திருப்பள்ளியெழுச்சி, சிறியதிருமடல், பெரிய திருமடல் என்பன பாவை நோன்பு நோற்றல், பள்ளியெழுச்சி பாடுதல், மடலேறுதல் ஆகிய தொழிலாற் பெயர் பெற்றவை. திருமாலை, பெரியதிருமொழி, திருவாய்மொழி ஆகியவை முறையே தன்மையாலும் அளவாலும் சிறப்பாலும் பெயர் பெற்றவை எனக் கருதலாம். எனினும் 'பெரியதிருவந்தாதி' நூலின் பொருட் சிறப்புக் கருதி அமைந்த பெயர் என்பர்.[70]

இவ்வாறு கொண்டால் பழைய மரபுகளைத் தழுவிச் சில புதிய மரபுகளையும் அவர் உருவாக்கியதை அறியமுடியும். 'கண்ணிநுண் சிறுத்தாம்பு', 'அமலனாதிபிரான்' என வரும் முதற் குறிப்புப் பெயர்கள் பொருள் பொதிந்த சிறந்த தொடரால் பாட்டுக்குப் பெயரிடும் பதிற்றுப்பத்து மரபினை ஒருவகையில் ஒத்துள்ளன. உயர்ந்தோர் வாய்மொழிகளைத் 'திருமொழி' எனக் குறிக்கும் மரபினையும் முந்தையோர் இலக்கியங்களிலிருந்தே நாதமுனிகள் பெற்றிருக்கக்கூடும். அருகதேவனின் அருளிச்செயல்களைப் 'பெருமகன் திருமொழி' எனவும், 'ஞானத்திருமொழி' எனவும் குறிக்கிறது சிலப்பதிகாரம்.[71] "திருமொழியாய் நின்ற திருமாலே" *(இ.தி.அ.64)* என இறைவனைப் பாடுகிறார் பூதத்தாழ்வார். திருமங்கையாழ்வாரின்

---

69 George Watson, The Study of literature, P.138.

70. எஸ். ராஜம் (வெ-ர்), இயற்பா, ப.VII.

71. சிலம்பு, 10:47; 194-195.

பெரியதிருமொழியிலும் இரண்டு இடங்களில் *(1505; 1936)* இது இடம்பெற்றுள்ளது. இக்குறிப்புக்கள் ‘பெரியாழ்வார் திருமொழி’, ‘நாச்சியார் திருமொழி’, ‘பெருமாள் திருமொழி’, ‘பெரிய திருமொழி’ எனப் பெயர் சூட்ட நாதமுனிகளுக்கு வழிகாட்டியிருக்கலாம். இவற்றுள் முன்னைய மூன்றும் ஆசிரியர் பெயரை முன்னிட்டும், இறுதியில் உள்ள ‘பெரியதிருமொழி’ பாசுரங்களின் மிகுதியான எண்ணிக்கையைக் கருதியும் பெற்ற பெயர்களாகத் தோன்றுகின்றன. பெரியதிருமொழியைப் ‘பெரிய’ என்னும் அடைமொழியின்றித் ‘திருமொழி’[72] எனவும் குறிப்பதுண்டு. அந்நிலையில் வேறு படுத்தி அறியும் பொருட்டு மற்றையோர் திருமொழிகள் பாடியோர் பெயருடன் இணைத்து அழைக்கப்பட்டிருக்கலாம்.

நம்மாழ்வாரின் நூல் ஒன்று மட்டும், ‘திருவாய்மொழி’ எனப் பெயர் பெறுகின்றது. வேதத்தை, ‘வாய்மொழி’[73] எனக் குறிக்கும் பரிபாடலை ஒட்டியே வேதம் தமிழ் செய்தவரான நம்மாழ்வாரின் நூல் ஒன்றுக்குத் ‘திருவாய்மொழி’ என்று அவர் பெயர் சூட்டியிருக்க வேண்டும்.

இவ்வாறு நோக்கினால் நாதமுனிகள் முந்தையோர் மரபுகளைத் தழுவி ஆழ்வார்களின் இலக்கியங்களை வகைப் படுத்தியிருப்பது தெளிவாகும். அன்றியும் தொகுப்புப் பணியில் அவர் சற்று முன்னோக்கி அடியெடுத்து வைத்திருப்பதும் புலப்படும்.

பகுப்பில் ஒரு புதுமை

திருமொழிகள், திருவாய்மொழிப் பாசுரங்களின் எண்ணிக்கை அடிப்படையில் நாதமுனிகள் பகுப்பு முறையில் ஒருபுதுமையை மேற்கொண்டிருப்பதும் இங்குச் சுட்டிக்காட்டத் தக்கது. பத்துப் பாடல்கள் கொண்ட ஒரு தொகுப்பினைப் ‘பத்து’ எனக்குறிக்கும் மரபினை ஐங்குறுநூற்றிலும் பதிற்றுப்பத்திலும் காணலாம். திவ்வியப்பிரபந்தத்தில் நூறுபாடல்கள் கொண்ட தொகுப்பைப் ‘பத்து’ எனக் குறிக்கும் ஒரு புதிய மரபு காணப் படுகின்றது.

செய்யுள், பாசுரம் எனப்படும் 10 அல்லது 11 செய்யுள் கொண்ட ஒரு பதிகம், திருமொழி அல்லது திருவாய்மொழி எனப்படும். இத்தகைய பத்துப் பதிகங்கள் சேர்ந்த நூறு பாடல்களாலான சதகம் ஒரு, ‘பத்து’ எனப்படும்.[74]

---

72. எஸ். ராஜம் (வெ–ர்), பெரியதிருமொழி, பக். III-IV.

73. பரி, 1:68: 3:11.

74. ஸ்ரீ நிவாஸராகவாசாரியர் (ப.ஆ.), நாலாயிர திவ்யப்ரபத்தம், ப.6.

சான்றாகத் திருவாய்மொழியில் 1–4 என்னும் குறியீடு, முதற்பத்து நான்காம் திருவாய்மொழியைக் குறிக்கும்; 1–4–1 என்பது முதற்பத்து நான்காம் திருவாய்மொழியில் முதலாம் பாசுரத்தைக் குறிக்கும். 'பெரியாழ்வார் திருமொழி', 'பெரிய திருமொழி' ஆகியனவும் இத்தகைய அமைப்புடையனவே. ஆனால் 'நாச்சியார் திருமொழி'யிலும், பெருமாள் திருமொழி யிலும் 'பத்து' என்னும் பெரும் பிரிவு கொள்ளப்படவில்லை. முறையே அவை 143, 105 பாசுரங்கள் கொண்டவை. ஆதலின் 'பத்து' என்னும் பிரிவுக்கு இடமில்லாமற்போயிற்று. 'நாச்சியார் திருமொழி' 14 திருமொழி கொண்டதாகவும், 'பெருமாள் திருமொழி' 10 திருமொழி கொண்டதாகவும் பகுக்கப்பட்டுள்ளன. இவ்விரண்டிலும் முதலில் நிற்கும் எண் திருமொழியையும், அடுத்து நிற்பது அத்திருமொழியில் உள்ள பாசுரத்தையும் குறிக்கும். இங்கு 1–1 எனில், முதல் திருமொழி, முதற்பாசுரம் என்பது பொருளாகும்.

நாதமுனிகளின் இவ்வாறான பெயரீடுகளுக்கும் (திருமொழி, திருவாய்மொழி) பாசுரங்களின் எண்ணிக்கை யடிப்படையிலான புதிய பகுப்பு முறைக்கும், முன்னர்க் காட்டியவாறு தமிழிலக்கியத்திலேயே முற்சான்றுகள் உள்ளன. எனினும், சிலர் வடமொழி வழக்கினை இதற்கு முன் உதாரணமாகக் காட்டுவர்.

"திவ்வியப்பிரபந்தத்தில் 'பத்து' என்ற பிரிவு 'இருக்கு' வேதத்தில் மண்டலங்களின் உட்பிரிவுகள் வகுக்கப்பெற்றுள்ள மரபினை ஒட்டியது. அங்கு அந்த உட்பிரிவுகள் 'ஸூக்தம்' என வழங்கப்பெறுகின்றன. அந்த ஸூக்தம் போன்றதே தமிழில் 'திருமொழி' என்று வழங்கப் பெறுவது"[75] என்பது அவர்கள் கூற்றாகும்.

ஆழ்வார்களின் அருளிச்செயல்களை வடமொழி வேதங்களோடு மட்டும் ஒப்பவைத்துக் காணும் போக்கு வளர்ந்த காலத்தில் இத்தகைய முடிவுகள் தோன்றின என்று நாம் கருதலாம்.

பொது மதிப்பீடு

தொகுப்பாசிரியர்க்குத் திறனாய்வு அணுகுமுறை கட்டாயத் தேவையாகும்.[76] இயற்பாத் தொகுதியில்

---

75. ந. சுப்புரெட்டியார், "வைணவ சமய நூல்கள்", தெய்வத்தமிழ் ப.443.
76. "The editor will need a fine critical sense to be an editor at all"
    - George Watson, Op. cit., P.138.

காணலாகும் நூலடைவு இதற்கு எடுத்துக்காட்டுப்போல் அமைந்துள்ளது. நாதமுனிகளின் அடைவில் இயற்பா வரிசையில் ஒரு பொருத்தம் இருப்பதை உணரலாம். அவர் தொகுத்துள்ள முதல் ஏழு பிரபந்தங்களும் அந்தாதிப் பிரபந்தங்களாக உள்ளன. முதலாழ்வார்கள் பாடிய மூன்று அந்தாதிகள், திருமழிசையாழ்வாரின் 'நான்முகன் திருவந்தாதி', நம்மாழ்வாரின் 'பெரியதிருவந்தாதி' ஆகிய ஐந்தும் வெண்பா அந்தாதிகள். 'திருவிருத்தம்' கலித்துறையில் அமைந்த அந்தாதி ஆகும். 'திருவாசிரியம்' முதலும் முடிவும் மண்டலித்து வராத போதும் அந்தாதி அமைப்பையே பெற்றுள்ளது. இவையேழும் அந்தாதியாக உள்ள ஒருவகை ஒப்புமை நோக்கியே நாதமுனிகள் இவற்றை ஒரு வரிசைப்படுத்தியதாகத் தெரிகிறது. திருவாய்மொழி, அந்தாதி அமைப்புடையதாயினும் அதனை இவ்வரிசையில் நாதமுனிகள் சேர்க்கவில்லை. அதன் தனிச் சிறப்பு நோக்கித் தனி ஒரு தொகுதியாகவே அமைத்திருக்கிறார். மேற்குறித்த ஏழு அந்தாதிகளின் பின்னர்த் திருவெழு கூற்றிருக்கை, சிறிய திருமடல், பெரியதிருமடல் ஆகிய மூன்றை யும் நாதமுனிகள் இயற்பாவின் இறுதியில் வைத்திருக்கிறார். சிறியதிருமடலும் பெரியதிருமடலும் ஒரே பொருள் பற்றி அளவிற் சிறிதும் பெரிதுமாகத் தோன்றிய நூல்கள் ஆதலின் அவைகளை அடுத்தடுத்து வைத்தார். பொருளாலும் யாப்பாலும் வேறுபட்டபோதிலும் திருமடல்களைப் போல ஒரே பாட்டாக உள்ள ஒப்புமை நோக்கித் திருவெழுகூற்றிருக்கையை இருமடல்களுக்கும் முன்பாக இடம்பெறச் செய்தார் என்று கருதலாம்.

ஆயின் இதுபோன்றதொரு பொருத்தத்தை முதலாயிரம் பெரியதிருமொழி ஆகியவற்றில் கண்டுகூற இயலாது. அதுவே காரணமாக அவரது தொகுப்பில் குறை காண்பதும் ஏற்புடைய தன்று. ஏனெனில் தொகுப்புப்பணி என்பது அவரவர் கருத்து அல்லது ஊகத்தின் அடிப்படையிலான செயலாகவே மதிக்கப் படுகிறது.[77] இன்றைய நிலையில் தொகுப்பாளர் ஒருவர் திவ்வியப்பிரபந்தங்களை வரிசை மாற்றிப் பதிப்பிக்கலாம்; அதற்கான காரணங்களையும் அவர் கூறலாம்.

நாதமுனிகளின் தொகுப்புப்பணி மூலத்தைக் காத்துக் தந்திருக்கிறது. அவரது பெயரீடுகளும் வரிசைமுறைகளும் அவரது அறிவுத்திறன், இசைப்புலமை ஆகியவற்றை எடுத்துக் காட்டுகின்றன. திவ்வியப்பிரபந்தங்களைக் கோயில்களிலும் வைணவர் தம் இல்லங்களிலும் ஓதுவது குறித்து அவர் விதித்த

77. Ibid., P.121.

சில வரையறைகளும்[78] ஆழ்வார் பாசுரங்கள் பற்றிய 'எழுதா விளக்கக் குறிப்பு'களாகவே *(Unwritten commentary)* திகழ்கின்றன. இவ்வாறு நோக்கினால், *"To edit a work in the full sense of the term is to establish a text and to write a commentary upon it"*[79] என்னும் மேனாட்டார் கூற்றுக்கு ஒப்பவே அவரது தொகுப்புப்பணி சிறந்து நிற்பதை நாம் உணரலாம்.

முடிவு

திருமாலடியார்களை 'ஆழ்வார்' எனக் குறிக்கும் மரபுக்கு நம்மாழ்வாரின் திருவந்தாதிப் பாசுரம் ஒன்று காரணம் ஆகலாம்.

ஆழ்வார்களின் பாசுரங்களுக்கு 'அருளிச்செயல்' என்பதே முதலில் வழங்கிய பெயர் ஆகும்; ஆயினும் காலப்போக்கில் நாலாயிரத் திவ்வியப்பிரபந்தம் என்னும் பெயரே நிலை பெற்றுவிட்டது.

திவ்வியப்பிரபந்தங்களை நாதமுனிகள் தேடித் தொகுத்த வரலாற்றில் இடம்பெறும் இயற்கையிறந்த தன்மைக்கு நம்மாழ்வாரிலும் காலத்தாற் பிந்தியவரான நாதமுனிகளை, நம்மாழ்வாரோடு தொடர்புபடுத்தும் முயற்சியே காரணம் ஆகும்.

ஆழ்வார்களின் பாசுரங்கள் 3776 மட்டுமே. அவை சரியாக நாலாயிரம் என்று காட்டும் பொருட்டுத் திருமடல்களைப் பல பாசுரங்களாகப் பிரித்துக்காட்ட வேண்டிய தேவை இல்லை.

நாதமுனிகளின் அடைவுக்குக் கூறப்படும் தத்துவார்த்தக் கொள்கைகளுக்கு ஏற்பத் திவ்வியப்பிரபந்தப் பதிப்புக்கள் பல வெளிவந்துள்ளன. எனினும் இவ்வகைத் தத்துவார்த்த விளக்கங்களின் அடிப்படையில்தான் நாதமுனிகள் இப்போதுள்ள அமைப்பில் திவ்வியப்பிரபந்தங்களைத் தொகுத்தார் என்னும் கருத்து ஏற்றுக்கொள்ளுமாறில்லை.

நாதமுனிகள் இயலிசைக்குத் தக்கவாறு ஆழ்வார் பிரபந்தங்களை இயற்பா – இசைப்பா எனப்பகுத்து அமைத்தார். அவரது தொகுப்பில் முந்தைய தமிழ் இலக்கிய மரபுகள் பல பின்பற்றப்பட்டுள்ளன. அதேசமயம் தொகுப்புப் பணியில் அவர் சற்று முன்னோக்கிச் சென்றிருப்பதையும், இன்றைய திறனாய்வு நோக்கில் மிகச் சிறந்த தொகுப்பாசிரியராக அவர் உயர்ந்து நிற்பதையும் காணமுடிகின்றது.

---

78. (அ) V.N. Hari Rao, Op.cit.. P.33.
(ஆ) எஸ். கிருஷ்ணஸ்வாமி அய்யங்கார் (ப.ஆ.), கோயிலொழுகு ப.33.
79. George Watson, Op. cit., P.122.

3

பொருள் அடிப்படையில் இலக்கிய வகைகள்

ஆழ்வார் படைப்புக்களில் காணப்படும் இலக்கிய வகைகள் இவ்வியலில் பொருள் அடிப்படையில் ஆய்வு செய்யப் பெறுகின்றன.

இலக்கிய வகைப்பாட்டின் தேவை

ஈராயிரம் ஆண்டுக்காலப் பழமையுடைய தமிழ்மொழி விரிந்த இலக்கியப் பரப்பினைத் தன்னகத்தே கொண்டுள்ளது. எனவே தமிழில் உள்ள இலக்கியங்களை வகைப்படுத்துவது அடிப்படைத் தேவையாகும். தொகை நூல்கள், நீதி நூல்கள், காப்பியங்கள், பக்தி நூல்கள், சிற்றிலக்கியங்கள், உரை நடை நூல்கள் என வகைகள் (Kinds) அமையலாம். இவ்வகைப்பாடும் நம் வசதிக்காகச் செய்துகொள்ளக் கூடியதே. குவியலாகவும் முறைமாறியும் கிடப்பனவற்றை நிரல்பட அடுக்கி அழகுணர்ச்சி பொருந்த அமைப்பதற்கு ஒப்பான செயல் இது.[1] இலக்கியத்தை ஓரளவு ஒழுங்கு படுத்தும் நெறியாகவும் இதனைக் குறிப்பிடுவர்.[2] இலக்கியப் படைப்பை இனம் கண்டுகொள்ளக் கூடிய உத்தியாகவும் இது மதிக்கப்படுகிறது.[3]

---

1. இராம. பெரியகருப்பன், சங்க இலக்கிய ஒப்பீடு–இலக்கிய வகைகள், பக்.14–15.
2. Rene Wellek and Austin Warren, Theory of Literature, P.226.
3. வை. சச்சிதானந்தன், "ஒப்பிலக்கிய வரம்பும் கொள்கைகளும்" இந்தியவியல் தமிழியல் புதுமைப் பயிற்சியரங்கு, மதுரை காமராசர் பல்கலைக்கழகம், ப.4.

வகை, வகைமை-வேறுபாடு

ஒப்பிலக்கிய அறிஞர்களால் வகைகள் (Kinds), வகைமைகள் (Genres) என்னும் சொற்கள் எடுத்தாளப்படுகின்றன. முதலில் இவ்விரண்டனுக்கும் உள்ள வேறுபாட்டினை விளங்கிக் கொள்ளுதல் வேண்டும். வைஸ்டன் என்பார் நாடகம், காப்பியம், தனிநிலைப்பா, கதை போன்ற பெரும்பிரிவுகளை, 'இனங்கள்' (Kinds) என்றும் அவை தவிர்ந்த பிறவற்றை, 'வகைமைகள்' (Genres) என்றும் பகுத்திருக்கின்றார்.[4] இங்கு அவர், 'இனங்கள்' எனச் சுட்டியதை நாம் 'வகைகள்' எனக் கொள்ளலாம். அவரது பகுப்புக் குறியீடுகள் திகைப்பூட்டும் எண்ணிக்கையிலான மேலைநாட்டு இலக்கிய வகைகளைப் பகுப்பதில் நம்மைக் குழப்பத்திலிருந்தும் காப்பாற்றித் தெளிவுபடுத்துவதாகக் கூறுவர்.[5] ஆயினும் 'வகை', 'வகைமை' ஆகியவற்றுக்கு இராம. பெரியகருப்பன் தரும் விளக்கம் மேலும் தெளிவு தருவதாக உள்ளது.

"வகை ஆய்வு வேறு; வகைமை ஆய்வு வேறு... வகைமை என்னும் போது வகையை அதன் பண்பமைதியோடு குறிப்பிடு கின்றோம்; அதனை ஓர் இலக்கியக் கோட்பாடாகவும் நினைவு கூர்கிறோம்... தமிழில் எத்தனை பிள்ளைத்தமிழ் நூல்கள் உள்ளன எனப் பகுத்தும் தொகுத்தும் தருவன வகையாய்வாகும். அவ்வகைமை தோன்றி வளர்ந்த வரலாற்றைச் சிந்திப்பது, உள்ளார்ந்த வளர்ச்சியை உய்த்துணர்வது வகைமை ஆய்வாகும்"[6] என விளக்குகிறார் அவர். இவ்வகைமை ஆய்வினை ஒப்பிலக்கியத்தால் கிடைத்த பெரும் பேறு எனவும் அவர் குறிப்பிடுகின்றார்.[7]

எந்த ஒரு இலக்கியமும் கணப்பொழுதில் புதுவதாகத் தோன்றி விடுவதில்லை. அதன் தோற்றத்துக்கான கூறு அல்லது விதை முந்தைய இலக்கியத்தில் இருக்கவே செய்யும். காலச் சுழற்சியில் பழையன புதியனவாகத் தோற்றம் பெறுதலும் உண்டு. புதிய ஒன்றே பழையதாகிப் பின்னைய இலக்கியத்துக்கு அடிப்படையாதலும் உண்டு. "மரபு வழியிலான இலக்கியங்கள் ஒன்றோடொன்று கலந்து புதியதோர் இலக்கியவகை உருவாகலாம்"[8] "நல்ல எழுத்தாளர்கள் முன்னரே உள்ள

---

4. வை. சச்சிதானந்தன், ஒப்பிலக்கியம் (ஓர் அறிமுகம்), பக்.101–110.
5. மேலது, ப.101.
6. இராம. பெரியகருப்பன், "அணிந்துரை", இலக்கிய வகைமை ஒப்பாய்வு, பக்க எண் இல்லை.
7. மேலது.
8. Rene Wellek and Austin Warren, Op. cit., P.235.

இலக்கிய வகையைத் தழுவியும் அதை ஓரளவு மாற்றியும் எழுதுகின்றனர். பொதுவாகக் கூறினால் பெரிய எழுத்தாளர்கள் இலக்கிய வகைகளைப் புதிதாகத் தோற்றுவிப்பவர்கள் அல்லர். பிறர் உருவாக்கிய இலக்கிய அமைப்புகளிலேயே தங்கள் எழுத்தாற்றலைக் காட்டிச் செல்கின்றனர். சேக்ஸ்பியர், மோலியர், ஜான்சன், டிக்கன்ஸ், டாஸ்டோவெஸ்கி போன்ற எழுத்தாளர்களே இதற்குச் சான்றாவர்."9

மேலைநாட்டுத் திறனாய்வாளர் கூறும் இக்கருத்தின் அடிப்படையில் திவ்வியப்பிரபந்தத்தில் உள்ள இலக்கியங்களை வகைப்படுத்தும் வாய்ப்பிருக்கிறது.

அத்தகைய வகைமைப் பகுப்புமுறை பொருளையோ வடிவத்தையோ அடிப்படையாகக் கொண்டு அமையும். ஆனால் பொருளும் வடிவமும் எளிதிற் பிரித்தறியத்தக்க கூறுகள் அல்ல.10 அவற்றுள் மேலோங்கியுள்ள தன்மை குறித்தே அவற்றை வகைப்படுத்தக்கூடும். பொருள், வடிவம் ஆகிய இரண்டின் அடிப்படையில் இலக்கியங்களை வகைப்படுத்துவது குறித்து வெல்லக்கும் வாரனும் தெரிவித்துள்ள கருத்துக்கள் திறனிகளால் பெரிதும் ஏற்கப்பட்டனவாகக் கூறுவர். ஹோரெஸ் என்பாரும் தம் 'கவிதைக்கலை' என்னும் நூலில் இவ்விரண்டின் அடிப்படையிலேயே இலக்கியத்தை வகைப்படுத்தியதாகத் தெரிகிறது.11 எனவே, 'பொருள் அடிப்படையில் இலக்கிய வகைகள்' என்னும் தலைப்பில் ஆழ்வார்களின் படைப்புக்கள் இவ்வியலில் ஆய்வு செய்யப் பெறுகின்றன.

இலக்கிய வகைகள்

நாலாயிரத் திவ்வியப்பிரபந்தத்தில் உள்ள 'பல்லாண்டு', 'பள்ளியெழுச்சி', 'பாவை', 'மடல்கள்', 'மாலை' ஆகியவை பொருள் அடிப்படையில் எழுந்த இலக்கியங்களாகக் கருதத் தக்கவை. இவையேயன்றி வேறுசில இலக்கிய வகைகளுக்கான கூறுகளும் திவ்வியப்பிரபந்தத்தில் காணப்படுகின்றன. அவை பற்றிய செய்திகளும் இங்கு ஆய்வு செய்யப் பெறுகின்றன.

பல்லாண்டு

பெரியாழ்வார் இறைவனுக்குப் பாடிய 'திருப்பல்லாண்டு' நாலாயிரத் திவ்வியப்பிரபந்தம் என்னும் தொகுப்பின் தொடக்கப் பகுதியாக அமைகின்றது. இங்ஙனம் முதலாவதாக இடம்

---

9. Ibid.
10. வை. சச்சிதானந்தன், ஒப்பிலக்கியம் (ஓர் அறிமுகம்), ப.112.
11. மேலது ப.113.

பெற்றமை அதன் பெருஞ் சிறப்பை நன்கு புலப்படுத்தும் என்பர்.[12] "உள்ளதுக்கெல்லாம் சுருக்காய்த் தான்மங்கலமாதலால்"[13] என்று இப்பிரபந்தத்தின் பெருமையினைக் குறிப்பிடுகின்றார் வைணவ ஆசாரியரான மணவாளமாமுனிகள். திருமாலாகிய இறைவனுக்கு ஆழ்வார் பல்லாண்டு கூறும் முறையில் இஃது அமைந்துள்ளது.

தோற்றக்களங்கள்

'பல்லாண்டு' இலக்கியத்திற்கான தோற்றக்களங்கள் ஆராயத் தக்கன.

ஒருவனை, 'நெடுங்காலம் வாழ்வாயாக' என வாழ்த்தும் உலகியல் வழக்கமே இதற்கு அடிப்படை ஆகலாம். ஒருவனின் குழந்தைப் பருவத்திலேயே இங்ஙனம் வாழ்த்துதல் தொடங்கி விடுகின்றது.

"பண்ணோர் மொழியாரைக் கூவி முளையட்டிப்
பல்லாண்டு கூறுவித்தேன்"

(பெ.ஆ.தி.3–3–9)

என்று அசோதை ஆய்ச்சியரைக் கொண்டு கண்ணனுக்குப் பல்லாண்டு கூறுவித்ததைப் பாடுகிறார் பெரியாழ்வார். இங்கே தாய் தன் குழந்தைக்குப் பல்லாண்டு கூறுவிக்கும் உலகியல் வழக்கம் சடங்குசார் தன்மை பெறுவதைக் காணலாம். முளைப்பாலிகை வளர்த்தல், மகளிர் பலரை அழைத்துப் பல்லாண்டு கூறச் செய்தல் ஆகியவை சடங்கியல் தன்மையின் அடையாளங்கள் ஆகும்.

இங்ஙனம் குழந்தைப் பருவத்தில் தொடங்கும் வாழ்த்து மனித வாழ்வில் பல்வேறு நிலைகளிலும் தொடர்கின்றது. கல்வி கற்கத் தொடங்கையிலும், திருமணத்தின் போதும் வாழ்விற் செயலாண்மையுடன் முயற்சிகளை மேற்கொள்ளும் போதும் ஒருவனை வாழ்த்துதல் இயல்பாக உள்ளது.

இத்தகைய உலகியல் மரபு மட்டுமன்றிப் பழந்தமிழ் நூல்களில் உள்ள அரச வாழ்த்துப் பாடல்களும் இவ்வகை இலக்கியத்துக்குத் தோற்றுவாய் செய்துள்ளன.

"வாழ்த்தியல் வகையே நாற்பாக்கும் உரித்தே"[14]

---

12. மு. அருணாசலம், ஒன்பதாம் திருமுறை, திருவிசைப்பா– திருப்பல்லாண்டு. ப 74.
13. உபதேசரத்தினமாலை, 19.
14. தொல். பொருள், 414.

எனக் கூறும் தொல்காப்பியம், 'புறநிலை வாழ்த்து', 'வாயுறை வாழ்த்து' என்பன பற்றியும் பேசுகின்றது.

"வழிபடு தெய்வம் நிற்புறங் காப்பப்
பழிதீர் செல்வமொடு வழிவழி சிறந்து
பொலிமின்"[15]

என வாழ்த்துவதை அந்நூல் புறநிலை வாழ்த்தாகக் குறிப்பிடுகின்றது. புறநிலை வாழ்த்துக்கு இலக்கணம் கூறும் இந்நூற்பாவே வாழ்த்துப் பொருண்மையை அழகும் தெளிவும் தோன்ற உள்ளடக்கியிருப்பது நோக்கத்தக்கது. ஒருவனுக்கு நன்மை பயக்கும் பொருட்டுவேம்புங் கடுவும் போன்ற மொழிகளைக் கூறிப் பாதுகாத்தலை, 'வாயுறை வாழ்த்து'[16] எனக் கூறுவர் தொல்காப்பியர். அவர் 'செவியுறை' எனக் கூறும் செவியறிவுறூஉ என்பதுவும் 'வாழ்த்து' எனவே கொள்வர் நச்சினார்க்கினியர்.[17]

புறநானூற்றுப் பாடல்கள் பல அரசர்களுக்கு வாழ்த்துக் கூறும் துறைகளைக் கொண்டுள்ளன. அந்நூலினுள், 'வாழ்த்து', 'வாழ்த்தியல்' என வெளிப்பட அமைந்த துறைகள் போக 'இயன்மொழி', 'செவியறிவுறூஉ' என்னும் துறைகளும் இவ்வாழ்த்துப் பொருண்மை தாங்கி வருதலைக் காணலாம்.[18] இயன்மொழி என்பது, இயன்மொழி வாழ்த்து எனவும் வழங்கும். அவ்வாறு அமைந்த பாடல்களில் அரசர்களுக்கு வாழ்த்துக் கூறும் முறையில் உள்ள சில அடிகள் இங்குக் குறிக்கத்தக்கன.

"கொண்டல் மாமழை பொழிந்த
நுண்பல் துளியினும் வாழிய பலவே"

". . .சிறக்கநின் ஆயுள்
மிக்குவரும் இன்னீர்க் காவிரி
எக்கர் இட்ட மணலினும் பலவே"

"நீடு வாழிய நெடுந்தகை. . .
கடுவளி தொகுப்ப ஈண்டிய
வடுஆழ் எக்கர் மணலினும் பலவே"

". . .வானத்து
வயங்கித் தோன்றும் மீனினும் இம்மெனப்

---

15. மேலது, 415.
16. மேலது, 417.
17. நச்சி. (உ.ஆ.), தொல். பொருள், செய்யுளியல் 114–இன் உரை.
18. வாழ்த்து: புறநா. 128.
வாழ்த்தியல்: மேலது, 13, 91, 153, 367, 375, 377, 385, 387.
இயன்மொழி: மேலது, 8–10, 14, 15, 17, 22, 30, 32, 34, 38, 39, 49, 50, 67.
செவியறிவுறூஉ: மேலது. 2, 6, 55.

பரந்துஇயங்கு மாமழை உறையினும்
உயர்ந்துமேந் தோன்றிப் பொலிகநும் நாளே”

“எந்தை வாழி ஆத னுங்க!”

“வாழிய பெருமநின் வரம்பில் படைப்பே”

“நீல மணிமிடற்று ஒருவன் போல
மன்னுக பெரும நீயே”

இவ்வடிகளில்[19] புலவர்கள் தம்மை ஆதரித்த புரவலர்களை நீடுவாழுமாறு மனமுவந்து வாழ்த்தியதைக் காணலாம்.

புறநானூற்றில் மட்டுமன்றிப் பிற சங்க நூல்களிலும் இத்தகைய வாழ்த்துக்கள் காணப்படுகின்றன.[20] ஐங்குறு நூற்றில் மருதத்திணையில் உள்ள வேட்கைப்பத்து பாடல் தோறும், ‘வாழி யாதன் வாழி யவினி’ என வாழ்த்துப் பொருண்மை கொண்டுள்ளது.

அகப்பொருளில் பிரிந்து சென்ற தோழியர் மீண்டும் வந்து கூடும்போது, ‘போற்றும் பல்லாண்டுங் கூறுவர்’[21] என்று இறையனார் களவியல் கூறுகின்றது. காதலரிடையே, ‘நீடுவாழ்க’ என வாழ்த்துக் கூறும் வழக்கம் இருந்ததனைத் திருக்குறளும் சுட்டுகின்றது.[22]

அரசர்கள் அல்லது தலைமக்களுக்குப் பெண்கள் பல்லாண்டு கூறும் உலக வழக்கினைப் பெரியதிருமொழி *(6–2–5)* திருவாய் மொழிப்*(7–6–11)* பாசுரங்களாலும் அறியமுடிகின்றது.

இவற்றை நோக்க ஒருவரை, ‘நீடுவாழ்க’ என வாழ்த்தும் உலகியல் வழக்கை ஒட்டியே வீரநெறிக் காலத்தில் தலை மக்கள் அல்லது அரசரை வாழ்த்தும் நெறி உருவாயிற்று எனவும் அதுவே பின்னர்க் கடவுளை வாழ்த்துவதும் வணங்குவதுமாக விரிந்தது

---

19. புறநா. 34:22–23; 43:21, 23; 55:17; 20–21; 367:15–18; 175:1; 22:30; 91:6,7.
20. ‘வாழிய நெடிது’ – பெரும்பாண், 46.
    ‘வாழ்கநின் ஊழி’ – பதிற். 71:24.
    ‘நீ நீடுவாழிய பெரும’ – பதிற். 88:22.
    ‘ஆயிர வெள்ள வூழி.
    வாழி யாத வாழிய பலவே’ – பதிற். 63:20–21.
    ‘தொலையா தாகநீ வாழுநாளே’ – பதிற். 70:27.
    ‘நின்னாள் திங்க ளனைய வாக திங்கள்
    யாண்டோ ரனைய வாக யாண்டே
    ஊழி யனைய வாக வூழி
    வெள்ள வரம்பின வாக’ – பதிற். 90:51–54.
21. மு. அருணாசலம், திருவிசைப்பா – திருப்பல்லாண்டு, பக். 73–74.
22. குறள். 1317. ‘வழுத்தினாள் தும்மினே னாக’

எனவும் அறியலாம். தொல்காப்பியத்தில் 'கடவுள் வாழ்த்து' என்னும் தொடர் காணக் கிடப்பதும் இவ்வாறேயாம். இங்ஙனம் விரிவடைந்த கடவுள் வாழ்த்தின் ஒரு பகுதியாகவே பக்திக் காலத்தில், 'பல்லாண்டு' என்னும் இலக்கிய வகை தோன்றியது எனலாம்.

பல்லாண்டிசை

இறைவனுக்குப் பல்லாண்டு பாடும் மரபு இருந்ததையும் அஃது இசையாகப் பாடப்பட்டது என்பதனையும் திருநாவுக்கரசரின் திருவாரூர்ப் பதிகத்தால் அறியலாம். பல்லாண்டு பாடுவோரை,

"பாடுவார் பணிவார் பல்லாண்டிசைகூறு பக்தர்கள்"[23]

எனக் குறிப்பிடுகிறார் அவர்.

"பண்பல பாடிப் பல்லாண் டிசைப்ப"

என்பது பெரியாழ்வார் திருமொழி (1-9-5).

"பாண்தேன் வண்டறையும் குழலார்கள் பல்லாண்டிசைப்ப"

என்பது பெரிய திருமொழி (6-2-5).

"பன்னிருவர் ஆதித்தர் பல்லாண்டு எடுத்திசைப்ப"[24]

என்பது ஆதிஉலா. இவற்றால், 'பல்லாண்டு வாழ்க' என வாழ்த்துதற் பொருளில் அமைந்த இசைப்பாட்டினைப் 'பல்லாண்டிசை' எனக் குறிக்கும் வழக்கு இருந்தமை அறியலாம். அங்ஙனம் பாடுவாரைப் 'பல்லாண்டிசைப்பார்' எனத் திருப்பாவையும் (26) குறிப்பிடுகின்றது. சூளாமணியும் இவ்வாறே கூறுகின்றது.[25] பல்லாண்டிசை பற்றித் திருநாவுக்கரசர் முதலிற் குறிப்பிட்டுள்ள போதிலும் அவர் காலத்தில் தனியான பல்லாண்டுப் பாடல் இருந்ததா என்று தெரியவில்லை. நாட்டார் வழக்கில் இருந்திருக்கலாம். அவை கிடைத்தில.

முதற்பல்லாண்டு நூல்கள்

'பல்லாண்டு' என்னும் இலக்கிய வகைக்குரிய தொடக்கக் கால நூல்களாக நமக்குக் கிடைப்பன பெரியாழ்வாரின் திருப்பல்லாண்டும், சைவத்தில் பின்னர்த் தோன்றிய சேந்தனாரின் திருப்பல்லாண்டுமேயாகும். இவையிரண்டும் இசைப் பாக்கள்

---

23. தேவாரம் அடங்கன் முறை 2ஆம் பாகம் 4365.
24 பொன். சுப்பிரமணியபிள்ளை (ப.ஆ.), திருக்கயிலாய ஞானஉலா. 24.
25 சூளாமணி 11. துறவுச்சருக்கம் 210.

என்பதனை முறையே 'முதலாயிரம்', 'திருவிசைப்பா' என்னும் இசைப்பாத் தொகுதிகளில் இவை இடம்பெறுவது கொண்டு அறியலாம்.

பெரியாழ்வார் பல்லாண்டு பாடிய சூழல்

சீவல்லபன் என்னும் பாண்டியனது அவையில், 'நாராயணனே பரம்பொருள்' என்று பரத்துவ நிர்ணயம் செய்து பொற்கிழி பெற்றார் பெரியாழ்வார். அகமகிழ்ந்த பாண்டியன் அவரை யானைமீது ஏற்றி ஊர்வலம் செய்வித்தான். அப்போது இறைவன் திருமகளுடன் கருடன் மேல் ஆழ்வாருக்குக் காட்சியளிக்க, அவனுக்கு 'என்ன தீங்கு நேருமோ' என்று தாய் உள்ளத்துடன் காப்பிடக் கருதினார் பெரியாழ்வார். யானையின் மணிகளையே தாளமாகக் கொண்டு,

"பல்லாண்டு பல்லாண்டு பல்லாயிரத்தாண்டு
பலகோடி நூறாயிரம்

மல்லாண்ட திண்தோள் மணிவண்ணாஉன்
சேவடி செவ்விதிருக்காப்பு"

என்று பல்லாண்டு பாடத் தொடங்கினார். 'பல்லாண்டு' எழுந்த சூழலை வைணவ நூல்கள் இவ்வாறு விவரிக்கின்றன.[26]

திருப்பல்லாண்டு அமைப்பு

பெரியாழ்வாரின் திருப்பல்லாண்டு பன்னிரண்டு பாசுரங்களைக் கொண்டதாகும். முதற்பாசுரம் இரண்டு அடிகள் மட்டுமே கொண்டது. அதை ஒரு பாசுரமாகவே கணக்கிட்டுள்ளனர். ஏனைய 11 பாசுரங்களும் நான்கு அடிகள் கொண்டவை. முதற்பாசுரம் குறள்வெண் செந்துறை என்னும் யாப்பிலும் ஏனைய பாசுரங்கள் அறுசீர் ஆசிரியவிருத்த யாப்பிலும் பாடப்பட்டுள்ளன.[27]

இப்பிரபந்தம், 'பல்லாண்டு' எனத் தொடங்கி, 'ஏத்துவன் பல்லாண்டே' என முடிகின்றது. பல்லாண்டு கூறுதல் என்னும் உள்ளடக்கத்திற்கு ஏற்ப ஆழ்வார் பல்லாண்டு என்னும் சொல்லைப் பாடல்கள் தோறும் தவறாது பயன்படுத்தியிருக்கிறார்.

ஆயினும் இவரது பாடல்கள் சேந்தனாரின் திருப்பல்லாண்டு போல, 'பல்லாண்டு கூறுதுமே' என ஒரேவகையான மகுடம்

---

26. (அ) எஸ். கிருஷ்ணஸ்வாமி அய்யங்கார் (ப.ஆ.), ஆறாயிரப்படி குரு பரம்பராப்ரபாவம், பக்.40–44.

(ஆ) அழகிய நம்பிதாஸர், குருபரம்பரை, பெரியாழ்வார் பிரபந்தம் 91–142.

27. சே. கிருஷ்ணமாசாரியர் (ப.ஆ.), நாலாயிர திவ்யப்ரபந்தம், முதலாயிரம், ப.8.

கொள்ளவில்லை. 'பல்லாண்டு கூறுதுமே', 'பல்லாண்டு கூறுமினே', 'பல்லாண்டு கூறுவனே' எனப் பல முடிவு (தி.பல். *3, 7, 4, 5, 6, 8, 10*) பெறுகின்றன. ஆழ்வார் தாமான தன்மையில் தன்மை ஒருமையிலும், அடியார் கூட்டத்தை உளப்படுத்தித் தன்மைப் பன்மையிலும், அவ்வடியார்களை முன்னிலைப்படுத்தி முன்னிலைப் பன்மையிலுமாகத் திருப்பல்லாண்டுப் பாடல்களைப் பாடியதே இதற்குக் காரணம் ஆகும்.

இங்குக் குறிக்கப்படும் அடியார்கள் பகவத் சரணார்த்திகள் (எம்பெருமான் திருவடிவாரத்திலே இருந்து என்றும் தொண்டு செய்ய விரும்புவோர்) கைவல்யார்த்திகள் (கைவல்யத்தை விரும்புவோர்; கைவல்யமாவது ஜீவன் தன்னைத்தானே அனுபவித்து நிற்கும் நிலை) ஐஸ்வர்யார்த்திகள் (செல்வம் முதலியவற்றை வேண்டுவோர்) என மூவகைப் படுவர் எனவும் அவர்களையும் அழைத்துத் தம்முடன் சேர்த்துக்கொண்டே ஆழ்வார் இறைவனுக்குப் பல்லாண்டு பாடுகிறார் எனவும் கூறுவர் பேருரையாளர் பெரியவாச்சான் பிள்ளை.[28]

திருப்பல்லாண்டின் முதலிரண்டு பாடல்களும் முன்னிலைப் பரவலாக உள்ளன. இவை சிலப்பதிகார ஆய்ச்சியர் குரவையில் இடம்பெறும் முன்னிலைப் பரவலுடன் ஒப்பு நோக்கத்தக்கன.

"என்னை வெள்ளுயி ராக்கவல்ல
பையுடை நாகப் பகைக்கொடி யானுக்குப்
பல்லாண்டு கூறுவனே"

எனவும்,

"நானும் உனக்குப் பழவடியேன்... உன்னைப்
பல்லாண்டு கூறுவனே"

எனவும் வருமிடங்கள் (தி.பல். *8, 11*) தன்மை ஒருமைக் கூற்றுக்களாம்.

"சூடுமித் தொண்டர்களோம்" எனவும், "அந்நாளே அடியோங்கள் அடிக்குடில் வீடு பெற்றுய்ந்தது காண்" எனவும் அடியார்களை உளப்படுத்தி, 'பல்லாண்டு கூறுதுமே' என முடிப்பது (தி.பல். *9, 10*) தன்மைப் பன்மைக் கூற்று ஆகும்.

"கூடுமன முடையீர்கள். . . வந்து ஒல்லைக் கூடுமினோ" என்று அழைத்து, 'பல்லாண்டு கூறுமினே' என்றது (தி.பல். *4*) முன்னிலைப் பன்மைக் கூற்று ஆகும். எனவே திருப்பல்லாண்டுப் பாசுரங்களைக் கூற்று நிலையில் பின்வருமாறு வகைப் படுத்தலாம்.

---

28. பெரியவாச்சான்பிள்ளை (உ.ஆ.), திருப்பல்லாண்டு வ்யாக்யானம், ப.22.

முன்னிலைப் பரவல்	தன்மை ஒருமை	தன்மைப் பன்மை	முன்னிலைப் பன்மை
1, 2	8, 11	3, 6, 7, 9,10	4, 5

பன்னிரண்டாம் பாசுரம் கற்றார்க்குப் பலன் கூறுவதாகும். இப்பல சுருதிப் பாட்டிலும் 'பரமபதத்தில் அவனுக்குப் பல்லாண்டு பாடுதலையே, பெறவிருக்கும் பயனாக'க் கூறுகிறார் பெரியாழ்வார்.

இங்ஙனம் ஆழ்வார் ஒருநிலையில் நில்லாமல் பலநிலைகளில் மாறிமாறி நின்று பாடியதற்கு என்ன காரணம் என்னும் வினா எழக்கூடும். அதற்கு விடை கூறுவதுபோல் உள்ளது பி.ஸ்ரீயின் கூற்று. "ஸர்வரட்சகனையும் ரட்சிக்க ஆசைப்பட்டு அதற்கு வழி தேடவேணுமென்று பரமப்பிரீதியால் தடுமாறுவது போல் பாடப்பெற்றிருக்கிறது திருப்பல்லாண்டுப் பிரபந்தம்"[29] என்று அமைதி காட்டுகிறார் அவர்.

"ஞானதசையில் ரக்ஷ்ய ரக்ஷகபாவம் (காப்பவன் காக்கப் படும் பொருள் என்னும் தன்மை) தன்கப்பிலே (தனக்குரிய இடத்திலே) கிடக்கும்; பிரேமதசையில் தட்டுமாறிக் (மாறுபட்டு) கிடக்கும்"[30] என்று ஸ்ரீவசன பூஷணம் ஆழ்வாரின் தடுமாற்றத்துக்குக் காரணம் கூறுவதும் இங்குக் கருதத்தகும்.

மங்களாசாசனப் பிரபந்தம்

இறைவனுக்கு மங்களம் உண்டாகும்படி வாழ்த்தியதால் வைணவ மரபில் பெரியாழ்வாரின் திருப்பல்லாண்டுக்கு மங்களாசாசனப் பிரபந்தம் என்னும் பெயரும் உண்டு.[31] பொதுவாக மற்றைய ஆழ்வார்கள் தங்கள் பேரன்பினால் இறைவனுக்கு மங்களாசாசனம் செய்திருக்கிறார்கள். ஆயினும் அந்த ஆழ்வார்களுடைய ஆர்வத்தையும் விஞ்சிப் பொங்கிப் பெருகிய பரிவினால் இவர் பெரியாழ்வார் என்னும் பெயர் பெற்றதாகக் கூறுவர் மணவாளமாமுனிகள்.[32] இதனால் விஷ்ணுசித்தர் என்னும் இயற்பெயர் கொண்டிருந்தவரைப் பெரியாழ்வார் என ஆக்கிய பிரபந்தம் திருப்பல்லாண்டு எனலாம். இத்திருப்பல்லாண்டிற் பொங்கும் ஆழ்வாரது

---

29. பி.ஸ்ரீ., பகவானை வளர்த்த பக்தர், ப.56.
30. ஸ்ரீவசன பூஷணம், 248.
31. பி.ஸ்ரீ., பகவானை வளர்த்த பக்தர், ப.54.
32. "மங்களா சாசனத்தில் மற்றுமுள்ள ஆழ்வார்கள்
தங்கள் ஆர்வத்தளவு தான்அன்றிப் – பொங்கும்
பரிவாலே வில்லிபுத்தூர்ப் பட்டர்பிரான் பெற்றான்
பெரியாழ்வார் என்னும் பெயர்"

– உபதேசரத்தினமாலை, 18.

பரிவையே "சோராத காதற் பெருஞ்சுழிப்பு"[33] எனக் குறிக்கிறார் அமுதனார்.

"ஆழ்வார்கள் எல்லாரையும் போல அல்லர் பெரியாழ்வார்"
"அவர்களுக்கு இது காதாசித்கம் (ஒரு காலத்தில் உண்டாவது) இவர்க்கு இது நித்யம்" (எப்பொழுதும் இருப்பது)

என்று திருப்பல்லாண்டை முன்னிட்டு ஆழ்வாரைச் சிறப்பிக்கிறார் பிள்ளை லோகாசார்யர்.[34] இதனாலும் சிறந்த படைப்பிலக்கியம் படைப்பாளிக்குப் பெருமை சேர்ப்பதை உணரலாம்.

பல்லாண்டுக் கோட்பாடு விரிவுபெறல்

'திருப்பல்லாண்டு' என்னும் இலக்கிய வகையைப் பெரியாழ்வார் தவிர ஏனைய ஆழ்வார்கள் பாடவில்லை. ஆயினும் அவர்தம் பாசுரங்களில் இப்பல்லாண்டுப் பண்பினைக் கண்டு கூறுவதுண்டு. 'வீற்றிருந்தேழுலகும்' (4–5) என்னும் திருவாய்மொழியில் நம்மாழ்வார், 'பகவானுடைய நிறைவிற்கு மங்களாசாசனம் செய்த'தாகக் கூறுவர்; அவருடைய 'அங்கும் இங்கும்' என்னும், திருவாய்மொழியையும் (8–3) 'நம்மாழ்வாருடைய திருப்பல்லாண்டு' எனக் குறிப்பிடுவர் உரைகாரர்.[35]

இறைவனுக்குப் பல்லாண்டு பாடுதல் என்னும் வழக்கு ஆண்டாளிடம் மிகுதியாகக் காணப்படுகின்றது. அவரது திருப்பாவை 10, 21, 24, 26ஆம் பாசுரங்களில் இப்பல்லாண்டு பற்றிய செய்திகளைக் காணலாம். அவற்றுள்ளும் முதல் மூன்று பாசுரங்களில், 'போற்ற', 'போற்றி' என்னும் சொற்களே இடம்பெறுகின்றன. இவற்றுக்கு உரை கூறுகையில், "போற்றுகையாவது திருப்பல்லாண்டு பாடுகை" என உரைகாரர் விளக்குவர். 'அன்றிவ்வுலகம் அளந்தாய் அடிபோற்றி' என்னும் 24ஆம் பாசுரத்தைப் பல்லாண்டுப் பாசுரமாகவே கொள்வர். இதனைப் பெரியாழ்வாரின் திருப்பல்லாண்டுப் பிரபந்தத்துடனும் தொடர்புபடுத்திக் காட்டுவர். இறைவனுக்குப் பல்லாண்டு பாடியவர் திருமகளாராதலால் ஆண்டாளுக்கும் பல்லாண்டு பாடும் தன்மை குடிப்பிறப்பால் வாய்த்தது என்றும் சிறப்பித்துக் கூறுவர்.[36]

---

33. இராமாநுச நூற்றாந்தாதி, 15.
34. ஸ்ரீவசன பூஷணம் 254, 255.
35. (அ) ஈட்டின் தமிழாக்கம் ஐந்தாம் பத்து, ப.43.
    (ஆ) மேலது, எட்டாம் பத்து, ப.75.
36. மயிலை மாதவதாஸன் (ப.ஆ.), திருப்பாவை வியாக்யானங்கள், ப.294, 295, 324, 327–329, 336, 337.

வைணவ மரபில் இறைவனுக்கு ஒப்பான ஏற்றம் இறையடியார்க்கும் உண்டு. எனவே இறையடியார்க்குப் பல்லாண்டு பாடும் மரபும் அங்கு இடம் பெறுகின்றது. 'பொலிகபொலிக' எனத் தொடங்கும் திருவாய்மொழிப் பதிகம் (5–2) இறையடியார்க்குப் பாடிய பல்லாண்டாகக் கருதப்படுகின்றது. "இத்திருவாய்மொழியிலே பாகவதர்களுடைய கூட்டத்திற்கு மங்களாசாசனம் செய்கிறார்"[37] என்று நஞ்சீயர் கூறுவதால் இதை உணரலாம்.

ஆழ்வார்களிடத்துப் பல்லாண்டு கூறும் பண்பு மிகுந்திருத்தல் பற்றி, திவ்வியப்பிரபந்தம் முழுவதையும் 'மங்களாசாசனப் பிரபந்தம்' எனக் கூறும் வழக்கும் உண்டு.[38] இங்ஙனம் பல்லாண்டு பற்றிய கோட்பாடு வைணவர்களிடம் விரிவு பெற்றதற்குப் பெரியாழ்வார் பாடிய திருப்பல்லாண்டுப் பிரபந்தமே அடிப்படையாகும்.

பல்லாண்டும் காப்பிடுதலும் ஒன்றா?

பல்லாண்டு என்பது காப்பு அல்லது காப்பிடுதல் என்னும் பெயராலும் குறிக்கப்பட்டுள்ளது. திவ்வியப்பிரபந்தப் பதிப்பாசிரியர்கள், 'திருப்பல்லாண்டு' என்பதன்கீழ் 'காப்பு'[39] என்றும் குறித்திருத்தல் காணலாம். வைணவ மரபில் இவ்விரு சொற்களும் ஒருபொருள் உடையனவாகவே கொள்ளப் பட்டுள்ளன.[40] திருப்பல்லாண்டின் முதற்பாசுரம், "பல்லாண்டு" எனத்தொடங்கி, "உன் சேவடி செவ்வி திருக்காப்பு" என்று முடிதலும் இங்கே கருதத்தக்கது.

பெரியாழ்வார் திருமொழி, இரண்டாம் பத்து எட்டாம் திருமொழி காப்பிடல் என்னும் தலைப்பில் அமைந்ததாகும்.

---

37. ஈட்டின் தமிழாக்கம் ஐந்தாம் பத்து, ப. 43.
38. ஆய்வாளர் – ஸ்ரீவில்லிபுத்தூர் வி.கே. ஸ்ரீநிவாசாசாரியார் உரையாடல், நாள்: 10–9–91.
39. (அ) திருநாராயணபுரம் கோவிந்தராஜ ஐயங்கார், (ப.ஆ.), நாலாயிர திவ்யப்ரபந்தம், ப.10.
    (ஆ) பி. கிருஷ்ணமாசாரியஸ்வாமிகள் (ப.ஆ.), நாலாயிர திவ்யப்ரபந்தம், ப.10.
    (இ) சே. கிருஷ்ணமாசாரியார் (ப.ஆ.), மு.நூ., ப.8.
40. (அ) "பல்லாண்டென்று காப்பிடும் பான்மையன்"
    – இராமாநுச நூற்றந்தாதி, 15.
    (ஆ) "உருக்காக்கும் பெருமானை உவந்துபல்லாண்டென வோதித்திருக்காப்பன் றிடுவார்க்குத் திருக்காப்புஞ் செய்தனரால்" – அழகிய நம்பிதாஸர், குருபரம்பரை, பெரியாழ்வார் பிரபந்தம், 11.
    (இ) "எதிரே நின்று காப்பிடுவதற்காகப் பல்லாண்டு பாடுவார்களும்" – வை.மு. கோபாலகிருஷ்ணமாசாரியார், திருப்பாவை – தமிழ்நடை, ப.62.

"அழகனே காப்பிட வாராய்", எனத் தாய் அசோதை கண்ணனை அழைக்கும் பாவனையில் இது பாடப்பட்டுள்ளது. திருப்பல்லாண்டு போலவே இத்திருமொழியும் நித்தியாநு சந்தானத்தில் இடம்பெற்றுள்ளது.[41] நான்காம் பத்தில் (பெ.ஆதி. 4–2–2) திருமாலிருஞ் சோலைமலையில் அடியவர் கூறும் பல்லாண்டு ஒலி எங்கும் பரந்து ஒலிப்பதாகப் பாடுகிறார் பெரியாழ்வார். ஐந்தாம் பத்தில் (பெ.ஆதி. 5–3–3) திருமாலிருஞ்சோலைவாழ் குறவர்கள் இறைவனது பொன்னடிக்கு வாழ்த்துக் கூறியதை விவரிக்கிறார். இங்ஙனம் பெரியாழ்வாரும் திருப்பல்லாண்டு தவிர பெரியாழ்வார் திருமொழிப் பாசுரங்களில், காப்பிடுதல், பல்லாண்டு கூறுதல் இரண்டையும் ஒற்றுமைப்படுத்திப் பேசுகிறார். இவற்றால் பல்லாண்டும் காப்பும் ஒன்றே எனக் கொள்ளலாம்.

பாட்டியல்களில் இலக்கணம் இல்லை

பாட்டியல் நூல் எதுவும் 'பல்லாண்டு' என்னும் இலக்கிய வகை பற்றிப் பேசவில்லை. பத்தாம் நூற்றாண்டில் முதலில் தோன்றியதாகக் கருதப்படும்[42] பன்னிருபாட்டியல் 'யாண்டு நிலை' என்னும் ஓர் இலக்கியவகை பற்றிக் குறிப்பிடுகிறது. 'யாண்டு நிலை என்று சொல்லப்பட்ட பிரபந்தம் இன்றைய பல்லாண்டு போலும்'[43] எனக் கூறுவர் மு. அருணாசலம். எனினும் யாண்டு நிலைக்குக் கூறப்படும் இலக்கணம் இறைவனுக்குக் கூறும் பல்லாண்டை உள்ளடக்கியதாக இல்லை. அரசன் ஒருவனை, 'மன்னுக பல்யாண்டு' என்று வாழ்த்துவதையே, 'யாண்டுநிலை' எனக் கூறுகிறது பன்னிரு பாட்டியல்.[44]

வைணவத்தில் பெரியாழ்வாரின் திருப்பல்லாண்டு போலச் சைவத்தில் சிறப்புற்றுத் திகழ்வது சேந்தனாரின் திருப்பல்லாண்டு ஆகும். இதனைக் கீழ்த்திசையில் உள்ள சயாம் என்னும் நாட்டில் மன்னரின் முடிசூட்டு விழாவின் போது பாடிவந்ததாகக் கூறுவர்.[45] இங்ஙனம் வழக்கில் ஆட்சி பெற்றும் காலத்தால் முதன்மையுற்றும் விளங்கிய 'பல்லாண்டு' என்னும் இலக்கிய வகை பற்றிப் பாட்டியல்கள் குறிப்பிடாமைக்குக் காரணம் தெரியவில்லை. 'பல்லாண்டு' மட்டுமன்றி 'எழுகூற்றிருக்கை', 'பள்ளியெழுச்சி', 'பாவைப்பாட்டு'. 'தாலாட்டு' போன்ற

41. நித்யாநுஸந்தாநம், பக்.22–23.
42. மு. அருணாசலம், தமிழ் இலக்கிய வரலாறு 16ஆம் நூற்றாண்டு. ப.211.
43. மேலது, ப.228.
44. ப.பா.209.
45. மு. அருணாசலம், ஒன்பதாம் திருமுறை, திருவிசைப்பா – திருப்பல்லாண்டு, ப.77.

காலத்தால் முந்திய இலக்கிய வகைகள் பற்றியும் பன்னிருபாட்டியல் குறிப்பிடவில்லை. அதே சமயத்தில் வழக்கில் அதிகம் செல்வாக்குப் பெறாத இலக்கியங்கள் சிலவற்றைப் பாட்டியல்கள் கூறிச்செல்கின்றன. "இவற்றைக் கருத்திலிருத்திப் பார்த்தால் பாட்டியல்கள் கூறும்பல பிரபந்தங்கள் வழக்கில் இல்லை. வழக்கில் இருந்த பலவற்றைப் பாட்டியல்கள் கூறவில்லை"[46] என்பர் மு. அருணாசலம். இக்கருத்து ஏற்புடையதாகவே தோன்றுகிறது.

பிற்கால வளர்ச்சி

பிற்காலத்தில் (பதினாறாம் நூற்றாண்டுக்குப் பின்னர்) தத்துவராயர், குமரகுருதாச சுவாமிகள், முகவைக்கண்ண முருகனார், கருப்பையாப் பாவலர் போன்றோர் பல்லாண்டு இலக்கியம் படைத்துள்ளனர்.[47] இந்நூற்றாண்டில் பூளைமேடு அ.கி. நாயுடு என்பார், 'சுதந்திரதேவி திருப்பல்லாண்டு'[48] என்னும் நூல் பாடியுள்ளார். காலத்திற்கேற்பப் பாடுபொருள் மாற்றம் பெற்றதற்கு இந்நூல் சான்றாகின்றது.

'பல்லாண்டு' என்னும் பெயர் பெறாவிடினும் பக்தி இலக்கியங்களில் உள்ள போற்றிப் பாடல்களை இவ்வகையினுள் அடக்கிக் கூறலாம்.

வைணவ மரபில் ஆழ்வார்களையும் ஆசாரியர்களையும் வாழ்த்திப் பாடும் வாழித்திருநாமச் செய்யுட்களையும்[49] இவ்வகையினவாகக் கருதலாம். ஆசாரியர்களை வாழ்த்திப் பாடும் பாடல்கள் சில, "இன்னமொரு நூற்றாண்டிரும்"[50] என

---

46. மு. அருணாசலம், பிரபந்த மரபியல், ப.39.
47. (அ) தத்துவராயர், பாடுதுறை, பக்.98–102.
    (ஆ) குமரகுருதாச சுவாமிகள், குமரகுருதாச சுவாமிகள் பாடல், பக்.441–442.
    (இ) முகவைக்கண்ணமுருகனார், ஸ்ரீரமண சந்நிதி முறை, பக்.332–333.
    (ஈ) கருப்பையாப்பாவலர் திருப்பல்லாண்டு; ந.வீ. செயராமன், சிற்றிலக்கிய அகராதி, ப.216.
48. அ.கி. நாயுடு. நால்வகைப் பாவும் பாவை நோன்பு வரலாறும், பக்.14–15.
49. நித்யாநுஸந்தாநம், பக், 122–123.
50. (அ) அடியார்கள் வாழ அரங்கநகர் வாழ
    சடகோபன் தண்டமிழ்நூல் வாழ–கடல்சூழ்ந்த
    மன்னுலகம் வாழ மணவாள மாமுனியே
    இன்னமொரு நூற்றாண் டிரும் – நித்யாநுஸந்தாநம், ப.136.

    (ஆ) நானிலமுந் தான்வாழ நான்மறைகள் தாம்வாழ
    மாநகரின் மாறன் மறைவாழ–ஞானியர்கள்
    சென்னியணி சேர்தூப்புல் வேதாந்த தேசிகரே
    இன்னமொரு நூற்றாண் டிரும்
    – கொமாண்டூர் அநந்தாசார்யர் (ப.ஆ.), தேசிகப்ரபந்தம் ப.116.

முடிவு பெறுகின்றன. இவ்வகையான வாய்பாட்டில் இன்றளவும் வைணவப் பெரியோர்களுக்கு வாழ்த்துக் கூறும் மரபு தொடர்கின்றது.[51] இவையாவும் பல்லாண்டு பாடும் மரபைத் தழுவி எழுந்தவையே.

'நீடுவாழ்க' என வாழ்த்துக் கூறும் உலகியல் வழக்கு உள்ள வரை, 'பல்லாண்டு' என்னும் இலக்கியம் ஏதோ ஒரு வடிவில் அல்லது வகையில் வாழ்ச்சி பெற்றிருக்கும் என்று கருதலாம்.

பள்ளியெழுச்சி

'பள்ளியெழுச்சி' என்னும் இலக்கிய வகையும் திவ்வியப் பிரபந்தத்துள் இடம்பெற்றுள்ளது. தொண்டரடிப் பொடியாழ்வார் பாடிய, 'திருப்பள்ளியெழுச்சி' முதலாயிரத்தில் எட்டாம் பிரபந்தமாக அமைகின்றது. திருவரங்கப் பெருமானைத் துயிலுணர்த்தும் வகையில் ஆழ்வார் இந்நூலினைப் பாடியிருக்கின்றார். இவரது மற்றொரு நூல் 'திருமாலை'. இவ்விரண்டு நூல்களிலும் உள்ள மொத்தப் பாசுரங்கள் 55 மட்டுமே. இங்ஙனம் குறைந்த அளவே பாடிய தொண்டரடிப் பொடியாழ்வார், 'பள்ளியெழுச்சி', 'மாலை' என்னும் இரண்டு வகையான இலக்கியங்களைப் படைத்திருப்பது குறிப்பிடத்தக்க செய்தியாகும்.

'பள்ளியெழுச்சி' என்பதற்குத் துயிலெழுப்புகை என்பது பொருள்; அங்ஙனம் துயிலெழுப்பும் பொருண்மையில் பாடப் பெற்ற பிரபந்தத்துக்கும் அதுவே பெயராயிற்று. கடவுளைத் துயிலெழுப்பும் பாடல்கள் கொண்ட பிரபந்தங்கள், 'திரு' என்னும் அடை சேர்த்துத் திருப்பள்ளியெழுச்சி எனப்பட்டன. இச்சொல்லின் முதல் ஆட்சி இவ்வகையில் முதல் இலக்கியமான தொண்டரடிப்பொடியாழ்வாரின் திருப்பள்ளியெழுச்சியிலே அமைகின்றது. மாணிக்கவாசகர் இறைவனைத் துயிலுணர்த்திய பாட்டும் இப்பெயராலேயே வழங்கி வருகின்றது.

தோற்றக் கூறுக்கள்

பள்ளியெழுச்சிக்கான தோற்றுவாயினைத் தொல்காப்பியத்திற் காணலாம். தொல்காப்பியர் காலத்தில்

51. ஆரணநூல் வாழ அருளிச் செயல்வாழ
தாரணியோர் தாமு முடன்வாழ – ஏரணிசீர்
மன்னு புகழ்அண்ணங் காரியனாம் மாகுருவே
இன்னமொரு நூற்றாண் டிரும்

–ஆர். அரங்கராஜன் (தொ.ஆ.), உபந்யாஸக ஹஸ்தபூஷணம், ப.90.

இந்நூற்றாண்டில் வைணவப் பேரறிஞராக வாழ்ந்துமறைந்த பி.ப. அண்ணங்கராசாரியார்க்கு முந்தையோர் மரபில் அடியார்கள் கூறிய வாழ்த்து இது.

பழந்தமிழகத்தில் அரசர் உறங்கப்புகுமுன்னரும், விழித்து எழும்போதும் பாடும் வழக்கம் இருந்திருக்கிறது. உறங்கத் தொடங்குமுன் பாடுதலை, "கண்படை கண்ணிய கண்படை நிலை"[52] எனத் தொல்காப்பியம் குறிப்பிடுகின்றது. உறங்கிய அரசன் விழித்தெழுகையில் அரசனைப் புகழ்ந்து பாடும் பாட்டு, 'துயிலெடை நிலை' எனப்பட்டது. அங்ஙனம் புகழ்ந்து பாடுவோர் 'சூதர்' எனப்பட்டனர்.

"தாவில் நல்லிசை கருதிய கிடந்தோர்க்குச்
சூதர் ஏத்திய துயிலெடை நிலையும்"[53]

என்று தொல்காப்பியம் இதனைச் சுட்டுகின்றது.

"அடுதிறல் மன்னரை அருளிய எழுகெனத்
தொடுகழல் மன்னனைத் துயிலெடுப் பின்று"[54]

என ஐயனாரிதனாரும் கூறுவர்.

உள்ளடக்கத்தில் மாற்றம்

இங்ஙனம் அரசர்களுக்குப் பாடிவந்த துயிலெடை நிலையே பக்திநெறிக் காலத்தில் கடவுளைத் துயிலெழுப்பும் பாடலாக மாறியது. அப்போது, துயிலெடைநிலை என்ற பெயரும் மாறித் திருப்பள்ளியெழுச்சி என்ற புதுப்பெயரும் அமைந்துவிட்டது.[55] உள்ளடக்கத்தில் ஏற்பட்ட மாற்றம் பெயர் மாற்றத்துக்கும் வழிவகுத்தது.

பழைய துயிலெடை நிலையின் சாயல்

பழங்காலத்தே அரசர்களைத் துயில் எழுப்பும் பொருட்டுச் சூதர்கள் பாடிய பாடல்கள் நமக்குக் கிடைக்கவில்லை.

தொல்காப்பியர் கூறும் 'துயிலெடை நிலை'க்கு இளம்பூரணர், நச்சினார்க்கினியர் போன்றோர் காட்டும் எடுத்துக்காட்டுப் பாடல்கள்[56] 'துயிலெடைநிலை'ப் பாட்டுக்கள் ஆகா. அவற்றில், "துயிலெடைநிலையின் பொருளை மட்டுமே காண்கிறோம். வடிவத்தைக் காண இயலவில்லை"[57] என்பர் மு. வரதராசன்.

---

52. தொல். பொருள், 87.
53. மேலது, 88.
54. புறப்பொருள் வெண்பாமாலை, 197.
55. மு. வரதராசன், காலந்தோறும் தமிழ், ப.94.
56. (அ) இளம். (உ.ஆ.), தொல்.பொருள். 88இன் உரை.
(ஆ) நச்சி. (உ.ஆ.), தொல்.பொருள். 91இன் உரை.
57. மு. வரதராசன், மு.நூ., ப. 100.

இந்நிலையில் அரசர்க்குப் பாடும் துயிலெடைநிலைப் பாட்டின் சாயலை நாம் திருப்பாவையில் காணலாம். வைகறையில் நந்தகோபனின் அரண்மனைக்குச் சென்ற இடைக்குலப் பெண்கள் வாயிற்காப்போனின் இசைவு பெற்று நந்தகோபன் அசோதை, கண்ணபிரான், பலதேவன் ஆகியோரைத் துயில் எழுப்புகின்றனர்.

"எம்பெருமான் நந்தகோ பாலா எழுந்திராய்"
"எம்பெரு மாட்டி அசோதாய் அறிவுறாய்"
"உம்பர்கோ மானே உறங்காது எழுந்திராய்"
"...செல்வா பலதேவா உம்பியும் நீயும் உறங்கேல்"

(தி.பா.17)

என மேற்குறித்த நால்வரையும் முறையே துயில் எழுமாறு வேண்டுகின்றனர். துயில் எழுப்பும் பாங்கில் அமைந்த விளிகளும் இசை இனிமையும் இங்குக் கருதத்தக்கன. உலகியலில் ஒருவரைத் துயில் எழுப்பும் பொருட்டுப் பாடிவந்த நாட்டுப்பாடல் *(Folk Song)* ஒன்றின் இலக்கிய வடிவம் *(Poetised Form)* போல இவ்வடிகள் அமைந்துள்ளன.

பின்னரும் திருப்பாவையில் நப்பின்னையையும் கண்ணபிரானையும் துயிலெழுமாறு வேண்டும் பரசுரங்களும் (தி.பா.20, 23) இத்தகையனவே.

இப்பாசுரங்கள், 'துயிலெடைநிலை'யாகவும் அதே சமயத்தில் 'பள்ளியெழுச்சி'யாகவும் நோக்கத்தக்கவை. நந்தகோபன் இடையர்களுக்கு அரசனாவான். கண்ணபிரானோ, 'நந்தகோன் இளவரசு' (பெ.ஆ.தி.3–6–3). அவர்கள் வாழ்ந்த காலத்து அவர்களின் குடிமக்களாகிய இடைக்குலப் பெண்களால் பாடப்பட்டன எனக் கொண்டால் இவை, 'துயிலெடைநிலை'ப் பாடல்கள் ஆகும். ஆண்டாள் என்னும் அடியாரால். 'கண்ணன் என்னும் கருந்தெய்வம்' (நா.தி.மொ. 13–1) துயிலெழுமாறு பாடப்பட்டது எனக் கொண்டால் இவை பள்ளியெழுச்சிப் பாடல்கள் ஆகும்.

எனவே இன்று நம்மால் அறியப்படாத தொடக்கநிலையில் அமைந்திருந்த துயிலெடைநிலைப் பாடல்களும் அவற்றின் வழியாக எழுந்த ஆண்டாளின் மேற்குறித்த பாசுரங்களும் தொண்டரடிப்பொடியாழ்வாரின் திருப்பள்ளியெழுச்சிக்கு முன்னோடியாகலாம். ஆண்டாள், இவ்வாழ்வாருக்குக் காலத்தால் முற்பட்டவர் என்னும் கருத்தும் இதனை வலியுறுத்தும்.[58]

---

58. மு. இராகவையங்கார், ஆழ்வார்கள் காலநிலை, பக். 128, 238, 249, 250.

துயிலெடைநிலையே பள்ளியெழுச்சிக்கு அடிப்படை

ஆயினும் ஆழ்வார் பள்ளியெழுச்சி பாடியதற்கு வைணவர் தம் மரபு சார்ந்து வேறு காரணம் கூறுவர். வால்மீகி இராமாயணத்தில் இராமபிரானை விசுவாமித்திர முனிவரும் வந்திகளும் (துயில் எழுப்புவோர்) துயிலுணர்த்தியதாகக் குறிப்புக்கள் உள்ளன. அவற்றின் அடிப்படையிலேயே ஆழ்வார் பள்ளியெழுச்சி பாடினார் என்பர்.[59] இக்கூற்றினாலும் ஓர் உண்மை புலப்படுகின்றது. இராமன் என்னும் அரசனுக்குப் பாடிய 'துயிலெடைநிலை'யே திருவரங்கனாகிய இறைவனுக்குப் பள்ளியெழுச்சி பாடக் காரணமாயிற்று என்னும் உண்மைதான் அது.

ஆழ்வாரின் பள்ளியெழுச்சி குறித்த வடமொழித் தனியனி லும், "திருவரங்கத்திலே பள்ளிகொண்ட பரவாசுதேவனை மன்னரைப் போலப் போற்றுதற்குரியவனாகவே கருதித் திருப்பள்ளியுணர்த்தும் பாமாலை" என்னும் கருத்துக் காணப் படுகின்றது.[60] இதனாலும் அரசர்க்குப் பாடிய, 'துயிலெடை நிலை'ப் பாட்டே பின்னாளில் தெய்வத்திற்குரிய பள்ளியெழுச்சி யாயிற்று என்பது உறுதிப்படுகின்றது.

முதற் பள்ளியெழுச்சி நூல்கள்

பக்தி இயக்கக் காலத்தில் கடவுளுக்குப் பள்ளியெழுச்சி பாடிய முதல் நூல்களாக வைணவத்திலும் சைவத்திலும் இரு நூல்கள் தோன்றின. அவை தொண்டரடிப்பொடியாழ்வாரும் மாணிக்கவாசகரும் பாடிய திருப்பள்ளியெழுச்சிகளாகும். இரு நூல்களுக்கும், 'திருப்பள்ளியெழுச்சி' என்பதே பொதுப் பெயராக அமைய, ஆசிரியர் பெயரை முன்னிட்டே அவை வேறுபடுத்தி அறியப்படுகின்றன.

பள்ளியெழுச்சி பாடிய பொருத்தம்

தொண்டரடிப்பொடியாழ்வார் திருவரங்கத்திற் பள்ளி கொண்ட திருமாலைத் துயில் எழுப்பும் முறையில் இந்நூலினைப் பாடியுள்ளார். அவர் பாடிய மற்றொரு நூலான 'திருமாலை'யும் திருவரங்கத்து இறைவனைக் குறித்துப் பாடப்பட்டதே. 'அழகியமணவாளன்' என்ற பெரிய பெருமாளையல்லது வேறு அறியாதிருந்தமையே இதற்குக் காரணம் என்பர்

---

59. எஸ். கிருஷ்ணஸ்வாமி அய்யங்கார் (ப.ஆ.), பெரியவாச்சான்பிள்ளை திருப்பள்ளி எழுச்சி வ்யாக்யானம், முகவுரை, ப.I.
60. மயிலை மாதவதாஸன் (ப.ஆ.), நாலாயிர திவ்வியப்பிரபந்தம், ப.209இன் அடிக்குறிப்பு.

பெரியவாச்சான்பிள்ளை.[61] ஆயினும் இங்கு மற்றொரு பொருத்தம் உணரத்தக்கது. திருமால் தான் உகந்தருளின திவ்விய தேசங்களில் நிற்றல், இருத்தல், நடத்தல், கிடத்தல் (பள்ளிகொள்ளுதல்) ஆகிய கோலங்களில் சேவை சாதிப்பதுண்டு (தி.ச.வி.64; மு.தி.அ.77). திருவரங்கத்தில் அவன் பள்ளிகொண்ட கோலத்தில் காட்சி தருகின்றான் (தி.மா. 19). எனவே அத்தலத்து இறைவனுக்கு ஆழ்வார் பள்ளியெழுச்சி பாடியது பொருத்தம் எனலாம்.

பள்ளியெழுச்சி நூலமைப்பு

தொண்டரடிப்பொடியாழ்வாரின் பள்ளியெழுச்சி, தம்முள் அளவொத்த நான்கு அடிகளாலாய எண்சீர் விருத்தங்கள் பத்துக் கொண்டதாகும்.

> "கதிரவன் குணதிசைச் சிகரம்வந் தணைந்தான்
> கனவிருள் அகன்றது காலையம் பொழுதாய்"

என ஒவ்வோரடியிலும் மூன்று விளச்சீர்களையடுத்து நான்காம் சீர் மாச்சீர் ஆக, மீண்டும் அவ்வாறே மூன்று விளச்சீரும் ஒருமாச்சீரும் வருதல் காணலாம். விளச்சீருக்கு ஈடாகக் காய்ச்சீர் வருதலும் உண்டு. தொன்றுதொட்டு வைகறையில் பாடப்படும் நோதிறம் (பூபாளம்) என்னும் பண்ணுக்கு ஏற்ப இப்பாடல்கள் அமைந்துள்ளன என்பர் இசையறிஞர்.

பத்துப் பாடல்களும், 'பள்ளியெழுந்தருளாயே' என்னும் மகுடம் பெற்று முடிகின்றன. ஆழ்வார் திருவரங்கனைத் துயிலெழுப்புதலால், 'அரங்கத்தம்மா பள்ளியெழுந்தருளாயே' என எட்டுப் பாடல்களின் மகுடம் (1–4; 6–9) அமைகின்றது. எஞ்சியவற்றுள் ஐந்தாம் பாடலின் மகுடம் 'எம்பெருமான் பள்ளியெழுந்தருளாயே எனவும், பத்தாம் பாடலின் மகுடம் 'அரங்கா. . . பள்ளியெழுந்தருளாயே' எனவும் முடிகின்றன.

முதல் ஐந்து பாடல்களில் காலைப்பொழுதின் இயற்கை வருணனை பொதுவாகக் காணப்படுகின்றது. அப்பாடல்களின் பிற்பகுதிகளில் இறைவனின் அரும்பெரும் செயல்கள் விளக்கப்படுகின்றன. அடுத்த நான்கு பாடல்கள் (6–9) இறைவன் விழித்தெழும்போது அவனைத் தரிசிப்பதற்காக வந்து கூடும் தேவர் குழுவின் வருகையைத் தெரிவித்து, இறைவனைத் துயில் எழுமாறு வேண்டுகின்றன. இறுதிப் பாடல் ஆழ்வார் தமக்காகச் செய்துகொள்ளும் பிரார்த்தனையாக அமைகின்றது. "உன் அடியார்க்கு ஆட்படுத்தாய்" என்று இறைவனிடம் பிரார்த்திக்கிறார் அவர். 'தொண்டரடிப்பொடி' என்னும் அவரது

---

61. பி.ஸ்ரீ., துயில் எழுப்பிய தொண்டர், ப.60.

பெயருக்கு ஏற்ற பொருத்தமான பிரார்த்தனை அது. இதனை உரையாசிரியரும் சுட்டிக்காட்டியுள்ளார்.[62] இப்பிரார்த்தனை அடங்கிய இறுதிப் பாட்டினைத் திருப்பள்ளியெழுச்சி என்னும் சிறுபிரபந்தத்தின் சிகரமாகவே கருதுவர் அறிஞர்.[63]

பொதுமைக்குக் காரணம்

மாணிக்கவாசகரின் திருப்பள்ளியெழுச்சியும் ஆழ்வார் பாடிய யாப்பிலேயே அமைந்துள்ளது. பாடல்களின் எண்ணிக்கை, 'பள்ளியெழுந்தருளாயே' என்னும் பொதுவான மகுடம், காலைப்பொழுதின் இயற்கை வருணனை, இறைவனது அருட்சிறப்பைப் புகழ்தல், வணங்குதற்கு வந்து கூடிய அடியவரின் வரவினைத் தெரிவித்தல், தலைவனின் பெயரும் பெருமையும் கூறி விளித்தல் ஆகிய பொதுக்-கூறுகள் மாணிக்கவாசகரின் திருப்பள்ளியெழுச்சியிலும் உள்ளன. சமயத்தால் வேறுபட்ட இருவர் பாடிய பள்ளியெழுச்சி நூல்களுள் இத்தகைய பொதுக் கூறுகள் அமைந்ததற்கான காரணத்தைப் பின்வருமாறு விளக்கிக் கூறுகிறார் மு. வரதராசன்:

"இருவரும் திருப்பள்ளியெழுச்சி பாடுவதற்கு முன்பே நாட்டு மக்களின் வழக்கத்தில் துயிலெடைநிலை பெருவழக்காய் இருந்திருக்க வேண்டும். சமயம் முதலிய வேறுபாடுகளைக் கடந்து வழங்கிய பொதுவான மக்கள் பாடலாக (Folksong) அது இருந்திருக்க வேண்டும். அந்தப் பொதுவான பாடலில் மேற்குறித்த யாப்பும் முடிவும் பொருளமைதியும் வழிவழியாக ஒரு தன்மையாக இருந்திருக்க வேண்டும். அரசரையும் மற்ற தலைவர்களையும் பாடுவதற்கு அந்த யாப்பு முதலியவற்றை அக்காலத்தவர் பயன்படுத்தியிருக்க வேண்டும்."[64]

பக்தி வெளிப்பாட்டிற் பிறந்த இலக்கிய வகை

இறைவனைத் துயில் எழுப்புகின்ற முறையில் அடியவராய் நின்று அவன் புகழ் பாடுதலே நோக்கமாகப் பள்ளியெழுச்சி நூல்கள் தோன்றியுள்ளன. அடியவர்களுக்கு அருளும் வண்ணம் துயில் எழுந்தருள வேண்டும் என இறைவனிடம் விண்ணப்பித்துக்கொள்வதும் அதன் நோக்கம் என்பர்.[65] நோக்கங்களை இப்படிப் புரிந்துகொண்டால் சிக்கல் இல்லை.

ஆயினும், "இறைவன் துயில்வதுண்டா? அவனையும் பள்ளியெழுச்சி பாடித் துயிலுணர்த்த வேண்டுமா?" எனக்

---

62. பி.ப. அண்ணங்கராசாரியர் (உ.ஆ.), திருமாலை – தீபிகையுரை, ப.111.
63. பி.ஸ்ரீ., துயில் எழுப்பிய தொண்டர், ப. 136.
64. மு. வரதராசன், மு.நூ., ப.97.
65. க. வெள்ளைவாரணன், பன்னிருதிருமுறை வரலாறு–இரண்டாம்பகுதி, ப.172

கேள்வி எழும்போது அதற்குத்தக விடை கூறவேண்டியுள்ளது. எனவே இந்நூல்களைக் குறித்துச் சைவ வைணவ சமயத்தார் தத்துவ முறையில் விளக்கம் கூறியுள்ளனர்.[66] இத்தகைய விளக்கங்கள் சமயமரபில் ஏற்கத்தக்கவையே; என்றாலும் பழையதுயிலெடை நிலைப் பாட்டின் அடியாக, இறையடியார்தம் பக்தி வெளிப்பாட்டிற் பிறந்த புதிய இலக்கிய வகையாகப் பள்ளியெழுச்சியைக் கருதுதலே பொருத்தம் ஆகும்.

ஏனைய ஆழ்வார்களிடத்துப் பள்ளியெழுச்சிக் கூறுகள்

தொண்டரடிப் பொடியாழ்வாரின் திருப்பள்ளியெழுச்சி போன்ற தனிப் பிரபந்தம் ஒன்றினை ஏனைய ஆழ்வார் எவரும் பாடவில்லை. எனினும் ஆழ்வார் சிலரின் பாசுரங்களில் பள்ளியெழுச்சிக் கூறுகள் அல்லது குறிப்புகள் காணப்படுகின்றன.

"அரவணையாய் ஆயரேறேஅம்மமுண்ணத்துயிலெழாயே"

என்னும் பெரியாழ்வார் திருமொழிப் பாசுரம் (2–2–1) தாயான அசோதை கண்ணனைத் துயிலுணர்த்தும் முறையில் அமைந்துள்ளது.

ஆண்டாளின் திருப்பாவையில் பள்ளியெழுச்சிக் கூறுகள் மிகுதி. 6 முதல் 15 முடியவுள்ள பாசுரங்கள் துயிலும் பெண்டிரை முன்னரே துயிலுணர்ந்த பெண்கள் துயில் எழுப்புவதாக உள்ளன. 'இனித்தான் எழுந்திராய்', 'கலியே துயிலெழாய்', 'விமலா துயிலெழாய்', 'திருவே துயிலெழாய்', 'சுடரே துயிலெழாய்' என்பனவற்றுள் (தி.பா.12, 20, 21) துயிலுணர்த்தும் செயல் தூக்கலாகக் காணப்படுகின்றது.

---

66. சைவம்:

(அ) "நீறணிந்தார் அகத்திருளும் நிறைகங்குற புறத்திருளும் மாறவரும் திருப்பள்ளியெழுச்சி"

– பெரியபுராணம், திருநாவுக்கரசு சுவாமிகள் புராணம், 68.

(ஆ) "மணிவாசகரின் திருப்பள்ளியெழுச்சிக்குத் 'திரோதானசுத்தி' என முன்னோர் கருத்துரை வரைந்தனர். . . இத்தொடர்க்கு 'ஏகமாகிய திரோதாயிமறைப்பான மலம் நீங்குதல்' எனப் பொருள் உரைப்பர்."

– க. வெள்ளைவாரணன், மு.நூ., ப.172.

வைணவம்:

"தேவரீர் பள்ளிகொண்டிருப்பது ஸம்ஸாரிகளைப் போலே சோர்வு சோம்பலாலன்றே: 'எவனைப் பிடிக்கலாம்? எவனைத் திருத்தலாம்' என்று யோகு செய்யும் உறக்கமித்தனையிறே! அந்த யோக நித்திரைக்குப் பலன் கைபுகுந்த பின்பும் உறங்கக் கடவதோ? உணர்ந்தருளலாகாதோ" என்னும் கருத்தில் ஆழ்வார் இறைவனுக்குப் பள்ளியெழுச்சி பாடியதாகக் கூறுவர்.

– பி.ப. அண்ணங்கராசாரியர், மு.நூ., ப.112.

“தூயோமாய் வந்தோம் துயிலெழுப் பாடுவான்” (தி.பா.16) என்னும் திருப்பாவைத் தொடரில் ‘துயிலெழப் பாடுதல்’ என்பது பள்ளியெழுச்சியையே குறிக்கின்றது. “நாங்கள் வந்திருக்கும் காலத்தையும் காரியத்தையும் கண்டாயே! விடியற்காலையிலே அவனுக்குத் திருப்பள்ளியெழுச்சி பாடவன்றோ நாங்கள் வந்திருப்பது”[67] *என்று இத்தொடருக்கு உரையாசிரியரும் விளக்கம் தருவர். இதற்கேற்பவே 17ஆம் பாடலில் நந்தகோபன் முதலானோர்க்கு இடைக்குலப் பெண்கள் பள்ளியெழுச்சி பாடுதல் முன்னரே காட்டப்பட்டது.*

பள்ளியெழுச்சிக் கூறுகளை நம்மாழ்வாரின் திருவாய்மொழிவிலும் காணலாம்.

“கிடந்தநாள் கிடந்தாய் எத்தனை காலம்
கிடத்தியுன் திருவுடம் பசைய”

(தி.வா.மொ. 9–2–3)

எனத் தொடங்குவது ஒரு பாடல். இது, பள்ளியெழுச்சிப் பாடல் என்பதனை, “கிடந்தநாள் கிடந்தாய் – என்கிற பாட்டிலே உணர்த்தி யெழுப்பி அடிமை செய்யப் பாரித்தாரிறே”[68] *என உரைகாரர் விளக்குவதால் அறியலாம். “கொடியார் மாடக் கோளூரகத்தும் புளிங்குடியும்” எனத் தொடங்கும் திருவாய்மொழிப் பாசுரத்தையும் (8–3–5) திருப்பள்ளியெழுச்சிப் பாசுரமாகவே காட்டுவர் உரைகாரர்.* [69]

ஒரு காலத்தில் ஓர் இலக்கியத்தின் உறுப்பாக இருந்த ஒன்று, பிறிதொரு காலத்தில் தனி இலக்கிய வகையாக வளரும்; தனி இலக்கிய வகையாக இருந்த ஒன்றே காலப்போக்கில் மற்றோர் இலக்கியத்தின் ஓர் உறுப்பாகவும் இடம்பெறும். சங்ககாலத்தே தனித்து இலங்கிய ஆற்றுப்படை என்னும் இலக்கியவகை பின்னர்ச் சிற்றிலக்கியங்களில் ஓர் உறுப்பாயிற்று.[70] *அவ்வாறே ஒரு பாட்டில் நின்ற அந்தாதித் தொடை பக்திக் காலத்தில் தனிஒரு இலக்கிய வகையாயிற்று. பள்ளியெழுச்சியும் அத்தகைய நிலைக்கு ஆட்பட்டதே எனலாம்.*

திருப்பாவை–திருப்பள்ளியெழுச்சி ஒப்புமை

திருப்பாவை – திருப்பள்ளியெழுச்சி ஆகிய இரண்டனுக்கும் இடையில் உள்ள சில ஒப்புமைகள் இங்குக் கருதத்தக்கன. திருப்பாவையில் கண்ணனைத் துயிலுணர்த்தும் பெண்கள்,

67. கி. ஸ்ரீநிவாஸய்யங்கார்ஸ்வாமி (உ.ஆ.), திருப்பாவை வ்யாக்யானம், ப.183.
68. எஸ். கிருஷ்ணஸ்வாமி அய்யங்கார் (ப.ஆ.), பெரியவாச்சான்பிள்ளை திருப்பள்ளிவெழுச்சி வ்யாக்யானம், ப.11.
69. கி. ஸ்ரீநிவாஸய்யங்கார்ஸ்வாமி (உ.ஆ.), மு.நூ., ப.184.
70. மு. சண்முகம்பிள்ளை, சிற்றிலக்கிய வகைகள், பக்.106–107.

“சீரிய சிங்கா தனத்திருந்து யாம் வந்த
காரியம் ஆராய்ந்து அருள்” (தி.பா.23)

என்கின்றனர். இவர்களைப் போலவே தொண்டரடிப்பொடி யாழ்வாரும் திருப்பள்ளியெழுச்சியில்,

“...நாளோலக்க மருள
அரங்கத்தம் மாபள்ளி யெழுந்தரு ளாயே” (9)

என்கின்றார்.

வைகறையில் எழுந்து மார்கழி நீராட்டத்துக்கு ஆயத்தமாகிக் கண்ணனைத் துயிலுணர்த்தும் வகையில் பாவைப் பாடல்கள் அமைந்துள்ளன. ஆதலின் திருப்பாவையில் வைகறைக் காட்சி குறித்த வருணனைகள் (தி.பா. 6–8; 12–14;18) இயல்பாகவே இடம் பெறுகின்றன. திருப்பள்ளியெழுச்சியிலும் முதல் ஐந்து பாடல்களில் காலை நிகழ்ச்சிகள் பலவும் கூறப்பட்டுள்ளன.

இவ்வொப்புமைகளைக் கருதியே திருப்பாவையும் திருப்பள்ளி யெழுச்சியும் மார்கழியில் இல்லங்களிலும் கோயில்களிலும், “நித்யாநுஸந்தானமாய் (நாள்தோறும் ஓதப்படுவனவாய்) நின்றன”[71] எனக் கூறுவர் அறிஞர்.

பாட்டியல்களில் இலக்கணம் இல்லை

இங்ஙனம் ‘பள்ளியெழுச்சி’ என்னும் இலக்கிய வகையும் பள்ளியெழுச்சிக் கூறுகளும் பக்தி இயக்கக் காலத்திலேயே அமைந்திருக்க, பாட்டியல்கள் பள்ளியெழுச்சிக்கு இலக்கணம் கூறவில்லை. பன்னிருபாட்டியலும் பிரபந்ததீபிகையும் ‘துயிலெடை நிலை’ என்னும் இலக்கிய வகையை விளக்கு கின்றன. இங்கு அரசனைத் துயிலெழுப்புதலே பொருளாக அமைகின்றது.[72] இவ்விரு நூல்களும் பள்ளியெழுச்சி பற்றிப் பேசவே இல்லை. ‘பள்ளியெழுச்சிக்கு முன்னோடியான, ‘துயிலெடை நிலை’ பற்றிக் கூறியதால், பள்ளியெழுச்சிக்குத் தனியாக இலக்கணம் வகுக்கவில்லை போலும்’ என்று இதற்கு அமைதி காணலாம். எனினும் ‘கேசாதிபாதம்’, ‘பாதாதிகேசம்’ என்பவற்றைக்கூடத் தனி இலக்கிய வகையாகப் பிரித்துப் பேசும் பாட்டியல் நூல்கள்,[73] தலைமக்ளுக்குரிய துயிலெடை நிலை. கடவுளர்க்குரியதாகிப் பள்ளியெழுச்சி என்று பெயர் மாற்றமும் பெற்ற போது ஏன் அந்த இலக்கிய வகையினிடத்துப் பாராமுகம் காட்டின என்பது விளங்கவில்லை.

---

71. ரெ. திருமலை அய்யங்கார், திருப்பாவை மாலை, ப.201.

72 ச.வே. சுப்பிரமணியன், தமிழ் இலக்கிய வகையும் வடிவும், ப.387.

73 அரங்க. நலங்கிள்ளி, பாட்டியல்கள் (ஓர் அறிமுகம்), பக்.20, 25, 37, 43, 48, 54, 58, 64.

ஆழ்வார், நாயன்மார் படைப்புகளில் பல்வேறு சிற்றிலக்கிய வகைகள் காணப்படினும் அவை நாலாயிரத் திவ்வியப்பிரபந்தம், பன்னிருதிருமுறை எனத் தொகுக்கப்பெற்றமையால் சிற்றிலக்கிய வகை பற்றிய எண்ணத்தை ஏற்படுத்தவில்லையென்றும் அதனால் பாட்டியல் நூல்கள் அவற்றைக் கூறாது விடுத்தன என்றும் ஒரு காரணம் கூறப்படுகிறது.[74]

பிற்கால வளர்ச்சி

பள்ளியெழுச்சி என்னும் இலக்கிய வகை பக்தி இயக்கக் காலத்தில் மட்டும் தோன்றி மறைந்ததன்று. இருபதாம் நூற்றாண்டளவும் இவ்விலக்கிய வகையின் தொடர்ச்சியைக் காணமுடிகின்றது. இறைவனுக்குப் பள்ளியெழுச்சி பாடுதல் என்ற முறையில் மட்டுமன்றி, குருவுக்கும் மொழிக்கும் நாட்டுக்கும் பள்ளியெழுச்சி பாடுதலாக அது மாற்றமும் வளர்ச்சியும் கண்டிருக்கிறது.

ஆழ்வார், மாணிக்கவாசகர் காலத்துக்குப் பின்னர்த் தத்துவராயர், சிதம்பரசுவாமிகள், சிவப்பிரகாசர், கந்தப்பையர், இராமலிங்க சுவாமிகள், முகவைக்கண்ணமுருகனார் போன்றோர் இவ்விலக்கிய வகையை வளர்த்து வந்துள்ளனர்.[75] சிவானந்த ஞானதேசிக சுவாமியின் சற்குரு திருப்பள்ளியெழுச்சி இறைவனுக்குரிய இலக்கிய வகையைக் குருவுக்கும் ஆக்குகின்றது.[76]

பள்ளியெழுச்சிக்குரிய பொதுவான போக்கினின்றும் மாறியதாய்க் கீர்த்தனை வடிவில் கவிகுஞ்சரபாரதி திருப்பள்ளியெழுச்சி பாடியுள்ளார். பல்லவி, அனுபல்லவி, மூன்று சரணங்களுடன் அஃது அமைந்துள்ளது. வடிவத்தால் வேறுபட்ட பள்ளியெழுச்சிக்கு அது சான்றாக உள்ளது.[77]

இருபதாம் நூற்றாண்டுப் பள்ளியெழுச்சி நூல்கள்

இந்நூற்றாண்டில் பாரதி பாடிய, 'பாரதமாதா திருப்பள்ளியெழுச்சி'[78] தேசிய உணர்ச்சியை உள்ளடக்கமாகப் பெற்ற புதுமையுடையது.

---

74 முத்துச்சண்முகன், நிர்மலா மோகன், சிற்றிலக்கியங்களின் தோற்றமும் வகையும், ப.51.

75. (அ) தத்துவராயர், மு.நூ., பக். 220–239.
(ஆ) சிதம்பரசுவாமிகள், திருப்போரூர்ச் சந்நிதிமுறை, பக்.61–63.
(இ) சிவப்பிரகாசர், கந்தப்பையர் : ந.வீ. செயராமன் சிற்றிலக்கிய அகராதி, ப.217.
(ஈ) இராமலிங்கசுவாமிகள், திருஅருட்பா–ஆறாம் திருமுறை.
(உ) முகவைக்கண்ணமுருகனார், மு.நூ., பக்.263–266.

76. ச.வே. சுப்பிரமணியன், மு.நூ., பக்.387.

77. மேலது, ப.388.

78. பாரதியார் கவிதைகள், பக்.146–147.

இந்நூற்றாண்டிலும் பழைய மரபுப்படி அமைந்த பள்ளியெழுச்சியும் உண்டு. கு. பாலசுந்தர முதலியாரின் 'திருவேங்கடவன் திருப்பள்ளியெழுச்சி' அவ்வாறு அமைந்தது என்பர்.[79]

அ.கி. பரந்தாமனார், அ.கி. நாயுடு போன்றோர் தமிழ்த் தாய் திருப்பள்ளியெழுச்சி பாடியுள்ளனர்.[80]

தொடர்ந்து வரும் இலக்கிய வகை

கவிகுஞ்சர பாரதியின் பள்ளியெழுச்சி தவிர, முன்னர்க் குறித்தவற்றுள் பெரும்பாலானவை தொண்டரடிப்பொடி யாழ்வார், மாணிக்கவாசகர் பாடல்களைப் போல் ஒரே வகையான யாப்பு உடையவை. அவற்றுள், "தத்துவம், சமயம், சன்மார்க்கம், தேசிய உணர்ச்சி என உள்ளடக்கம் வேறுபடினும் அமைப்பு முறையும் இசையும் வேறுபடவில்லை. ஆகவே மாணிக்கவாசகர்க்கு முற்பட்ட காலம் தொடங்கிப் பல நூற்றாண்டுகளாய் இன்றுவரை பலருடைய உள்ளங்களையும் கவரும் கலைவடிவு வாய்ந்த இலக்கிய வகையாய்த் திருப்பள்ளியெழுச்சி விளங்கி வருதல் புலனாகின்றது. இவ்வளவு பழமையுடையதாய், பல நூற்றாண்டுகளாக மாறாத ஒரேவகையான அமைப்பு உடையதாய் விளங்கும் இலக்கிய வடிவம் வேறொன்றனைக் காண்பது அரிது"[81] என்று பள்ளியெழுச்சியின் தனித்தன்மையைச் சுட்டிக் காட்டுகிறார் மு. வரதராசன்.

எதிர்காலத்தும் இவ்விலக்கிய வகைக்கு வாழ்வு உண்டு எனலாம். ஊக்கமிழந்து ஒடுங்கிக் கிடக்கும் ஒரு சமுதாயத்தை விழித்தெழச் செய்யக் கவிஞன் ஒருவன் புதிய பள்ளியெழுச்சி பாடலாம். 'எழுமின் விழிமின்' எனும் போக்கில் அமைவனவும் பள்ளியெழுச்சியின் சாயல் உடையனவே. எனவே பழைய யாப்பு முறையிலன்றி, விழிப்புணர்வு ஊட்டும் புதிய உரைநடை இலக்கியங்களைப் பழைய பள்ளியெழுச்சியின் மாற்று வடிவமாகக் கொள்ளவும் இடமிருக்கிறது.

பாவை

'பாவை' என்னும் இலக்கிய வகையையும் திவ்வியப்பிரபந்தத்திற் காணலாம். ஆண்டாள் பாடிய 'திருப்பாவை' இவ்வகையினதே. நாதமுனிகளின் அடைவுப்படி

79. ச.வே. சுப்பிரமணியன், மு.நூ., ப.388.

80. (அ) அ.கி. பரந்தாமனார், மறுமலர்ச்சிக் கவிதைகள், பக்.81–83.

(ஆ) அ.கி. நாயுடு, மு.நூ., பக்.10–12.

81. மு. வரதராசன், மு.நூ., ப.102.

முதலாயிரத்தில் மூன்றாம் பிரபந்தமாக இஃது இடம் பெறுகின்றது. இந்நூலின் ஏற்றம் கருதி வைணவர் இதனை 'உபநிடதம்' என்றே போற்றிக் கூறுவர்.[82] கண்ணபிரானை அடையும் பொருட்டு மார்கழி மாதத்தில் கன்னியர் நோற்கும் நோன்பினைப் பாடுபொருளாகக் கொண்டு இந்நூல் இயற்றப் பட்டுள்ளது. 'பாவை நோன்பு', 'நீராடல்' ஆகிய இரண்டுமே திருப்பாவையில் முதன்மை பெறுகின்றன. இவற்றுக்கு அடியாய் அமைந்த தோற்றக் கூறுகளை முதலில் காணலாம்.

'பாவை' விளையாட்டு

பழங்காலத்தே மகளிர் கடற்கரையில் மணலாற்பாவை செய்து விளையாடுவர். இது 'பாவையாடல்' எனப்பெறும். மணலாற் செய்யப்படும் பாவையை,

"நேரிழை மகளிர் வார்மணல் இழைத்த
வண்டற் பாவை"

எனவும்,

"மாதர்மட நல்லார் மணலின் எழுதிய பாவை"

எனவும் இலக்கியங்கள் குறிப்பிடுகின்றன.[83] மகளிர் இத்தகைய பாவையோடு சென்று இதனை நீர்த்துறையில் இட்டுக் குரவையாடிய செய்தியொன்று அகநானூற்றில் விரிவாகக் கூறப்படுகின்றது.

"வண்டற் பாவை யுண்டுறைத் தரீஇத்
திருநுதல் மகளிர் குரவை யயரும்
பெருநீர்க் கானல் தழீஇய இருக்கை"[84]

என்பதனால் இந்நிகழ்ச்சி கடற்கரையில் நடந்ததனை அறியலாம்.

'நேரிழை மகளிர் வண்டல் மண்ணாலே செய்த பாவை' எனவும் அப்பாவையை நெய்தல் மணலிலே கிடத்துவர்' எனவும் 'வண்டற்பாவை சமைத்து வரிமணலில் விளையாடி' எனவும் 'வண்டற்பாவை சிதையுமாறு ஊர்ந்து' எனவும் பொருள் படுகின்ற குறிப்புகளைத்[85] தொகை நூல்களிற் காணலாம். இவற்றாலும் நெய்தல் நிலத்தே மகளிர் பாவையாடல் நிகழ்த்தியது அறியப்படுகின்றது.

---

82. ரெ. திருமலை அய்யங்கார், மு.நூ., ப.2.
83. நற். 191: 2-3: பரி.7: 25-26.
84. அகநா. 269:19-21.
85. நற்.191:2-3: குறுந். 114:1; அகநா.330:2. 320:12.

புறநானூற்றுப் பாடலொன்று மகளிரின் பாவை விளையாட்டுடன் நீராடலையும் இணைத்துக்கூறுகின்றது. மணலிற் செய்த பாவைக்குக் கொய்த பூவினைச் சூட்டி அவர்கள் குளத்தில் ஆடி மகிழ்ந்ததாக அப்பாடல் குறிப்பிடுகின்றது.[86]

பொதுவாக நீர்நிலைகளை ஒட்டிய இடத்தேதான் பெண்களால் இப்பாவையாடல் மேற்கொள்ளப்பட்டது.

"பொய்கை சூழ்ந்த பொழில்மனை மகளிர்
கைசெய் பாவை"[87]

என்று அகநானூறும் இதனை உறுதிசெய்யக் காணலாம்.

நீராடல்

அடுத்து, 'நீராடல்' தமிழர்தம் அகவாழ்விலும் புறவாழ்விலும் சிறப்பிடம் பெற்றமைக்குச் சங்க நூல்களில் சான்றுகள் உள்ளன.

தலைவனும் தலைவியும் ஆற்றிலும் குளத்திலும் பொழிலிலும் தம் நாட்டெல்லை கடந்தும் விளையாடுதற்குரியர் எனத் தொல்காப்பியம் கூறுகின்றது.[88] அதற்கேற்ப அகத்திணைச் சூழலில் நீராடலைச் சங்க நூல்கள் விரித்துரைக்கின்றன. குறிஞ்சி நிலத்தினர் அருவியிலும்[89] சுனையிலும்[90], நெய்தல் நிலத்தினர் கடலிலும்,[91] மருதநிலத்தினர் ஆற்றிலும்[92] நீராடுவர். ஐங்குறுநூற்றில் நீராடலைப் பற்றிய பத்துப் பாடல்கள் 'புனலாட்டுப் பத்து' என்னும் தலைப்பில் அமைந்துள்ளன. குறுந்தொகை, அகநானூறு, நற்றிணை. கலித்தொகை, ஐங்குறுநூறு, பரிபாடல் ஆகிய நூல்களில் புதுப்புனலாடல் விரிவாகப் பேசப்படுகிறது.[93] தலைவியின் ஊடலுக்குக் காரணம் கூறவந்த புலவர்கள், தலைவன் பரத்தையரோடு நீராடியதையே காரணமாகக் கொண்டு பல பாடல்கள் புனைந்துள்ளனர்.[94]

---

86. புறநா. 243:1–3.
87. அகநா. 181: 19–20.
88. "யாறுங் குளனுங் காவு மாடிப்
பதியிகந்து நுகர்தலும் உரிய வென்ப" – தொல். பொருள். 189.
89. குறிஞ்சிப். 54–56; நற். 68:4–5; பதிற். 48:13–18; ஐங்குறு. 78,73,100,411; குறுந். 222. புறநா. 63:11–15.
90. குறிஞ்சிப். 57.
91. அகநா. 20:7–8: புறநா. 24:3; 339:7; பட்டினப்.98.
92. கலித். 98:10; புறநா. 11:5; பொருந. 238–241.
93. இரகுபதி சாமிநாதன், "சங்க இலக்கியத்தில் நீராடல்", வையை–4. பக்.182–183.
94. கலித். 27:19.20; 30:13–16: 98:10–12: அகநா. 36:9–12; 256:9–13; 296:1–7; 6:6–12; 166:11–15; 226:8–12.

பரத்தையரொடு தலைவன் புனலாடும் சமுதாய நிகழ்ச்சியே வையையைப் பாடும் இயற்கைப் புனைவுப் பாடலின் பின்னணியாகிறது.[95] இப்புனலாட்டு ஒருவனும் ஒருத்தியும் தலைப்பெய்து காதல் கொள்ளவும் துணைசெய்கின்றது.[96]

இனிப் புறவாழ்வில், நெல்லரியும் இருந்தொழுவர் வெயிலின் கொடுமை தாங்காமல் கடலிற் பாய்ந்து நீராடியதையும், மகளிர் கடல் நீராடியதையும் புறநானூற்றுப் பாடல் ஒன்று சுட்டுகின்றது.[97] இளம்பருவத்தினர் தம் தோழர்களோடு மருதமேறிக் குதித்து அடிமணல் எடுத்துவந்து கரையில் உள்ளோர்க்குக் காட்டியதையும், முனிவர்கள் அருவியாடித் தவமியற்றியதையும் புறநானூற்றுப் பாடல்கள் குறிப்பிடுகின்றன.[98]

இவற்றால் காதல் இன்பம், பொழுதுபோக்கு, பரத்தையர் ஒழுக்கம், வெப்பம் தணிய நீராடும் வேட்கை, விளையாட்டு நோக்கம் முதலிய பல நிலைகளில் நீராடல் தமிழர் வாழ்வில் இடம்பெற்றமை அறியலாம். நீராடல் இயற்கை நெறிப் போக்குடன் இயைந்திருந்த காலத்து நிலை இது.

நீராடல் – சடங்கியல் தன்மையும் நம்பிக்கையும்

ஆயினும் அகநானூற்றில் மணமகளை நீராட்டும் செய்தி சடங்கியலாகச் சித்திரிக்கப்படுகிறது.[99] கடலில் நீராடினால் தீது நீங்கும் என்னும் நம்பிக்கையும் அந்நாளில் தோன்றிவிட்டது. "தீதுநீங்கக் கடலாடியும்"[100] என்பது பட்டினப் பாலை. நீராடல் சமயச் சார்பு பெறுவதற்கு முன்னர்க் கடல் நீராட்டுக் குறித்து உண்டான இந்நம்பிக்கை கவனத்திற் கொள்ளவேண்டிய ஒன்றாகும்.

மகளிர் தைந்நீராடல்

இங்ஙனம் தமிழர் வாழ்வில் சிறப்புற்றிருந்த நீராடல், மகளிர் மட்டுமே ஆடும் தைந்நீராடலாக மாற்றம் பெறுவதையும் சங்க நூல்கள் காட்டுகின்றன.

> "பெயரினுந் தொழிலினும் பிரிபவை யெல்லாம்
> மயங்கல் கூடா வழக்குவழிப் பட்டன"

---

95. இரகுபதி சாமிநாதன், மு.நூ., ப.184.
96. கலித். 39:1–5.
97. புறநா. 24:1-3,16.
98. மேலது, 243:6–10: 251:4:7.
99. அகநா. 86:9–17.
100. பட்டினப். 99.

என்னும் தொல்காப்பிய நூற்பாவிற்கு உரை எழுதிய இளம்பூரணர் தைந்நீராடலுக்கு உரியோராக மகளிரை மட்டுமே காட்டுகிறார்.

தைமாதத்தில் மகளிர் பலர் திரள் திரளாகச் சென்று நீராடியதை ஐங்குறுநூற்றுச் செய்யுளொன்று உணர்த்து கின்றது.[101] இந்நீராடல் வைகறையில் நிகழ்ந்தது என்பதனை. "பெரும் புலர் விடியலின் விரும்பிப் போத்தந்து"[102] என்னும் நற்றிணையால் அறியலாம். குளிர்ந்த நீர் நிரம்பியிருக்கும் குளங்களில் நீராடுதலே வழக்கம் என்பதையும் சங்கப் பாடல்கள் குறிக்கின்றன.[103] இந்நீராட்டின் முன்பு மகளிர்க்கு அவர் தம் காதலர் தழையும் மாலையும் கொடுப்பர்; மகளிர் அவற்றை மகிழ்ந்தேற்றுச் சென்று நீராடுவர். இதனை,

"தழையும் தாரும் தந்தன னிவனென
இழையணி யாயமொடு தகுநாண் தடைஇத்
தைஇத் திங்கட் டண்கயம் படியும்
பெருந்தோட் குறுமகள்"[104]

என நற்றிணை குறிக்கின்றது. நீராடலுக்குப் பின்னர் நோன்பு முறைப்படி அமர்ந்து உணவுண்பர் என்பதனை உவமை வாயிலாகவும் நற்றிணை கூறுகின்றது.[105] நீராட்டே நோன்பெனக் கொள்ளப்பட்டதற்குத் தொல்காப்பிய உரை மேற்கோளை எஸ். வையாபுரிப்பிள்ளையும் சுட்டிக்காட்டுவர்.[106]

நீராடல் சமயச் சார்பு பெறல்

தைந்நீராடல் நோன்பாக மாறிச் சமயச் சாயல் பெற்றதனைக் கலித்தொகையும் பரிபாடலும் விளக்கமாகக் கூறுகின்றன. கலித்தொகைப் பாடலொன்றில் பாவை விளையாட்டொடு தைந்நீராடலும் இணைத்துப் பேசப்படுகிறது.[107] அப்பாடலில் வரும் தலைவன் தலைவியை நோக்கி,

"வையெயிற் றவர்நாப்பண் வகையணிப் பொலிந்துநீ
தையினீ ராடிய தவந்தலைப் படுவாயோ ?"

என வினவுகின்றான். "நீ உன் காதலனாகிய எனக்கு அருள் புரியவில்லையென்று யான் கூற, அதுகேட்டு அயலார் நின்னைப்

---

101. ஐங்குறு. 84:3–5.
102. நற். 80:4.
103. புறநா. 70:6: நற். 124 8–9.
104. நற். 80:5–8.
105. மேலது, 22:6–7.
106. எஸ். வையாபுரிப்பிள்ளை, இலக்கிய விளக்கம், ப.88.
107. கலித். 59: 5, 12–13.

பழிப்பர். அதனால் கூரிய எயிற்றினையுடைய இளைய மகளிர்க்கு நடுவே, பலவகைக் கோலத்தாலே பொலிவு பெற்ற நீ தைத்திங்களில் நீராடிய தவத்தின் பயனைப் பெறுவாயோ?" என்பது இதன் கருத்து. இதனால் கன்னியர் ஒருசேர நின்று நீராடுவர் என்பதும், அந்நீராட்டில் தம்மை அணிகளால் அழகுசெய்து கொள்வர் என்பதும் அது தவச்செயலாகவே கருதப்பட்டது என்பதும் விளங்கும். நீராடும்போது அணிகலம் புனைந்திருத்தலும், நீராட்டினைத் 'தவம்' என்று கூறுதலும் முற்சங்க நூல்களிற் காணப்படாத புதிய செய்திகளாம் என்பர் எஸ். வையாபுரிப் பிள்ளை.[108]

இக்கலித்தொகையினும் விரிவாக நல்லந்துவனாரின் பரிபாடல் ஒன்று தைந்நீராடல் பற்றி விவரிக்கிறது. அப்பாடலில் பதினேழு அடிகளில் வையையாற்றில் கன்னியராடும் தைந்நீராடல் வருணிக்கப்படுகிறது.[109] "கதிரவனின் வெப்பம் தாக்காத மார்கழிமாதத்தில் நிறைமதி நாளாகிய திருவாதிரையன்று ஆகமங்களையறிந்த அந்தணர் தெய்வத்திற்குரிய விழாவைச் செய்யத்தொடங்கினர். சடங்கறிந்த முதிய பார்ப்பனிமார் நோன்பு நோற்கும் முறைமையைத் தெரிவிக்க, அந்தணர்களுக்குத் தானம் செய்து, 'நிலம் மழை பொழிதலாற் குளிர்வதாக' என்று வாழ்த்திப் பனி பெய்யும் வைகறையில் பெண்கள் நீராடினர். பின்னர் ஈரப்புடவையுடன் கரையேறி, அங்கு அந்தணர் வளர்த்த யாகத்தீயில் தம் ஆடைகளை உலர்த்தினர். இவ்வாறு தைந்நீராடும் நோன்பு இக்கன்னியர்க்கு வாய்த்தது முன்பு இவர்கள் செய்த தவத்தினாலாகும். வையையே இதனை நீ கூறுவாயாக!" என்பது அவ்வடிகளின் திரண்ட கருத்து.

தைந்நீராடல் சமயச் சார்புடையதாக மாறியதை இச்செய்யுள் தெளிவாகப் புலப்படுத்துகின்றது. திருவாதிரை யன்று இந்நீராட்டு நோன்பு தொடங்குமென்பதும், 'அம்பா ஆடல்' என்னும் பெயர் இதற்கு ஏற்பட்டது என்பதும் இப்பாடல் கூறும் புதிய செய்திகளாகும். இங்குக் குறிக்கப் பெறும் 'அம்பா ஆடல்' என்பதனை 'அம்பாவை ஆடல்' என்பதன் மாற்றமாகக்கொள்வர் பி.ஸ்ரீ.[110] அவரது கருத்துப்படி நீர்த்துறையில் பாவையமைத்து நீராடியமையே முதலில் 'அம்பாவை ஆடல்' எனப் பெயர் பெற்றுப் பின்னர் 'அம்பா ஆடல்' என மாறியதாகத் தெரிகிறது, வேறு சிலரோ 'அம்பா ஆடல்' என்பதற்கு, 'தேவியின் பொருட்டு நிகழ்த்தப்படும் நீராட்டு' என்று பொருள் கொள்வர்.

---

108. எஸ். வையாபுரிப்பிள்ளை, மு.நூ., ப.90.
109. பரி, 11: 76-92.
110. பி.ஸ்ரீ., கோதை அல்லது காதல் வெள்ளம், ப.130

வைணவ இலக்கிய வகைகள்

இப்பரிபாடல்வழி அறியத்தக்க குறிப்புகள் வருமாறு:

1. கன்னியர் நோன்பு நோற்றல்;
2. கன்னியர் பனி பெய்யும் விடியலில் நீராடல்;
3. பூமியானது மழைவளம் பெற்றுக் குளிர்வதாக என்று வாழ்த்தி நோன்பைத் தொடங்குதல்;
4. அந்தணர்களுக்குத் தானம் செய்தல்;
5. இந்நீராடலுக்கு 'அம்பா ஆடல்' என்னும் பெயர் ஏற்படல்.

இக்குறிப்புக்களுடன் முற்கூறிய பாவை விளையாட்டு, தமிழர்களின் நீராடல் வேட்கை ஆகியவற்றை இணைத்துப் பார்த்தால் இவற்றின் வளர்ச்சியாகவே ஆண்டாளின் திருப்பாவை அமையக் காணலாம். கன்னியர் காலையில் துயிலெழல், ஐயமும் பிச்சையும் அளித்தல், குள்ளக்குளிரக் குடைந்து நீராடல், நாடு செழிக்க நல்ல மழையினை வேண்டுதல் ஆகியன திருப்பாவையில் (7–9, 2, 13, 3) இடம்பெறுகின்றன.

மார்கழித் தைந்நீராடல்

இங்கு ஓர் ஐயம் எழக்கூடும். சங்க நூல்கள் 'தைந்நீராடல்' என்றே குறிக்க, ஆண்டாளும் மாணிக்கவாசகரும் தம் பாவை நூல்களில் 'மார்கழி நீராடல்' எனக் குறிப்பது ஏன்? என்னும் ஐயமே அது. மார்கழி நீராடலாகிய பாவை நோன்பு, தைந்நீராடலினும் வேறானது என்பர் எஸ். வையாபுரிப்பிள்ளை.[111] இவ்விரண்டும் ஒன்றே எனக் கருதுவர் மு.இராகவையங்கார். இதனை, 'மார்கழி நோன்பாகிய தைந்நீராடல்' என்னும் கட்டுரையில் அவர் தெளிவுபடுத்துகிறார்.[112] பரிபாடல் கூறுவது போல மார்கழிப் பௌர்ணமியில், திருவாதிரையில் தொடங்குவதாகிய இந்நீராட்டு தைத்திங்களிலும் தொடர்ந்து நடந்ததால் தைந்நீராடல் என்று பெயர் பெற்றதாக அவர் விளக்குகிறார்.[113] இதனால் சங்கச் செய்யுட்களிற் குறிக்கப்

111. எஸ். வையாபுரிப்பிள்ளை, இலக்கிய விளக்கம், ப.92.

112. மு. இராகவையங்கார், ஆராய்ச்சித் தொகுதி, பக்.185–203.

113. "பௌர்ணமியும் திருவாதிரையும் மார்கழி மாதம் 15ஆம் தேதியிலேனும் அதன்பின்பேனும் ஒன்று சேர்வது இயல்பு. அமாவாசையோடும் பௌர்ணமியோடும் மாதங்கள் முடிவுபெறுதலால் முறையே அமாந்தம், பூர்ணிமாந்தம் என்னும் பெயர்கொண்ட இவ்விருவகை மாதமுறைகள் வழங்கி வருவனவற்றுள், பூர்ணிமாந்தம் என்ற முறைப்படி, மார்கழியிடையிற் பௌர்ணிமைக்குப் பின்வரும் மாதம் – மார்கழியின் பிற்பகுதியும் தையின் முற்பகுதியுமாமென்றும் அதனால் மார்கழி நீராட்டம், தைந்நீராட்டம் என்று இருவகையாகவும் அந்நீராடலைக் கூறுவது கூடுமென்றும் கூறுவர். அதனால், மார்கழியில் நிகழ்த்தப்படுவதாகத் தெளிவாய் அறியப்பட்டதைத் தைந்நீராடல் என்று பரிபாடல் முதலியவை வழங்குவதற்கு இதுவே காரணம் என்க."

– மு. இராகவையங்கார், ஆராய்ச்சித்தொகுதி, ப.196.

பட்டுள்ள தைந்நீராடலும் திருப்பாவை – திருவெம்பாவை கூறும் மார்கழி நீராடலும் ஒருநோன்பையே குறித்துவழங்கிய இருவேறு பெயர்கள் என்பதை அறியலாம்.

திருப்பாவை அமைப்பு

இவ்வாறு பழந்தமிழர் வாழ்வில் இடம்பெற்ற பாவை விளையாட்டு, நீராடல் ஆகியவற்றின் அடியாகவே, ஆண்டாள் பாடிய திருப்பாவையும் அமைகின்றது.

பெயர்க் காரணம்

திருப்பாவையின் ஒவ்வொரு பாசுரமும் 'எம்பாவாய்' என்று முடிவதாலும், மார்கழி நோன்பினைப் 'பாவை' என்னும் சொல்லாற் குறிப்பதாலும், 'திரு' என்னும் அடை சேர்ந்து இந்நூல் 'திருப்பாவை' என்னும் பெயர் பெற்றது.[114] 'பாவை' என்பது உவமையாகு பெயராய்ப் பெண்களை உணர்த்த, அது பொருளாகு பெயராய்ப் பெண்களால் நோற்கப்படும் நோன்பை உணர்த்த, அது காரியவாகு பெயராய் அந்நோன்பைத் தெரிவிக்கும் நூலை உணர்த்தியது எனவும் இதன் பெயர்க் காரணத்தை விளக்கிக் கூறுவர்.[115] இவ்வாறன்றி வேறுவகை யாகவும் பெயர்க்காரணம் கூறப்படுகிறது. திருப்பாவை முப்பதாம் பாசுரத்தில் "கோதை சொன்ன சங்கத் தமிழ்மாலை முப்பது" என்னும் அடி காணப்படுகிறது. இதனைச் சுட்டிக் காட்டி, "சங்கத் தமிழ் மாலை முப்பது" என்பதே இந்நூலுக்கு ஆசிரியர் இட்ட பெயர் ஆகும் என்பர். இக்கருத்துக்கு ஆதாரமாக 'இன்னா நாற்பது', 'கார் நாற்பது' என்றமைந்த பெயர்களையும் சான்றாகக் காட்டுவர்.[116] ஆயினும் 'திருப்பாவை' என்னும் காரண இடுகுறிப் பெயரே நிலைபெற்று விட்டது.[117]

பாவை நோன்புக்கு அடிப்படை

முதியவர்களாம் ஆயர்கள் கூறியபடி 'மழைபெய்தல் வேண்டும்.' என்பதை வெளிப்படையாகவும், 'கண்ணனை அடைதல் வேண்டும்' என்பதை உட்கிடையாகவும் கொண்டு ஆயர் சிறுமியர் நோற்ற நோன்பினை முப்பதுபாசுரங்களால் விவரிக்கிறது திருப்பாவை. காலையில் துயிலெழுந்த பெண்கள் மற்றவர்களைத் துயிலெழுப்பி, நந்தகோபனின் மாளிகைக்குச் சென்று கண்ணபிரானைத் துயிலுணர்த்தி,

---

114. ம. ராதாகிருஷ்ணபிள்ளை, உரிமையும் கடமையும், ப.2.
115. ரெ. திருமலை அய்யங்கார், மு.நூ., பக்.30–31.
116. மேலது, ப.2.
117. மேலது, ப.31.

மார்கழி நீராடி அவனை நாயகனாக அடைந்து தம் விருப்பம் நிறைவேறப் பெற்றனர் என்பதே திருப்பாவையின் பொருட் சுருக்கமாகும். இதற்கான அடிப்படை, நாம் முன்னர்க் கண்டவாறு, பழந்தமிழ் நூல்களில் காணக்கிடக்கவும், சிலர் வடமொழிப் பாகவதத்தில் சொல்லப்படும் கார்த்தியாயினி நோன்பினை இதற்கு மூலமாகக் காட்டுவர்.[118] கண்ணனை நாயகனாக அடையும் பொருட்டுக் கோபியர் யமுனையில் நீராடி, கார்த்தியாயினியின் உருவத்தைச் சமைத்து வழிபட்ட செய்தி பாகவதம் பத்தாம் கந்தத்தில் இருபத்திரண்டாம் அத்தியாயத்தில் காணப்படுகிறது. அக்கோபியர் செயலையே ஆண்டாளும் மேற்கொண்டது போன்ற கருத்தினை வியாக்கியான சக்கரவர்த்தி பெரியவாச்சான்பிள்ளை தம் திருப்பாவை அவதாரிகையில் வெளியிட்டுள்ளார்.[119]

ஆனால் பாகவதபுராணம் ஆழ்வார்களின் காலத்துக்குப் பிற்பட்டது என்றும், அதன் காலம் கி.பி. 10ஆம் நூற்றாண்டு என்றும் ஆராய்ச்சியாளர் கூறுவர். தென்னிந்தியாவில் தமிழகத்தில் வாழ்ந்த பிராமணர்களால் உருவாக்கப்பட்டது பாகவத புராணம் என்றும் அந்நூலில் இடம்பெறும் கண்ணனைப் பற்றிய கதைகள் நெடுங்காலம் நாட்டுப்புற வழக்கில் நிலவின என்றும், அந்நாட்டுப்புற வழக்குகளே சிலப்பதிகாரத்திலும் ஆண்டாள் பாடல்களிலும் இலக்கிய வடிவம் பெற்றன என்றும் அவர்கள் கருதுகின்றனர்.[120] இக்கருத்து உண்மையாயின், நோன்பு பற்றித் திருப்பாவையும் அதற்கு முந்திய தமிழ் நூல்களும் கூறும் செய்திகளே பாகவதபுராணத்தில் இடம்பெற்றன என்று கருதலாம்.

"ஆண்டாள் கூறும் நோன்பின் விளக்கத்தை ஸ்ரீமத் பாகவதத்தில் காண்பதாகக் கருதுவதை விட, இந்த நோன்பின் பிற்கால வளர்ச்சியையும் பரிணாம விவரங்களையும் பிற்காலத்தில் தோன்றிய பாகவதபுராணத்தில் காண்பதாக ஊகிப்பதே ஆராய்ச்சி முறைக்குப் பொருந்துவதாகும்"[121] எனப் பி.ஸ்ரீ.யும் கூறுவர். சாதாரண விளையாட்டுப் பாவைகளைத் தேவியின் சொரூபமாக வழிபடத் தொடங்கிய போது, பழைய லௌகிக நீராடல், சமய நோன்பாகப் பரிணமித்து, அப்பால் பாகவதபுராணத்திலும் இடம் பெற்றிருக்க வேண்டும் என்றே அவரும் கருதுகிறார்.[122]

---

118. மேலது, ப.22
119. மயிலை மாதவதாஸன் (ப.ஆ.). திருப்பாவை வியாக்யானங்கள், ப.5.
120. Richard Barz, The Bhakti Sect of Vallabhacarya, P.7.
121. பி.ஸ்ரீ., கோதை அல்லது காதல் வெள்ளம், பக். 129-130.
122. மேலது, ப.130.

தமிழ்நாட்டின் பழைய வழக்கத்தைத் தழுவியதே இப்பாவை நோன்பு என்பதற்கு, திருப்பாவைத் தனியனில் "தொல் பாவை"[123] என வருவதும் சான்றாக உள்ளது. மேலும் முன்னோர் வழக்கைப் பின்பற்றியே இந்நோன்பு நடைபெற்று வந்தது என்பதற்கு, "மேலையார் செய்வனகள்" என்று திருப்பாவையில் வரும் ஆண்டாள் வாக்கும் (தி.பா.26) ஆதாரமாகின்றது.

"நம்பாவைக்குச் செய்யும் கிரிசைகள்"
"நம்பாவைக்குச் சாற்றிநீராடினால்"
"பிள்ளைக ளெல்லாரும் பாவைக் களம்புக்கார்"

என்னும் திருப்பாவைத் தொடர்கள் (தி.பா. 2, 3, 13) 'பாவை' சமைத்து வணங்கும் பழைய வழக்கையே குறிக்கின்றன.

இவற்றால் தொடக்கத்தில் மகளிர் விளையாட்டாக இருந்த 'பாவை' பின்னர்த் தைந்நீராடலாக வளர்ந்து, சமயநெறிக் காலத்தில் நோன்புப் பாடலாக முழுவளர்ச்சி பெற்றமை உறுதிப்படுகின்றது.

யாப்பு

திருப்பாவைப் பாடல்கள் யாவும் பெரும்பாலும் வெண்டளையால் வந்த எட்டடி நாற்சீர் ஒரு விகற்பக் கொச்சகக் கலிப்பாக்களாகும்.[124] சில இடங்களில் வெண்டளை பிறழ்ந்து வருதலும் உண்டு. சான்றாக, "நந்தகோ பனுடைய" என்றவிடத்து (தி.பா. 16) வெண்டளை பிறழ்ந்து வந்தது. இங்ஙனம் தளை தட்டாமைக்காக, "நந்தகோ பன்னுடைய" என்று விரித்தல் விகாரமாக்கிக் கொள்ளலாம். எனினும் வெண்டளையால் வரும் கலிப்பாவில், சிறுபான்மை மாறிவருதலுமுண்டு என்பதற்கு யாப்பருங்கலவிருத்தியிலும் தொல்காப்பியத்திலும் சான்றுகள் உள்ளன. ஆதலின் வெண்டளை பிறழ்தல் காரணமாகப் பாசுரங்களைத் திருத்தவேண்டியதில்லை என்பர்.[125]

திருப்பாவைப் பாசுரம் ஒவ்வொன்றும் 'ஏலோரெம்பாவாய்' என்று முடிவதைக் காணலாம். பாவையை அல்லது பாவை நோன்பிற் கலந்து கொள்ளும் பெண்களை விளித்துக்கூறும் வண்ணம் அமைந்த வாய்பாடு போலவே இதனைக் கருத வேண்டும். சிலர் இதனை, 'ஏல் ஓர் எம்பாவாய்' எனப் பிரித்துப் பொருள் கூற முயல்வர். இவ்வாறு பொருள்

123. "சூடிக் கொடுத்த சுடர்க்கொடியே தொல்பாவை
பாடி யருளவல்ல பல்வளையாய்"

– சே. கிருஷ்ணமாசாரியார், (ப.ஆ.), மு.நூ., ப.103

124. வை.மு. கோபாலகிருஷ்ணமாசார்யார், திருப்பாவை – தமிழ் நடை, ப.13.

125. மேலது, பக்.41–42.

கூறுதல் எல்லாவிடத்தும் பொருந்திவராது. ஆதலின் அடி நிறைக்கவந்த சொற்றொடராகவே இதனைக் கொள்ளுதல் தகுதி என்பர்.[126] அங்ஙனம் கொண்டதாலேயே பாவை நோன்பினும் வேறுபட்ட பாடுபொருள் உடைய பிற்காலத்துப் பாவை நூல்களும், 'ஏலோரெம்பாவாய்' என்றே முடிவு பெற்றன.

திருப்பாவையில், 'ஏலோர் எம்பாவாய்' என்னும் மகுடத்துக்கு முன்னரே பாட்டின் பொருள் முடிவு பெற்றுவிடுவது கருத்திற் கொள்ளத்தக்கது. சான்றாக மகுடத்தை நீக்கின் "பாரோர் புகழப் படிந்து" "உய்யுமா றெண்ணி உகந்து" "நீங்காத செல்வம் நிறைந்து" எனப் பாசுர முடிவுகள் (தி.பா.1-3) பொருள் முற்றுப்பெற்று நிற்கக் காணலாம். எனவே பாவைப் பாடலுக்கு ஏற்ற மகுடமாகவும், அதே சமயம் அடிநிறைக்க வந்த சொற்றொடராகவும் இதனைக் கொள்வதுவே பொருத்தமாகும்.

இலக்கிய வித்துக்கள்

ஆண்டாளின் திருப்பாவை வேறுசில இலக்கிய வகை களுக்கான வித்துக்களையும் உள்ளடக்கியுள்ளது. இந்நூல் பல்லாண்டு, பள்ளியெழுச்சிப் பிரபந்தங்களுக்கான கூறுகளைக் கொண்டிருத்தல் முன்னரே காட்டப்பட்டது.

"தேசமுடையாய் திற", "மாமான் மகளே மணிக்கதவம் தாள்திறவாய்", "தேற்றமாய் வந்துதிற", "கந்தம் கமழும் குழலீ கடை திறவாய்", "சீரார் வளையொலிப்ப வந்து திறவாய்" என்பன திருப்பாவையில் (7, 9, 10, 18) வரும் கடைதிறப்புப் பற்றிய தொடர்களாகும். இங்கு வைகறையில் எழுந்து நோன்புக்கு ஆயத்தமான பெண்கள், தூங்கிக்கொண்டிருக்கும் தம் தோழியரைத் துயிலுணர்ந்து வந்து கதவு திறக்குமாறு வேண்டுகின்றனர்.

கலிங்கத்துப்பரணியிலும் இத்தகு 'கடைதிறப்பு'ப் பகுதி உள்ளது. போர்க்களத்திலிருந்து திரும்பிய வீரர், ஊடிக் கதவடைத்திருந்த காதலியரைக் கதவு திறக்குமாறுவேண்டும் காதற் சுவைமிக்க பகுதி அது. பொதுவாகப் பரணி நூல்களில் கடவுள் வாழ்த்தை அடுத்து அமைவது கடைதிறப்பு. இன்று நமக்குக் கிடைத்துள்ள பரணிகளுள் காலத்தால் முந்தியதாகக் கருதப்படும் கலிங்கத்துப்பரணி இவ்வுறுப்பினைக் கொண்டுள்ளது. கலிங்கத்துப்பரணி தோன்றியது கி.பி.12ஆம் நூற்றாண்டின் தொடக்கப்பகுதி என்பர்.[127] ஆதலால் காலத்தால் முந்திய திருப்பாவை, தன் கடை திறப்புக் குறிப்புக்களால் பரணி

---

126. மேலது, ப.13.
127. மு. அருணாசலம், தமிழ் இலக்கிய வரலாறு 12ஆம் நூற்றாண்டு, பக்.50-51.

இலக்கியத்தில் 'கடைதிறப்பு' என்னும் ஓர் உறுப்பு அமைதற்கு வழிவகுத்தது எனலாம். திருப்பாவை ஐந்தாம் பாசுரத்தில்,

"மாயனை மன்னு வடமதுரை மைந்தனை
தூய பெருநீர் யமுனைத் துறைவனை"

என்னும் அடி காணப்படுகின்றது. தலைவனுக்குரிய பெயர், ஊர், ஆறு முதலியன இங்குக் குறிக்கப்படுகின்றன. "கவி பாடுவார்க்கு ஊரும் பேரும் ஆறும் வேண்டுமன்றோ? அம்மூன்றும் இவன் விஷயத்தில் ஸம்ருத்தமாயிருக்கிற (நிறைவாய் இருக்கிற) படி"[128] என உரைகாரரும் இதனை விளக்கிக் கூறுவர். இவ்வாறு ஊரும் பேரும் பாடும் மரபே பின்னாளில் 'தசாங்கம்' என்னும் பத்துறுப்புடைய இலக்கிய வகைக்கு வித்திட்டிருக்கலாம். அன்றியும் தலைவன் ஊரையும் பெயரையும் சிறப்பிக்கும் 'ஊர் இன்னிசை', 'பெயர் இன்னிசை', 'ஊர் வெண்பா' போன்ற இலக்கிய வகைகளுக்கும்[129] இது முன்னோடியாகலாம்.

தமிழிற் பாவை நூல்கள்

பக்திநெறிக் காலத்துப் பாவை நூல்களாக இன்று நமக்குக் கிடைத்திருப்பவை ஆண்டாளின் திருப்பாவையும் மாணிக்க வாசகரின் திருவெம்பாவையுமாகும். இவ்விருநூல்களுக்கும் முந்தியனவாக வேறு பாவை நூல்கள் இருந்தனவா எனத் தெரியவில்லை.

தொல்காப்பியச் செய்யுளியல் 149ஆம் நூற்பாவுரையில் பேராசிரியர் குறிக்கும் 'பாவைப் பாட்டு' திருப்பாவை, திருவெம்பாவை ஆகிய நூல்களையே குறிப்பதாக அறிஞர் சிலர் கருதுகின்றனர்.[130] பேராசிரியராற் குறிக்கப்பட்டது இப்பிரபந்தங்கள்தாமா என்பது தெளிவாகத் தெரியவில்லை. ஆயினும் அம்மானைப் பாட்டுடன் பாவைப் பாட்டையும் இணைத்து அவர் அடியெல்லை கூறுதலால்,[131] உலகியலில் மகளிர் விளையாடலான அம்மானை போல, பாவையாடலுக்குரிய (பாவை நோன்பு அன்று) பாவைப் பாட்டும் இருந்திருக்கக் கூடுமென்று ஊகிக்க இடமுள்ளது. அங்ஙனமாயின் பாவை நோன்புக்கு முந்திய 'பாவையாடல்' பற்றிய பாட்டையே அவர் பாவைப் பாட்டு என்னும் பெயரால் குறித்ததாகக் கருதலாம்.

---

128. கி. ஸ்ரீநிவாஸவ்யங்கார் ஸ்வாமி (உ.ஆ.), மு.நூ., பக்.72–73.
129. தசாங்கம்: ந.நீ.பா.24; வெ.பா.19.
ஊர் இன்னிசை: வெ.பா.14; இ.வி.பா. 65.
பெயர் இன்னிசை: மு.வீ. 1092.
ஊர்வெண்பா: ந.நீ.பா. 41.
130. (அ) மு. இராகவையங்கார், ஆராய்ச்சித்தொகுதி, ப.192.
(ஆ) க. வெள்ளைவாரணன், மு.நூ., ப.140.
131. பேரா. (உ.ஆ.), தொல் பொருள். 461இன் உரை.

யாப்பருங்கலவிருத்தி என்னும் இலக்கண நூலில் வேறொரு பாவை நூலின் செய்யுள் ஒன்று காணப்படுகின்றது.

"கோழியுங் கூவின; குக்கில் அழைத்தன;
தாழியுள் நீலத் தடங்கணீர்! போதுமினோ;
ஆழிசூழ் வையத் தறிவன் அடியேத்திக்
கூழை நனையக் குடைந்தும் குளிர்புனல்
ஊழியும் மன்னுவாம் என்றேலோர் எம்பாவாய்!"[132]

என்பதே அப்பாடல். வைகறை வருணனை; நீராட அழைத்தல்; அறிவன் அடியேத்தல்; குடைந்து நீராடல்; எம்பாவாய் என்னும் மகுடம் ஆகிய பாவைப் பாடல்களுக்குரிய பல கூறுகளையும் உள்ளடக்கியதாக இப்பாட்டு அமைந்துள்ளது. இதுவே சிறிது பாடபேதத்துடன் யாப்பருங்கலக்காரிகையிலும் காணப்படு கின்றது.[133] இதனால் திருப்பாவை, திருவெம்பாவை போல வேறொரு பிரபந்தமும் முன்பு வழங்கியமை அறியலாம். 'அறிவ னடியேத்தி' என வருந்தொடரினின்று அஃது அருகக் கடவுளையோ புத்தரையோ போற்றிச் செய்த பாவை நூலாகலாம் என்பர் மு. இராகவையங்கார்.[134]

கி.பி. ஏழு அல்லது எட்டாம் நூற்றாண்டின் இறுதியில் தோன்றியதாகக் கூறப்படும் சமணத் திருவெம்பாவை ஒன்றினை கு. பாலசுந்தரமுதலியார் 1923ஆம் ஆண்டு வெளியிட்டுள்ளார்.[135] இருபது பாடல்கள் கொண்ட இந்நூல் அவிரோதிநாதர் இயற்றியதாக வழங்குகிறது. ஆயினும் இந்நூல் அவர் செய்தது அன்று எனவும் மிகவும் பிற்பட்ட காலத்தது எனவும் கூறுவர் மு. அருணாசலம்.[136]

இங்ஙனம் பாவை நூல்கள் முற்பட இருந்தும் பன்னிரு பாட்டியல் முதலான பாட்டியல் நூல்கள் பாவைக்கு இலக்கணம் கூறவில்லை. ஆனால் சேந்தன் திவாகரத்திலும் பிங்கல நிகண்டிலும் இதுபற்றிய குறிப்புகள் உள்ளன. சேந்தன் திவாகரம் மகளிர் விளையாட்டுகளுள் ஒன்றாகவே பாவையைக் குறிப்பிடுகிறது.[137] பிங்கல நிகண்டு, "பனிநீர் தோய்தலும் பாவையாடலும்"[138] எனக் குறிக்கிறது. இங்கு, பாவையாடல் என்பது பாவையை வைத்து விளையாடல்

132. யா.க.வி., ப.363.
133. யாகா, உரை, ப.192.
134. மு. இராகவையங்கார், ஆராய்ச்சித்தொகுதி, ப.193.
135. ரு. கஸ்தூரி, பாவைப் பாடல்கள். ப.28.
136. மு. அருணாசலம், தமிழ் இலக்கிய வரலாறு 14ஆம் நூற்றாண்டு, ப.303.
137. ரு. கஸ்தூரி, மு.நூ, ப.26.
138. பிங்கலநிகண்டு 1369.

அன்று. பனிநீர் தோய்தலுடன் கூடிவருதலின், அது மார்கழிப் பாவை நோன்பேயாதல் வேண்டும் என்பதை உய்த்தறியலாம்.[139] பாவை என்பது முதலில் மகளிர் விளையாட்டாக இருந்து பின்னர்ப் பாவை நோன்பாக மாறிய வளர்ச்சியினையே இவ்விருநூல்களும் காட்டுகின்றன.

பின்னைய வளர்ச்சி

முன்னைய பாவை நூல்களின் போக்கினைத் தழுவிப் பிற்காலத்தும் பாவை நூல்கள் தோன்றியுள்ளன. தத்துவராய சுவாமிகள் பாடிய பாடுதுறையுள் சொரூபானந்தர் திருவெம் பாவைகள் இரண்டு வேதாந்தபரமாகக் காணப்படுகின்றன.[140] சிவகுமார மௌனகுரு சுவாமிகள் பாடிய, 'திருஞானப்பாவை' யும் தத்துவ அடிப்படையிலானதே.

மார்கழி நீராடலுக்குப் பதிலாக இந்நூலிற் சித்திரை நீராடல் இடம்பெறுகின்றது. மகளிர் சித்திரையில் நீராடி ஆத்மஞான நிலையையும் பேரின்ப போகத்தையும் அடைவதாக இந்நூல் பேசுகின்றது.[141] முகவைக்கண்ண முருகனார் என்பாரும் 'ஸ்ரீரமண சந்நிதி முறை' என்னும் நூலில், 'திருவெம்பாவை' பாடியுள்ளார்.[142]

தமிழில் பாவை இலக்கியம் இன்றளவும் தொடர்ந்து காணப்படுகின்றது. அதன் இலக்கியப்பாங்கு படைப்பாளி களைக் கவர்ந்தமையே இத்தகைய தொடர்ச்சிக்குக் காரணம் ஆகும். இந்நூற்றாண்டில் ஏறத்தாழ இருபது பாவை நூல்கள் தோன்றியுள்ளன என்பர்.[143] இக்காலப் பாவை நூலாசிரியர்களுள் சுத்தானந்த பாரதியார், கவிஞர் கண்ணதாசன், பெருஞ்சித்திர னார் போன்றோர் குறிப்பிடத்தக்கவர் ஆவர். இவர்கள் படைத்த பாவை நூல்கள் முறையே 'தமிழ்த்திருப்பாவை', 'தைப்பாவை', 'செந்தமிழ்ப்பாவை' என்னும் பெயரின.[144] பண்டிதர் அ.கி. நாயுடு என்பார் பாடியது, 'திருமணப்பாவை'[145] என்னும் பெயரினதாகும்.

---

139. ரெ. திருமலை அய்யங்கார், மு.நூ பக். 26–27.

140. தத்துவராயர், மு.நூ. பக்.204–218.

141. சிவகுமார மௌன குருசாமி, திருஞானப்பாவை, முன்னுரை, பக்.III-IV.

142. முகவைக்கண்ணமுருகனார். மு.நூ., பக். 266–277.

143. ச.வே. சுப்பிரமணியன், மு.நூ., ப.396.

144. அ) தமிழ்த்திருப்பாவை: சுத்தானந்த பாரதியார், தமிழ்க்கனல், பக்.7–9.
ஆ) தைப்பாவை: கண்ணதாசன், தைப்பாவை, வானதி பதிப்பகம் சென்னை, 1969.
இ) செந்தமிழப்பாவை: மேற்கோள், ரு. கஸ்தூரி, மு.நூ., ப.42.

145. அ.கி. நாயுடு, மு.நூ., பக்.1–8.

பாவை நூல்களைப் பொறுத்தவரை நாம் கருத்திற்கொள்ள வேண்டிய முக்கியமான செய்தி ஒன்று உண்டு. ஆண்டாள், மாணிக்கவாசகர் காலத்துக்குப் பிறகு தோன்றிய பாவை நூல்களின் உள்ளடக்கம் பாவை நோன்பு அன்று; அவை பாவை நடையும் வடிவும் மொழியும் கொண்டு அமைந்தவையே தவிரப் பாவை நோன்பின் அடியாக எழுந்தவை அல்ல. அவை தத்துவம், தமிழ் உணர்ச்சி, சமுதாய உணர்வு முதலியவற்றை உள்ளடக்கமாகக் கொண்டுள்ளன. சமுதாய மாற்றத்துக்கு ஏற்ப விளையும் புதிய கருத்துக்களைப் பழைய வடிவத்தில் வெளியிடும் இலக்கியங்களாகத் திகழ்கின்றன.

"இலக்கியக் கருத்துக்களும் அடிப்படை நோக்கங்களும் ஓரளவு சமுதாயச் சூழ்நிலைகளைச் சார்ந்து அமையலாம். ஆனால் அவற்றை வெளியிடும் இலக்கிய வடிவங்களும் நடைகளும் உண்மையில் எந்தச் சமுதாய நிலையினின்று தோன்றியவை என்பதை நிறுவ இயலாது"[146] என வெல்லக்கும் வாரனும் கூறியுள்ள கருத்து இங்கு நினைத்தற்குரியது.

பாவை இலக்கியத்தின் வரலாற்றை நோக்குகையில் ஓர் உண்மை நமக்குப் புலப்படாமற் போகாது. தொடக்கத்தில் மகளிர் விளையாட்டாக இருந்த பாவை, பின் பாவைப் பாட்டாக மாறி, சமயத்துறையில் நோன்புப் பாடலாக அமைந்து, பிற்காலத்தில் சமுதாய நிலைக்கு ஏற்பப் பல்வேறு பாவை நூல்களுக்கும் வித்திட்டுள்ளது என்னும் உண்மைதான் அது.

மடல்

தமிழ் அகப்பொருள் நூல்களில் 'மடல்' என்பது ஒரு துறையாகக் காணப்படுகின்றது. இதுவே பக்தி இலக்கியத்தில் புதிய திருப்பம் பெற்றுத் தனி இலக்கிய வகையாக *(Independent Genre)* வளர்ந்துள்ளது.[147] திருமங்கையாழ்வார் பாடிய, 'சிறிய திருமடல்', 'பெரிய திருமடல்' ஆகிய இரண்டும் இவ்வகையில் முதல் நூல்களாகத் திகழ்கின்றன.

மடல் என்றால் என்ன?

மடல் என்னும் சொல்லுக்குப் பொதுவாக, 'இதழ்' என்பது பொருள். மடல் என்பது புறக்காழுடையனவாகிய தாவரங்களுக்கு வரும் பெயர் என்பர் தொல்காப்பியர்.[148] சங்க இலக்கியங்களில் மடல் என்பது பனங்கருக்கு, பனைமடல்,

---

146. Rene Wellek and Austin Warren, Op.cit., P.109.
147. Kamil V. Zvelebil, Literary Conventions in Akam Poetry. P.27.
148. தொல். பொருள். 630, 632.

வாழைமடல், மடல்மா என்னும் பொருள்களில் ஆளப் பட்டுள்ளது.[149] திருமங்கையாழ்வாரின் பெரியதிருமொழிப் பாசுரங்களில் (6–9–1; 8–3–6; 9–3–6; 9–4–1) இச்சொல் பனைமடல், பூவிதழ் என்னும் பொருள்களில் பயன்படுத்தப்பட்டுள்ளது. பெரியாழ்வார் தம் திருமொழியில் (4–8–6) மடல் என்பதற்குப் பூவிதழ் என்னும் பொருள் தோன்றப் பாடியுள்ளார். இவ்வாறு மடல் என்னும் சொல்லுக்குப் பல பொருள் கூறப்படினும், சிறப்பாக அது பனைமடலையே குறித்து நிற்கிறது. இலக்கிய இலக்கணங்களில் இதற்குள்ள பொருள் இன்னும் சற்று விரிவானது. மடல் என்பது அங்கே அகப்பொருள் துறைகளுள் ஒன்றாகக்கூறப்படுகிறது. தன்னை விரும்பிய தலைவியை அடையமுடியாத நிலையில், ‘மடலூர்ந்தாயினும் அவளைப் பெறுவேன்’ என்று தலைமகன் சொல்வதாக இத்துறை அமையும். அவன் மடலூரத் துணிந்த போது, பனைமடல்களால் குதிரை வடிவம் செய்து அதன் மேல் ஏறிப் பித்தன்போல் ஊர் நடுவே தோன்றுவான். தன் காதலை ஊரறிய வெளிப்படுத்துதலே இதன் நோக்கமாகும். அவன் மடலேறித் துன்புறுதல் கண்டு ஊரார் இரக்கங் கொள்வர். அவன் காதலின் உண்மையை அறிந்த சான்றோர் அவனுக்கு உதவி செய்வர். பெண்ணின் பெற்றோரும் அவனுக்கு மகட்கொடை புரிய இசைவர். இவ்வாறு தன் காதலியை அடைவதற்காகத் தன்னைத்தான் ஒறுத்துக் கொள்ளும் காதலனுடைய நிலையை மடல் ஊர்தல் அல்லது மடல்மா ஏறல் என்று தமிழ் நூல்கள் குறிப்பிடுகின்றன.

மடல் பற்றித் தொல்காப்பியம்

மடல் பற்றிப் பழந்தமிழ் நூலான தொல்காப்பியமும் சில குறிப்புகளைத் தருகின்றது; மடலேறுதல் பெருந்திணைக்கு உரியது என்பதும், அம்மடலேற்றம் பெண்களுக்கு உரியதன்று என்பதும் அவற்றுள் முக்கியமானவை.

> “ஏறிய மடற்றிறம் இளமை தீர்திறம்
> தேறுத லொழிந்த காமத்து மிகுதிறம்
> மிக்க காமத்து மிடலொடு தொகைஇச்
> செப்பிய நானகும் பெருந்திணைக் குறிப்பே”[150]

என்னும் நூற்பாவால் தொல்காப்பியர் மடலேறுவதைப் பெருந்திணைப் பாற்படுத்துகிறார் என அறியலாம். பெண்கள் மடலேறக் கூடாது என்பதனை அகத்திணையியலில் மேற்குறித்த நூற்பாவுக்கு முன்னரே அவர் கூறியிருக்கின்றார்.

---

149. குறுந். 372:1; 177: 3–4; 301: 1–2;
ஐங்குறு. 196; குறுந். 182:1.

150. தொல். பொருள். 54.

“எத்திணை மருங்கினும் மகடூஉ மடன்மேல்
பொற்புடை நெறிமை இன்மை யான”[151]

என்பது அந்நூற்பாவாகும். மகளிர் மடலேற்றத்தை விலக்கும் இந்நூற்பா, ஆடவர் மடலேற்றத்தை அனுமதிப்பதை உணரலாம். “மகடூஉ மடலேறுதல் இல்லையெனவே ஆடூஉ மடலேறுதல் உண்டு என்பது பெற்றாம்”[152] என்னும் இளம்பூரணர் விளக்கத்தாலும் இதை அறியலாம்.

மடற் கூற்று

மடலேறும் உரிமையுடைய ஆடவன், ‘மடல் ஊர்வேன்’ என்று கூறுவதுண்டு. இது ‘மடற்கூற்று’ எனப்படும். இவ்வாறு ஆடவன் மடற்கூற்று நிகழ்த்துமிடத்தையும் தொல்காப்பியம் கூறுகின்றது. தொல்காப்பியப் பொருளதிகாரத்தில் களவியல் நூற்பா ஒன்று தலைமகன் கூற்று நிகழ்த்தும் இடத்தைத் தொகுத்துக் கூறுகின்றது. ‘மெய் தொட்டுப்பயிறல் பொய் பாராட்டல்’ எனத் தொடங்கும் அந்த நூற்பா, தலைவன் மடலேறுவதாகக் கூறும் நிலைமையையும் குறிக்கின்றது. அந்நூற்பாவின் இறுதிப்பகுதி தலைமகன் மடலேறுவதாகக் கூறியதன் காரணத்தை விளக்கும் வகையில் அமைந்துள்ளது. தோழி அவனைச் சேட்படுத்தியதே மடற்கூற்றுக்குக் காரணம் ஆகும்.

“...தோழி
நீக்கலின் ஆகிய நிலைமையும் நோக்கி
மடல்மா கூறும் இடனுமா ருண்டே”[153]

என்று நூற்பா கூறுவதால் இதையறியலாம். இந்நூற்பாவின் ஈற்றயலாகவுள்ள, “நீக்கலின் ஆகிய நிலைமையும் நோக்கி” என்பதைத் தனியே எடுத்துக்காட்டி, “இதுவேமடன்மா கூறுதற்கு ஏதுவாயிற்று”[154] என நச்சினார்க்கினியரும் எழுதுவர்.

மடற் கூற்று பொய்க்கூற்றே

இவ்வாறு தலைமகன் மடலேறுவதாகக் கூறுவது களவியலில் நான்காவது கிளவியாகப் பாங்கியிற் கூட்டத்தில் நிகழ்வதாகும். இக்கூற்றுப் பெரும்பாலும் பொய்க்கூற்றாகவே இருக்கும். தொல்காப்பியம் பிறிதோர் இடத்தில் ‘பொய் தலையடுத்த மடல்’[155] என்று கூறுவதால் இதையறியலாம்.

---

151. மேலது, 38.
152. இளம், (உ.ஆ.), தொல். பொருள். 38இன் உரை.
153. தொல். பொருள். 99.
154. நச்சி. (உ.ஆ.), தொல். பொருள். 102இன் உரை.
155. தொல், பொருள். 109.

சங்க நூல்களில் மடற் கூற்றும் மடலேற்றமும்

மடல் பற்றிய விரிவான செய்திகளைச் சங்க இலக்கியத்தில் காணலாம். 'மடல் பாடிய மாதங்கீரனார்' என்று சங்கப் புலவர் ஒருவர் குறிக்கப்படுகிறார்.[156] சங்க இலக்கியத்தில் மடல்மாப் பொருள் குறித்து 13 செய்யுள்கள் உள்ளன. அவை குறுந்தொகையில் 5, நற்றிணையில் 4, கலித்தொகையில் 4 என்னும் எண்ணிக்கையில் அமைந்துள்ளன. இவற்றுள் முன்னைய ஒன்பதும் ஐந்திணை மடலின்பாற்படும் எனவும் கலித்தொகைச் செய்யுள் நான்கும் பெருந்திணை மடலின் பாற்படும் எனவும் வ.சுப. மாணிக்கம் கூறுவர்.[157] சங்கப் பாடல்கள் மிகுதியும் தலைவன் கூற்றாகவே அமைந்துள்ளன. நற்றிணையில் உள்ள 342ஆம் செய்யுள் மட்டும் தோழி கூற்றாக உள்ளது. 'மடலேறுவேன்' என்ற தலைவனுக்குக் குறைநேர்ந்த தோழி அம்மடலேற்றம் பற்றித் தலைமகளுக்கு எடுத்துக்கூறி அவளை உடம்படச் செய்யும் முயற்சியை அப்பாட்டு வெளிப்படுத்துகிறது.

'மாவென மடலும் ஊர்ப' எனத் தொடங்கும் குறுந்தொகைப் பாடலைத் 'தலைவன் மடலேறுதல்' என்றதற்குச் சான்றாகக் காட்டுவர் இளம்பூரணர்.[158] எனினும் மடலூர்தல் நாணத்தை விடும் செயலாகவே கருதப்பட்டது.[159] நாணத்தை விட்டு மடலூரத் தயங்குகிறான் தலைவன் ஒருவன்.[160] மடலேறி நாணுத் துறப்பதினும் உயிர் துறப்பது மேல் என்று கருதுகிறான் மற்றொருவன்.[161] மடலூர்தல் நாணுத்துறவாகும் என்பதனைத் திருக்குறள் அதிகாரத் தலைப்பும் தெரிவிக்கின்றது. இறையனார் அகப்பொருள் காட்டும் தலைவன் மடலூர்தலை இளிவந்தனவற்றுள் ஒன்றாகக் கருதுகின்றான்.[162] திருக்குறளில்,

> "காமம் உழந்து வருந்தினார்க்(கு) ஏமம்
> மடலல்ல தில்லை வலி"

---

156. மடல்மாத்துறை பற்றி மாதங்கீரனார் இரண்டே செய்யுட்கள் பாடியிருக்கிறார் (குறுந். 182: நம். 377).

"அவர்க்கு வழங்கிய இச்சிறப்புப்பெயரை நோக்கும்போது, இரண்டு சிறிய பாடல்களுக்காக இப்பெயர் பெற்றிரார்" என்றும் "இவ்வொரு துறையிலேயே அவர் பல பாடல்கள் பாடியிருப்பர்" என்றும் வ.சுப. மாணிக்கம் கருதுகின்றார்.

– வ.சுப. மாணிக்கம், தமிழ்க் காதல், ப.60.

157. வ.சுப. மாணிக்கம், மு.நூ., பக்.59–60.
158. இளம் தொல். பொருள், ப.180.
159. குறள். 1132: குறும். 182:4; கலித். 138:3–4.
160. குறுந். 182.
161. நற். 377.
162. இறையனாரகப்பொருள், ப.75.

என்பது முதலாக உள்ள ஆறு பாடல்கள் மடல் பற்றிக் கூறுகின்றன. இவையாவும் தலைமகன் மடற்கூற்று நிகழ்த்திய தற்குச் சான்றாவன. தலைவன் 'மடலூர்வேன்' என்று சொன்ன தன்றி மடலேறிக் காட்டியதற்குத் திருக்குறளில் சான்றில்லை என்பர் ச.தண்டபாணிதேசிகர்.[163] மகளிர் மடலேறுதல் கூடாது என்று கூறும் தொல்காப்பிய இலக்கணத்தையே திருக்குறளும் வலியுறுத்துகிறது.

"கடலன்ன காம முழந்தும் மடலேறாப்
பெண்ணிற் பெருந்தக்க தில்"

என்னும் குறளால் அதனை அறியலாம்.

மடற்கூற்று நிகழ்த்தும் தலைவன் மடலேறியே காட்டும் செயலைக் கலித்தொகையில் உள்ள நான்கு பாடல்கள் காட்டுகின்றன. கலித்தொகை 138ஆம் பாட்டில் தலைவன் தான் மடலேறித்தலைவியைப் பெற்ற வரலாற்றை பாங்காயினார்க்குத் தெரிவிக்கின்றான். கலித்தொகை 139ஆம் பாட்டில் மடலேறுகின்ற தலைவன் சான்றோரை நோக்கிப் பேசுகின்றான். இவ்விரண்டு பாட்டையும் ஏறிய மடற்றிறத்துக்குச் சான்றாக முறையே இளம்பூரணரும் நச்சினார்க்கினியரும் தம் உரைகளில் எடுத்துக்காட்டுவர்.[164] கலித்தொகை 140ஆம் பாடல், மடலேறுவேன் என்று தலைவன் கண்டார்க்குக் கூறுவதாக அமைந்துள்ளது. 141ஆம் பாட்டு தலைவன்மடலேறிய வழி அவள்தமர் அஞ்சித் தலைவியைக் கொண்டுவந்து கொடுத்ததைக் கண்டோர் கூறியதாக அமைந்துள்ளது. இந்நான்கு கலிகளையும் ஆராய்ந்தால் 'மடல் ஏறுவேன்' என்று கூற்று அளவில் நின்ற தலைவன் மடலேறியே காட்டும் செயல் நிலைக்குச் சென்றதை உணரலாம். இக்கலித்தொகைப் பாடல்களால் தலைவன் தன் காதலியை மடலேற்றத்தின் மூலம் அடையும்செய்தி உணர்த்தப்படுகிறது. இங்கு ஒரு கருத்து நினைக்கத்தக்கது. "மடலேற்றம் ஒத்த காமம் உடையார்மாட்டே நிகழ்வது"[165] தன்னை விரும்பியவளை அடைவதற்கு. தடைகளை அகற்றும் முயற்சியாகவே மடலேற்றம் தலைவனால் மேற்கொள்ளப்படுகிறது. களவில் தன் உள்ளம் கவர்ந்தவளை ஊரறிய வெளிப்படுத்தும் முயற்சியாகவும் மடலேற்றத்தைக் கருதலாம். எனவே விரும்பாத பெண்ணை வேண்டி ஒருவன் மடலேறி வந்ததாகவோ அம்மடலேற்றத்திற்கு

---

163. ஆய்வாளர் ச. தண்டபாணிதேசிகர் உரையாடல், நாள்: 29-3-80.
164. அ) இளம், (உ.ஆ.), தொல். பொருள் 54இன் உரை,
    ஆ) நச்சி. (உ.ஆ.), தொல், பொருள் 51இன் உரை.
165. வ.சுப. மாணிக்கம், தமிழ்க்காதல், ப.237.

அஞ்சிப் பெற்றோர் மகட்கொடை புரிந்ததாகவோ கொள்ளத் தமிழ் இலக்கியங்களிற் சான்று இல்லை.

சங்க நூல்கள் காட்டும் மடற்கோலம்

'பனைமடலாற் செய்யப்படும் குதிரை' என்னும் பொருளிலேயே 'மடல்மா' என்னும் சொல் தொல்காப்பியத்தில் காணப்படுகிறது. இது தவிர மடலூரும் முறை, மடல்மாவின் அமைப்பு, மடற்கோலம் ஆகியவை பற்றித் தொல்காப்பியம் எதுவும் கூறவில்லை. எனினும் ஏனைய சங்க நூல்களிலும் உரையாசிரியர் விளக்கங்களிலும் மடற்கோலம் பற்றிய குறிப்புக்கள் காணப்படுகின்றன. சங்க நூல்கள் காட்டும் குறிப்புக்கள் இங்கு மனம் கொள்ளத்தக்கன.

காமநோய் மிகுவதனாலே ஒருவன் மடலூரத் துணிகின்றான்.[166] அவ்வாறு துணிபவன் பனைமடலினாற் குதிரை ஒன்றைச் செய்துகொள்கின்றான்.[167] அது புல்லுண்ணாக் குதிரை.[168] எனினும் உண்மைக் குதிரைக்கு ஒப்பானதே என்றும் உணர்த்துகின்றான்.[169] அக்குதிரையே புணையாகக் காமக்கடலை நீந்துவதாகவும் கூறுகின்றான்.[170] அந்த மடல்மாவிற்கு மணியும் கட்டுகின்றான்.[171] ஆவிரம் பூவையும் அணிவிக்கின்றான்.[172] மடலேறும் தான் மார்பில் எலும்பு மாலை அணிந்து கொள்கின்றான்.[173] தலையில் எருக்க மாலையைச் சூடிக்கொள்கின்றான்.[174] அவன் அணியும் பூக்கள் விலைப்படுத்துதற்காகாத பயனற்ற பூக்கள்.[175] மடலேறுபவன் நாணத்தை நீத்துவிடுகின்றான்.[176] மடற் குதிரையைச் சிறார் இழுத்துச்செல்ல[177] அவன் மடலேறி வருகின்றான்.[178] அவனைக்

166. கலித். 58:20–23; 139: 10–13; குறள், 1131, 1133; குறுந். 17:4.
167. "படரும் பனையீன்றமா" – கலித். 138: 12.
"மடல்மாமேல் மன்றம் படர்வித்தவள்" கலித். 141:9–10.
168. "உண்ணா நன்மாப் பண்ணி" – நற்.220:3.
169. "மாவென் றுணர்மின் மடலன்று" – கலித். 140:3,
"மாவென மதித்து மடலூர்ந் தாங்கு" – நற்.342:1.
170. "மடல்புணையா நீந்துவேன்" – கலித். 139:15.
171. குறுந். 182:2: தற். 220: 1–3; கவித். 139:9–10; 140:6.
172. குறுந். 173:1; கலித். 138;9; 139:8–9; 140:7.
173. குறுந்.182:3.
174. மேலது, 17:2: நற்.152:2; கலித்.139:8–10.
175. நற்.146:1.
176. குறள் 1132 குறுந். 182:4; கலித். 138:3–4.
177. நற்.220.
178. குறுந். 14:4–5; 17:1–3; 173:2–6; 182:2–5; கலித். 141:22.

கண்டோர் ஆரவாரிக்கின்றனர்.[179] அவன் தன்னை மடலேற வைத்தவளைத் தூற்றுகின்றான்.[180] அதனால் அவனுக்கு உரிய தலைவியை ஊரார் அறிகின்றனர்.[181] தலைவியையும் பழிக்கின்றனர்.[182] இவ்வாறு மடலேறி வந்தவனை ஊரார் பழிக்கின்றனர்.[183] சங்க நூல்களிற் காணப்படும் இவ்விளக்கக் குறிப்புக்கள் மடலேற்றம் பற்றிய உண்மைப் படப்பிடிப்பாக அமைவது நோக்கத்தக்கது. மடல் பற்றி ஆராய்ந்த செக்நாட்டுத் தமிழறிஞர் கமில் சுவலபிலும் இவ்வாறே கருதுகின்றார்.[184]

மேற்குறித்தவாறு சங்க இலக்கியங்களிற் காணப்படும் செய்தி காலந்தோறும் ஒருசில மாற்றங்களுடன் வளர்ந்து வந்திருக்கிறது.[185]

மடலூர்தல் உலகியல் வழக்கா?

மடலூர்தல் ஒருகாலத்திய சமூக வழக்கமா *(Social Custom)* அன்றிப் புலவர்கள் நாட்டிய இலக்கிய வழக்கா *(Literary Convention)* என்பதும் ஆராயத்தக்கது. 'புலவர்கள் நாட்டிய வழக்கு' என்பர் சிலர்.[186] சங்கப் பாடல்களை நோக்கி இதனை ஒரு சமூக வழக்கமாகவே கொள்வர் கமில் சுவலபில்.[187] பண்டைத் தமிழரிடம் நிலவிய ஏறு தழுவலைப் போல இதுவும் ஒரு சமூக வழக்கமாம் என்பர் பிரெட் ஹெல்ம் ஹார்டி.[188]

---

179. குறுந். 17:3.

180. மேலது, 35:5.

181. மேலது, 14:4–6; 173:5–6.

182. மேலது, 173:6.

183. கலித். 138:4; 139:20: 61:22–23.

184. Kamil V. Zvelebil, Op. cit., P. 24.

185. மடலூர்வோன் கிழியில் தன் காதலியை வரைந்து கொள்ளுதல் (சிராமலைக்கோவை 116, கலைசைக்கோவை 116, திருவாரூர்க் கோவை 120), காதலியுடன் தன்னுடைய உருவத்தையும் சித்திரத்தில் வரைதல் (திருக்கோவையார் 76), தன் படத்தை எழுதாமல் பெயரை மட்டும் எழுதுதல் (மதுரைக்கோவை 145), உடம்பு முழுவதும் நீறுபூசிக் கொள்ளுதல் (கலைசைக்கோவை 116, வருணகுலாதித்தன் மடல், கணணி 463, திருவாரூர்க்கோவை 120), அதனால் சிவன்போலத் தோன்றுதல் (கலைசைக்கோவை 116), திகம்பரனாய் மடலூர்தல் (சொக்கப்பநாவலர், தஞ்சைவாணன்கோவை, உரை, பக்.113–114) என்பன அப்புதிய செய்திகளாம்.

186. அ) சொக்கப்பநாவலர், தஞ்சைவாணன்கோவை உரை, பக்.113–114.

    ஆ) கலாநிலையம் இராசகோபாலாச்சாரியர், இலக்கண விளக்கம் பொருளியல், ப.96.

187. Kamil V. Zvelebil. Op cit., P.24.

188. Friedhelm Hardy, Viraha-Bhakti, P.147.

மடலூர்தல் ஒரு தற்கொலை முயற்சியாகவே நூல்களில் நுணுக்கமாகச் சுட்டப்பட்டுள்ளது.[189] மு. இராகவையங்காரும், தெ.பொ. மீனாட்சிசுந்தரனும் மடலேற்றத்தை ஒரு தற்கொலை முறையாகவே குறிப்பிடுவர்.[190]

“மடலூருகை தான் உண்ணாதே குளியாதே உகந்த விஷயத்தை ஒரு படத்திலே லிகித்து அத்தைக்கொண்டு திரிகையும், அறவிளைந்தால் அதன் காற்கடையிலே விழுகையும். விழுந்தால் அங்ஙனே செல்லரிக்கக் கிடக்கையும், அங்ஙனே முடிகையுமாம்”[191] என்பர் பெரியவாச்சான் பிள்ளை. இதனாலும் மடலேற்றம் தற்கொலை முயற்சியாவதை அறியலாம்.

காதல் தோல்வியால் தற்கொலை முயற்சியில் ஈடுபடலும், தம்மைப் பலவாறு வருத்திக் கொள்ளுதலும் உலகியலில் எஞ்ஞான்றும் காதலரிடத்துக் காணப்படும் நிகழ்ச்சிகள் ஆகும். இவற்றின் அடிப்படையில் மடலேற்றமும் ஒரு சமூக வழக்கம் ஆகியிருக்க வேண்டும். பின்னர் அச்சமூக வழக்கமே இலக்கியங்களிலும் இடம் பெற்றிருக்கலாம் என்று தோன்றுகிறது. புலனெறி வழக்காகிய அகனைந்திணைப் பாடல்கள் நாடக வழக்கும் உலகியல் வழக்கும் கலந்து பாடப்படுவன என்னும் தொல்காப்பியரின் கருத்தும் இங்கு நினைவுகூரத்தக்கது.[192]

---

189. மடலூர்ந்தும் காதலியைப் பெறாத நிலையில் இது தற்கொலையாகவே முடியும். அதுதான் மலைமேலிருந்து கீழே விழுதல்; இதனை வரை பாய்தல் என்பர்.

“ஆராக் காமம் அடூஉநின் றலைப்ப
இறுவரை வீழ்நர்”

என இத்தகைய தற்கொலையாளரை அகநானூறு (322:3–4) குறிப்பிடுகின்றது. மடலூர்தலுக்கு இனமான செயலாகவே வரை பாய்தலை நச்சினார்க்கினியரும் குறிப்பிடுவர் (தொல். பொருள். ப.117). குறுந்தொகை 17ஆம் பாட்டு மடலூர்தலுடன் வரை பாய்தலையும் குறிப்பாகச் சுட்டுகிறது. அப்பாட்டில் வரும் ‘பிறிதும் ஆகுப’ என்பது வரை பாய்தலைக் குறிப்பதாகவே நச்சினார்க்கினியரும் கூறுவர் (தொல். பொருள். ப.39). காதலில் தோற்றவனுடைய தற்கொலை முயற்சி பல திறத்ததாய் இருக்கலாம்; மடலூர்தலைவிட்டால், ‘வரை பாய்தல் மட்டுமே’ என வரையறுத்தல் இயலாது. இதனை உட்கொண்டே குறுந்தொகை உரை, “வரைபாய்தலோடு வேறுசெயலையும் உடையராவர்” என்று (உ.வே.சா., குறுந்தொகை மூலமும் உரையும், ப.42) கூறுகிறது. “மடலேறுவர் மற்றுஞ் செய்யாதன செய்வர் மாநிலத்தே” என்னும் பாண்டிக்கோவையும் (பாடல் எண்.79) இக்கருத்தினை உள்ளடக்கியதே ஆகும். குறுந்தொகை ‘பிறிதும் ஆகுப’ என்பதனால் உணர்த்தும் கருத்து இங்குச் ‘செய்யாதன செய்வர்’ என்பதனால் பெறப்படுகிறது.

190. அ) மு. இராகவையங்கார், தொல்காப்பியப் பொருளதிகார ஆராய்ச்சி பக்.39–40.

ஆ) T.P. Meenakshisundaran, A History of Tamil Literature. P.143.

191. பெரியவாச்சான் பிள்ளை, (உ.ஆ.), பெரியதிருமடல் வ்யாக்யானம், பக்.11–12.

192 “நாடக வழக்கினும் உலகியல் வழக்கினும்
பாடல் சான்ற புலனெறி வழக்கம்
கலியே பரிபாட் டாயிரு பாவினும்
உரிய தாகும் என்மனார் புலவர்” – தொல், பொருள். 56.

திருமடல்கள்

இவ்வாறு பழந்தமிழ் நூல்களில் இடம்பெறும் 'மடல்' என்னும் துறையையே ஒரு பிரபந்தமாக வளர்த்துப் பாடும் மரபு கி.பி. எட்டாம் நூற்றாண்டில் தோன்றியது. இம்மரபினைத் தோற்று வித்தவர் திருமங்கையாழ்வாரே ஆதல் வேண்டும். இவர் பாடிய சிறியதிருமடல், பெரியதிருமடல் ஆகிய இரு மடல்களும் திவ்வியப்பிரபந்தத்துள் 'இயற்பா' என்னும் பிரிவில் இறுதியாக இடம்பெறுகின்றன. இவ்வாழ்வாரை எட்டாம் நூற்றாண்டில் வாழ்ந்தவராக ஆய்வாளர் கருதுகின்றனர்.[193] இவர் காலத்திற்கு முந்தியே தமிழில் மடல்பிரபந்தங்கள் வழங்கியமைக்குச் சான்று எதுவும் இல்லை. தமிழில் சிறப்பாகக் குறிக்கப்பெறும் 'வருணகுலாதித்தன் மடலு'ம், காளமேகத்தின் 'சித்திரமடல்' போன்ற பிற மடல்களும் 15ஆம் நூற்றாண்டிலும் அதற்குப் பின்னருமே தோன்றியுள்ளன.[194] எனவே தமிழில் உள்ள மடல் நூல்களில் காலத்தால் முந்தியனவாகத் திருமங்கையாழ்வாரின் இரு மடல்களையுமே கருதலாம்.

மரபு மாற்றம்

காதலியை அடைதற் பொருட்டுத் தலைவன் மடலேறலாம் என்பது பழைய இலக்கிய மரபு. அம்மரபுக்கு மாறாக, திருமால் மீது காதல் கொண்ட தலைவி அவனை அடையப் பெறாத நிலையில் மடலேறத் துணிந்ததாக இரு மடல்களிலும் பாடியுள்ளார் திருமங்கையாழ்வார்.

பெரியதிருமடலில் தலைவியின் கூற்றாக,

"அன்ன நடையார் அலரேச ஆடவாமேல்
மன்னு மடலூரார் என்பதோர் வாசகமும்
தென்னுரையில் கேட்டறிவ துண்டு, அதனை யாம்
தெளியோம்"

(76–78)

என்று பாடுகிறார் ஆழ்வார். இங்கே 'தென்னுரை' என்பதில் 'மகளிர் மடலேறுவதில்லை' என்னும் தமிழ் வழக்கையே அவர் குறிப்பிடுகின்றார். இதனால் திருமங்கையாழ்வார் வாழ்ந்த காலத்திலும் 'மகளிர் மடலேறலாகாது' என்னும் தமிழ் வழக்கில் எந்த மாற்றமும் ஏற்படவில்லை என்றும் அந்த வழக்குக்கு

193. அ) மு. இராகவையங்கார், ஆழ்வார்கள் காலநிலை, பக்.94, 116, 132, 152.

ஆ) B V. Ramanujam, History of Vaishnavism in South India upto Ramanuja, PP. 229–234.

194. மு. அருணாசலம், தமிழ் இலக்கிய வரலாறு – 15ஆம் நூற்றாண்டு, பக். 291–293.

மாறாகவே மகளிர் மடலேற்றத்தை ஆழ்வார் பாடுகின்றார் என்றும் அறியலாம்.

முன்னோடிகள்

பெண்கள் மடலூர்வதாகக் கூறும் சிந்தனை தமிழ் மண்ணில் ஆழ்வார் காலத்திற்கு முன்னரே முளைவிட்டிருக்கிறது.

“நனவினான் ஞாயிறே காட்டாய்நீ யாயின்
பனையீன்ற மாவூர்ந் தவன்வரக் காமன்
கணையிரப்பேன் கால்புல்லிக் கொண்டு”[195]

என வரும் கலித்தொகையில் தலைவி ஒருத்தி ‘மடல் ஊர்தல்’ பற்றிச் சொல்வதாகக் கூறப்பட்டுள்ளது. தலைவன் வரைவிடைப் பிரிந்து நீட்டித்தபோது பிரிவாற்றாத தலைவி, நாணுவரையிறந்து கலங்கி மொழிந்ததாகவும், அப்போது தலைவன் வரவே அவள் தெளிவடைந்ததாகவும், இக்காட்சியைக் கண்டோர் கூற்றிலே வைத்து இப்பாட்டு எழுதப்பட்டிருப்பதாகவும் இதன் அடிக்குறிப்பு தெரிவிக்கிறது. இதனால் மடலேற நினைத்த தலைவி கூற்றாகவே இப்பாட்டு முழுவதும் அமையவில்லை என்று அறியலாம். தலைவி மடலேறுவதாகக் கூறுதல் அகப்பொருள் மரபு அன்றாதலின் பாட்டு முழுதும் தலைவி கூற்றாக எழுதப் பெறவில்லை.

பெண் மடல் பற்றிய மேற்குறித்த கலித்தொகைப் பாட்டு மகளிர் மடலேற்றம் குறித்த சிந்தனையை ஆழ்வாரிடம் தோற்றுவித்திருக்கலாம்.

நம்மாழ்வாரும் ‘மாசறுசோதி’ என்னும் திருவாய்மொழியில் (5–3) பிரிவாற்றாமை மேலீட்டால் தலைமகள் காதல் கைம்மிக்கு மடலூரத் துணிவதாகப் பாடியுள்ளார். இங்கும் தலைவி மடலூர்ந்ததாக இல்லை. ‘ஊர்வேன்’ என்ற தன் துணிவை உரைத்ததாகவே உள்ளது. முதலிற் காட்டிய கலித்தொகைப் பாட்டினும் நம்மாழ்வார் பாடலே திருமங்கையாழ்வார் பெண்மடல் பாடுவதற்குத் தெளிந்த முன்னோடியாய் அமைந்தது எனலாம்.

திருமடல்களின் தனித்தன்மை

திருமங்கையாழ்வார் பாடிய இரண்டு திருமடல்களிலும் சில தனித்தன்மைகளைக் காணமுடிகிறது. இரண்டுமே கலிவெண்பா யாப்பில் அமைந்துள்ளன. வெண்பாவுக்குரிய இலக்கணத்துடன் 12 அடிகளுக்கு மேல் அகவலே போல அடிவரையின்றி வருவது கலிவெண்பாவாகும். இவ்வாறு வரும் கலிவெண்பா இரண்டடி

---

195. கலித். 147: 58–60.

ஓரெதுகையாய் அவ்வெதுகை பெற்ற தனிச்சீரை அவ்விரண்டாம் அடியின் ஈற்றில் பெற்றுவரின் அது நேரிசைக் கலிவெண்பா ஆகும். தனிச் சொல் பெறாது வருவது இன்னிசைக்கலிவெண்பா எனப்படும். ஆழ்வாருடைய இரு மடல்களும் தனிச்சொல்லின்றி இன்னிசைக் கலிவெண்பாவில் அமைந்துள்ளன. சிறியதிருமடல் வெண்டளை தப்பாமல் 155 அடிகள் கொண்டு, "வாரார்பூம் பெண்ணை மடல்" என்று முச்சீர் பெற்று முடிகிறது. அவ்வாறே பெரிய திருமடலும் 297 அடிகளில் "மன்னியபூம் பெண்ணை மடல்" என்று ஈற்றடி முச்சீராய் முடிகிறது. இதுமட்டுமன்றிப் பாட்டுடைத் தலைவனது இயற்பெயருக்கு ஏற்ப நூல் முழுமை யும் ஒரே எதுகை வருமாறு பாடப்பட்டுள்ளது. இரண்டிரண்டு அடி ஓர் எதுகை என்பதைப் பின்பற்றாமல் நூல் முழுமையும் ஒரே எதுகை என்பது புதுமையானது மட்டுமன்றிக் கடுமையான முயற்சியும்கூட. இந்த முயற்சியை இரண்டு திருமடல்களிலுமே ஆழ்வார் மேற்கொண்டிருக்கிறார். சிறியதிருமடல் 'நாராயணன்' என்னும் பெயருக்கு (99–100) ஏற்ப நூல் முழுமையும் ஒரே எதுகை அமைத்துப் பாடப்பட்டிருக்கிறது. பெரியதிருமடல் 'கண்ணன்' என்னும் பெயருக்கு ஏற்ப (265–266) எதுகையமைப்பினை நூல் முழுதும் கொண்டிருக்கிறது. ஆழ்வார் ஏற்படுத்திக்கொண்ட இந்த நியதி காரணமாக, 'காரார்', 'சீரார்', 'நீரார்' 'ஆரார்', 'தேரார்' என்று இப்படியே நூல் முழுமையும் பாடவேண்டிய கட்டாயம் ஏற்பட்டுவிடுகிறது. இதன் விளைவாக 'காரார்' என்னும் சொல் 13 முறையும், 'சீரார்' என்பது 17 முறையும், 'ஆரார்' என்பது 11 முறையும், 'ஏரார்' என்பது 7 முறையும் 'நீரார்' என்பது 4 முறையும் சிறியதிருமடலில் பயின்று வருகின்றன. எடுத்துக்காட்டியன போக இருமுறைக்கும் மும்முறைக்கும் மேலாகப் பயின்று வரும் சொற்கள் பலவுள்ளன. பெரியதிருமடலிலும் இவ்வாறே 'கண்ணன்' என்பதற்கு எதுகையாக, 'மன்னிய', 'மன்னும்', 'பின்னும்', 'தென்ன', 'அன்ன' என்ற சொற்கள் தொடர்ந்து வருகின்றன. மன்னிய அல்லது மன்னும் என்னும் சொல் 47 முறை பெரியதிருமடலில் வருவதை இதற்குச் சான்றாகக் காட்டலாம்.

இன்னொரு புதிய செய்தியையும் திருமடல்களிற் காணலாம். பொதுவாக நூலின் பயனாகக் கூறப்படுவன அறம், பொருள், இன்பம், வீடு ஆகிய நான்குமே. ஆனால் திருமடல்களில் வரும் தலைவியோ இன்பம் ஒன்றையே ஏத்திக் கூறுகிறாள். நூல்கள் போற்றும் அறமும் பொருளும் அவள் கருத்துப்படி இன்பத்துள் அடங்கி விடுகின்றன. வீடு என்னும் உறுதிப்பொருளோ அவளால் மிகுதியும் இகழ்ச்சி செய்யப்படுகின்றது (பெ.தி.ம.21–36). இன்பம் என்னும் பொருளை அடைகின்றவர் யாரோ அவர்கள் அறத்தையும் பொருளையும் அடைந்தவர் ஆவர் (பெ.தி.ம.73–75) என்பது அவள் கருத்து.

இதனால் இறைவனிடத்துக் கொள்ளும் பேரன்பாகிய 'பகவத்காம'த்தையே ஆழ்வார் குறிப்பிடுகின்றார். பின்னர்த் தோன்றிய இராமாநுச நூற்றந்தாதி இதனைச் "சீரியநற்காமம்" என்று கூறியதும்[196] இங்குக் கருதத்தக்கது.

இவ்வாறு காமத்தைச் சிறப்பித்துப் பேசும் தலைவி தன்னை வருத்தும் காமநோய் காரணமாகவே மடலூரப் போவதாக இரு மடல்களிலும் தெரிவிக்கின்றாள்.

இதுவரை பார்த்த கருத்துக்களின் அடிப்படையில் திருமடல்களின் தனித்தன்மைகளைப் பின்வருமாறு வரிசைப் படுத்தலாம்.

1. தனிச்சொல் ஒழிந்த கலிவெண்பாவினால் பாட்டுடைத் தலைவனது இயற்பெயருக்கு ஏற்ப எதுகை நாட்டிப் பாடுதல்.
2. அறம், பொருள், வீடு என்னும் மூன்றையும் குறைத்து இன்பத்தைப் பரவுதல்.
3. காமநோய் மிகுவதனால் மடலூரத் துணிதல்.

இலக்கணம் வகுத்த இருமடல்கள்

திருமடல்களிற் காணப்படும் இத்தனித்தன்மைகளின் அடிப்படையிலேயே பன்னிருபாட்டியல் மடல் பிரபந்தத்துக்கு இலக்கணம் வகுக்கின்றது.[197] எனினும் திருமங்கையாழ்வாரின் மடல்கள் பெண் மடலேறுவது பற்றிப் பேசுவதால்,

"மடன்மாப் பெண்டிர் ஏறார்; ஏறுவர்
கடவுளர் தலைவ ராய்வருங் காலே"

"கடவுளர் மேற்றே காரிகை மடலே"

என அந்நூல் விதிகளை[198] அமைக்கின்றது. இலக்கியம் கண்டதற்கு எழுந்த இலக்கணம்தான் இது. எனினும் 'மகளிர் மடலேறார்' என்னும் தமிழ் மரபினையும் ஆழ்வாரின் மரபு மீறலையும் மறக்காமல் நினைவிற்கொண்டு, ஆழ்வாரின் இலக்கியத்துக்கு

---

196. இராமாநுச நூற்றந்தாதி, 40.

197. "அறம்பொருள் வீடு திறம்பெரி தழித்துச்
சிறந்த வேட்கை செவ்விதிற் பராஅய்ப்
பாட்டுடைத் தலைவன் இயற்பெயர்க் கெதுகை
நாட்டிய வெண்கலிப் பாவ தாகித்
தனிச்சொல் ஓரீஇத் தனியிடத் தொருத்தியைக்
கண்டபின் அந்த ஒண்டொடி ஏத்தல்
மற்றவள் வடிவை உற்றகிழி எழுதிக்
காமம் கவற்றக் கரும்பனை மடல்மா
ஏறுவர் ஆடவர் என்றனர் புலவர்". – ப.பா.146.

198. ப.பா.147.

விலக்கு அளித்து அதனை ஏற்கும் முறையில் அமைந்த இந்நூற் பாக்கள் புதிய இலக்கியத்துக்கான அங்கீகாரம் போல் உள்ளன.

பன்னிருபாட்டியல் மடலுக்குக் கூறிய இலக்கணத்தையே ஏனைய பாட்டியல் நூல்களும் அப்படியே பின்பற்றிச் சொல்கின்றன. ஆனால் ஒரு வேறுபாடு. 'கடவுளர் தலைவராயின் மகளிர் மடலேறலாம்' என்று பன்னிருபாட்டியல் விதிவிலக்காகக் கூறியதைப் பின்வந்த பாட்டியல் நூல் ஒன்றுகூட வழிமொழிந்து கூறவே இல்லை. மகளிர் மடற்கூற்று நிகழ்த்துவதைப் பின்வந்த பாட்டியல் ஆசிரியர்கள் விரும்பவில்லை என்பதையே இது காட்டுகிறது.

திருமங்கையாழ்வார் பாடிய திருமடல் போன்ற இலக்கிய அமைப்பினையுடைய மடல்களுக்குப் பாட்டியல் நூல்கள் வைத்த பெயர் மடல் அல்லது வளமடல் என்பதாகும்.[199] சிதம்பரப் பாட்டியல், பிரபந்தமரபியல் போன்ற பாட்டியல் நூல்கள் இவ்வகை மடலையே 'இன்பமடல்' எனக் குறிக்கின்றன.[200] இங்குப் பெயரில் மாற்றமே தவிர இலக்கணச் செய்தியில் மாற்றமில்லை. இதனால் 'மடல்', 'வளமடல்', 'இன்பமடல்' என்பன ஒருபொருட் கிளவி என அறியலாம். திருமங்கையாழ்வாருடைய இரு மடல்களையும் தவிர வேறு வளமடல்கள் தமிழில் இருப்பதாகத் தெரியவில்லை. எனினும் பாட்டியல் நூல்கள் பெரும்பாலும் மடல் அல்லது வளமடலுக்கு இலக்கணம் சொல்லுகின்றன. இவ்வாறு வளமடலுக்குப் பாட்டியல் நூல்களில் தவறாமல் இலக்கணம் சொல்லப்பட்டிருப்பதையும், திருமடல்கள் தவிர வேறு வளமடல்கள் தமிழில் இல்லாதிருப்பதையும் கருத்திற் கொண்டு ஒரு முடிவுக்கு வரக்கூடும். பன்னிருபாட்டியல் மட்டுமன்றிப் பின்வந்த பாட்டியல் நூல்களும் மடல் அல்லது வளமடலுக்கு இலக்கணம் கூறுதற்குரிய ஆதார நூல்களாகத் திருமங்கையாழ்வார் திருமடல்களையே கொண்டிருக்கலாம் என்பதுவே அம்முடிவாகும். வீரமாமுனிவர் வாழ்ந்த 18ஆம் நூற்றாண்டு வரை வளமடலுக்கு இலக்கணம் சொல்லப் பட்டிருப்பினும் கி.பி. எட்டாம் நூற்றாண்டில் தோன்றிய திருமடல்களுக்குப் பிறகு தமிழில் வளமடல்கள் தோன்றியதாகத் தெரியவில்லை. ஆனால் வளமடல் அமைப்பினின்றும் சிறிதே மாறுபட்ட நிலையில் மடல் நூல்கள் பல தோன்றியுள்ளன. அந்நூல்களுக்குப் பாட்டியல் நூல்கள் சூட்டிய பெயர் 'உலாமடல்'[201] என்பதாகும். இது உலாவிற்குரிய தன்மையும் மடலிற்குரிய தன்மையும் பெற்றுவரும் என்பர்.[202]

199. ப.பா.146; வெ.பா.28; ந.நீ.பா. 47; இ.வி.பா. 484.

200. சி.பா. மரபியல் 10; பி.ம.14.

201. இ.வி.பா. 485.

202. ச. அகஸ்தியலிங்கம், "மடல்", கலைக்களஞ்சியம். தொகுதி–8, பக்.48–49.

பாட்டுடைத் தலைவனது இயற்பெயருக்கு எதுகையாகவே நூல் முழுமையும் பாடவேண்டும் என்ற இலக்கணக் கட்டுப்பாடு வளமடலில் உள்ளது. இந்தக் கட்டாயத்தை விரும்பாத புலவர்கள் 'உலாமடல்' என்ற புதிய பிரபந்த வகையைத் தோற்றுவித்திருக்கலாம்.[203] தமிழில் மடல் பாடிய காளமேகப் புலவரும் 'வளமடல்' பாடாது, 'உலாமடல்' அமைப்பிலேயே 'சித்திரமடல்' பாடியதும் இங்கே குறிக்கத்தக்கது.[204] இதனால் சிறந்த கவிஞர்களும் வளமடலுக்குரிய இலக்கணக் கட்டுப்பாட்டை விரும்பவில்லை என்று தெரிகிறது.

திருமடல்களும் தமிழ்நெறியும்

பெண் மடலேறுவது பற்றிப் பேசுவதாலேயே ஆழ்வாரின் திருமடல்கள் பலரின் கவனத்துக்கும் விவாதத்துக்கும் உரியனவாக இருந்துவந்துள்ளன. அவை மரபை மீறியனவா அல்லவா என்னும் கேள்வி தமிழுலகில் அவ்வப்போது எழுப்பப்பட்டிருக்கிறது. "மன்னும் வடநெறியே வேண்டினோம்" (பெ.தி.ம.79) என்று ஆழ்வார் பாடியிருப்பதால் திருமடல்களைத் தமிழ் நெறியோடு தொடர்புபடுத்திக் காட்டுதற்கு வைணவ உரையாசிரியர்களும் ஆசாரியர்களும் பெரிதும் முயன்றுள்ளனர். மடலூர்தலைக் களவியலில் பாங்கியிற்கூட்டத்தில் நடக்கும் நிகழ்ச்சியாகவே தமிழ் அகப்பொருள் நூல்கள் குறிப்பிடுகின்றன. இத்தமிழ் நூல்களின் கருத்தினை ஒட்டியே பரகால நாயகி யாகிய தலைவிக்கும் திருமாலாகிய தலைவனுக்கும் ஒரு சோலையிலே இயற்கைப்புணர்ச்சி உண்டானதாகவும் அவ்வாறு களவிற் கலந்து பிரிந்தவனைக் காணாமையாலே வருந்திய பிராட்டி ஆற்றாமை மிகுந்து மடலூரத் துணிந்தமையைத் தோழிக்குத் தெரிவிப்பதாகவும் சிறியதிருமடல் உரையில் பெரியவாச்சான்பிள்ளை குறிப்பிட்டுள்ளார்.[205] தெருவில் குடக்கூத்தாடிச் சென்ற கண்ணனைக் கண்ட கூட்டத்துள் ஒருத்தியாகவே சிறிய திருமடல் தலைவி குறிக்கப்படுகின்றாள். அந்நிலையிலேயே அவள் அவனைக் கண்டு காமுற்றதாக அங்குக் கூறப்பட்டுள்ளது. பெரிய திருமடலில் தலைவி, நறையூர் நம்பியைக் கோவிலுக்குள்ளே சென்று தரிசித்ததாகவும் காதல் வயப்பட்டதாகவுமே ஆழ்வார் பாடுகிறார். அவ்வாறிருக்கவும் பரகால நாயகிக்கும் இறைவனுக்குமிடையே ஒரு சோலையிலே 'கூட்டம்' நிகழ்ந்ததாக உரையாசிரியர்கள் குறிப்பதன் நோக்கம் யாது? பெண் மடல் ஏறுவதாகக் கூறும் ஒரு வித்தியாசமான செய்தியைத் தவிரத் திருமடல்கள் இரண்டும் தமிழ் நெறி

---

203. கு. அழகிரிசாமி, இலக்கிய விருந்து, ப.125.
204. பெ. தூரன் (ப.ஆ.), சித்திரமடல், புதுமலர் நிலையம், கோயமுத்தூர், 1947.
205. பெரியவாச்சான்பிள்ளை (உ.ஆ.), சிறியதிருமடல் வ்யாக்யானம் பக்.8–10.

தழுவியன என்று சுட்டிக்காட்டுதல் அவர்களின் நோக்கமாக இருந்திருக்கலாம்.

அகப்பொருள் மொழியில் தலைவனது காதல் விருப்பத்தைக் 'குறை' எனவும் அவனது காதலுக்கு உதவுவதாகத் தோழி உடம்படலைக் 'குறை நேர்தல்' எனவும் அவனது குறையைத் தோழி தலைவிக்கு உணர்த்துதலைக் 'குறை நயப்பித்தல்' எனவும் கூறுவர். பரகால நாயகி திருமாலிடத்துக் கொண்ட காதலை இந்த 'அகப்பொருள் மொழி'யிலேயே மணவாள மாமுனிகள் குறிப்பிடுகின்றார்.

"...உலகளந்த நம்பிமேல்
குறையை வைத்து மடலெடுத்த குறையலாளி"[206]

என்பது அவர் கூற்று. இதனாலும் இருமடல்களும் தமிழ் அகப்பொருள் சிந்தனையோடு தொடர்புபடுத்தப்பட்டதை அறியலாம்.

பொதுவாகத் திருமங்கையாழ்வாரது நூல்களைத் "தமிழ நன்னூல் துறைகள், அஞ்சுக்கு இலக்கியம்"[207] எனக் கூறும் தனியனிலும் இத்தகையதொரு நோக்கம் புலப்படக் காணலாம்.

பரகால நாயகி சடக்கென மடலூராமல் 'ஊர்வேன்' 'ஊர்வேன்' என்று இரு மடல்களிலும் சொல்லித் தாழ்த்தியதற்குக் காரணம் என்ன என்பதையும் உரையாசிரியர்கள் சுட்டிக்காட்டியுள்ளனர். 'மடல்' என்று அச்சமுறுத்தின அளவில் அவன் வந்து தோன்றுவான் என்று கருதிப் "பலகைப் புறத்தே பகட்டுகின்றாள்"[208] என்பர் பெரியவாச்சான்பிள்ளை. இவ்விரு மடல்களையும் கருத்திற் கொண்டே 'மடல்' என்பது சொல்லால் சொல்லித் தொடங்கப்படுவது மட்டுமே; அது செயலால் முடிய நடத்தப்படுவதில்லை என்றும் பிறிதோரிடத்தில் அவரே குறிப்பிடுகிறார்.[209] இவ்வாறு உரையாசிரியர் தரும் விளக்கங்கள் எல்லாம், 'தமிழ் நெறியை விலக்கி வடநெறியை விரும்பியவர்' என்று ஆழ்வார் மீது வெறுப்பு ஏற்பட்டுவிடக் கூடாதே என்பதற்காகச் சொல்லப்பட்டவை போலத் தோன்றுகின்றன.

இலக்கணப்படி திருமடல்கள்

இத்தகைய விளக்கங்கள் எவையுமின்றியே தமிழ் இலக்கணப் படி திருமடல்களை ஏற்றுக்கொள்ளும் வாய்ப்பு இருக்கிறது.

---

206. சே. ராமாநுஜாசார்யன், அழகியமணவாளமாமுனிவன், ப.41.
207. சே. கிருஷ்ணமாசாரியர் (ப.ஆ.), நாலாயிர திவ்யப்பிரபந்தம், பெரியதிருமொழி, ப.10.
208. பெரியவாச்சான்பிள்ளை (உ.ஆ.), பெரியதிருமடல் வ்யாக்யானம், ப.21.
209. மயிலை மாதவதாஸன் (ப.ஆ.), திருப்பாவை வியாக்யானங்கள், ப.40.

> "காமப்பகுதி கடவுளும் வரையார்
> ஏனோர் பாங்கினும் என்மனார் புலவர்"

என்பது தொல்காப்பியப் புறத்திணையியலில் உள்ள நூற்பாவாகும். இளம்பூரணரும் நச்சினார்க்கினியரும் "கடவுள் மாட்டுக் கடவுட்பெண்டிர் நயப்பனவும்", "அவர்மாட்டு மானிடப்பெண்டிர் நயப்பனவும்","கடவுள் மானிடப்பெண்டிரை நயப்பனவும்" பாடப்பெறும் என இந்நூற்பாவிற்கு உரை கூறுகின்றனர்.[210] இவ்வுரையாசிரியர்கள் கூறுகின்ற, "கடவுள்மாட்டு மானிடப்பெண்டிர் நயந்தநிலையினை விளக்குவனவாகவே திருமங்கையாழ்வாரின் திருமடல்கள் அமைந்துள்ளன. இவரைப் போலச் சமயப்பெரியார் பிறரும் நாயக-நாயகி பாவனையிற் பாடிய பாடல்களும் இவ்வகையில் அடங்குவனவே. இப்பாடல்கள் எல்லாம் அடியார்களின் ஒருதலைக்காதலைக் கூறுவனவாகவே உள்ளன. எனவே இவ்வகைப் பாடல்கள் இலக்கணப்படி பாடாண் திணைக் கைக்கிளைக்குள் அடங்கும் என்பர்.[211]

வாய்ப்பான இலக்கிய வடிவம்

ஆழ்வார் தம் பக்தி அனுபவத்தை வெளியிடுவதற்கு வாய்ப் பானதொரு வாகனமாகவே மடல் வடிவத்தைக்கையாண்டார். மேலும் திருமாலின் தோற்றப் பொலிவையும் அவதாரம் தோறும் நிகழ்த்திய சாதனையையும் கீர்த்தியையும் அருட்சிறப்பினையும் நயமாகச் சித்திரிக்கவும் இவ்வடிவம் அவருக்குப் பயன்பட்டது. இச்சிறப்புக்களை நோக்காது பெண்கள் மடலேறுவது எவ்வாறு பொருந்தும் என்னும் ஆராய்ச்சி தேவையற்றது என்பர் சி. தில்லை நாதன்.[212] இக்கருத்தும் இங்கு மனம்கொள்ளத் தக்கதாகும்.

ஆழ்வார் காட்டிய புதுநெறி

இறைவனைத் தலைவனாகவும் தம்மைத் தலைவியாகவும் கருதும் நாயகிபாவ உத்தி (Technique of Bridal Mysticism) பழைய அகப்பொருள் மரபினைத் தழுவியதாகும். திருமங்கை யாழ்வார் காலத்துக்கு முந்தியே சமய குரவர்கள் கையாண்ட உத்தி இது, இவ்வுத்தியைத் தாமும் பின்பற்றிய ஆழ்வார் பெண் மடலேறுவதாகக் கூறும் ஒரு புதிய சிந்தனையையும் இணைத்து

---

210. இளம். (உ.ஆ.), தொல். பொருள். 81இன் உரை.
    நச்சி. (உ.ஆ.). தொல். பொருள். 83இன் உரை.
211. மு. மணிவேல், தமிழ் இலக்கியத்தில் கைக்கிளை, (வெளியிடப்பெறாத பிஎச்.டி. ஆய்வேடு), ப.152.
212. சி. தில்லைநாதன், இலக்கியமும் சமுதாயமும், பக்.57-58.

விடுகிறார். ஆழ்வார் செய்த இந்தச் சிறுமாற்றமே புதிய இலக்கிய வகையாகத் திருமடல்களைத் தோற்றுவித்தது எனலாம்.

எனவே திருமடல்கள் மரபுக்கு உட்பட்டனவா, மரபை மீறியனவா, அகத்திணை சார்ந்தனவா, புறத்திணை சார்ந்தனவா என்று ஆய்வதினும், அவைகளை ஒரு புதிய மரபை உருவாக்கிய இலக்கியமாகப் பார்ப்பதுவே பொருத்தம் என்று தோன்றுகிறது. பெண் ஒருத்தி மடலேறப் போவதாகத் திருமங்கையாழ்வார் பாடியிருப்பது, 'ஒரு புதிய நெறியாகும்' என்று மு. மணிவேலும், 'புதிய போக்காகும்' என்று இ. சுந்தரமூர்த்தியும் கூறுவன[213] இங்கே குறிக்கத்தக்கன.

மடலேற்றம் ஒரு தத்துவம்

வடமொழியில் தமிழில் உள்ளது போன்ற மடல் பிரபந்த வகையோ மகளிர் மடலேறலாம் என்ற குறிப்போ இல்லை என்பர்.[214] அவ்வாறாயின், ஆழ்வார் தாம் விரும்பும் வடநெறி யாக எதனைக் குறிப்பிடுகின்றார் என்று அறிய வேண்டி யுள்ளது. தமிழ் நூல்களில் குறித்துள்ளபடி மடன் மாவேறினால் தான் மடலூர்ந்ததாகும் என்று ஆழ்வார் கருதியதாகத் தெரியவில்லை. பெண்களுக்கு இன்றியமையாத நாணத்தை நீத்து நிலைகுலைந்தபடியை வெளியிடுகிற செய்தி எதுவா யினும் அதுவும் மடலூர்வதோடு ஒக்கும் என்று ஆழ்வார் கருதியதாகத் தெரிகிறது.[215] இக்கருத்தினை ஒட்டியே பின்வந்தோரும் மடலூர்தலினும் வேறான செயல்களை மடலுக்கு இனமாகவே கூறியுள்ளனர். "ஸந்யாச தர்மத்தை 'மடல்' என்று ஆளவந்தார் அருளிச் செய்ததாகப்"[216] பெரிய வாச்சான்பிள்ளை குறிப்பிட்டுள்ளார். இரட்சணிய யாத்திரிகத் தில் எச்.ஏ. கிருஷ்ணபிள்ளை ஏசுநாதர் மக்கள் மீது கொண்ட ஆராக்காதலால் சிலுவை ஏறித் தம் உயிரை மாய்த்ததை மடல் ஏறியதாகக் கூறுகின்றார். பழைய இலக்கிய மரபின் அடிப்படையிலான புதிய கற்பனை வீச்சாக இதனைக் காண்கிறார் தெ.பொ. மீனாட்சிசுந்தரன்.[217]

இவ்வாறு மடலேற்றத்தைச் சிறந்த தத்துவமாக்குதற்குக் காலத்தால் முந்திய ஆழ்வாரின் சிந்தனையே அடிப்படை ஆகின்றது.

---

213. அ) மு. மணிவேல், மு.நூ., ப.152.

    ஆ) இ. சுந்தரமூர்த்தி, இலக்கியச் சுடர், ப.51.

214. ஆய்வாளர் – வடமொழிப் பேராசிரியர் கோ. சுந்தரமூர்த்தி உரையாடல், நாள்: 10–4–80.

215. பி.ப. அண்ணங்கராசாரியர் (உ.ஆ.), பெரியதிருமடல் – தீபிகையுரை, ப.5.

216. பெரியவாச்சான்பிள்ளை (உ.ஆ.), பெரியதிருமடல் வ்யாக்யானம், ப.14.

217. T.P. Meenakshisundaran, Op,cit., P.144.

பெண்மடலேற்றச் சிந்தனைகள்

திருமங்கையாழ்வார் பாடியது போன்ற வளமடல் அமைப்பில் தமிழில் தனி நூல்கள் தோன்றவில்லை; எனினும் பெண் மடலேற்றம் பற்றிய ஆழ்வாரின் சிந்தனை தமிழ்ப் புலவர்களின் கவனத்தை ஈர்த்திருப்பதாகவே தோன்றுகிறது.

சீவகனை அடைய விரும்பிய குணமாலை மடலேறக் கருதியதாகக் கூறுவர் திருத்தக்கதேவர்,

"சோலை வேய்மருள் சூழ்வளைத் தோளிதன்
வேலை மாக்கடல் வேட்கைமிக் கூர்தர
ஓலை தாழ்பெண்ணை மாமட லூர்தலைக்
கால வேல்தடங் கண்ணி கருதினாள்"[218]

என்று பாடுகிறார் அவர்.

தலைவியின் மடற்றிறம் குறித்துத் தோழி கூறுவதனைச் சடகோபரந்தாதியிற் காணலாம்.[219]

"ஊர்வேன் மடலை ஒழிவேன் மடநாணம்
சேர்வேன் கரிய திருமாலை"

என்று தலைவியைப் பேசவைக்கிறார் பிள்ளைப்பெருமாள் ஐயங்கார்.[220]

"அமரரினும் மாறன் அழகுடையான் என்றே
குமரிருந்த மாதர்மடல் கொண்டெழுதிப் பார்க்கின்றார்"[221]

எனக் கூறுகிறது. 'நம்மாழ்வார் தாலாட்டு'. சீவகசிந்தாமணி தவிர இங்குக் குறித்த ஏனைய மூன்று நூல்களும் வைணவ சமயம் சார்ந்தவை. எனவே இந்நூலாசிரியர்கள் ஆழ்வாரின் திருவுள்ளத்தை அனுசரித்துப் பெண்களின் மடலேற்றம் குறித்துப் பேசியது வியப்பாகாது.

சைவசமயப் புலவரான குமரகுருபரரும் தமது மதுரைக் கலம்பகத்தில் தலைவி மடலூரக் கருதியதாகப் பாடுகிறார்.[222]

இதனால் ஆழ்வார் கருத்தினை அடியொற்றி, 'மடலூர் வேன்' என்று சொல்லுதலைப் பெண்பாலர்க்கும் உரியதாக்கிப் பிற்காலப் புலவர்களும் சமய வேறுபாடு இன்றி ஏற்றுக் கொண்டனர் எனக் கருதலாம்.

---

218. சீவக. 999.
219. சடகோபரந்தாதி, 38.
220. வை.மு. கோபாலகிருஷ்ணமாசார்யர் (உ.ஆ.), அஷ்டபிரபந்தம்–இரண்டாம் தொகுதி, ப.327.
221. உபயகவிஅப்பா, சுவாமி நம்மாழ்வார் நூற்றெட்டுத் திருப்பதி தாலாட்டு ப.12.
222. குமரகுருபர சுவாமிகள் பிரபந்தத் திரட்டு, பக்.137–138.

நாட்டார் பாடல்களில் மடல்

நாட்டுப் பாடல் வடிவத்தில் இராமாயணக் கதையைச் சுருக்கிக் கூறும் மருதுபாண்டியர் காலத்து ஏடு ஒன்றில் (வெள்ளையன் ஏடு), "மங்கையர்கள் மடலெழுதும் மருது மன்னர் பாண்டியனார்"* என்னும் தொடர் காணப்படுவது நமக்கு வியப்பினை அளிக்கின்றது. இதனால் 'பெண்மடலேற்றம்' பற்றிய சிந்தனை நாட்டார் பாடல்களிலும் இடம்பெற்றதை அறிகிறோம்.

அல்லியை அடையும் பொருட்டு அர்ச்சுனனும் மடலூர்ந்த தாகக் கூறுகிறது 'பவளக்கொடிமாலை'. "மன்னன் விஜயன் மடலூர்ந்த மாதேவி"† என்பது அந்நூலில் இடம்பெறும் ஒரு தொடராகும். இதனாலும் மடலேற்றம் நாட்டுப் பாடல் கவிஞர்களிடத்து ஏற்படுத்திய பாதிப்பினை அறியலாம்.

விரும்பியவரை (காதலி / காதலன்) அடையும் பொருட்டு மடலூர்தல் என்பது முந்திய (சங்ககாலம் / ஆழ்வார்காலம்) நிலை. 'மடலூர்ந்தாயினும் அடையத்தக்க அழகு' என்பது பிந்திய நிலை.

நாம் இங்குக் காட்டிய நம்மாழ்வார் தாலாட்டு, வெள்ளையன் ஏடு, பவளக்கொடிமாலை முதலியவற்றை நோக்கி இந்நுண்ணிய வேறுபாட்டினை அறியலாம். ஒருவரின் அழகைச் சிறப்பித்துப் பேசுவதற்கு மடலேற்றம் பயன்பட்டிருப்பது காலப் போக்கில் உண்டான புதிய கருத்து வளர்ச்சியாகவே தோன்றுகிறது.

மற்றொன்றும் இங்குக் குறிக்கத் தகும். ஒருவரைக் குறித்து மகளிர் பலர் 'மடலேறக் கருதியதாக' முதல் இரண்டு நூல்களிலும் கூறப்பட்டிருப்பது முன்னைய நூல்களிற் காணப்படாத ஒன்று. உலாவந்த தலைவன் ஒருவனிடத்தே பல்வேறு பருவப் பெண்களும் காதல் கொண்டதாகப் பாடும் உலா நூல்களின் போக்கினை இது நினைவூட்டுகின்றது.

தமிழில் மடல் நூல்கள்

ஆழ்வாரின் திருமடல்களே காலத்தால் முந்தியன. 'வருணகுலாதித்தன் மடல்', 'பெத்தணன்தளவாய் உலா மடல்' 'சித்திரமடல்' தத்துவராயரின் 'கலிமடல்', 'தாயுமானசுவாமி மடல்' போன்ற மடல் பிரபந்தங்கள் பின்னர் எழுந்தவைகளாகும். 'நல்லபிள்ளை சித்திரமடல்', 'பாப்பையபிள்ளை உலாமடல்',

---

* மீ, மனோகரன், மருதுபாண்டிய மன்னர்கள், ப.327

† பவளக்கொடி மாலை, ப.4.

‘எட்டப்பநாயக்கர் மடல்’, ‘கன்னிவாடி நரசிங்கப்பநாயக்கர் மடல்’ போன்ற பிரபந்தங்களையும் கலைக்களஞ்சியம் குறிப்பிடுகின்றது.[223] கி.பி. 15, 16ஆம் நூற்றாண்டுகளிலேயே தமிழில் மடல் பிரபந்தங்கள் மிகுதியும் எழுந்ததாகக் கூறுவர் கமில் சுவலபில்.[224]

இங்ஙனம் தனி இலக்கிய வகையாக வளர்ந்த மடல், கோவை, கலம்பகம் முதலான நூல்களில் தனிக்கூறு அல்லது உறுப்பாக நிற்பதும் கவனிக்கத்தக்கது. மனம் கவர்ந்த ஓர் இலக்கிய வகையை, அதன் குறுகிய வடிவத்திலேனும், இலக்கியப் படைப்பாளிகள் தமது நூல்களில் பயன்படுத்திக்கொள்ள விரும்பியதையே இது காட்டுகிறது. ஓர் இலக்கியத்தின் சிறுகூறு தனி இலக்கிய வகையாக வளர்வதும், ஓர் இலக்கிய வகையே பிறிதோர் இலக்கியத்தின் சிறுகூறாக மாறி நிற்பதுவும் தமிழ் இலக்கியத்திற் பொதுவாகக் காணக்கிடக்கும் தன்மைகள் ஆகும்.

மாலை

‘மாலை’ என்னும் பெயரில் திவ்வியப்பிரபந்தத்தில் உள்ள இலக்கியவகை ‘திருமாலை’ ஆகும். இது, முதலாயிரத்தில் ஏழாம் பிரபந்தமாக இடம்பெறுகின்றது.

‘மாலை’ என்பது பலவகைப் பிரபந்தங்களுள் ஒன்று. ஒரு பொருளைக் குறித்துப் பல செய்யுள் பாடுவதே மாலை என்னும் பிரபந்தமாகும்.[225] ஒருவகை மலரால் அல்லது பல வகை மலரால் தொடுக்கப்படுவது மாலை; அதுவே உவமையாகு பெயராய் ஒருவகைச் செய்யுள் அல்லது பலவகைச் செய்யுளால் தொடுக்கப்படும் பிரபந்தத்தை உணர்த்தி நிற்கின்றது.[226] பூமாலை, பாமாலை ஆகிய இரண்டிலும் உள்ள தொடுத்தல் என்னும் வினையொப்புமை நோக்கத்தக்கது. ‘தொடை’ என்னும் சொல் பாவின் உறுப்புக்களுள் ஒன்றனுக்குப் பெயராவதோடு, மாலைக்குப் பெயராகவுள்ள ஒப்புமையும் இங்கு நினையத்தகும். பல பாடல்களின் தொகுதிக்குக் ‘கோவை’ எனப் பெயரமைந்த பொதுநிலையே மாலையிலும் அமைகின்றது.

பழந்தமிழ் ‘மாலை’கள்

திருக்குறளுக்குச் சிறப்புப் பாயிரமாகப் புலவர் பல்லோர் அதனைப் புகழ்ந்து பாடிய பாடல் தொகுப்பு, ‘திருவள்ளுவ

223. ச. அகஸ்தியலிங்கம், மு.நூ.. பக். 48–49.
224. Kamil V.Zvelebil, Op. cit., P.28.
225. வை.மு. கோபாலகிருஷ்ணமாசார்யர் (உ.ஆ.), அஷ்டபிரபந்தம், இரண்டாம் தொகுதி, ப.3.
226. திரு.கி. இராமானுஜையங்கார் (உ.ஆ.), குருகைமாலை, முகவுரை, ப.X.

மாலை' என வழங்குகின்றது. திருமூலரின் திருமந்திரத்திற்கு 'மந்திரமாலை'[227] என்னும் பெயரும் உண்டு. காரைக்காலம்மை யாரின் திருவிரட்டை மணிமாலை, அப்பரின் 'அங்கமாலை', தொண்டரடிப்பொடியாழ்வாரின் 'திருமாலை' போல்வன[228] பக்திக் காலத்தில் தோன்றிய 'மாலை'கள் ஆகும். எட்டாம் நூற்றாண்டில் தோன்றிய இலக்கண நூல் ஒன்றுக்குப் 'புறப்பொருள் வெண்பாமாலை' என்று பெயர். 'மாலை' என்னும் பொதுப்பெயரோடு இவ்வகை இலக்கியங்கள் முன்னொட்டாக வெவ்வேறு சிறப்புப் பெயர்களைப் பெற்றுள்ளன. 40 பிரபந்தங் களின் தொகுப்பாகிய பதினோராந் திருமுறையைப் 'பிரபந்த மாலை'[229] என வழங்குவதுண்டு. தனி நூல்களே அன்றிப் பல நூல்களின் தொகுப்பும் மாலை எனப் பெயர் பெற்றதற்கு இது சான்றாகின்றது.

திவ்வியப்பிரபந்தத்தில் 'மாலை'

தொண்டரடிப் பொடியாழ்வார் பாடிய திருமாலை 45 பாசுரங்கள் கொண்டது. இவையனைத்தும் அறுசீர் ஆசிரிய விருத்தம் என்னும் ஒரேவகை யாப்பில் அமைந்தவை. 'திருமாலை' என்பதில் 'திரு' என்னும் சொல் சிறப்புப் பொருளைக் காட்டி மாலைக்கு அடைமொழியாய் நின்றது. இப்பிரபந்தம் அரங்கம் மேய அண்ணலைப் பற்றிப் பாடுதலால், 'திருமாலை' எனச் சிறப்பித்துக் கூறப்பட்டது. இந்நூல் வடமொழியில் அமைந்த 'விஷ்ணுதர்மம்' என்னும் நூலின் சாரம் என்பர்.[230] 'திருமாலை யறியாதவன் பெருமாளை யறியான்'[231] என வழங்கும் பழமொழியாலும் இதன் சிறப்பினை அறியலாம். திருவரங்கத்தில் நந்தவனம் அமைத்துத் திருமாலின் திருமுடிக்குப் பூமாலை சூட்டிவந்த இவ்வாழ்வார் இப்பாமாலையைப் பாடி அவனது திருவடிக்குச் சூட்டினார் என்பர்.[232]

---

227. க. வெள்ளைவாரணன், பன்னிருமுறை வரலாறு, இரண்டாம் பகுதி ப. 427.
228. முறையே பதினொராந்திருமுறை, திருநாவுக்கரசர் தேவாரம், நாலாயிரத் திவ்வியப்பிரபந்தம் முதலியவற்றுள் இடம்பெறுவன. பதினொராந் திருமுறையில் மூத்தநாயனார் திருவிரட்டை மணிமாலை, சிவபெருமான் திருவிரட்டை மணிமாலை (கபிலதேவர்), கோயில் நான் மணிமாலை (பட்டினத்தார்), விநாயகர் திருவிரட்டை மணிமாலை, திருநாவுக்கரசதேவர் திருவேகாதசமாலை (நம்பியாண்டார் நம்பி) போன்ற மாலைகளும் உள்ளன.
229. மு. சண்முகம்பிள்ளை, சிற்றிலக்கிய வகைகள், ப.114.
230. பி.ப. அண்ணங்கராசாரியர் (உ.ஆ.), திருமாலை– தீபிகையுரை, ப.4.
231. மேலது.
232. எஸ். கிருஷ்ணஸ்வாமி அய்யங்கார் (ப.ஆ.), ஆறாயிரப்படி குருபரம் பராப்ரபாவம், பக்.53, 61.

இறைவனது திருநாமப்பெருமை (தி. மா, 1, 2, 4, 12) அவனது திவ்விய தேசமான திருவரங்கச்சிறப்பு (10, 13, 14, 17, 23, 32) அவனது திருமேனியழகு (18, 20), உடலை உருக்கும் யோக நித்திரை (19, 21, 23, 24) ஆகிய மலர்களை எடுத்து ஆழ்வார் தமது பக்தி அனுபவமாகிய நாரில் தொடுத்த மாலை இது. மாலை தொடுப்போர் மணமிக்க மலர்களுக்கு இடையே மணமற்ற இலைகளை வைத்துத் தொடுப்பதும் உண்டு. அது போலவே ஆழ்வாரும் தமது குறைகளை (15-17, 21, 25-35) இடையிடையே கூறிச் செல்கின்றார். எனவே இப்பிரபந்தம் 'மாலை' எனப் பெயர் பெற்றது பொருத்தமாகும். ஏனைய ஆழ்வார்களின் பாசுரங்களிற் போலக் கண்ணனைப் பற்றிய தொன்மக் கதைக்கூறுகள் (Krsna Myths) இங்கு இடம் பெறவில்லை. நாயகி பாவத்திலும் ஆழ்வார் பாடவில்லை. இவற்றைச் சுட்டிக்காட்டும் ஜெர்மானிய அறிஞரான பிரெட் ஹெல்ம் ஹார்டி, "திருமாலை-ஆழ்வாரது தனிப்பட்ட பக்தி அனுபவத்தின் வெளிப்பாடு ஆகும்"[233] என்கிறார். இக்கருத்து ஏற்புடையதாகவே தோன்றுகிறது.

"மாலை என்பது தோத்திர ரூபமான பிரபந்தம்"[234] என்பர் வை.மு. கோபாலகிருஷ்ணமாசார்யர். பொதுவாகப் பக்தி இலக்கியங்களில் தோத்திரம் முக்கியமான ஒரு கூறு எனினும், திருமாலையில் அதுவே மேலோங்கியிருத்தல் காணலாம். "தோத்திரம் அல்லது பிரார்த்தனை என்பது கடவுளிடம் உலகியல் பயன்களை வேண்டிச் செய்யும் விண்ணப்பம் அன்று; அது கடவுளின் புகழ் பாடி ஏத்துதற்குரிய செயலாகும். கடவுளோடு ஒன்றி உறவு கொள்ளுதற்குரிய செயலும் அதுவே... நம்பிக்கை மிகுந்து உலகியல் பயன்களைக் கருதாத காலத்தில் இத்தகைய பிரார்த்தனையே பெரிதும் மேற்கொள்ளப்பட்டது"[235] என்பர் அறிஞர். இக்கருத்துக்கேற்பவே 'திருமாலை'ப் பாடல்கள் தோத்திரத் தன்மை பெற்றுத் திகழ்கின்றன.

பிரார்த்தனை என்பது மனிதனின் உள்ளுணர்வோடு பொருந்தியது என்றும் தாழ்வு தோன்றப் பேசுதல் அதன் அடையாளம் ஆகுமென்றும் கூறுவர்.[236] "நைச்சியம் ஜன்மசித்தம்"[237] என்பது வைணவ வழக்கு. இதற்கேற்பவே தாழ்ச்சி தோன்றப் பாடுகிறார் ஆழ்வார். "ஏழையே னேழை

---

233. Friedhelm Hardy. Op. cit., P. 436.
234. வை.மு. கோபாலகிருஷ்ணமாசார்யர் (உ.ஆ.), அஷ்டபிரபந்தம், இரண்டாம் தொகுதி, ப.3.
235. M.A. Canney, An Encyclopaedia of Religions, P.288.
236. Ibid.
237. ஸ்ரீவசனபூஷணம், 218.
"தாழ்ச்சி பிறப்பிலேயே அமைந்திருப்பது" என்பது பொருள்.

யேனே" (23), "என்செய்வான் தோன்றினேனே" (26) "அரங்கனார்க் காட்செய் யாதே அளியத்தேன் அயர்க்கின் றேனே" (27). "ஊரிலேன் காணி யில்லை உறவுமற் றொருவ ரில்லை" (29), "அவத்தமே பிறவி தந்தாய்" (31). "மூர்க்கனேன் மூர்க்க னேனே" (32), "பொய்யனேன் வந்து நின்றேன் பொய்யனேன் பொய்ய னேனே" (33), "கள்ளத் தேன் நானும் தொண்டாய்த் தொண்டுக்கே கோலம் பூண்டேன்" (34), "பாவியேன் உன்னை யல்லால் பாவியேன் பாவியேனே" (35) என்று பாடும் தொண்டரடிப்பொடியாழ்வார் இப்பிரபந்தத்தை முடிக்கையிலும் "இளையபுன் கவிதை" (45) என்றே தம் நூலைக் குறிப்பிடுகின்றார். ஆயினும் அவர் பாடிய திருமாலையைப் பேராழமுடைய கடலுக்கு ஒப்பிடுவர் பெரியவாச்சான்பிள்ளை. மிக்க சுருக்கமும் பெருக்கமும் இன்றிச் சொல்லின் தெளிவாலே பரம்பொருளை நன்கு விளக்கிக் காட்டக்கூடிய நூல் என்றும் அவர் இதனைச் சிறப்பித்துக் கூறுகின்றார்.[238]

ஆழ்வார் பிறரின் மாலைகள்

தொண்டரடிப்பொடியாழ்வாரின் 'திருமாலை' போல ஏனைய ஆழ்வார்கள் 'மாலை' என்னும் இலக்கிய வகையைப் படைக்கவில்லை. எனினும் பெரியாழ்வார் திருவரங்கம் குறித்துப் பாடிய 'மாதவத்தோன்' எனத் தொடங்கும் திருமொழியினைத் 'திருவரங்கத் தமிழ்மாலை' (பெ.ஆ.தி. 4–8–10) என்றே குறிப்பிடுகின்றார். திருவரங்கம் என்னும் ஒருபொருள் பற்றி அமைந்த அப்பதிகத்தை அவர் 'மாலை' எனச் சுட்டியது பொருத்தமாகவே தோன்றுகிறது. ஏனைய ஆழ்வார்களும் தம் பிரபந்தங்களை, 'மாலை' எனக் குறித்தல் காணலாம். இக்குறிப்பு, பெரும்பாலும் நூல் அல்லது திருமொழியின் இறுதியில் இடம்பெறுதல் இங்குக் கருதத்தகும். 'இன்தமிழ மாலை', 'பட்டர்பிரான் சொன்னமாலை', 'அன்பால்செய் தமிழ்மாலை' (பெ.ஆ.தி. 3–2–10; 4–1–10; 4–7–11) எனப் பெரியாழ்வாரும், 'சங்கத் தமிழ்மாலை' (தி.பா.30), 'தூயதமிழ்மாலை', 'இன்னிசையால் சொன்ன செஞ்சொல் மாலை' (நா.தி.மொ. 6–11; 12–10) என ஆண்டாளும், 'செஞ்சொலால் எடுத்த தெய்வநன் மாலை', 'சீரார்இன் சொல்மாலை', 'சொல்லிற் பொலிந்த தமிழ் மாலை', 'பாவளருந் தமிழ்மாலை' (பெ.தி.மொ. 1–1–10; 4–9–10; 7–5–10; 8–1–10) எனத் திருமங்கையாழ்வாரும், 'செயிரில்சொல் இசைமாலை', 'உரியசொல் மாலை', 'நேர்பட்ட தமிழ்மாலை' (தி.வா.மொ. 3–2–11; 8–1–11; 8–9–11) என நம்மாழ்வாரும் தம் திருமொழிகளை மாலை எனக் குறித்தல் காணலாம். 'சொல்மாலை' என நூலின் தொடக்கத்தே (மு.தி.அ.1) பொய்கையாழ்வாரும், 'அமுதன்ன

238. பெரியவாச்சான்பிள்ளை, திருமாலை வ்யாக்யானம், ப.30.

சொல்மாலை' என நூலினிடையே (இ.தி.அ.85) பூதத்தாழ்வாரும் கூறிச்செல்கின்றனர். இவற்றைக் கருத்திற்கொண்டே ஆழ்வார் பாசுரங்களின் தொகுப்பாகிய திவ்வியப்பிர பந்தத்தை, "செய்யதமிழ் மாலைகள்"[239] எனச் சிறப்பித்தார் வேதாந்ததேசிகர்.

சைவசமயப் புலவரான சிவப்பிரகாசரும் திருவாசகத்தை, "மாணிக்க வாசகன் செந்தமிழ் மாலை"[240] எனக் குறித்ததும் இதனை ஒத்ததே ஆகும்.

இவ்வாறு ஆழ்வார்களிடம் காணப்படும் 'மாலை' என்னும் சொற்பிரயோகத்தின் தாக்கத்தினைப் பின்னைய வைணவ நூல்களிலும் காணலாம். 'உபதேசரத்தினமாலை', 'திருவரங்கத்துமாலை','திருவேங்கடமாலை','திருக்கண்ணமங்கை மாலை', 'குருகைமாலை', 'மகரநெடுங்குழைக்காதர் திருப்பணி மாலை', 'ஸ்ரீசடகோபன் சந்திரகலாமாலை', 'ஸ்ரீ ஆண்டாள் சந்திரகலாமாலை', 'திருப்புல்லாணிமாலை', 'திருவல்லிக்கேணி ஸ்ரீபார்த்தசாரதிமாலை', 'ஸ்ரீவரதராசப் பெருமாள் திருமாலை', 'திருவரங்கத் திருமாலை' என்னும் நூல்கள் இங்குக் குறிக்கத் தக்கன.[241] திருமணம் செல்வக்கேசவ முதலியார் 1899இல் பதிப்பித்த 'பள்ளி கொண்டான்பிள்ளை பிரபந்தத்திரட்டு' என்னும் தொகுப்பில், 'வேதவல்லித்தாயார்மாலை', 'உருப்பிணித்தாயார் மாலை', 'கனகவல்லித்தாயார்மாலை', 'திருவல்லிக்கேணிப் பார்த்தசாரதிப் பெருமாள் மாலை' என நான்கு மாலை நூல்கள் இடம்பெற்றுள்ளன. இவையனைத்தும் செய்யுள் நூல்களாம்.

இந்நூற்றாண்டில் திருவல்லிக்கேணித் தமிழ்ச்சங்கம் வெளியிட்ட வைணவ நூல்கள் பல மாலை என்னும் பெயர்

---

239. கொமாண்டூர் அநந்தாசார்யர் (ப.ஆ.), தேசிகப்பிரபந்தம் – அதிகார சங்கிரகம்.1.

240. சிவப்பிரகாசர் பிரபந்தத்திரட்டு, ப.93.

241. உபதேசரத்தினமாலை மணவாளமாமுனிகள் பாடியது; திருவரங்கத்து மாலை, திருவேங்கடமாலை என்பன பிள்ளைப்பெருமாளையங்கார் பாடியவை. திருக்கண்ணமங்கைமாலை வீரராகவமுதலியார் பாடியது. குருகைமாலை முதல் ஆண்டாள் சந்திரகலாமாலை வரையுள்ள நூல்கள் ஆழ்வார் திருநகரி, திருஞானமுத்திரைப் பிரசுராலயம் வெளியிட்டவை. திருப்புல்லாணிமாலை மதுரைத் தமிழ்ச்சங்க வெளியீடு.

திருவல்லிக்கேணி ஸ்ரீபார்த்தசாரதிமாலை, 1968ஆம் ஆண்டு, சென்னை வாகீஸ்வரி அச்சகத்தார் வெளியிட்டது.

ஸ்ரீவரதராசப்பெருமாள் திருமாலை புதுவை இராமாநுச நாவலர் பாடியது. திருவரங்கத் திருமாலை திருக்குருகூர் ஞானசித்தசுவாமிகள் பாடியது. இது 1900ஆம் ஆண்டு மதராஸ் ரிப்பன் அச்சுக்கூடத்தில் இரண்டாம் பதிப்பாக வெளியானது.

கொண்டவையே.[242] செய்யுள், உரைவிளக்கம், உரைநடை எனப் பலவகையாக அமைந்த நூல்களும் மாலை என்றே பெயர் பெற்றன.[243] திருப்பாவைக்கு அரியதொரு விளக்கமாகத் திறனாய்வு நெறியில் ரெ. திருமலை அய்யங்கார் எழுதிய உரைநடை நூல் ஒன்று, 'திருப்பாவை மாலை'[244] என்னும் பெயரில்தான் வெளிவந்துள்ளது. இதனால் ஒரு பொருள் பற்றியவாய் உரைநடையில் அமைந்த நூல்களையும் மாலை எனக் குறிக்கும் மரபு வைணவர்களிடம் ஏற்பட்டதை அறியலாம். தமிழறிஞரும் வைணவப் பெரியாருமான வை.மு.கோ.வின் மணிவிழா மலர். 'கோபால கிருஷ்ணமாசார்யர் மலர்மாலை' என்னும் பெயருடனும், 'மாணாக்கரும் நண்பரும் சூட்டியது' என்னும் விளக்கத்துடனும் வெளியாகி இருப்பதும் இங்குக் கருதத்தக்கது.[245]

பின்னைய வளர்ச்சிநிலை

வைணவத்தில் மாலை என்னும் இலக்கிய வகையின் போக்கு இவ்வாறாக, பொதுவாகத் தமிழ் இலக்கியத்தில் அதன் பின்னைய நிலை எத்தகையது என்பதும் எண்ணத்தக்கதேயாகும்.

வருக்கமாலை, பல்சந்தமாலை, மும்மணிமாலை, நான்மணி மாலை, இரட்டைமணிமாலை, இணைமணிமாலை, பன்மணி மாலை, நவமணிமாலை, அங்கமாலை, தானைமாலை, வஞ்சி மாலை, வாகைமாலை, தாரகைமாலை. புகழ்ச்சிமாலை, நாம மாலை, காப்புமாலை, வேனில்மாலை, வசந்தமாலை எனப் பலவகை மாலைகளைப் பாட்டியல்கள் கூறுகின்றன.[246] இப்பெயர்களை நோக்க எழுத்து, சந்தம், எண், யாப்பு, பொருள் ஆகியவற்றின் அடிப்படையில் இந்நூல்கள் எழுந்தமை

---

242. திருவல்லிக்கேணித் தமிழ்ச்சங்கம் வெளியிட்ட 68 நூல்களுள் 57 நூல்கள் மாலையென்னும் பெயருடையன. ஷை சங்கத்தில் 68ஆம் வெளியீடான 'ஸ்ரீரங்கராஜமாலை' என்னும் நூலின் பின் அட்டையின் உட்பக்கக் குறிப்பினைக் காண்க;

    (எ–டு:) திருமாமகள்மாலை; அழகியசிங்கர்மாலை; வாரணமாயிரமாலை; மார்கழிமாலை; மதுரகவிமாலை.

243. ஷை சங்க வெளியீடுகளான 'அலங்காரர்மாலை' (வெளியீட்டு எண்.73) 'திருவடிமாலை' (56), 'திருப்பாவைமாலை' (100) என்பன முறையே இதற்குச் சான்றுகள்.

244. ரெ. திருமலை அய்யங்கார். திருப்பாவைமாலை, திருவல்லிக்கேணித் தமிழ்ச்சங்க வெளியீடு, அம்பத்தூர், 1957.

245. கோபாலகிருஷ்ணமாசார்யர் மலர்மாலை, கபீர் அச்சகம், சென்னை. 1942.

246. ந.வீ. செயராமன், பாட்டியலும் இலக்கிய வகைகளும், ப.6.

அறியலாம். அந்தாதித் தொடையிலும் சித்திரகவியிலும் சிலேடைப் பொருண்மையிலும் எழுதப்பெற்ற பல பாடல் தொகுதிகள் முறையே, 'அந்தாதிமாலை', 'சித்திர கவிமாலை', 'சிலேடைமாலை' என்று பெயர் பெற்றுள்ளன.[247]

காதல் பற்றியது 'அனுராகமாலை' என்றும், உற்பவம் பற்றியது 'உற்பவமாலை' என்றும், பதினாறு பாடல்கள் கொண்டது, 'சந்திரகலாமாலை' என்றும், பதினொரு பாடல்கள் கொண்டது 'ஏகாதசமாலை' என்றும், நூறுபாடல்கள் கொண்டது 'சதகம்' என்னும் நிலை மாறிச் 'சதகமணி மாலை' என்றும் அழைக்கப்பெறுகின்றன.[248]

நாட்டுப்பாடல் மரபில் எழுந்த கதை இலக்கியங்களும் 'மாலை' எனப் பெயர் பெற்றுள்ளன. 'அபிமன்னன் சுந்தரி மாலை', 'புலந்திரன்களவுமாலை', 'அல்லியரசாணிமாலை' போன்ற நூல்களால் இதனை அறியலாம்.

இவற்றை நோக்க எப்பொருள் பற்றியதாயினும் பல பாடல் கள் கொண்ட தொகுதிக்குப் பொதுவாக மாலை எனப் பெயர் சூட்டும் மரபு ஏற்பட்டதாகத் தெரிகிறது. கல்வெட்டுத் தொகுதி ஒன்று 'சாசனமாலை'[249] என்னும் பெயரில் 1960ஆம் ஆண்டு வெளிவந்திருப்பதும் இதனை உறுதிசெய்கின்றது. இவ்வாறு மாலை எனப் பெயர் பெற்ற இலக்கியங்களில் 25க்கு மேற்பட்ட வகைகளைக் காணமுடிகிறது.[250] இவ்விலக்கிய வகையின் பெருக்கத்தைக் கண்டு இதன் தனித்தன்மை இன்னதெனத் தெளிவாகச் சுட்ட இயலாது என்பர் ச.வே. சுப்பிரமணியன்.[251] எவ்வகையான இலக்கியத்துக்கும் 'மாலை' எனப் பெயர் சூட்டியதன் விளைவு இது. எந்த அடையும் முன்னொட்டும் இன்றி, 'மாலை'[252] என்னும் பெயரிலேயே சிதம்பரசுவாமிகள் பாடிய நூல் ஒன்றும் காணப்படுகின்றது.

மாலை இலக்கியம் படைத்தவர்களுள் பட்டினத்தார், தத்துவராயர், திரிகூடராசப்பக்கவிராயர், இராமலிங்க வள்ளலார். வேதநாயகம்பிள்ளை போன்றோர் குறிப்பிடத்

---

247. ச.வே. சுப்பிரமணியன், மு.நூ., பக். 523 ,529, 530.
248. மேலது, பக்.524, 526, 528, 541, 542.
249. எஸ்.ராஜம் (வெ-ர்), சாசனமாலை, சென்னை, 1960.
250. ச.வே. சுப்பிரமணியன், மு.நூ., ப.542.
251. மேலது.
252. சிதம்பரசுவாமிகள், மு.நூ., பக்.46–61.

தக்கவர்கள் ஆவர்.[253] 19ஆம் நூற்றாண்டினரான வள்ளலார் மட்டும் முப்பதுக்கு மேற்பட்ட 'மாலை'கள் பாடியுள்ளார். இந்நூற்றாண்டிலும் அவ்விலக்கியவகை தொடர்கிறது என்பதற்கு ரா. இராகவையங்கார் பாடிய 'திருவடிமாலை'[254] சான்றாகின்றது.

இலக்கிய வகைக் கூறுகள்

இதுவரை பார்த்த பல்லாண்டு, பள்ளியெழுச்சி, பாவை, மடல், மாலை முதலானவை திவ்வியப்பிரபந்தத்தில் உள்ள முழுமையான நன்கு வளர்ந்தமைந்த இலக்கிய வகைகள் ஆகும். இவையேயன்றி, பல்வேறு இலக்கிய வகைகளுக்கான அடிப்படைக் கூறுகளும் திவ்வியப்பிரபந்தத்தில் அமைந்துள்ளன. அவை பிள்ளைத்தமிழ், தாலாட்டு, தூது, குறம், உலா, பாதாதிகேசம், ஊடல், பூசல், புலம்பல். போர்ப்பாட்டு (பொங்கத்தம் பொங்கோ, குழமணிதூரமே) பழமொழி, சாழல். உந்திபறத்தல், திருநாமப்பாட்டு, கனவுப்பாட்டு, தசாவதாரப் பாட்டு ஆகிய இலக்கிய வகைகளுக்கான அடிக்கூறுகளாகக் கொள்ளத்தக்கவை. இவற்றுள் ஆழ்வார்களுக்கு முன்னரே தோன்றி வளர்ந்தவையும் உண்டு; கூறுகளாக இருந்தவையும் உண்டு; ஆழ்வார்களாலேயே புதியனவாகப் படைக்கப் பட்டவையும் உண்டு. குறிப்பாகப் பிரிவுத் துன்பத்தைப் பேசும் பாடல்களைப் 'பூசல்' என வகைப்படுத்தியிருப்பது ஒரு புதிய போக்கு ஆகும். போரில் தோற்றோர் வென்றோரைப் போற்றிப் பாடுவதாக அமைந்த, 'பொங்கத்தம் பொங்கோ', 'குழ மணிதூரமே' என்பனவும் இவ்வகையான புதிய போக்கில் அமைந்தனவே. 'பூசல்' என்னும் இலக்கிய வகைப்பாடும், தோற்றோர் வென்றோரின் புகழ் பாடி ஆடுவதாகக் காட்டும் போர்க்களக்காட்சியும் தமிழ் எழுத்து இலக்கியம் முன்னும் பின்னும் காணாதவை ஆகும். 'பொங்கத்தம் பொங்கோ' முதலான போர்ப்பாடல்களைப் பொறுத்தவரை, "இலக்கியமும்

---

253. பட்டினத்தார் : கோயில் நான்மணிமாலை, திருவேகம்பமாலை.
தத்துவராயர் : திருவடிமாலை, திருவருட்கழன்மாலை, போற்றிமாலை, அனுபவமாலை.
திரிகூடராசப்பக் கவிராயர் : திருக்குற்றாலமாலை.
இராமலிங்க வள்ளலார் : தெய்வமணிமாலை, ஜீவசாட்சிமாலை, வடிவுடைமாணிக்கமாலை முதலிய முப்பதுக்கு மேற்பட்ட நூல்கள்.
வேதநாயகம்பிள்ளை : பெண்மதிமாலை.

254. ரா. இராகவையங்கார், திருவடிமாலை, பி.என். அச்சுக்கூடம், சென்னை, 1933.

இலக்கணமும் இவ்வருளிச் செயலே ஆகும்"[255] எனப் பி.ப. அண்ணங்கராசாரியர் குறிப்பதாலும் இதனை அறியலாம். எனவே இவ்வகையான இலக்கியக் கூறுகள் குறித்து விரிவான ஆராய்ச்சிக்கு இடமிருக்கிறது. இவ்வாய்வேட்டின் பின்னிணைப்பில் (எண்.2) இத்தகைய இலக்கியக் கூறுகள் அட்டவணைப்படுத்தப்பட்டுள்ளன.

இவற்றுள் முதலாவதாகக் குறிக்கப்பட்ட பிள்ளைத்தமிழ் என்னும் இலக்கிய வகைக்கான தோற்றக் கூறுகளைப் பெரியாழ்வாரிடம் மிகுதியாகக் காணலாம் என்பர்.[256] இக்கருத்து தமிழ் உலகில் ஒருமித்த கருத்தாகக் கூறப்பட்டு வருகிறது. ஆயின், பெரியாழ்வார் கண்ணனின் பிள்ளைமைச் செயல்கள் குறித்துப் பாடும் பாடல்களைப் 'பிள்ளைத் தமிழ்' என்னும் தனி இலக்கிய வகையாகவே காணும் வாய்ப்பிருக்கிறது. எனவே அதுபற்றிய செய்திகள் இவ்வியலில் இறுதியாக ஆய்வு செய்யப்படுகின்றன.

பிள்ளைத்தமிழ்

தொல்காப்பியத்தில் முற்கூறு

'பிள்ளைத்தமிழ்' என்பது பிற்காலத்தே பெருகி வளர்ந்த ஓர் இலக்கிய வகையாகும். இதற்கான முற்கூறுகளைத் தொல்காப்பியத்திலேயே காணமுடிகின்றது. பொருளதிகாரப் புறத்திணையியலில்,

"குழவி மருங்கினும் கிழவ தாகும்" என்றொரு நூற்பா உள்ளது. "விளையாட்டு மகளிரொடு பொருந்துமிடத்துக் குழவிப் பருவத்தும் காமப்பகுதி கூறப்பெறும்"[257]என இதற்கு இளம்பூரணர் உரை கூறுவர்.

குழவி என்பது மக்கட் குழவியே என்றும், காமப்பகுதி என்பது பயனோக்கிய விருப்பம் என்றும் கொள்வர் நச்சினார்க்கினியர்.[258] மேலும் அவர் பிள்ளைத்தமிழ்க் கூறுகள் அமையப் பாடும் மரபை இதில் உள்ள 'மருங்கு' என்னும் சொல் குறிப்பதாகவும் விளக்குவர்.[259]

காமப்பகுதி மக்கட் குழவிக்கு மட்டுமே உரியது என்னும் நச்சினார்க்கினியரது கூற்றினை மு. இராகவையங்கார் ஏற்க வில்லை. அது மானிடக்குழவிகளோடு தெய்வக் குழவிகட்கும்

---

255. பி.ப. அண்ணங்கராசாரியர் (உ.ஆ.), பெரியதிருமொழி–தீபிகையுரை, ப.1316.
256 ந.வீ. செயராமன், பாட்டியலும் இலக்கிய வகைகளும், ப.53.
257. இளம் (உ.ஆ.), தொல். பொருள். 82இன் உரை.
258. நச்சி (உ.ஆ.), தொல். பொருள். 84இன் உரை.
259. மேலது.

உரியதாம் என்பர்.[260] மேலும் மேற்குறித்த தொல்காப்பிய நூற்பா. "தெய்வக் குழந்தையாகிய கண்ணனிடம் ஆயமகளிர் கொண்ட காதலை உட்கொண்டு கூறியதென்றே கொள்ளற்பாலது"[261] என்பது அவர் கருத்து.

இஃது எவ்வாறாயினும் தொல்காப்பியர் காலத்தில் குழந்தையைப் பொருளாக வைத்துப் பாடும் மரபு தோன்றி விட்டது என்பது உறுதிப்படுகின்றது. என்றாலும் அவர் காலத்தே கடவுளும் மக்களுமாகிய குழவிகளிடம் காமப்பகுதி பற்றிய இலக்கிய வழக்கு எவ்வாறு இருந்தது என்று அறிதற்குச் சான்றுகள் இல்லை.

எது காமப்பகுதி?

குழந்தைகளிடத்துக் கொள்ளும் விருப்பமே இங்குக் 'காமப் பகுதி' எனப்படுகின்றது. இவ்விருப்பத்தைச் சங்கநூல்கள் பலவாறு புலப்படுத்தக் காணலாம். பெறலரும் குழந்தையைப் பாராட்டிக் கூறுதல் இயல்பு.

"குறுகுறு நடந்து சிறுகை நீட்டி
இட்டும் தொட்டும் கவ்வியும் துழந்தும்
நெய்யுடை அடிசில் மெய்பட விதிர்த்தும்
மயக்குறு மக்களை ... ..."[262]

எனவும்,

"... ... ... புதல்வன்
மார்பில் ஊரும் மகிழ்நகை இன்பம்"[263]

எனவும்,

"செறுநரும் விழையும் செயிர்தீர் காட்சிச் சிறுவர்"[264]

எனவும் வரும் சங்க இலக்கியத் தொடர்கள் இங்கு நினைக்கத் தக்கன. இவற்றை இங்குக் குறித்த காமப்பகுதிக்கு இலக்கியமாகக் கொள்வர் அறிஞர்.[265]

பின்னர்த் தோன்றிய புறப்பொருள் வெண்பாமாலையிலும் 'குழவிக்கண் தோன்றும் காமப்பகுதி' கூறப்பட்டுள்ளது.

260. மு. இராகவையங்கார் (ப.ஆ.), திருவைகுந்தநாதன் பிள்ளைத்தமிழ், முன்னுரை, பக்.1–2.

261. மு. இராகவையங்கார், ஆராய்ச்சித்தொகுதி, ப.53.

262. புறநா. 188:3–6.

263. ஐங்குறு, 410:2–3.

264. அகநா. 66:3–4.

265. திரு.நாராயணையங்கார் (ப.ஆ.), அழகர் பிள்ளைத்தமிழ், முன்னுரை, ப.1.

"இளமைந்தர் நலம் வேட்ட
வளமங்கையர் வகையுரைத் தன்று"[266]

என அந்நூல் குறிப்பிடுகின்றது.

இதுவரை பார்த்த இலக்கண இலக்கிய வழக்குகளை நோக்க, குழந்தையைப் பாடும் இலக்கிய மரபு தொல்காப்பியருக்கு முந்திய பழமையும் இடையறாத் தொடர்ச்சியும் உடையது என அறியலாம்.

திவ்வியப்பிரபந்தத்தில் 'பிள்ளைத்தமிழ்'

திவ்வியப்பிரபந்தத்தில் உள்ள பெரியாழ்வார் திருமொழி, பிள்ளைத் தமிழுக்கான முன்னோடிக் கூறுகளைக் கொண்டுள்ளது என்றும் கண்ணனது பிள்ளைமைச் செயல்களை அவர் விரித்துப் பாடியதன் மூலம் பிள்ளைத்தமிழ் இலக்கியத்துக்குத் தொடக்கம் செய்துள்ளார் என்றும் கூறுவர்.[267]

கண்ணன் என்னும் தெய்வக் குழந்தையைப் பற்றிய பெரியாழ் வாரின் ஒளிமயமான படப்பிடிப்பு தமிழ் இலக்கியத்தின் மிகச் சிறந்த நயமிக்க பகுதி என்றும் அறிஞர் சுட்டுவர்.[268] பெரியாழ்வார் இங்குத் தாமான தன்மையிற் பாடவில்லை. கண்ணனின் வளர்ப்புத்தாய் அசோதையாகவே மாறி விடுகின்றார். கண்ணனுடைய பிறப்பு முதலாக அவனது பிள்ளைமைக் குறும்புகள் அனைத்தையும் கண்டுகளிக்கும் தாயாகிப் பாடுகின்றார். இதனைக் கருத்திற் கொண்டே, "பிராமணோத்தமரான பெரியாழ்வார் கோப ஜன்மத்தை ஏறிட்டுக் கொண்டதாகக்" கூறுகிறது ஸ்ரீவசன பூஷணம்.[269]

அவரது பிள்ளைத்தமிழ்ப் பாடல்களை இருவகையினுள் அடக்கலாம். கண்ணனது பிள்ளைப்பருவம் பற்றியன ஒரு வகை. இளமைப்பருவம் பற்றியன மற்றொரு வகை.

பிறப்பு, தாலாட்டு, அம்புலி, செங்கீரை, சப்பாணி, தளர்நடை, அண்மைவருகை, புறம்புல்கல், அப்பூச்சி காட்டல், அம்மம் உண்ணல், காதுகுத்தல், நீராட்டல், குழல்வாரல், பூச்சூட்டல், காப்பிடல் என்பன (பெ.ஆ.தி. முதற்பத்தும், இரண்டாம்பத்தின் முதல் எட்டுத் திருமொழிகளும்) பெரியாழ்வார் கொண்ட பிள்ளைப்பருவங்கள் ஆகும்.

---

266. புறப்பொருள் வெண்பாமாலை, 238.
267. மு. சண்முகம்பிள்ளை, சிற்றிலக்கிய வகைகள், ப.3.
268. M. Arunachalam, An Introduction to the History of Tamil Literature, PP.154-155.
269. ஸ்ரீவசனபூஷணம், 241.

கண்ணனைக் குறித்து ஆய்ச்சியர் முறையிடல், அன்னை அம்மம் தர மறுத்தல், கன்றின்பின் போகவிட்டு இரங்கல், கன்றுகளோடு வரக்கண்டு மகிழ்தல், கன்னியர் காமுறல், குன்று குடையாய் எடுத்தல், குழல் ஊதல் என்பன (பெ.ஆ.தி. 2-9, 2-10, 3-1 முதல் 3-6 முடியவுள்ள திருமொழிகள்) கண்ணனுடைய இளமைப்பருவ நிகழ்ச்சிகள் ஆகும்.

இவற்றுள் முதலிற் குறித்த பிள்ளைமைப் பருவக் கூறுகளுள் செங்கீரை, தால், சப்பாணி, அம்புலி ஆகிய சிலவே பிற்காலப் பிள்ளைத்தமிழ் நூல்களில் பருவப் பெயர்களாக அமைந்தன. இவையேயன்றிப் பிற்காலத்தார் கொண்ட ஏனைய பருவப் பெயர்களுக்கும் பெரியாழ்வார் திருமொழியில் இடமிருப்பதைக் காணலாம். "முன்வந்து நின்று முத்தம் தரும் என் முகில் வண்ணன்" (பெ.ஆ.தி. 1-7-4) என்று பாடும் ஆழ்வார் "முத்தம் தா" (பெ.ஆ.தி. 3-3-2) என்று ஒரு பாடலை முடித்திருப்பதும் இங்குக் கருதத்தக்கது. இது முத்தப் பருவத்துக்குத் தோற்றுவாய் ஆகலாம்.

"சிற்றில் இழைத்துத் திரிதரு வோர்களைப்
பற்றிப் பறித்துக்கொண் டோடும் பரமன்"

"செப்போது மென்முலையார்கள் சிறுசோறும் இல்லும்
சிதைத்திட்டு"

"சிற்றில் சிதைத்தெங்கும் தீமை செய்து"

(பெ.ஆ.தி. 1-2-19; 2-8-3; 3-2-2)

என்று கண்ணனது பிள்ளைமைக் குறும்புகளை ஆழ்வார் குறிப்பிடுவதால், இவை சிற்றிற் பருவத்துக்கு வித்தாயின எனலாம்.

இவை தவிரப் பெரியாழ்வார் பாடும் தளர்நடை, அண்மை வருகை, புறம்புல்கல் முதலியன பின்னைய பிள்ளைத்தமிழ் நூல்களில் இடம்பெறவில்லை. இவற்றை ஒருவாறு வாரானை அல்லது வருகைப் பருவத்திற் சேர்த்து எண்ணுதற்கு இடமுண்டு என்பர் அறிஞர்.[270] அப்பூச்சி காட்டல், அம்மம் உண்ணல், அம்மம் தர மறுத்தல், காதுகுத்தல், பூச்சூட்டல், காப்பிடல் போன்றவையும் பின்னைய 'பிள்ளைத்தமிழ்' நூல்களில் அறவே காணப்படவில்லை எனினும் புறம்புல்கல், பூச்சி காட்டுதல் முதலியன சிற்றில், சிறுதேர் போலக் கொள்ளத்தக்கனவே. காக்கையை வாவெனல் அம்புலியை அழைத்தல் போல் உள்ளது[271]

---

270. நா. வரதராஜுலுநாயுடு (ப.ஆ.), ஆண்டாள் பிள்ளைத்தமிழ் முன்னுரை, ப.XI.
271. மு. அருணாசலம், தமிழ் இலக்கிய வரலாறு 12-ஆம் நூற்றாண்டு, பக்.390-391.

'மஞ்சன மாடநீ வாராய்' (பெ.ஆ.தி.2–4) என்னும் நீராட்டற் பதிகம் பின்னர்ப் பெண்பாற் பருவத்துக்குரியதாய்ப் பிள்ளைத்தமிழ் நூல்களிற் சொல்லப்பட்டுள்ளது. இவ்வாறு நோக்கினால் பிள்ளைத்தமிழ்ப் பருவங்களாகப் பிற்காலத்தோர் குறித்தவற்றுள் பெரும்பாலன ஆழ்வார் பாடல்களில் இடம்பெற்றதாகவே கருதலாம்.

பெரியாழ்வாரின் தளர்நடை, அப்பூச்சி இரண்டையும் பின் வந்த நம்மாழ்வார் தாலாட்டு அப்படியே தழுவிக் கொண்டது இங்குக் குறிக்கத்தக்க செய்தியாகும்.[272]

பெரியாழ்வாரின் பிள்ளைத்தமிழ்க் கூறுகள் யாவும் இயல்பானவை. தாய்மை உணர்வை ஆழமாகவும் அழகாகவும் வெளிப்படுத்துபவை. ஆயினும் பின்வந்த பிள்ளைத்தமிழ் நூல்கள் மரபு முறையிலான ஓர் அமைப்பினை உருவாக்கிக் கொண்டன. அவ்வமைப்பு அல்லது சட்டகத்துள் வராத கூறுகள் பின்னர் மறக்கப்பட்டன. எந்தப் பிள்ளைத்தமிழிலும் பின்னர் அவை இடம்பெற்றதாகத் தெரியவில்லை.

பெரியாழ்வாரின் திருமொழியில் பிறப்பை அடுத்துத் 'தாலாட்டு' இடம்பெறும் பொருத்தத்தைக் காணலாம். பின்வரும் அம்புலி, செங்கீரை முதலியனவும் இவ்வகைப் பொருத்தம் உடையனவே. ஆனால் மரபுவழிப் பிள்ளைத் தமிழ் நூல்களிலோ செங்கீரையை அடுத்தே தாலாட்டு இடம்பெறுகின்றது. இப்பொருந்தாமையைத் தெ.பொ. மீனாட்சி சுந்தரனும் சுட்டிக் காட்டுவர்.[273] குழந்தைகள் தம் தாயரைப் பின்புறமாக வந்து கட்டிக்கொள்ளுதல் இன்றளவும் காணக் கூடியதாய்த் தாயர் ஒவ்வொருவரின் அனுபவமாக உள்ளது. இதனைப் 'புறம்புல்கல்' என்று பெரியாழ்வார் (பெ.ஆ.தி. 1–9) பாடியிருப்பதையும் அவர் எடுத்துக்காட்டியுள்ளார்.[274]

சிறப்புக்குக் காரணங்கள்

பெரியாழ்வாரின் 'பிள்ளைத்தமிழ்ப்' பாசுரங்கள் மிகவும் இயல்பாய் அமைந்தமைக்கான காரணங்கள் மேலும் சிந்திக்கத் தக்கன. திருமால் வழிபாட்டில் கிருஷ்ணா வதாரத்திற்குள்ள

---

272. "சப்பாணி கொட்டித் தளர்நடையிட் டப்பூச்சி
 யெப்போதுங் காட்டி யெமக்கின்பந் தருவாயே"
 – உபயகவிஅப்பா, மு.நூ., பக்.12.
273. T.P. Meenakshisundaran, Op.cit., p.145.
274. Ibid.

சிறப்பினைப் பலரும் குறித்துச் சென்றுள்ளனர்.[275] 'அழகுக்கும் அருளுக்கும் பேர்போன இந்தியக் கடவுளர் பலர்.ஆனால் அவர்களுக்கெல்லாம் மிக்கோனாய் விளங்குபவன் கண்ணனே[276] என்பர். அக்கண்ணனைப் 'பாலகிருஷ்ண'னாக வழிபடும் முறையே இம்மண்ணில் ஆழமாக வேரூன்றியிருக்கிறது. பொதுவாக இந்தியாவின் பிற்கால இலக்கிய மரபுகள், பாண்டவர் தோழனாகவும், துணைவனாகவும், கீதாசாரிய னாகவும் உள்ள காவியக் கண்ணனை முற்றாகப் புறக்கணிக்க வில்லை. என்றாலும் பிருந்தாவனக் குழந்தைக் கண்ணனிடத்தே தான் அவைகள் கவனம் செலுத்துகின்றன.[277] இதற்குக் காரணம் இறைத் தன்மை முற்றாக வெளிப்படும் இடம் அதுவே என்பர்.[278] இப்படி அனைவரையும் கவரும் கண்ணனின் பிருந்தாவன வாழ்க்கை பெரியாழ்வாரைக் கவர்ந்ததில் வியப்பில்லை. "பிள்ளைமை நிலையில்தான் கண்ணன் அணுகுவதற்கு எளியவ னாகிறான்; அவனது வளர்ப்புப் பெற்றோரான நந்தனும் அசோதையும் காட்டிய பேரன்பினை அவனை அணுகுவோரும் பெற்றுவிடுகின்றனர். கண்ணனது எளிமையும் கவர்ச்சியும் குழந்தைமையும் விளைக்கும் பயன்கள்[279] இவை என்பர். இதனால்தான் பெரியாழ்வாரும் அசோதையாகி அவனை அனுபவித்தார் என்று அறிகின்றோம். அவ்வனுபவமே குழந்தை யனுபவம் பற்றிய அரிய பாடல்களைத் தந்திருக்கிறது. கண்ணன் பிறந்தது முதலாக அவனது பிள்ளைமை இன்பங்களை ஒன்றுவிடாமல் பாடி அனுபவித்தவர் பெரியாழ்வார்–என்றே வியாக்கியான சக்கரவர்த்தி பெரியவாச்சான்பிள்ளையும் கருதுகின்றார். "போகத்தில் வழுவாத புதுவையர் கோன்" என்னும் நாச்சியார் திருமொழித் தொடருக்கு *(8–10)* அவர் கூறும் உரையால் இதையறியலாம்.[280] வங்காளத்தில் கிருஷ்ணபக்தி மிகவும் செல்வாக்குப் பெற்றபோது. "கண்ணன் இன்றேல்

---

275. a) "Krishna is undoubtedly the most important of the incarnations of Vishnu".
- A.L. Basham, The Wonder that was India, p.306.

b) "Krishna's Long history is nearly as old as Hinduism itself"
- David R. Kinsley, The Sword and Flute, p.76.

276. David R. Kinsley, Op.cit., P.23.

277. Ibid., p.10

278. Ibid., PP.11-12.

279. Ibid., p.18.

280. "விபவமுண்டான வன்று தொடங்கி போகத்திலே அந்வயித்தவரிறே பெரியாழ்வார்"

பெரியவாச்சான் பிள்ளை, நாச்சியார்திருமொழி வ்யாக்யானம், ப.187.

கவிதை இல்லை"[281] என்னும் மொழி தோன்றியதாம். இக்கூற்று பெரியாழ்வாருக்கு மிகவும் பொருந்தும்.

வல்லபரின் கருத்துப்படி குழந்தைக் கண்ணனிடத்துக் காட்டும் பக்தி 'வாத்சல்யபக்தி'[282] எனப்படும். இப்பக்திக்குரியோராக அவர் நந்தனையும் அசோதையையுமே கருதுகிறார்.[283] நந்தன் பாவனையில் பெரியாழ்வார் திருமொழி எதுவும் பாடவில்லை. குழந்தைக்கான பரிவு தந்தையினும் தாயிடமிருந்தே பொங்கிப் பெருகுமாதலால் அசோதையின் பாவனையில் மட்டுமே அவர் பாடல்கள் அமைந்தன போலும்.

பெரியாழ்வாரின் 'பிள்ளைத்தமிழ்' வெற்றிக்கு இப்பாவனா சக்தி மட்டுமன்றி மற்றொரு காரணமும் உண்டு. பிள்ளையைப் பற்றிய அவரது பாடுபொருள்கள் இயல்பானவை. அவற்றை வெளிப்படுத்திய பாங்கும் வாய்மொழி இலக்கியத்தைத் தழுவிய எளிமையுடையது. இதனைக் கருதியே நாட்டுப்புறக் கலைகளோடும் உணர்வோடும் அவர் மிகவும் நெருங்கி வருவதாகக் கூறுவர் அறிஞர்.[284]

பின்னாளைய பிள்ளைத்தமிழ்கள் இத்தகைய போக்கினின்றும் பெரிதும் விலகிச்சென்று விடுகின்றன. ஒரு வரையறுத்த மரபுக்கு உட்பட்டு விடுகின்றன. வளர்ந்த பெரியவர்களைக் குழந்தையாகப் பாவித்துப் பாடும் நிலையில் அவை செயற்கைத்தன்மை பெற்றுவிடுவது இயல்பே ஆகும். எனவே பெரியவர்கள் மீது பிள்ளைத்தமிழ் பாடுவது பொருந்தாது என்பர்.[285] எத்துணைச் சிறந்தவராயினும் (கடவுளர் உட்பட) கண்ணனைப் போன்ற நாடறிந்த பிருந்தாவன வாழ்க்கை அல்லது குழந்தைப் பருவக்கதை மற்றையோருக்கு இல்லையாதலால் அவர்களைப் பற்றிய பிள்ளைத்தமிழ்கள் அவ்வளவாகச் சுவைக்கப்படுவதில்லை.

ஒரு மறுசிந்தனை

ஒரு வரம்பு கட்டிய இலக்கிய வகையாகப் பிள்ளைத்தமிழ் வளர்ந்து அதற்குப் பாட்டியல்கள் இலக்கணமும் வகுத்தபோது பெரியாழ்வாரின் திருமொழியில் உள்ள சில பகுதிகளை மட்டும் பிள்ளைத்தமிழ் இலக்கியத்தின் முன்னோடிக் கூறுகளாகக்

---

281. "Without Krishna there is no song"
(Kanu bina gita Nahi)-David R. Kinsley, Op.cit., p.77.

282. Richard Barz, Op.cit., P.89.

283. Ibid.

284. Friedhelm Hardy, Op.cit., P.402.

285. அப்துல் ரகுமான், "முன்னுரை", பாளையம் கேசியெம் பிள்ளைத் தமிழ், பக்க எண் இல்லை.

குறிக்கும் மரபு அறிஞரிடையே தோன்றிற்று. ஆழ்ந்து நோக்கின் இம்முடிவு மறு சிந்தனைக்குரியது என்பது புலப்படும். பெரியாழ்வார் திருமொழியிற் காணலாகும் பிள்ளைத்தமிழ் இயல்புகளை நோக்கி, மேற்கூறியவாறு குறிப்பதினும் அதனையே முதற் பிள்ளைத்தமிழாகக் குறிப்பதுவே பொருத்தம் என்று தோன்றுகிறது. பெரியாழ்வார் திருமொழியின் சில பகுதிகளைக் 'கண்ணன் பிள்ளைத்தமிழ்'[286] என்னும் பெயரில் புலவர் ஒருவர் பதிப்பித்திருப்பதும் இங்குக் கருதத்தக்கது.

ஏனைய ஆழ்வார்களிடம் பிள்ளைத்தமிழ்க் கூறுகள்

பெரியாழ்வார் பாடிய பிள்ளைத்தமிழ்ச் செய்திகளுட் சில திருமங்கையாழ்வாரின் பெரியதிருமொழியிலும் ஆண்டாளின் நாச்சியார் திருமொழியிலும் இடம்பெறக் காணலாம். சப்பாணி கொட்டுமாறு வேண்டுதல் (பெ.தி.மொ 10–5), அம்புலியைப் பெற்றுத் தருவதாகக் கூறுதல் (பெ.தி.மொ. 10–4–4), சிற்றில் சிதைத்தல் (பெ.தி.மொ.3–8–8; நா.தி. மொ.2), தாலாட்டுப் பாடுதல் (பெ.தி.மொ.8) என்பன அவை. இவற்றுள் 'சிற்றில் சிதைத்தல்' 'அம்புலிகாட்டல்' ஆகியவை பற்றிய குறிப்புகள் மட்டும் ஆழ்வார்கள் காலத்துக்கு முன்பே கலித்தொகை 51ஆம் பாடலிலும் புறநானூறு 160ஆம் பாடலிலும் இடம் பெறுதல் இங்கு நினையத்தகும்.

பிற்கால வளர்ச்சி

ஆழ்வார்கள் காலத்திற்குப் பின்னர் எழுந்த பிள்ளைத்தமிழ் நூல்கள் பலவாகும். தமிழில் இன்றளவும் 150 பிள்ளைத்தமிழ் நூல்கள் கிடைத்திருப்பதாகத் தெரிகிறது.[287] அவற்றுள் முதல் நூலாகக் கருதத்தக்கது இரண்டாம் குலோத்துங்கனைப் பாட்டுடைத் தலைவனாகக் கொண்டு ஒட்டக்கூத்தர் பாடிய 'குலோத்துங்கன் பிள்ளைத்தமிழ்'[288] ஆகும். பெரியாழ்வாரிடத்தும் ஆண்டாளிடத்தும் காணப்பட்ட பிள்ளைத் தமிழ்க் கூறுகள் சிலவற்றைத் தேர்ந்து இவ்வகை இலக்கியத்தை அவர் வடிவமைத்ததாகக் கூறுவர்.[289] பின்னர் இவ்வகை இலக்கியத்தில் தெய்வங்களைப் பற்றிய பிள்ளைத் தமிழ் பாடுவதில் குறிப்பிடத் தக்க சாதனை புரிந்தவராகப் போற்றப்படுபவர் குமரகுருபரர் ஆவார்.[290]

---

286. ச. சாம்பசிவன் (ப.ஆ.), கண்ணன் பிள்ளைத்தமிழ், பூமகள் புத்தக நிலையம், சென்னை, 1971.

287. ந.வீ. செயராமன், பாட்டியலும் இலக்கிய வகைகளும், ப.68.

288. T.P. Meenakshisundaran, Op.cit, P.146.

289. மு. அருணாசலம், தமிழ் இலக்கிய வரலாறு–12ஆம் நூற்றாண்டு ப.390.

290. T.P. Meenakshisundaran, Op cit., P.146.

பிரபந்தங்களுள் இப்பிள்ளைத்தமிழையே முதலாக வைத்துப் பாட்டியல்கள் பலவும் இலக்கணம் கூறுகின்றன.[291] பாட்டியல்கள் பெரும்பாலும் இதனைப் பிள்ளைத்தமிழ் என்னாது பிள்ளைக்கவி அல்லது பிள்ளைப்பாட்டு என்றே குறிக்கின்றன.[292] ஆயினும் அனைத்து இலக்கியங்களும் பிள்ளைத் தமிழ் என்பதையே பெயராகக் கொண்டிருத்தல் கவனிக்கத் தக்கது. பிள்ளைத்தமிழுக்குப் பிள்ளைத் திருநாமம் என்னும் பெயரும் வழங்கி வந்திருக்கிறது. சுவாமி திருவேங்கடமுடையான் பிள்ளைத்திருநாமம், தத்துவராயர் பாடிய சொரூபானந்தர் பிள்ளைத்திருநாமம் என்னும் பெயர்கள் இதற்குச் சான்றாகின்றன.[293]

தமிழில் இன்றளவும் தொடர்ந்துவரும் இலக்கிய வகைகளுள் ஒன்றாகப் பிள்ளைத்தமிழும் திகழ்கின்றது. காந்தியடிகள். காமராஜர், இராஜாஜி போன்ற அரசியல் தலைவர்கள் மீது பிள்ளைத்தமிழ் பாடப்பட்டிருத்தலால் இதை யறியலாம்.[294] பெரியவர்களையே குழந்தையாக்கிப் பாடாமல் குழந்தைக்குப் பாடிய பிள்ளைத்தமிழாகப் பாரதியின் 'கண்ணம்மா என் குழந்தை' என்னும் கவிதையைக் காணலாம். 1980இல் வெளியான 'நா.ரா. நாச்சியப்பன் பாடல்கள்' என்னும் நூலிலும் இவ்வகைப் பாடல்கள் இடம்பெறுகின்றன.[295]

முடிவு

ஒருவரை, 'நீடுவாழ்க' என வாழ்த்தும் உலகியல் வழக்கின் அடியாகவும் வீரநெறிக்காலத்தில் தலைமக்களுக்குச் சிறப்பாகக் கூறப்பெற்ற வாழ்த்தின் அடியாகவும் கடவுளுக்குப் பல்லாண்டு பாடும் மரபு தோன்றியது.

சிறந்த படைப்பிலக்கியம் படைப்பாளிக்குப் பெருமை சேர்க்கும் என்பதற்குத் 'திருப்பல்லாண்டு' ஏற்ற எடுத்துக் காட்டாகிறது.

வைணவர்களிடம் பல்லாண்டுக் கோட்பாடு விரிவுபெற்ற தற்குப் பெரியாழ்வாரின் திருப்பல்லாண்டே அடிப்படை ஆகும். வைணவ மரபில் பல்லாண்டும் காப்பிடுதலும் ஒன்றாகவே கொள்ளப்பட்டுள்ளன.

---

291. ந.வீ. செயராமன், பாட்டியலும் இலக்கிய வகைகளும், ப.51.
292. ச.வே. சுப்பிரமணியன், மு.நூ., ப.308.
293. மு. சண்முகம்பிள்ளை (பொ.ப.ஆ.), செழியதரையன் பிரபந்தங்கள், முகவுரை. ப.37.
294. எஸ். சௌந்தரபாண்டியன், தமிழில் பிள்ளைத்தமிழ் இலக்கியம், ப.16.
295. மேலது, ப.18.

வாழ்த்து அடிப்படையிலான 'வாழித்திருநாமம்' போன்ற வைணவப் பாடல்கள் பல்லாண்டு இலக்கியமாகவே மதிக்கத் தக்கவை.

அரசர்களுக்குப் பாடப்பட்ட பழைய துயிலெடைநிலைப் பாட்டுக்களின் அடியாகவே கடவுளர்க்குப் பாடும் பள்ளி யெழுச்சிகள் தோன்றின.

சமய முதலிய வேறுபாடுகள் தோன்றாத காலத்தில் பொதுவான மக்கள் பாடலாக அந்நாளைய துயிலெடைநிலைப் பாட்டுக்கள் வழங்கியிருக்க வேண்டும். அவற்றைத் தழுவிப் பாடப்பட்டமையால் ஆழ்வாரும் மாணிக்கவாசகரும் பாடிய பள்ளியெழுச்சிகளில் பொதுமைக் கூறுகள் அமைந்தன.

பள்ளியெழுச்சிகளின் தோற்றத்துக்குச் சமய மரபில் தத்து வார்த்த விளக்கம் தரப்படினும் அவற்றைப் பக்தி வெளிப்பாட்டிற் பிறந்த புதிய இலக்கிய வகையாக ஏற்பதுவே பொருத்தமாகும்.

ஆழ்வார் தனி இலக்கிய வகையாகப் படைத்த பள்ளியெழுச்சி, ஏனைய ஆழ்வார்களிடத்து ஒரு கூறாகக் காணப்படுகின்றது.

காலப்போக்கில் உள்ளடக்கத்தில் மாற்றம் பெற்றும், யாப்பு. அமைப்பு, இசை முதலியவற்றில் மாற்றம் பெறாத ஒரே இலக்கிய வகையாகப் பள்ளியெழுச்சி திகழ்கின்றது.

திருப்பாவையிற் கூறப்படும் கன்னியர் நோன்புக்கான அடிப்படைக் கூறுகள் பழந்தமிழ் நூல்களிற் காணக் கிடக்கின்றன.

தொடக்கத்தில் மகளிர் விளையாட்டாக இருந்த பாவை யாடல் நீராடலோடு இணைந்து பின்னர்த் தைந்நீராடற் சடங்காக வளர்ந்து, சமயநெறிக் காலத்தில் நோன்புப் பாடலாக முழுவளர்ச்சி பெற்றுப் 'பாவை' என்னும் இலக்கிய வகையைத் தோற்றுவித்தது.

பாவைப் பாடல்களின் இறுதியில் இடம்பெறும் 'ஏலோர் எம்பாவாய்' என்பதை மகுடமாகவும் அடிநிறைக்க வந்த சொற்றொடராகவும் கொள்ளுதலே பொருத்தமாகும்.

ஆண்டாளின் திருப்பாவை பல்வேறு இலக்கிய வகைகளுக்கான வித்துக்களையும் தன்னுள் கொண்டுள்ளது.

ஆண்டாள், மாணிக்கவாசகர் காலத்திற்குப் பிறகு தோன்றிய பாவை நூல்களின் உள்ளடக்கம் பாவை நோன்பு அன்று. அவை தத்துவம், சமுதாய உணர்வு, மொழியுணர்ச்சி

ஆகியவற்றை உள்ளடக்கமாகக் கொண்டுள்ளன. ஆயினும் முன்னைய பாவை நூல்களின் நடையும் வடிவும் கொண்டு திகழ்கின்றன.

சங்க நூல்களில் காணப்படும் மடல் என்னும் துறையினைப் பிரபந்தமாகப் பெருக்கிப் பாடிய முதல்வர் திருமங்கையாழ்வாரே ஆவர்.

பெண், மடலேறுவதாகக் கூறும் ஆழ்வாரது கருத்தைப் பன்னிருபாட்டியல் தவிரப் பின்வந்த பாட்டியல் நூல்கள் எதுவும் ஏற்றுக்கொள்ளவில்லை.

தமிழில் 'வளமடல்கள்' என்னும் வகைப்பாட்டுக்கு உரியன வாகக் காணப்படுவன ஆழ்வாரின் திருமடல்கள் மட்டுமே.

பாட்டுடைத் தலைவனது பெயருக்கு ஏற்ப எதுகை யமைத்துப் பாடுதலை விரும்பாத பிற்காலப் புலவர்கள், ஆழ்வார் பாடிய 'வளமடல்' அமைப்பினின்றும் விலகி 'உலாமடல்' என்னும் புதிய இலக்கிய வகையைத் தோற்றுவித்தனர்.

"மன்னும் வடநெறியே வேண்டினோம்" என்று ஆழ்வார் பாடியதால், அவரது மடல்களைத் தமிழ் நெறியோடு தொடர் புறுத்திக் காட்ட வைணவ உரையாசிரியர்களும் ஆசாரியர்களும் பெரிதும் முயன்றுள்ளனர்.

ஆழ்வாரின் திருமடல்கள் தமிழ் இலக்கணப்படி பாடாண் திணைக் கைக்கிளைக்குள் அடங்கும்.

பெண் மடலேற்றம் பற்றிய ஆழ்வாரின் சிந்தனையை மரபு மீறலாகக் கொள்வதினும் புதிய இலக்கிய வகையினைத் தோற்றுவித்ததாகக் கொள்ளுதலே தக்கதாகும்.

பின்வந்தோர் மடலேற்றத்தை ஒரு தத்துவமாக வளர்த்துக் காட்டுதற்கும் ஆழ்வார்களின் திருமடல்களே அடிப்படை ஆயின.

பாட்டியல் நூலார் ஏற்கவில்லையெனினும் ஆழ்வாரைப் பின்பற்றி 'மடலூர்வேன்' என்று கூறுதலைப் பெண்பாலர்க்கும் உரியதாக்கிப் பிற்காலப் புலவர்களும் சமய வேறுபாடின்றி ஏற்றுக்கொண்டனர்.

சங்க காலத்தில் ஒரு துறையாக இருந்து பக்திக் காலத்திலும் அதன் பின்னரும் தனி இலக்கிய வகையாக வளர்ந்த மடல், 'கோவை', 'கலம்பகம்' முதலிய நூல்களில் ஒரு துறையாக அல்லது உறுப்பாக இடம்பெறுகின்றது.

“மாலை என்பது தோத்திர ரூபமான பிரபந்தம்” என்னும் கருத்துக்கேற்பத் திருமாலையில் தோத்திரப் பண்புகள் மிகுந்து காணப்படுகின்றன.

ஆழ்வார்கள் பெரும்பாலும் தமது பிரபந்தங்கள் அல்லது பதிகங்களின் இறுதியில் அவற்றை ‘மாலை’ எனக் குறித்துச் செல்கின்றனர். இதனாலேயே ஆழ்வார்களின் பாசுரங்களைச் ‘செய்ய தமிழ்மாலைகள்’ எனச் சிறப்பித்தார் வேதாந்த தேசிகர்.

செய்யுள் நூல்களேயன்றி உரைநடையில் அமைந்த நூல்களை யும் ‘மாலை’ எனக் குறித்தல் வைணவத்தில் மட்டுமே காணப்படும் ஒரு புதிய நெறி போலத் தோன்றுகிறது.

எழுத்து, சந்தம், எண், யாப்பு, பொருள் ஆகியவற்றின் அடிப் படையில் தமிழிற் செய்யுள் வடிவிற் பலவகையான மாலை நூல்கள் தோன்றியுள்ளன. எனினும் காலப்போக்கில் ஒரு வரையறையு மின்றி எவ்வகையான இலக்கியத்துக்கும் ‘மாலை’ எனப் பெயரிடும் வழக்கம் ஏற்பட்டதால் இந்த இலக்கிய வகையின் தனித்தன்மை இன்னதெனத் தெளிவாகச் சுட்ட முடியவில்லை.

குழந்தையைப் பாடும் இலக்கிய மரபு தொல்காப்பியருக்கு முந்திய பழமையும் இடையறாத் தொடர்ச்சியும் உடையது.

பிள்ளைத்தமிழ்ப் பருவங்களாகப் பிற்காலத்தார் குறித்த வற்றுள் பெரும்பாலன பெரியாழ்வார் திருமொழியில் இடம் பெற்றுள்ளன.

பத்துப் பருவங்களாக வகுத்துச் சில வரையறைகளுடன் பாடிய பிள்ளைத்தமிழ்ப் பாடல்களிலும் பெரியாழ்வார் கண்ணன் என்னும் தெய்வக் குழந்தையைப் பற்றிப் பாடிய பாசுரங்கள் இயல்பும் இனிமையும் மிக்கன.

பெரியாழ்வார் திருமொழியில் உள்ள கண்ணனைப் பற்றிய பாடல்களைப் பிள்ளைத்தமிழ்க் கூறுகள் உடையனவாகக் கொள்வதினும் அவற்றையே ‘பிள்ளைத்தமிழ்’ என்னும் இலக்கிய வகையாகக் கொள்வதே பொருத்தம் ஆகும்.

4

யாப்பு அடிப்படையில் இலக்கிய வகைகள்

ஆழ்வார் படைப்புக்களிற் காணப்படும் இலக்கிய வகைகள் யாப்பு அடிப்படையில் இவ்வியலில் ஆய்வுசெய்யப் பெறுகின்றன.

யாப்பு என்பது கருத்து வெளியீட்டுக்கான ஒலி ஒழுங்குபட்ட ஒரு புறவடிவமே. வடிவத்தினும் உள்ளடக்கமாய் அமையும் பொருளே முதன்மை பெறத்தக்கது. எனினும் அப்பொருளைத் தாங்கிவரும் பாவடிவமான யாப்புக்கும் சிறப்பு ஏற்பட்டதை நாம் காணமுடிகிறது. யாப்பிலக்கணம் காலந்தோறும் அடைந்துவந்த வளர்ச்சியின் அடையாளமாக இதனைக் கருதலாம். அன்றியும் திறமை மிக்கோர் யாப்பில் கையாண்ட சோதனை முயற்சிகளில் வெற்றி பெற்றபோது பொருளினும் யாப்புக்கு முதன்மை கிடைத்திருக்க வேண்டும். அந்நிலையில் பொருளால் மட்டுமன்றி, யாப்பாலும் இலக்கிய வகைகளுக்குப் பெயர் சூட்டும் மரபு ஏற்பட்டது.

யாப்பு அடிப்படையிலான பழைய நூல்கள்

யாப்பு அடிப்படையில் இலக்கியங்களை வகைப்படுத்துவது சங்கத் தொகை நூல்களிலேயே தொடங்கிவிடுகின்றது. கலித் தொகை, பரிபாடல் ஆகிய இரண்டு தொகை நூல்களும் இதற்குச் சான்று. முறையே இவை கலிப்பா, வெண்பாவின்

விகற்பமான பரிபாட்டு ஆகிய யாப்பினால் பெயர் பெற்றவைகளே. குறள் வெண்பாக்களாலான யாப்பினைக் கருதியே திருவள்ளுவரின் நூல், 'குறள்' எனப் பெயர் பெற்றது. பா, பாவகை, பாவினம் ஆகிய முப்பிரிவினாலும் இலக்கியங் களுக்குப் பெயரமைந்ததைப் பக்தி இலக்கியங்களிற் காணலாம். பதினொராந்திருமுறையில் அமைந்த, 'க்ஷேத்திரத்திரு வெண்பா'. 'போற்றித்திருக்கலிவெண்பா', 'திருச்சண்பை விருத்தம்' போன்றவற்றை முறையே இதற்குச் சான்றுகளாகக் கூறலாம். திவ்வியப்பிரபந்தத்தில் திருவாசிரியம் (ஆசிரியப்பா–பா), திருவிருத்தம் (கட்டளைக் கலித்துறை–பாவினம்) போன்றவை இவ்வகையின.

திவ்வியப்பிரபந்தத்தில் யாப்பு

திவ்வியப்பிரபந்த ஆசிரியர்களான ஆழ்வார்கள் வெண்பா, ஆசிரியம் முதலான பாக்களையும், கலிவெண்பா, கொச்சகக் கலிப்பா முதலான பாவகைகளையும், குறள்வெண் செந்துறை, வெண்டுறை, ஆசிரியத்துறை, ஆசிரிய விருத்தம், கலித்தாழிசை, கலித்துறை, கலிநிலைத்துறை, கட்டளைக்கலித்துறை, கலிவிருத்தம், வஞ்சித்துறை, வஞ்சிவிருத்தம் முதலான பாவினங்களையும் பாடியுள்ளனர் (பின்னிணைப்பு எண்.3). ஆயினும் அவர்களின் படைப்புக்களிற் சிலவே அவர்கள் கையாண்ட யாப்பின் அடிப்படையில் வகைப்படுத்தப்பட்டுள்ளன. 'திருவாசிரியம்', 'திருவிருத்தம்' என்பன முறையே பாவாலும் பாவினத்தாலும் பெற்ற பெயர்கள். 'திருச்சந்தவிருத்தம்' என்பது சந்தத்தாலும் பாவினத்தாலும் பெற்ற பெயர். இவையேயன்றி யாப்பின் ஓர் உறுப்பான தொடையாலும் 'தாண்டகம்' என்னும் ஒருவகை யாப்பினாலும் பெயர் பெற்ற இலக்கிய வகைகளைத் திவ்வியப் பிரபந்தத்திற் காணலாம்.

அந்தாதி

பாவும் பாவகையும் பாவினமும் நூற்பெயரானது போல யாப்பின் உறுப்புக்களுள் ஒன்றான தொடையும் நூலுக்குரிய பெயராகி இருப்பதை அந்தாதியால் அறியலாம்.

'அந்தம்' என்பது முடிவு; 'ஆதி' என்பது முதல்; அந்தத்தை ஆதியாக உடையது அந்தாதி. பலவடிகளைக் கொண்ட ஒரு செய்யுளாயின், முன்னடியின் ஈற்றிலுள்ள எழுத்து, அசை, சீர், அடி இவற்றிலொன்று அடுத்து வரும் அடியின் முதலாக அமையும்படி இது பாடப்பெறும். அந்நிலையில் இஃது அந்தாதித் தொடை எனப்படும். பல செய்யுட்களைக் கொண்ட ஒரு நூலாயின், முன்நின்ற செய்யுளின் ஈற்றிலுள்ள எழுத்து, அசை, சீர், அடி இவற்றிலொன்று அடுத்துவருஞ் செய்யுளின் தொடக்கமாக

அமையும். அந்நிலையில் இஃது அந்தாதித் தொடர்நிலை எனப்படும். இங்ஙனம் பாடும் நூலின் ஈற்றுச் செய்யுளின் அந்தமே முதற் செய்யுளின் ஆதியாக அமைய வைத்தல் மண்டலித்தல் எனப்படும்.

"ஈறு முதலாத் தொடுப்ப தந்தாதியென்று
ஓதினர் மாதோ உணர்ந்திசி னோரே"[1]

என்று யாப்பருங்கலத்திலும்,

"அந்தம் முதலாத் தொடுப்பது அந்தாதி"[2]

என்று யாப்பருங்கலக்காரிகையிலும்,

"அடியும் சீரும் அசையும் எழுத்தும்
முடிவும் முதலாச் செய்யுள் மொழியினஃது
அந்தாதித் தொடையென்று அறியல் வேண்டும்"[3]

என்று நத்தத்தனாரிலும் இதற்கு இலக்கணம் கூறப்பெற்றுள்ளது. சொற்றொடர்நிலைச் செய்யுள், பொருட்டொடர்நிலைச் செய்யுள் என்பவற்றுள் இவ்வகை நூல் சொற்றொடர் நிலையாகும்.

"செய்யுளந் தாதி சொற்றொடர் நிலையே"[4]

எனத் தண்டியலங்காரம் குறிப்பிடுகின்றது. "இவ்வந்தாதி, எழுத்து, அசை, சீர், அடி இவை பற்றி ஈறு முதலாகத் தொடுக்கப்பட்டவாறே எழுத்தந்தாதி, அசையந்தாதி, சீரந்தாதி, அடியந்தாதி என நான்காக வகுக்கப்படும்"[5] என்பர் ரா. இராகவையங்கார்.

அந்தாதி – சொல்லாட்சி

அந்தாதி என்பது வடமொழித் தொடர். அந்த+ஆதி எனப் பிரிவுபடும். இவ்விரண்டும் சேர்ந்ததே அந்தாதி.[6] சிலர் இதனைத் தமிழ்ச் சொல்லாகக் காண்பர்.[7] சங்க இலக்கியத்தில் அந்தாதி என்னும் சொல்லைக் காணமுடியவில்லை. அந்தம், ஆதி என்னும் சொற்களைத் தனித்தனியே முரண் அழகு பெறுமாறு எடுத்தாள்வதைப் பக்தி இலக்கியங்களில் காணலாம்.

---

1. யா.க. 52.
2. யா.கா. 17.
3. யா.கா., உரைமேற்கோள், ப.50.
4. தண்டியலங்காரம் 12.
5. ரா. இராகவையங்கார் (ப.ஆ.), திருநூற்றந்தாதி, முகவுரை, ப.II.
6. வை.மு. கோபாலகிருஷ்ணமாசார்யர், அஷ்டபிரபந்தம் – 2ஆம் தொகுதி ப.145.
7. பழ. முத்தப்பன், சிவஞானமுனிவரின் அந்தாதி இலக்கியங்கள், பக்.6–7.

"அந்தமில்புகழ் அனந்தபுர நகர்ஆதி தன்னை"

என்பது திருவாய்மொழி (10-2-11). "அந்தமாய் ஆதியாய்" என்பது பெரிய திருமொழி (9-7-1).

"ஆதியும் அந்தமும் இல்லா அரும்பெருஞ்
சோதி"[8]

என்பது திருவாசகம். எனினும் இந்நூல்களுக்கு முன்னே 'அந்தாதி' என்னும் சொல்லாட்சியைக் காரைக்காலம்மையாரின் அற்புதத் திருவந்தாதியிற் காண முடிகின்றது.[9]

அந்தாதித் தொடை – தோற்றக் கூறுகள்

உலக மொழிகள் எல்லாவற்றிலும் வாய்மொழி இலக்கியமே முதலில் தோன்றியது என்பர்.[10] இக்கூற்று தமிழுக்கும் பொருந்தும். அந்தாதி அமைப்பினைத் தமிழ் வாய்மொழி இலக்கியங்களிலும் காணலாம்.[11]

ஆயின், செய்யுள் இலக்கியத்தைப் பொறுத்தவரை, செய்யுள் உறுப்புக்களுள் ஒன்றான 'தொடை' என்னும் நிலையிலேயே இதன் முதல் தோற்றம் காணப்படுகின்றது. பழந்தமிழ் நூலான தொல்காப்பியத்தில் இத்தொடை பற்றிய குறிப்பு இல்லை. எனினும் தொல்காப்பிய உரையாசிரியருள் ஒருவரான பேராசிரியர் செய்யுளியலில் சீரந்தாதி, அசையந்தாதி பற்றிப் பேசுகின்றார்.[12] 'வனப்பு' வகையுள் ஒன்றான 'விருந்து' என்பதனுள் அந்தாதி இலக்கியத்தை அடக்கிக் காட்டுகின்றார்.[13]

தொல்காப்பியம் அந்தாதித்தொடை பற்றிக் குறிக்கா விட்டாலும் சங்க நூல்களில் அந்தாதிப் பாக்களையும் அந்தாதித் தொடை அமைந்த பாடல் அடிகளையும் காணமுடிகின்றது.

தொடர்ந்து பத்துச் செய்யுட்கள் அந்தாதியாக அமைந்திருப்பதைப் பதிற்றுப்பத்தில் நான்காம் பத்திலும், ஐங்குறுநூற்றில் நெய்தல் திணையில் தொண்டிப்பத்திலும் காணலாம். அந்தாதித் தொடை அழகுற அமைந்திருத்தலை,

---

8. திருவாசகம் 155.
9. ஆறுமுக நாவலர் (ப.ஆ.), பதினொராந் திருமுறை, ப.24.
10. தே. லூர்து, நாட்டார் வழக்காற்றியல் ஓர் அறிமுகம், ப.184.
11. "முப்ப துடனெடுத்து மூங்கி லிலைமேலே
    மூங்கி லிலைமேலே தூங்கும் பனி நீரே
    தூங்கும் பனிநீரை வாங்கு கதிரோனே"
    என்ற வாய்மொழிப் பாடல் அந்தாதியாக அமைதல் காணலாம்.
12. பேரா. (உ.ஆ.), தொல். பொருள். 411இன் உரை.
13. மேலது. 551இன் உரை.

“மண்டிணிந்த நிலனும்
நிலனேந்திய விசும்பும்
விசும்பு தைவரு வளியும்
வளித்தலைஇய தீயும்
தீமுரணிய நீரு மென்றாங்கு”[14]

என வரும் புறநானூற்று அடிகளிற் காணலாம். நற்றிணைப் பாடலொன்றிலும் சிறுபாணாற்றுப்படையிலும் முல்லைப் பாட்டிலும் பட்டினப்பாலையிலும் இவ்வமைப்பினைக் காணலாம்.[15] முல்லைப்பாட்டிற் காணப்படும் அந்தாதித் தொடை அமைப்பினைச் சிறுபாணாற்றுப்படை அடிகளுடன் ஒப்பிட்டுக் காட்டுவர் இராம. பெரியகருப்பன்.[16] திருக்குறளிலும் சிலப்பதிகாரக் கானல்வரிப் பாடல்களிலும் இவ்வந்தாதித் தொடை இடம்பெற்றுள்ளது.[17] இங்ஙனம் பழைய தமிழ் நூல்களில்,‘அந்தாதிப்பா’ அமைப்பைவிட ‘அந்தாதித்தொடை’ அமைப்பே மிகுதியும் காணப்படுவது கருதத்தக்கது.

இத்தகைய முற்கூறுகளின் அடியாகப் பக்திக் காலத்தில் அந்தாதி இலக்கியம் தழைக்கத் தொடங்கியது எனலாம். காரைக்காலம்மையாரின் அற்புதத் திருவந்தாதியை இவ்வகையில் முதல் இலக்கியமாகக் குறிப்பிடுவர்.[18] திருமூலரின் திருமந்திரத்தில் நான்காம்தந்திரம் முழுமையும் அந்தாதியாய் அமைந்திருத்தலும் இங்குக் கருதத்தகும். இவற்றை அடுத்த நிலையில் திவ்வியப்பிரபந்த அந்தாதிகள் அமைகின்றன.

ஆழ்வார்களின் அந்தாதிகள்

திவ்வியப்பிரபந்தத்தில் ஒன்பது நூல்களும் இரண்டு திருமொழிகளும் (பதிகம்) அந்தாதியாக அமைகின்றன. அவை வருமாறு:

---

14. புறநா. 2:1–5.
15. நற்.95:7–9; சிறுபாண்.14–28; முல்லைப். 14.42,52,65,69: பட்டினப்.126–130.
16. இராம. பெரியகருப்பன், புதிய நோக்கில் தமிழ் இலக்கிய வரலாறு, ப.155.
17. குறள். 248, 602:
 சிலம்பு கானல்வரி 2–4; 11–13; 20–23; 25–27, 34, 36, 43–46; 48–50.
18. ந.வீ. செயராமன், சிற்றிலக்கியச் செல்வங்கள், பக். 50–51.
 ஆயினும் இக்கருத்தினைக் கால அடிப்படையில் அறிஞர் மு. இராகவையங்கார் ஏற்கவில்லை.
 –மு. இராகவையங்கார், ஆழ்வார்கள் காலநிலை, ப.41.

பாடியவர் பெயர்	நூற்பெயர்	யாப்பு	பாடல்களின் எண்ணிக்கை
1. பொய்கையாழ்வார்	முதல் திருவந்தாதி	வெண்பா	100
2. பூதத்தாழ்வார்	இரண்டாம் திருவந்தாதி	வெண்பா	100
3. பேயாழ்வார்	மூன்றாம் திருவந்தாதி	வெண்பா	100
4. திருமழிசையாழ்வார்	நான்முகன் திருவந்தாதி	வெண்பா	96
5. நம்மாழ்வார்	திருவிருத்தம்	கலித்துறை	100
”	பெரியதிருவந்தாதி	வெண்பா	87
”	திருவாசிரியம்	ஆசிரியம்	7
”	திருவாய்மொழி	பல்வேறு யாப்புகளில் (விவரம் பின்னிணைப்பு எண்–3)	1102
6. மதுரகவியாழ்வார்	கண்ணிநுண் சிறுத்தாம்பு	கலிவிருத்தம்	11
7. பெரியாழ்வார்	‘போய்ப்பாடு’ (திருமொழியின் முதற் குறிப்பு) (பெ.ஆ.தி. 2–3)	எழுசீர்க் கழிநெடிலடி ஆசிரிய விருத்தம்	13
8. திருமங்கையாழ்வார்	‘மன்னிலங்கு’ (திருமொழியின் முதற்குறிப்பு) (பெ.தி.மொ.11–3)	தரவு கொச்சகக் கலிப்பா	10
	மொத்தப் பாசுரங்கள்		1726

ஆக, ஆழ்வார் பன்னிருவருள் எண்மர் அந்தாதி இலக்கியம் படைத்திருப்பதைக் காணலாம். திவ்வியப்பிரபந்தம் மொத்தப் பாடல்கள் 3776இல் 1726 பாசுரங்கள் அந்தாதி அமைப்புடையன. திவ்வியப்பிரபந்தத்தில் உள்ள வேறு எந்த இலக்கிய வகையும் இத்துணைப் பாடல்களைக் கொண்டிருக்கவில்லை. நூல்களின் எண்ணிக்கை, ஆழ்வார்களின் எண்ணிக்கை, பாசுரங்களின் எண்ணிக்கை ஆகிய எந்தக் கோணத்திலிருந்து பார்த்தாலும் திவ்வியப்பிரபந்தத்தில் அந்தாதி என்னும் இலக்கிய வகையே மேலோங்கியிருக்கிறது எனலாம்.

இங்குக் காட்டியவற்றுள் ஐந்து நூல்கள் அந்தாதி என்றே பெயர் பெற்றுள்ளன. ஒரு நூல் முதற் குறிப்பினாற் ‘கண்ணிநுண்சிறுத்தாம்பு’ எனப் பெயர் பெற்றுள்ளது. திருவாசிரியம், திருவிருத்தம், திருவாய்மொழி ஆகிய மூன்று

நூல்களும் முறையே ஆசிரியம் என்னும் யாப்பினாலும் விருத்தக் கலித்துறை என்னும் யாப்பினாலும் பொருட் சிறப்பினாலும் பெயர் பெற்றவை.

முதல் மூன்று திருவந்தாதிகளுக்கும் தோன்றிய காலவரிசை முறைப்படி அவ்வாறு பெயர் அமைந்தன. நான்முகன் திருவந்தாதிக்கு நான்காம் திருவந்தாதி என்னும் பெயரும் உண்டு.[19] அங்ஙனமாயின் முதல் மூன்று அந்தாதிகளை அடுத்துத் தோன்றியமையின் அங்ஙனம் பெயர் பெற்றதாகக் கொள்ள வேண்டும். 'பெரிய திருவந்தாதி' ஏனைய வெண்பா அந்தாதிகளைப் போல நூறு பாடல்களைக் கொண்டிருக்க வில்லை. அதன்கண் எண்பத்தேழு வெண்பாக்களே உள. மற்ற திருவந்தாதிகளைக் காட்டிலும் அளவாற் சிறிதாயினும் சொல்லின்பம், பொருளின்பம் முதலிய குணங்களாற் பெருமை பெற்று விளங்குகிறது என்னும் கருத்தில் இது 'பெரிய திருவந்தாதி' எனப்பட்டது.[20] அன்றியும் ஆழ்வார் பெரியதிருவந்தாதியின் 75ஆம் பாசுரத்தில் தம் பெருமையைப் பேசிக்கொண்டது பற்றி இதற்கு இப்பெயர் ஏற்பட்டதாகவும் கூறுவர்.[21]

முதலாழ்வார்கள் தம் பிரபந்தங்களை அந்தாதி எனக் குறிப்பிடவில்லை. முதல் திருவந்தாதிக்கு முதலியாண்டான் பாடிய தனியனில் மட்டும் அந்நூல், 'அருந்தமிழ் நூற்றந்தாதி'[22] எனக் குறிக்கப்படுகிறது. 'அன்பே தகளி', 'திருக்கண்டேன்' என்னும் முதற் குறிப்புக்கள் கொண்டே இரண்டாம் மூன்றாம் அந்தாதிகள் தனியனில் குறிக்கப்படுகின்றன. அவற்றின் அந்தாதி யாப்புப் பற்றிய குறிப்பு அங்கு இடம்பெறவில்லை.[23] பெரியதிருவந்தாதித் தனியனிலும் அந்தாதி பற்றிய பேச்சு இல்லை. நான்முகன் திருவந்தாதித் தனியனிலும் இந்நிலையே காணப்படுகிறது.[24] ஆனால் நான்முகன் திருவந்தாதியின் முதற்பாசுரத்திலேயே திருமழிசையாழ்வார், "அந்தாதி மேலிட்டு அறிவித்தேன் ஆழ்பொருளை" எனக் கூறிவிடுகின்றார். இதனால் முதல் நான்கு அந்தாதிகளைப் பாடிய ஆழ்வார் நால்வருள்ளும் தமது படைப்பை அந்தாதி எனக் குறிப்பிடுபவர் திருமழிசையாழ்வார் ஒருவரே என அறியலாம். அதேசமயம் அந்தாதி என்ற பெயர் நூலினுட் குறிக்கப்பெறாமலேயே, அந்தாதித்து வரும் நெறியில் இலக்கியங்கள் பாடப்பெற்றதனை

19. எஸ். ராஜம் (வெ–ர்). இயற்பா, பதிப்புரை, ப.7.
20. பி.ப. அண்ணங்கராசாரியர் (உ.ஆ.), பெரியதிருவந்தாதி, தீபிகையுரை, ப.6.
21. மேலது.
22. சே. கிருஷ்ணமாசாரியர் (ப.ஆ.), நாலாயிர திவ்யப்ரபந்தம், இயற்பா, ப.6.
23. மேலது, பக்.19,32.
24. மேலது, பக்.78,45.

முதலாழ்வார்களின் மூன்று திருவந்தாதிகளும் உணர்த்துகின்றன என்பதும் அறியத் தக்கது.

அளவிற் பெரிய அந்தாதி

நம்மாழ்வாரின் 'திருவிருத்தம்', 'திருவாசிரியம்', 'பெரிய திருவந்தாதி' முதலிய அந்தாதிகளில் நூற்பகுதிகளிலோ அவற்றின் தனியன்களிலோ அவற்றை 'அந்தாதி' எனக் குறிக்கும் சொல் காணப்படவில்லை. அவற்றின் அமைப்பு நோக்கியே அவை அந்தாதி யாப்பின என்று அறிகின்றோம். ஆயினும் இந்நூல்களின் ஆசிரியரான நம்மாழ்வார் தமது மற்றொரு நூலான திருவாய்மொழியில் பத்து இடங்களில் 'அந்தாதி' எனக் குறிப்பிட்டுள்ளார்.

'அளவியன்ற அந்தாதி' (1–4–11), 'கூறின அந்தாதி' (2–5–11), 'சோர்வில் அந்தாதி' (2–6–11), 'நிரைக்கொள் அந்தாதி' (5–3–11), 'நிறங்கிளர்ந்த அந்தாதி' (5–4–11), 'நூற்ற அந்தாதி' (5–10–11), 'கேழில் அந்தாதி' (7–3–11), 'தீதில் அந்தாதி' (8–2–11), 'சொற்றொடை அந்தாதி' (10–4–11), 'அவாவில் அந்தாதி' (10–10–11) என்பன அவை. குறிப்பிட்ட பதிகங்கள் மட்டுமன்றி நூல் முழுமையும் அந்தாதி யாப்பினது என்பதை அவர் தெரிவிக்கும் இடங்களும் உண்டு. 'நிரனிறை ஆயிரம்', 'சீர்த்தொடை ஆயிரம்' (தி.வா.மொ.1–1–11; 1–2–11) என்பன போன்ற கூற்றுக்களால் இதை அறியலாம். திருவாய்மொழியின் இறுதியில் ஆழ்வார், 'அவாவில் அந்தாதி' (10–10–12) எனத் தம் நூலைக் குறிப்பிடுகின்றார். இதனால் ஆழ்வார் தம் நூலுக்கு வைத்த பெயர். 'அவாவில் அந்தாதி' எனக் கருதுகிறார் அழகியமணவாளப்பெருமாள் நாயனார்.[25]

நம்மாழ்வாரின் திருவாய்மொழி, அந்தாதி அமைப்பில் 1102 பாடல்களைக் கொண்ட ஒரு பெரு நூலாகும். பதிகந்தோறும் பதினொரு பாடல்கள் கொண்டதாய் நூறு பதிகங்களையுடைய நூல் அது. 'கேசவன் தமர்' என்னும் ஒரு பதிகம் மட்டும் (தி.வா.மொ.2–7) 13 பாசுரம் கொண்டது. பத்துப் பதிகங்கள் கொண்ட ஒரு தொகுப்பு, 'பத்து' எனப் பெயர் பெறும். அவ்வகையில் திருவாய்மொழி பத்துப் பத்துக்கள் கொண்டதாகும். ஆயிரத்துக்கு மேல் நூற்றிரண்டு பாடல்கள் கொண்டிருப்பினும் இதனை ஆயிரம் என்றே குறிப்பிடுவர் நம்மாழ்வார். 'அந்தாதி ஆயிரம்', 'தமிழ்மாலை ஆயிரம்', 'சொல்தொடை அந்தாதி ஓராயிரம்' (தி.வா.மொ. 1–4–11; 5–6–11; 10–4–11) என வரும் அவரது கூற்றுக்களால் இதனை அறியலாம். நூல் முழுமையும் உள்ள ஆயிரத்துக்கு மேற்பட்ட பாடல்களும் அந்தாதியாக

---

25. ஆசாரியஹிருதயம் 188.

அமைந்துள்ள சிறப்பு தமிழில் திருவாய்மொழிக்கே உண்டு. இவ்வொரு நூலேயன்றி அவர் தமது ஏனைய மூன்று நூல்களையும் அந்தாதியாக அமைத்திருப்பதும் இங்குக் கருதத்தகும்.

அளவிற் சிறிய அந்தாதி

திவ்வியப்பிரபந்தத்தில் இங்ஙனம் ஆயிரம் பாடல்களாலான அந்தாதியேயன்றி மிகச் சிறிய அளவில் பதினொரு பாசுரங்கள் மட்டுமே கொண்ட அந்தாதி நூலும் உண்டு. மதுரகவி யாழ்வாரின் 'கண்ணிநுண் சிறுத்தாம்பே' அது. இந்நூலுள் ஆழ்வார் இறைவனைப் பாடவில்லை. இறையடியாராகிய நம்மாழ்வாரையே போற்றிப் பாடுகிறார். வைணவ மரபில் அடியார்க்கு ஏற்றம் தரும் பொருட் பெருமை கருதி இப்பதினொரு பாசுரங்களுமே ஒரு தனி நூலாக மதிக்கப் பெறும். இத்தகைய சிறப்புமிக்க மதுரகவியாழ்வாரின் பதிகத்துக்கு வழிகாட்டியவரும் நம்மாழ்வாரே என ஈட்டுரைகாரர் சுட்டிக் காட்டுவர். 'உறுமோ பாவியேனுக்கு' என்னும் திருவாய்மொழிப் பாசுரத்தை (8-10-3), "நம்மாழ்வாருடைய கண்ணிநுண் சிறுத்தாம்பு" எனக் குறிக்கும் அவர், "ஸ்ரீமதுரகவிகட்கும் அடி இதுவே அன்றோ?" எனக் கூறுவதாலும் இதனை அறியலாம்.[26] இங்கு மற்றோர் ஒப்புமையும் உண்டு. மதுரகவி போற்றும் நம்மாழ்வார், தமது நான்கு நூல்களையுமே அந்தாதியாகப் பாடியவர். மதுரகவியாழ்வாரும் தம் குருவின் வழியிலேயே கண்ணிநுண் சிறுத்தாம்பை அந்தாதியாக அமைத்த ஒப்புமை குறிக்கத்தக்க ஒன்றாகும்.

அந்தாதி அமைப்பில் பல நிலைகள்

ஆழ்வார்கள் பாடிய மேற்குறித்த அந்தாதிகளின் அமைப்பினை நோக்கிப் பல்வேறு நிலைகளை அறியலாம். ஒரு பாட்டின் இறுதியாகவுள்ள எழுத்து, அசை, சீர், அடி முதலியன அடுத்த பாட்டின் முதலாகத் தொடங்குவதே அந்தாதிக்குரிய இலக்கணமாகக் கூறப்பட்டிருப்பினும், இறுதிச்சீர் அல்லது அசையே அடுத்த பாட்டின் முதலாகத் தொடங்குவதைப் பெரும்பான்மையும் காணமுடிகின்றது. இறுதி அடி முதலாகத் தொடங்குவதை அதிகம் காண முடியவில்லை. வெண்பாயாப்பில், 'ஞானத் தமிழ்புரிந்த நான்' என்பது ஈற்றடி; அடுத்த பாட்டின் ஆதி, 'ஞானத்தால் நன்குணர்ந்து' எனத் தொடங்குகின்றது (இ.தி.அ. 1,2). இறுதி அடி முதலாகத் தொடர்வதற்கு இஃது ஓரளவு பொருந்தி வரும் எடுத்துக்காட்டாகும். அறுசீர், எண்சீர் கொண்ட அடிகளில் இறுதியாக உள்ள மூன்று அல்லது

---

26. ஈட்டின் தமிழாக்கம்–எட்டாம் பத்து, ப.269.

நான்கு சீர்களும், அடுத்த பாட்டின் தொடக்கமாதலைத் திருவாய்மொழியிற் காணலாம்.

"பூசும் சாந்தென் நெஞ்சமே"
"தகவிலை தகவிலை யேநீ கண்ணா"
"பணிமொழி நினைதொறும் ஆவி வேமால்"
"அடிச்சி யோந்தலை மிசைநீ யணியாய்"

என வருவன (தி.வா.மொ. 4–3–1,2; 10–3–1,2,4,5,6,) இதற்குச் சான்றுகள். இவை கழிநெடிலடியின் இறுதி மூன்று அல்லது நான்கு சீர்களேயாயினும் பொருள் முடிவு கருதி ஓரடியாகவே கொள்ளத்தக்கவை. இவ்வாறு வருமிடங்களில் அந்தாதித் தன்மை சிறப்புற அமைவதற்குத் திருவாய் மொழிப் பதிகம் ஒன்றையே சான்றாகக் காட்டலாம் (4–8). இவ்வாறன்றி வந்த சீரே வருதலாலும் இறுதி இரண்டு சீர்கள் வருதலாலும் அந்தாதி இயல்பு சிறக்கவே செய்கிறது (தி.வா.மொ.2–6–1, 2; 2–3–7,8;2–6–2,3,5,6).

'மன்னிலங்கு' என்னும் திருமொழியை (11–3) அந்தாதியாகப் பாடிய திருமங்கையாழ்வார் அப்பதிகத்தின் ஐந்தாம்பாசுரத்தினை அடியந்தாதியாகவும் எட்டாம் பாசுரத்தைச் சீரந்தாதி போலவும் பாடியிருத்தல் நோக்கத்தக்கது. இவை 'அந்தாதிக்குள் அந்தாதி'யாக அமைந்த அழகுடையவை.

பாட்டின் கடைசியில் நிற்கும் எழுத்து ஆதியாகும் நிலையில் அதைக் கவனமாக நோக்கியே உணரமுடிகின்றது. 'கண்ணே' என்பதில் அந்தமாக நிற்கும் ஏகாரம் அடுத்த பாட்டின் ஆதியில், 'ஏபாவம்' என நிற்பதால் (தி.வா.மொ. 2–2–1–2) இதையறியலாம். பாட்டின் அந்தம், 'ஓர்ந்து' என நிற்க அடுத்த பாட்டின் ஆதி, 'ஓருருவன்' (இ.தி.அ. 59,60) என அமைகின்றது. இங்கு, 'ஓர்ந்து' என்னும் ஈரசைச் சீரில் முதலசையின் பின் ஒற்று நீங்கிய நிலையில் (ஓர்ந்) 'ஓர்' என்பதே ஆதியாகின்றது. பிறிதோர் இடத்தில் (இ.தி.அ.70,71) 'இடம்' என்பது அந்தம் ('ஏவல்ல எந்தைக்கு இடம்'). ஆதியோ, 'இடங்கை' ('இடங்கை வலம்புரிநின்றார்ப்ப'). இங்கெல்லாம் சொல் ஒற்றுமை தவிரப் பொருள் ஒற்றுமை இல்லை என்பது கருதத்தக்கது.

திருவாய்மொழிப் பாசுரம் ஒன்று 'புரிவது வும்புகை பூவே' என முடிய, அடுத்த பாசுரம் 'மதுவார் தண்ணந்துழாய்' (1–6–1,2) எனத் தொடங்குகின்றது. 'இஃது எங்ஙனம் அந்தாதியாகும்?' என்னும் வினா எழக்கூடும். இதற்கு விடை கூறவந்த ஈட்டுரை காரர், "பூவாகில் மதுவோடே கூடியல்லது இராமையாலே சேரும்"[27] என்பர். இதனால், 'பூ' எனத் தொடங்காவிடினும்

27. மேலது, முதற்பத்து, ப.267.

அப்பொருளைக் குறிக்கும் ஒரு சொல்லால் அடுத்தபாடல் தொடங்குவதையும் அந்தாதி எனக் கருதியமை புலப்படும். இதனை, 'ஆகுபெயர் அந்தாதித்தொடை'[28] எனக் குறிப்பர் மாறனலங்கார உரைகாரர். திருவாய்மொழி ஈட்டின் அரும்பத உரைகாரரோ, 'பொருளிசை யந்தாதி' என்பர்.[29]

தொடர்ந்து அந்தாதியாகப் பாடும்போது எழும் நடைமுறைச் சிக்கல்களைக் கருதியே கடைசிச் சீர் அல்லது அசை என்று மட்டும் சொல்லாமல் கடைசி எழுத்து, அடி முதலானவும் ஆதியாக வரும்படி தொடுத்தலே அந்தாதியாம் என்றனர். அதனை மேலும் நெகிழ்வுபடுத்தும் நிலையாகவே இத்தகைய கடைசிச்சீர் முதலியனவும் அடுத்த பாட்டுக்குத் தொடக்கமாக வராதபோது அந்தத்தின் பொருளைக் குறிக்கும் ஒரு சொல்லால் அடுத்த பாடல் தொடங்குவதையும் 'ஆகுபெயர் அந்தாதி' எனக் கொண்டனர்.

'உலகுகளே' என்பது அந்தமாக அடுத்த பாட்டின் ஆதி, 'கள்வா' எனத் தொடங்குவதும், 'ஆக்கினையே' என்பது அந்தமாக, அடுத்த பாட்டின் ஆதி 'இனியார்' எனத் தொடங்குவதும் (தி.வா.மொ. 2–2–9,10; 2–3–4,5) அந்தாதி நெகிழ்ந்து கொடுக்கும் இடங்களுக்குச் சான்றுகள் ஆகின்றன. 'போய்ப்பாடுடைய' எனத் தொடங்கும் பெரியாழ்வார் திருமொழிப் பதிகத்தில் (2–3) இந்நெகிழ்ச்சியினை அதிகமாகவே காணலாம்.

அந்தாதியில் சொல்லின் வளர்ச்சியே கருத்திற் கொள்ளப் படுதலின் சில சமயங்களில் குறிப்பிட்ட பொருள் அல்லது கருத்தின் தொடர்ச்சியைக் காணவியலாது. முதற் பாட்டிற் கூறப்பட்ட கருத்தின் தொடர்ச்சியாக அன்றி, அடுத்துவரும் பாட்டு, பிறிதொரு கருத்துக் கொண்டு அமைவது அந்தாதியில் தவிர்க்க முடியாததாகின்றது திவ்வியப்பிரபந்த அந்தாதிகளிலும் பொதுவாக இந்நிலை காணப்படுகின்றது.

அந்தாதி ஆக்கத்துக்கான காரணங்கள்

இவ்வாறு ஆழ்வார்கள் அந்தாதி அமைப்பை மிகுதியும் மேற்கொண்டதற்கான காரணங்களும் நினைக்கத்தக்கன. எழுது பொருள்கள் அதிகம் இல்லாத காலத்தில் நினைவுத்தொடர்ச்சிக்கு ஒரு வாய்ப்பாகச் செய்யுள் இலக்கியங்களில் இவ்வந்தாதிப் பண்பு இடம்பெற்றது என்பர்.[30] திவ்வியப்பிரபந்தத்தில்

28. திரு. நாராயணையங்கார் (ப.ஆ.), மாறனலங்காரம் மூலமும் உரையும், ப.75.
29. சே. கிருஷ்ணமாசாரியர் (ப.ஆ.), பகவத்விஷயம், முதற்பத்து. ப.267.
30. சரவண ஆறுமுக முதலியார், "தலைமையுரை", சிற்றிலக்கியச் சொற்பொழிவுகள், ப.26.

அந்தாதி மிகுதியும் இடம்பெற்றதற்கு இது மட்டும் காரணம் ஆகாது.'நினைவுத் தொடர்ச்சி' என்னும் காரணம் நூல் பயிலும் வாசகன் ஒருவனது வசதி பற்றியது. இதனைவிடவும் நூலாக்கம் செய்யும் ஆசிரியர் சார்ந்த காரணம் உண்டா என ஊகித்தறிதல் பொருத்தமாகும். 'மாறிமாறிப் பலபிறப்பும் பிறந்து' என்னும் திருவாய்மொழிப் பாசுரத்துக்கு (2–6–8) ஈட்டுரைகாரர் தரும் விளக்கம் இவ்வந்தாதி ஆக்கத்திற்கான காரணத்தைக் குறிப்பாகச் சுட்டுவது போல் உள்ளது. அப்பாசுரத்தில் மாறிமாறிப் பலபிறப்பும் பிறந்து இறுதியில் இறைவனின் திருவடிகளைப் பற்றி முடிவிலாத அழகிய இன்ப வெள்ளத்திலே மூழ்கியதாகக் குறிப்பிடுகிறார் ஆழ்வார். இப்பேற்றுக்கு அவர் அந்தாதியாகப் பிறந்து போந்ததே காரணம் என்கிறார் உரையாசிரியர்.[31] மாறிமாறிப் பிறத்தலையே அவர் அந்தாதியாகக் கொண்டார். "அந்தாதியாக அமைந்த பிறப்பின் தொடர்ச்சியை நீக்கவே ஆழ்வார் இறைவனை அந்தாதியாற் பாடித் துதித்தார்" என்று கருதுமாறு உரையாசிரியரின் விளக்கம் அமைந்துள்ளது.

அன்றியும் இறையடியார்கள் இறைவனையே சிந்தித்திருப்பது இடையறாத தைலதாரையை ஒத்தது ஆகும். இத்தகைய இடையீடற்ற சிந்தனையைப் பாட்டாக வெளிப்படுத்துகையில் அந்தாதி அவர்களுக்கு ஏற்ற இலக்கிய வகையாகக் கைகொடுத்தது எனலாம். 'அளவியன்ற அந்தாதி' எனவும், 'அவாவில் அந்தாதி' எனவும் நம்மாழ்வார் பாடிச் செல்வர் (தி.வா.மொ. 1–4–11; 10–10–11). இறைவனோ அளவு கடந்த பெருமையினன்; அந்தமே ஆதியாகப் பாடிக்கொண்டே போனால் அந்தாதிக்கும் ஒரு முடிவில்லை. ஆதலின் அளவியன்ற (அளவுகடந்த) பெருமானை அளவியன்ற, அந்தாதியால் பாடுவதும் பொருத்தம் ஆகும். 'அவாவில் அந்தாதி' என்பதற்கு, "அவாவால் (பரமபக்தியால்) பிறந்த அந்தாதி"[32] என ஈட்டுரைகாரர் கொள்ளும் பொருளாலும் இதனை அரண் செய்யலாம்.

இறையனுபவம் அடியார்க்கு நிறைவு தராத ஒன்று. அனுபவிப்பார்க்கு இறைவன் 'ஆராவமுதாய்' விளங்குபவன். அத்தகைய இறைவனைத் தொடர்ந்து செல்லும் அந்தாதி யாப்பினால் பாடிக் கொண்டேயிருந்தாலும் மெய்யடியார்க்கு மன நிறைவு ஏற்படாது. "ஆராத அந்தாதி" என்னும் பெரியாழ்வாரின் திருமொழித் தொடருக்கு (2–3–13) "அனுபவித்தார்களுக்குத் திருப்தி பிறவாத அந்தாதி"[33]

31. சே. கிருஷ்ணமாசாரியர் (ப.ஆ.), பகவத்விஷயம், இரண்டாம் பத்து. ப.216.
32. ஈட்டின் தமிழாக்கம் – பத்தாம் பத்து, ப.383.
33. மணவாளமாமுனிகள், பெரியாழ்வார் திருமொழி வியாக்கியானம், ப.84.

என்னும் பொருள் தோற்ற மணவாள மாமுனிகள் விளக்கம் தந்திருப்பதும் இங்கு எண்ணத்தக்கது. இதனாலும் இறைவனைப் பாடுதற்கு ஏற்ற இலக்கிய வகையாக 'அந்தாதி'யை ஆழ்வார்கள் மேற்கொண்டமைக்கான காரணம் விளங்கும்.

சிவஞானபோத முதற் சூத்திரம் இறைவனை, 'அந்தம் ஆதி' எனக் குறிக்கின்றது. இக்குறிப்பு எச்சமயத்தார்க்கும் உடன் பாடான ஒன்றேயாகும். ஆதலின் இறைவனைப் பாட அருளாளர்கள் அந்தாதி இலக்கியத்தைத் தேர்வு செய்ததிலும் ஒரு பொருத்தம் காணப்படுகிறது.[34] "...அந்தாதிக்கு ஒரு பிரத்தியேக அழகு இருக்கிறது. ஆதியும் அந்தமும் இல்லா அரும்பெருஞ்சோதியை யாம்பாட வென்றே பிறந்த வகையோ என்று தோன்றுகிறது"[35] என்னும் பிரேமா நந்தகுமாரின் கூற்றும் இதனை வலியுறுத்துகின்றது.

'ஆசார்ய' அந்தாதிகள்

இறைவனை மட்டுமன்றி இறைவனைக் காட்டும் ஆசாரியனைத் துதிப்பதற்கும் இவ்வந்தாதி ஏற்றதாகக் கொள்ளப் பெற்றது. இவ்வகையில் மதுரகவியாழ்வாரின் கண்ணிநுண் சிறுத்தாம்பு வழிகாட்டி ஆகின்றது. இதுபற்றியே, மதுரகவியின் "தொல்வழியே நல்வழி"[36] என்றார் வேதாந்த தேசிகர். அந்த 'நவ்வழி'யிலேயே இராமானுசர் மீது அமுதனார் பாடிய, 'இராமாநுச நூற்றந்தாதி' தோன்றியது. இது நூற்றெட்டுப் பாசுரங்கள் கொண்டது. ஆழ்வார் காலத்தினும் 'ஆசாரிய பக்தி' பதின்மடங்கு பெருகியதற்கு அடையாளமாகத் திகழும் நூல் இது. 'இராமாநுச நூற்றந்தாதி' வைணவத்தில் ஆசாரியனைப் போற்றி எழுந்த இரண்டாவது அந்தாதி ஆகலாம். ஈசுவரன், சேதனன் ஆகிய இருவர்க்கும் ஆசாரியன் உபகாரகன் என்று குறிப்பிடுகின்றது ஸ்ரீவசன பூஷணம்.[37] எனவேதான் தெய்வத்தைப் போற்றும் திவ்வியப்பிரபந்தத்தில் ஆசாரியனைப் போற்றும், 'இராமாநுச நூற்றந்தாதி' இயற்பாவை அடுத்துச் சேர்க்கப்பெற்றது. ஆசாரியனைப் போற்றும் மற்றொரு நூல் கம்பரின் 'சடகோபரந்தாதி'யாகும். இதனைப் பாடுதற்கும் அவர் மதுரகவி யாழ்வாரின் கண்ணிநுண் சிறுத்தாம்பையே வழிகாட்டியாகக் கொண்டார்.[38] கம்பர் காட்டிய வழியில்

34. பழ. முத்தப்பன், மு.நூ., ப.115.

35. பிரேமா நந்தகுமார், "ஆசானைப் போற்றுதும்", 3–11–90 தினமணி இணைப்பு –'தமிழ்மணி', ப.3.

36. கொமாண்டூர் அநந்தாசார்யர் (ப.ஆ.), தேசிகப்ரபந்தம், அதிகாரசங்கிரகம் 2.

37. ஸ்ரீவசனபூஷணம், 431–432.

38. சடகோபரந்தாதி 101.

பின்னர் ஆசாரியனைப் போற்றியெழுந்த பிறிதொரு நூல் தண்டபாணி சுவாமிகளின் 'சடகோபர் சதக அந்தாதி'யாகும்.[39] வைணவத்தில் வடகலை, தென்கலைப் பிரிவுகள் ஏற்பட்ட பின்னர் அவ்வக் கலையின் தலைவர்களைப் போற்றி அந்தாதி நூல்கள் தனித் தனியே எழுந்தன. வடகலை ஆசாரியரான வேதாந்ததேசிகரைப் பற்றித் 'தேசிக நூற்றந்தாதி' என்னும் ஒரே பெயரில் இரண்டு நூல்கள் தோன்றியுள்ளன.[40] தென்கலை ஆசாரியரான மணவாளமாமுனிகளைப் பற்றி அனந்தாழ்வான் என்பார், 'மணவாளமாமுனி நூற்றந்தாதி'[41] என்றொரு நூல் பாடியிருக்கிறார். அஃது இந்நூற்றாண்டில் எழுந்ததாகும்.

வைணவத்தில் ஆசாரியன் அல்லது குருவைப் போற்றி இத்தகு அந்தாதிகள் எழுந்ததற்கும் ஒருவகைப் பொருத்தம் காணப்படுகிறது. குருபரம்பரைக்கு இங்குச் சிறப்பான இடம் உண்டு. அதனால் இறைவனும் ஆசாரிய நிலையை விரும்பிய தாகக் கூறுவர். திருவடிசம்பந்தத்தின் மூலம் ஒருவர் விட்ட இடத்தினை மற்றவர் தொட்டுத் தொடர்கின்ற இடைவிடாத் தொடர்ச்சியைக் குருபரம்பரை பெறுகிறது. அதுமட்டுமன்றிச் சீடராயிருப்பவர் பின் குருவாவதும், குருவாயிருப்பவர் முன் சீடராயிருந்ததும் இக்குருபரம்பரையில் காணமுடிகின்றது. ஒரு பாட்டின் முடிவையே அடுத்த பாட்டின் தொடக்கமாகக் கொள்ளும் அந்தாதி அமைப்பை இது நினைவூட்டுகின்றது. எனவேதான் வைணவர்களிடம் ஆசாரியனைப் போற்றும் இராமாநுச நூற்றந்தாதி போன்ற நூல்கள் சிறப்பிடம் பெறுகின்றன என்பர்.[42] மாலை போல் உள்ள, 'ஆசார்யரத்ன ஹாரம்' என்னும் குருபரம்பரை, அந்தாதி அமைப்புடன் ஒத்திருப்பதையும் அவர்கள் எடுத்துக்காட்டியுள்ளனர்.[43] இவற்றை நோக்க, அந்தாதி என்னும் இலக்கிய வகையினை வைணவர்கள் தம் தத்துவம் சார்ந்த கோட்பாட்டு அடிப்படை யிலும் புரிந்துகொண்டனர் என்று அறியலாம்.

மண்டலித்து வரும் அந்தாதிகள்

இங்ஙனம் பாடப்பெறும் அந்தாதி நூல்களில் ஈற்றுச் செய்யுளின் அந்தமே முதற் செய்யுளின் ஆதியாக அமைய

---

39. எல். ஸ்ரீநிவாசையர் (ப.ஆ.), நூறறெட்டுத்திருப்பதி அந்தாதி. ப.96.
40. அ) சரவண ஆறுமுக முதலியார், மு.நூ., ப.43.
    ஆ) ரா. கேசவ அய்யங்கார், அடியவர்க்கு மெய்யனருள், ப.132.
41. அனந்தாழ்வான், நூற்றெட்டுத்திருப்பதி அகவலும் மணவாளமாமுனி நூற்றந்தாதியும், கணேச அச்சுக்கூடம், சென்னை.
42. ப. இராமச்சந்திரன், திருவரங்கத்து அந்தாதி–ஓர் ஆய்வு, ப.122.
43. மேலது.

வைத்தல் மண்டலித்தல் எனப்படும். திவ்வியப்பிரபந்தத்தில் எட்டு அந்தாதிகள் இங்ஙனம் மண்டலித்து வந்துள்ளன. 'வையம்' எனத் தொடங்கி நூலிறுதியில் 'வை' என முடிகின்றது முதல் திருவந்தாதி. 'அன்பே' எனத் தொடங்கி 'அன்பு' என முடிகின்றது. இரண்டாம் திருவந்தாதி, 'திருக்கண்டேன்' எனத் தொடங்கி, 'திரு' என முடிகின்றது. மூன்றாம் திருவந்தாதி, 'நான்முகன்' எனத் தொடங்கி, 'நான்' என முடிகின்றது. நான்முகன் திருவந்தாதி, 'பொய்ந்நின்ற' எனத் தொடங்கிப் 'பொய்ந்நிலத்தே' என முடிகின்றது திருவிருத்தம். 'முயற்றி' எனத் தொடங்கி, 'முயல்' என முடிகிறது பெரியதிருவந்தாதி. 'உயர்வற' எனத் தொடங்கி 'உயர்ந்தே' என முடிகிறது திருவாய்மொழி. 'கண்' எனத் தொடங்கிக் 'காண்மினே' என முடிகிறது கண்ணிநுண் சிறுத்தாம்பு.

நம்மாழ்வாரின் திருவாசிரியமும் பெரியாழ்வார், திருமங்கை யாழ்வார் ஆகிய இருவரும் அந்தாதி அமைப்பிற் பாடிய திருமொழிகளும் மண்டலித்து வரவில்லை.

ஒரு செய்யுளின் அடிகளுக்குள்ளேயே அந்தாதித் தொடை யமைப்பு முதலில் தோன்றிப் பின்னர்த் தொடர்ந்து செல்லும் அந்தாதிப் பாக்களாக வளர்ந்து, அதன் பின்னரே மண்டல அந்தாதிகள் தோன்றியிருக்க வேண்டும். இறுதிப் பாடலின் இறுதியும் முதற் பாடலின் முதலும் ஒன்றாக இணையும்படி மண்டலித்து மாலை போலத் தொடுத்து முடிப்பது என்பது, அந்தாதி மேன்மேலும் பெற்ற வளர்ச்சிக்கு அடையாளம் போல் உள்ளது. அதுமட்டுமன்றி, 'முடிவு' (அந்தம்) என்பதை விரும்பாத மனித மனம் அந்தாதியின் இறுதியில் உள்ள சொல்லை, நூலின் தொடக்கத்தில் உள்ள முதற்சொல்லாகவே இருக்கும்படி பார்த்துக்கொண்டது. முடிவிலும் ஒரு தொடக்கம். இத்தகைய மனப்போக்கு மண்டல அந்தாதிகள் தோன்றியதற்குக் காரணம் ஆகலாம்.

எண்ணிக்கையிலும் யாப்பிலும் முன்னோடியாய் அமைந்த அந்தாதிகள்

திவ்வியப்பிரபந்த அந்தாதிகளின் பாடல் எண்ணிக்கையை நோக்கினால் அவை பதிற்றந்தாதியாகவும் நூற்றந்தாதியாகவும் (பதிற்றுப்பத்தந்தாதி) அந்தாதி ஆயிரமாகவும் பெருக்கல் முறையில் அமைந்த புதுமையைக் காணலாம். பதிற்றந்தாதி, நூற்றந்தாதி என்னும் பிற்கால வழக்குகள் முறையே பத்தும் நூறுமாக அந்தாதி அமைப்புக் கொண்ட செய்யுள் நூல்களைக் குறிக்கின்றன. இவைபோல ஆயிரம் பாடல்களைக் கொண்ட

அந்தாதி நூலைக் குறிக்கும். 'பதிற்றுநூற்றந்தாதி' என்னும் சொல் தோன்றவில்லை.[44]

நம்மாழ்வாரின் திருவாய்மொழியைத் தவிர ஆயிரம் பாடல்கள் கொண்ட வேறு அந்தாதி நூல்கள் தோன்றவில்லை யாதலால் அத்தகையதொரு சொல்லாட்சிக்கு இடமில்லாமற் போயிற்றுப் போலும்.

முதல் மூவரின் அந்தாதிகள் நூறு, நூறு பாடல்கள் கொண்டவை யாயினும் அவற்றை நூற்றந்தாதி எனக் குறிக்கும் வழக்கு அந்நாளில் (நாதமுனிகள் நாலாயிரத்தைத் தொகுத்தபோதும் அதற்கு முன்னரும்) எழவில்லை. 108 பாடல்களுடன் இராமாநுசர்மீது அமுதனார் பாடிய அந்தாதி, 'இராமாநுச நூற்றந்தாதி' என்று குறிக்கப்படுதல் சற்றுப் பிந்திய வழக்காகலாம்.

யாப்பு வகை

'அடுத்து, திவ்வியப்பிரபந்த அந்தாதிகளின் யாப்பு வகை கருதத்தக்கது. முதல் நான்கு திருவந்தாதிகளும் பெரிய திருவந்தாதியும் வெண்பா யாப்பின. திருவிருத்தம் கலித் துறையால் ஆனது. திருவாசிரியம் ஆசிரியப்பா; கண்ணிநுண் சிறுத்தாம்பு கலிவிருத்தத்தால் அமைந்தது. பெரியாழ்வாரின் 'போய்ப்பாடு' என்னும் திருமொழி அறுசீர் ஆசிரிய விருத்தத்தாலும். திருமங்கையாழ்வாரின் 'மன்னிலங்கு' என்னும் பெரியதிருமொழிப் பதிகம் கொச்சகக் கலிப்பாவாலும் ஆனவை. திருவாய்மொழியோ ஆசிரியத்துறை, ஆசிரியவிருத்தம் (6 , 7, 8 சீர்கள்), தரவு கொச்சகக் கலிப்பா, கலிநிலைத்துறை, கலிவிருத்தம், வஞ்சி விருத்தம், வஞ்சித் துறை ஆகிய பல யாப்புக்களால் ஆனது. இவற்றை நோக்க அந்தாதிக்குப் பலவகையாப்புக்களும் பரவலாகப் பயன்படுத்தப்பட்டமை அறியலாம். எனினும் பின்னாளில் வெண்பா, கலித்துறையாலான அந்தாதிகளே மிகுதியும் எழுந்தன. இவ்விருவகைப் பாக்களும் ஒருவகையில் ஒப்புமையுடையன. கலித்துறையின் ஒவ்வோரடியின் முதல் நான்கு சீர்களும் வெண்டளையமையுமாறு பாடுவதே அவ்வொப்புமை ஆகும். இதுகாரணமாகவே அந்தாதி பாடியோர் வெண்பாவையும் கலித்துறையையும் கையாண்டதாகக் கருதலாம். இவ்வகையில் பின்னோர்க்கு வழிகாட்டியாக

---

44 பதிற்றுப்பத்தந்தாதி போல, பதிற்றுநூற்றந்தாதி என்னும் பெயரில் கவிராஜ பண்டிதர் நா. கனகராஜய்யர் ஆயிரம் பாடல்கள் கொண்ட ஒரு நூலினைத் திருப்பெருந்துறை இறைவன் மீது பாடியுள்ளார். 'ஆன்மநாதன் பதிற்றுநூற்றந்தாதி' என்பது நூற்பெயர். இந்நூல் கையெழுத்துப் பிரதியாகக் கீழ்த்திசைச் சுவடிகள் நூல்நிலையத்தில் 8242 என்ற எண்ணில் உள்ளது.
– எஸ். ஸ்ரீநிவாசையர் (ப.ஆ.), மு.நூ., ப.8.

ஆழ்வார்களின் வெண்பா அந்தாதிகளும் கலித்துறை அந்தாதி யான திருவிருத்தமும் அமைந்தன எனலாம். சைவத்தில் பதினொராந் திருமுறையில் உள்ள அற்புதத் திருவந்தாதியும் (வெண்பா) பொன்வண்ணத்தந்தாதியும் (கலித்துறை) இவ்வகை முன்னோடிகளாகக் கொள்ளத்தக்கவை. நம்மாழ்வாரின் திருவாய்மொழியோ, அந்தாதி இலக்கியம் பலவகை யாப்பிற் பாடப்பெறலாம் என்பதற்கு முன்னோடி ஆகின்றது.

பிற்கால வளர்ச்சி

காரைக்காலம்மையார், திருமூலர் தொடக்கமாக எழுந்த இவ்வந்தாதி என்னும் இலக்கிய வகையைப் பல சமயத்த வரும் பல நூற்றாண்டுகளாகக் கையாண்டுள்ளனர்.[45] திவ்வியப் பிரபந்தத்தில் இது பெரும் பங்கு வகிப்பது முன்னரே சுட்டிக் காட்டப்பட்டது. ஆழ்வார்கள் அந்தாதியில் காட்டிய ஈடுபாட்டின் விளைவாகப் பின்னரும் வைணவ அந்தாதிகள் மிகுதியாக எழுந்தன. ஆழ்வார்கள் பாடிய அந்தாதிகளையும் சேர்த்து வைணவத்தில் நாற்பதுக்கும் மேற்பட்ட அந்தாதிகள் காணப்படுகின்றன.

வைணவ சமயத்தின் தத்துவத்தை விளக்குவதே நோக்கமாக வடமொழியில் பல நூல்கள் செய்த ஆசாரியர்களும், தமிழிற் செய்த நூல்களுட் சிலவற்றை அந்தாதியாகப் படைத்தனர். அவ்வகையில் வேதாந்ததேசிகர் தாம் பாடிய 'அதிகார சங்கிரகம்' என்னும் நூலில் முப்பத்துமூன்று பாடல்களை அந்தாதித் தொடையமையப் பாடியிருப்பதும்,[46] மணவாளமாமுனிகள் ஒவ்வொரு திருவாய்மொழிப் பொருளையும் சுருக்கி உரைக்கும் முகமாக நூறு வெண்பாக்களில் 'திருவாய்மொழி நூற்றந்தாதி'[47] என்னும் நூல் பாடியிருப்பதும் குறிக்கத்தக்கவை. வேதாந்த தேசிகரைப் போற்றிச் செய்த 'பிள்ளை அந்தாதி'[48]யும் இங்கு எண்ணத்தகும்.

17ஆம் நூற்றாண்டில் வைணவப் பெரும்புலவராக விளங்கிய பிள்ளைப்பெருமாள் ஐயங்காரின் அஷ்டப்பிரபந்தத்தில்

---

45. அ) சிவபெருமான் திருவந்தாதி – கபிலர் – சைவம்.
    ஆ) திருநூற்றந்தாதி – அவிரோதிநாயனார் – சமணம்.
    இ) திருவெவ்வுளூரந்தாதி – நாராயணதாசர் – வைணவம்.
    ஈ) முகையிதீன் அப்துல்காதிர் ஆண்டவர் பதிற்றுப்பத்தந்தாதி–அல்லி மரைக்காயர் – இஸ்லாம்.
    உ) அபிடேகநாதர் அந்தாதி – கிறித்துவம்.
46. கொமாண்டூர் அநந்தாசார்யார் (ப.ஆ.), மு.நூ., அதிகாரசங்கிரகம் 8–40.
47. நித்யாநுஸத்தாநம், பக்.85–97.
48. கொமாண்டூர் அநந்தாசார்யார் (ப.ஆ.), மு.நூ., பக்.112–115.

அந்தாதிகளே அதிகம் உள்ளன. அழகரந்தாதி, நூற்றெட்டுத் திருப்பதி அந்தாதி, திருவரங்கத்தந்தாதி, திருவேங்கடத்தந்தாதி என்பன அவை. அந்தாதித் தொடை அமையுமாறு அவர் பாடிய திருவரங்கக் கலம்பகத்தையும் சேர்த்துக்கொண்டால் அஷ்டப்பிரபந்தத்துள் செம்பாதிக்கு மேல் அந்தாதிகள் என அறியலாம். 19ஆம் நூற்றாண்டில் வேலுப்பிள்ளை என்பார் பாடிய அந்தாதி ஒன்று, 'திருவாய்மொழி நூற்றந்தாதி'[49] என்றே பெயர் பெற்றுள்ளது. வேலாமூர் கிருஷ்ணமாசாரியார் என்பார் எழுதி 1902இல் வெளியான 'திருப்புல்லைத் திரிபந்தாதி' என்னும் நூலில் மட்டும் ஐந்து அந்தாதிகள் காணப்படுகின்றன.[50] அவை யமக அந்தாதிகளாகவும் திரிபு அந்தாதிகளாகவும் அமைந்தவை. இதனால் இந்நூற்றாண்டுத் தொடக்கம் வரை அந்தாதி ஆக்கத்தில் வைணவர்கள் கொண்டிருந்த ஈடுபாட்டினை உணரமுடிகிறது.

கி. பக்ஷிராஜய்யங்காரின் 'திருமொழி நூற்றந்தாதி'[51] திருமங்கையாழ்வார் பாடிய பெரியதிருமொழியின் சாரமாக அமைந்தது. நோக்கு, போக்கு, அமைப்பு ஆகிய மூன்றிலும் முன்னர் நாம் குறித்த மணவாளமாமுனிகளின் திருவாய்மொழி நூற்றந்தாதியை ஒத்திருப்பது. எனவே இவையிரண்டையும், 'இணை இலக்கியங்கள்' எனலாம். 1981இல் வெளியான அரங்க சீனிவாசனின் 'திருவரங்கத்தந்தாதி'[52] அண்மைக்காலத்திய வைணவ அந்தாதியாகும்.

சைவத்தில் அந்தாதி

சைவத்தைப் பொறுத்தவரை சம்பந்தர் பதிகம் ஒன்றைத் தவிர அந்தாதி அமைப்பு தேவாரங்களில் இல்லை. ஒன்பதாம் திருமுறையான திருவிசைப்பாவில் ஏழு பதிகங்கள் அந்தாதியாக அமைந்தவை.[53] பதினொராந் திருமுறையில் மட்டும் எட்டு அந்தாதிகள் உள. இவை தவிர அந்தாதி அமைப்புடன் கூடிய வேறு பெயரில் அமைந்த நூல்களும் உள்ளன. எனவே அத்தொகுப்புக்கு, 'அந்தாதி மாலை' என்னும் பெயரும் உண்டு. இவற்றுள் காரைக் காலம்மையாரின் 'அற்புதத் திருவந்தாதி'யும் சேரமான் பெருமாள் நாயனாரின் 'பொன் வண்ணத்தந்தாதி'யும்

---

49. சரவண ஆறுமுக முதலியார், மு.நூ., ப.43.
50. வேலாமூர் கிருஷ்ணமாசாரியார், திருப்புல்லைத் திரிபந்தாதி, மதராஸ் ரிப்பன் அச்சுக்கூடம், சென்னை, 1992.
51. கி. பக்ஷிராஜய்யங்கார், திருமொழி நூற்றந்தாதி, ஶ்ரீஇராமானுசமிஷன் திருவாலி திருநகரி, 1967.
52. அரங்க. சீனிவாசன், திருவரங்கத்திருநூல், "திருவரங்கத்து அந்தாதி" பக்.33–132.
53. மு. அருணாசலம், ஒன்பதாம் திருமுறை, திருவிசைப்பா – திருப்பல்லாண்டு ப.59.

காலத்தால் முந்தியன. திருவாசகத்துள் திருச்சதகம், நீத்தல் விண்ணப்பம் என்னும் பகுதிகளும் வேறு சில பதிகங்களும் அந்தாதியாக உள்ளன.[54] இவற்றுள் முன்னைய இரண்டும் முறையே நூறு பாடல்களும், ஐம்பது பாடல்களும் கொண்ட பெரும் பகுதிகள்; திருச்சதகம் பத்துப் பத்துச் செய்யுட்களைக் கொண்ட பத்துப் பிரிவுகள் உடையது. ஒவ்வொன்றும் ஒவ்வொரு தனித் தலைப்புடன் வகுக்கப் பெற்றிருக்கிறது. இதில் உள்ள செய்யுட்கள் நூறும் அந்தாதித் தொடையில் ஒன்றையொன்று தொடர்ந்து நிற்பினும் யாப்பு வகையால் பலதிறப்படும். நீத்தல் விண்ணப்பமோ பத்துப் பத்துச் செய்யுட்கள் என்ற பகுப்பின்றி, கட்டளைக் கலித்துறை என்னும் ஒரே யாப்பில் அமைந்துள்ளது. ஆக, இவ்வந்தாதிகளில் மாணிக்கவாசகர் கையாண்ட உத்தி, திருவாய்மொழியைப் பலவகை யாப்பினால் அந்தாதித் தொடையில், பல பத்துக்களாகப் பாடிய நம்மாழ்வார், ஒரே வகை யாப்பினால் பெரியதிருவந்தாதி (வெண்பா), திருவிருத்தம் (கலித்துறை), திருவாசிரியம் (ஆசிரியம்) முதலிய அந்தாதிகளைப் பாடியதை ஒத்திருக்கின்றது.

காப்பியத்தில் அந்தாதி

கொங்குவேளிர் தம் காப்பியமாகிய பெருங்கதை முழுவதையும் அந்தாதியாக அமைத்திருப்பது அந்தாதியின் வளர்ச்சியில் குறிப்பிடத்தக்க மாற்றமாக உள்ளது. இதிலுள்ள காதைகள் 132. இவையாவும் அந்தாதிகளாக உள்ளன.[55] சேக்கிழார் தம் பெரியபுராணத்தில், 'உலகெலாம்' எனத் தொடங்கி, 'உலகெலாம்' என்றே முடித்திருக்கிறார். இங்ஙனம் ஒரு பெரிய நூலையே அந்தாதிப் பண்புடன் அமைத்திருப்பது குறிப்பிடத்தக்கதாகும். அந்தாதி அமைப்பில் காப்பியப் பெரும் புலவரும் பெருவிருப்பம் கொண்டிருந்தனர் என்பதற்கு இவை சான்றாகின்றன. ஆயிரம் பாடல்களுக்கு மேல் அந்தாதித் தொடைஅமையுமாறு பாடப்பெற்ற திருவாய்மொழியின் தாக்கத்தால் இக்காப்பியப் புலவர் இருவரும் தம் நூல்களை இங்ஙனம் அமைத்திருக்கக் கூடும்.

சிற்றிலக்கியங்களில் அந்தாதி

சிற்றிலக்கியங்களில் குறிப்பாக, கலம்பக உறுப்புக்களுள் ஒன்றான அம்மானை என்பதில், இவ்வந்தாதி இடம்பெறுகின்றது.

---

54. திருவாசகம் 5, 6, 21, 22, 32, 33, 45.

55. பெருங்கதையில் உள்ள காதைகள் ஒவ்வொன்றும் நிலைமண்டில ஆசிரியப்பாக்கள்; இக்காதைகள் 'என்' என்னும் அசையில் முடிவன. ஆசிரியர் இவ்வசையை நீக்கியே அந்தமாகவுள்ள சொற்களையும் தொடர்களையும் அடுத்த காதையின் ஆதியாக அமைத்துக்கொள்கிறார்.

அங்குப் பெண்டிர் மூவர் ஆடும் அம்மானையில் முதற் பெண்ணின் கூற்றுக்கு இரண்டாமவள் தொடுக்கும் வினாவும் மூன்றாமவள் கூறும் விடையும் அந்தாதியாக அமைகின்றன.

இலக்கண அந்தாதிகள்

அந்தாதித்தொடை இலக்கியங்களே அன்றி, இலக்கணங் களும் எழுந்தன. அந்தாதித் தொடையில் எழுந்த முதல் இலக்கண நூல் வெண்பாப்பாட்டியல் ஆகும்.[56] சுவாமிநாதம், வரையறுத்த பாட்டியல் என்பனவும் அந்தாதித் தொடையில் அமைந்தனவே.

பல வகை அந்தாதிகள்

பிற்காலத்தில் இவ்வந்தாதிகள் பலவகையாக வகைப்படுத்து மாறு பல்கிப் பெருகியுள்ளன. இறைவன், தலைவன், குரு, தலம், இறைவி ஆகியோரைப் பாடும் முறையில் எழுந்ததே இத்தகு பெருக்கத்துக்குக் காரணம் ஆகும். திருமால் அந்தாதி, பந்தனந்தாதி, சடகோபரந்தாதி, திருப்புல்லையந்தாதி, சரசுவதியந்தாதி, அபிராமி அந்தாதி, திருமகள் அந்தாதி முதலியன இவ்வகையின.

பதிற்றந்தாதி, பதிற்றுப்பத்தந்தாதி (நூற்றந்தாதி) என்னும் வகைகளே தொடக்கநிலையிற் காணப்படுவன. வெண்பாவும் கலித்துறையுமே இவற்றில் காணப்படும் யாப்புகள். நூறு பாடல்கள் என்பது பொதுவாக அந்தாதிக்குள்ள எண்ணிக்கை. இவையாவும் பின்னாளில் மாற்றமடைகின்றன. சில அந்தாதிகள் பாடல் எண்ணிக்கையில் கூடியும் குறைந்தும் வருகின்றன.[57] எனினும் அந்தாதிகளை வகைமைப்படுத்துகையில் அவற்றின் யாப்பும் பாடல் எண்ணிக்கையும் கருத்திற் கொள்ளப்பட்டதை அறிய முடிகின்றது.

---

56. க.ப. அறவாணன், சைனரின் தமிழிலக்கண நன்கொடை, ப.295.

57. அந்தாதிக்கு நூறுபாடல்கள் என்னும் வரையறை ஆழ்வார்கள் காலத்திலேயே மாறிவிடுகிறது. முதலாழ்வார்களின் அந்தாதிகள் ஓவ்வொன்றும் நூறு வெண்பாக்கள் கொண்டிருக்க நான்முகன் திருவந்தாதியும் (திருமழிசை யாழ்வார்) பெரியதிருவந்தாதியும் (நம்மாழ்வார்) முறையே 96, 87 வெண்பாக்களையே கொண்டுள்ளன.

இராமாநுச நூற்றந்தாதி	108
திருத்தொண்டர் திருவந்தாதி	99
சரசுவதி யந்தாதி	30
பிள்ளையந்தாதி	20

எனப் பின்னரும் அவ்வெண்ணிக்கையில் மாற்றமிருப்பதைக் காணலாம். பொருள் முற்றியபின் எண்ணிக்கைக்காக வறிதேபாடுவதைப் புலவர் விரும்பவில்லை என்பதையே இது காட்டுகிறது.

அந்தாதியும் பாட்டியல்களும்

அந்தாதிக்குரிய இலக்கணத்தைப் பன்னிருபாட்டியல் முதலான பல பாட்டியல்களும் கூறுகின்றன.[58] பன்னிரு பாட்டியல் இதனை 'அந்தாதித் தொகை' என்னும் பெயராற் குறிப்பிடுகின்றது. எப்பொருள் பற்றியும் வெண்பா, கலித்துறை யாப்பில் அந்தாதித் தொடை அமைய நூறு பாடல்கள் கொண்டதாய்ப் பாடுவதே அந்தாதிக்குரிய இலக்கணமாகக் கூறப்படுகிறது. விருத்தயாப்பிலும் இங்ஙனம் அந்தாதித்து வருமாறு பாடலாம் என்று சுவாமிநாதம் கூறுகின்றது.[59] எனினும் அந்தாதியாக ஆயிரம் பாடல்கள் பாடலாம் என்பதற்கு அந்நூல்களில் இலக்கணம் காணப்படவில்லை. இதனால் திருவாய்மொழியை அந்நூல்கள் கருத்திற் கொள்ள வில்லை என்று தோன்றுகிறது. பொதுவாகப் பாட்டியல் நூல்கள் அந்தாதித் தொகை, நூற்றந்தாதி, பதிற்றந்தாதி, கலியந்தாதி, ஒலியந்தாதி என்று ஐவகை அந்தாதிகளைச் சுட்டுகின்றன.[60] இவை கூறும் இலக்கணத்துக்கு ஏற்ப அமைந்த அந்தாதிகளும் தமிழில் உள. அமையாத நூல்களும் உள. படைப்பாளிகளின் மனோதர்மத்துக்கு ஏற்ப இலக்கியம் பெறும் வளர்ச்சியாகவே இதனைக் கருதவேண்டும்.

பல்வேறு உத்திகளைப் பின்பற்றி அந்தாதி இலக்கியம் படைத்ததைப் பத்தொன்பதாம் நூற்றாண்டுப் புலவர்களின் படைப்புக்களால் உணரமுடிகின்றது. இதனால் அவற்றின் வகைப்பாடும் விரிவடைகின்றது. உயிரெழுத்தந்தாதி, ஓரெழுத் தந்தாதி, பஞ்சாட்சர அந்தாதி, ஆறெழுத்தந்தாதி (எழுத்து அடிப்படை), ஏகபாதத்தந்தாதி (அடியமைப்பு), இதழகலந்தாதி (ஒலியமைப்பு), சிலேடையந்தாதி (பொருண்மை), யமக அந்தாதி, திரிபு அந்தாதி (சொல்லணி அடியாகப் பிறப்பவை), சதக அந்தாதி, மும்மணி அந்தாதி (எண்ணிக்கை அடிப்படை) எனப்பின்னர்த் தோன்றிய அந்தாதிகளின் பட்டியல் நீள்கின்றது. இவ்வகைகள் நீங்கலாகவும் வேறுவகை அந்தாதிகள் நாற்பதுக்கு மேல் தோன்றியிருப்பதை அறிஞர்கள் சுட்டிக் காட்டியுள்ளனர்.[61] இன்று தமிழில் உள்ள அந்தாதிகளை எழுத்து, சீர், அடி, பா, ஓசை, எண், பொருள் ஆகிய ஏழு நிலைகளில் வகைப்படுத்தலாம் என்பர்.[62]

---

58. ப.பா.211; ந.நீ.பா.38; வெ.பா.2; பி.ம.7.
59. செ.வை. சண்முகம் (ப.ஆ.), சுவாமிநாதம், 165.
60. அரங்க. நலங்கிள்ளி, பாட்டியல்கள் (ஓர் அறிமுகம்), பக்.20, 25, 36, 37, 43, 47, 48, 54, 59.
61. ச.வே. சுப்பிரமணியன், தமிழ் இலக்கிய வகையும் வடிவும், பக்.557–559.
62. பழ. முத்தப்பன், மு.நூ., பக்.18–19.

அந்தாதிப் பண்பு பெற்ற இலக்கியங்கள்

அந்தாதி எனப் பெயர் பெற்ற இலக்கியங்களே அன்றி அந்தாதிப் பண்பு பெற்ற வேறு இலக்கிய வகைகளும் தமிழில் உள்ளன. கலம்பகம், பல்சந்தமாலை, இணைமணி மாலை, இரட்டைமணிமாலை, மும்மணிமாலை, நான்மணி மாலை, கலம்பக மாலை, மும்மணிக்கோவை, நவமணிமாலை, அட்டமங்கலம், ஒருபா ஒருபஃது, இருபா இருபஃது, அலங்காரபஞ்சகம் போன்ற பல இலக்கியங்கள் அந்தாதி அமைப்புடையன. இச்செய்திகளால் திவ்வியப்பிரபந்தத்தில் செல்வாக்குப் பெற்றிருந்த அந்தாதி என்னும் இலக்கிய வகை தொடர்ச்சியாகப் பின்னைய இலக்கியங்களிலும் தன் முத்திரையைப் பதித்துள்ளதை அறியலாம். 'அந்தாதி' என்னும் பெயர் சுட்டாமலேயே வள்ளலார் தமது திருவருட்பாவில் அந்தாதி அமைப்பில் 51 பதிகங்கள் பாடியிருப்பதும் இங்கு எண்ணத்தகும்.[63]

இன்றைய நிலை

நம் காலத்தில் கண்ணதாசன் பாடிய, 'ஸ்ரீகிருஷ்ண அந்தாதி' அந்தாதி இலக்கியத்தின் தொடர்ச்சியாக அமைகின்றது. இன்றைய வாழ்க்கைச் சூழலில் அந்தாதி இலக்கியங்கள் முன் போல அதிகம் தோன்ற வாய்ப்பு இல்லை. எனினும் அந்தாதித் தன்மையுடன் கூடிய ஓரிரு பாடல்கள் இன்னும் தோன்றத்தான் செய்கின்றன.[64]

ஆக, வாய்மொழி இலக்கியத்தின் ஒரு கூறான அந்தாதி என்பது 'தொடை' என்னும் செய்யுள் உறுப்பாகத் தோன்றிப் பக்திக் காலத்தில் சொற்றொடர் நிலைச் செய்யுளாக வளர்ந்து, யாப்பு, எண்ணிக்கை முதலிய பல்வேறு அடிப்படைகளில் பல வகைச் சிற்றிலக்கியங்களாகப் பெருகி இன்றைய கவிதைகளிலும் ஓர் இலக்கிய உத்தியாக இடம்பெறக் காணலாம். ஆதியில் தோன்றிய 'அந்தாதித் தொடை' எனும் நிலையிலேயே தற்காலத் தமிழ்க் கவிதையிலும் அது தன் இடத்தைத் தக்க வைத்துக் கொண்டிருக்கிறது எனலாம்.

ஆசிரியம்

திவ்வியப்பிரபந்தத்தில் நம்மாழ்வார் பாடிய ஆசிரியப்பாக் களால் அமைந்த நூல் ஒன்று, 'திருவாசிரியம்' என வழங்குகின்றது.

---

63. திருஅருட்பா, ப.69.

64. அ) தமிழவன் (தொ.ஆ.), ஆக்டோபசும் நீர்ப்பூவும், ப.7.

ஆ) நா. காமராசன், கறுப்புமலர்கள், ப.15.

இது, யாப்பினாற் பெற்ற பெயராகும். நால்வகைப் பாக்களுள் ஒன்றான ஆசிரியத்தை ஓர்இலக்கிய வகையாகவும் கொள்ளும் எண்ணம் இங்கு உருப்பெறுகின்றது.

தமிழ் யாப்பில் ஆசிரியம்

தமிழ் யாப்பிலக்கண ஆசிரியர்களால் ஆசிரியம், வெண்பா, கலி, வஞ்சி ஆகிய நான்குவகைப் பாக்களே சிறப்பாகப் பேசப் பெறுகின்றன.

"ஆசிரியம் வஞ்சி வெண்பாக் கலியென
நாலியற் றென்ப பாவகை விரியே"[65]

என்பது தொல்காப்பியம். பின்வந்த யாப்பருங்கலமும் காரிகையும் இந்த வகைப்பாட்டினை ஏற்றுக்கொள்கின்றன.[66] இந்த நான்கையும் ஆசிரியப்பா, வெண்பா என்னும் இருவகைக்குள் அடக்கிக் கூறுவர் தொல்காப்பியர்.[67] ஆனால் யாப்பருங்கலமும் காரிகையும் இவ்வாறு தொகுத்துக் கூறவில்லை. அந்நூல்களில் நேரிசை, இணைக்குறள், அடிமறிமண்டிலம், நிலைமண்டிலம் ஆகிய நான்கும் ஆசிரியப்பாவின் வகைகளாகக் கொள்ளப்படுகின்றன.[68] ஆயினும் இவை பற்றித் தொல்காப்பியம் எதுவும் கூறவில்லை என்பது மனங்கொள்ளத்தக்கது. தொல்காப்பியம், 'ஆசிரியம்' என்பதை, 'அகவல்' என்னும் வேறு பெயராலும் குறிப்பிடுகின்றது.

"அகவல் என்பது ஆசிரி யம்மே"[69]

என்பது நூற்பா. ஆசிரியம் என்பது யாப்பையும் அகவல் என்பது ஓசையையும் குறித்து எழுந்த பெயர்களாகும்.

ஆசிரியப்பாவின் பழமை

நாம் முதலிற் குறித்த நால்வகைப் பாக்களுள் மிகவும் பழைமையானதும் இயற்கையானதும் சிக்கலற்றதுமான பா ஆசிரியப்பாவே ஆகும் என்பர்.[70] மேலும் கையாள்வதற்கு எளிமையும் நெகிழ்ச்சியும் உடைய பாவாகவும் அது திகழ்கின்றது.

பாட்டு, தொகை எனப் பகுத்துப் பேசப்படும் தொன்மை யான இலக்கியங்களுள் பெரும்பாலன ஆசிரியப்பாவால்

---

65. தொல். பொருள். 410.
66. யா.க. 55; யா, கா, 21.
67. தொல். பொருள். 412, 413.
68. யா.க. 70; யா, கா. 28.
69. தொல். பொருள். 386.
70. A. Chidambaranatha Chettiar, Advanced Studies in Tamil Prosody, P.43.

ஆனவை. கலி, பரிபாடல் நீங்கிய ஏனைய எட்டுத்தொகை நூல்களும் பத்துப்பாட்டு முழுமையும் ஆசிரிய யாப்பினாலேயே பாடப்பெற்றுள்ளன. சிலம்பில் உள்ள முப்பது காதைகளுள் இருபத்து நான்கு காதைகள் ஆசிரிய யாப்பில் அமைந்தவையே. மணிமேகலையும் பெருங்கதையும் ஆசிரியப்பாவால் பாடப் பெற்றவையே. இவற்றால் ஆசிரியப்பாவின் பெருவழக்கும் பயனும் பற்றி அறிந்துகொள்ளலாம். இப்பெருவழக்கையும் பயனையும் கருத்திற்கொண்டே நால்வகைப் பாக்களைக் கூறுமிடத்துத் தொல்காப்பியர் ஆசிரியத்தை முதலிற் கூறினார் எனவும், தொல்காப்பியர் காலத்திலும் அதற்கு முன்பும் ஆசிரியப்பா பலவகையிலும் சிறந்திருக்க வேண்டும் எனவும் கூறுவர் அ.மு. பரமசிவானந்தம்.[71]

பக்தி இலக்கியத்தில் ஆசிரியம்

இங்ஙனம் தமிழ் இலக்கியத்தில் தொன்றுதொட்டு இடம்பெற்று வரும் ஆசிரியப்பா, பக்திக்காலக் கவிஞர்களாலும் இறைவனைப் போற்றுதற்குரிய யாப்பு வடிவமாகக் கையாளப் பெற்று, யாப்பு அடிப்படையில் நூற்பெயராகவும் நிலை பெற்றுள்ளது. சைவத் திருமுறைகளில் மட்டும் 95 ஆசிரியப்பாக்கள் காணப்படுகின்றன.[72] வைணவத்தில் நம்மாழ்வாரும் திருமங்கையாழ்வாரும் (முறையே திருவாசிரியம், திருவெழுகூற்றிருக்கை) ஆசிரிய யாப்பில் பாடியுள்ளனர். சங்கத்தொகை நூல்கள் ஐந்தனுக்குப் (நற்றிணை குறுந்தொகை, ஐங்குறுநூறு, அகநானூறு, புறநானூறு) பாரதம் பாடிய பெருந்தேவனார் கடவுள் வாழ்த்துப் பாடியுள்ளார். அவை யனைத்தும் ஆசிரிய யாப்பில் அமைந்தவை. அவற்றின் தொடர்ச்சியாகவே ஆசிரியம் மீண்டும் பக்தி இலக்கியத்தில் இடம் பெறுகிறது எனலாம்.

ஆசிரிய யாப்பினாற் பெயர் பெற்ற முதல் நூல்

பக்தி இலக்கியங்களில் ஆசிரிய யாப்பினாற் பாடப்பெற்று, பாடப்பெற்ற யாப்பினாலேயே பெயர் பெற்ற முதல் நூலாக நம்மாழ்வாரின் 'திருவாசிரியம்' திகழ்கின்றது. சைவத்தில் பதினொராந் திருமுறையில், திருவாலவாயுடையாரின் திருமுகப் பாசுரம், நக்கீரரின் பெருந்தேவபாணி[73] ஆகியன ஆசிரிய யாப்பினால் அமைந்தவையே. ஆயினும் அவை

---

71. அ.மு. பரமசிவானந்தம், "பழந்தமிழ்க் கவிதைகளின் வளர்ச்சி", பல்கலைப் பழந்தமிழ், ப.265.

72. சோ.ந. கந்தசாமி, தமிழ் யாப்பியலின் தோற்றமும் வளர்ச்சியும் முதற்பாகம் முதற்பகுதி. ப.723.

73. ஆறுமுகநாவலர் (ப.ஆ.), பதினொராந் திருமுறை, பக். 1, 102–104.

யாப்படிப்படையில் பெயர் பெறவில்லை என்பது குறிக்கத்தக்கது. எட்டாம் திருமுறையில் உள்ள மாணிக்கவாசகரின் 'கீர்த்தித் திருவகவல்', 'போற்றித்திருவகவல்' முதலியன[74] ஆசிரிய யாப்பாற் பெயர் பெற்றவையே. ஆயினும் கால அடிப்படையில் நோக்கின் அவை நம்மாழ்வாரின் திருவாசிரியத்துக்குப் பின்னர்த் தோன்றியவை ஆகும்.

'திருவாசிரியம்' அமைப்பு

நம்மாழ்வாரின் திருவாசிரியம் திவ்வியப்பிரபந்தத்தில் மூன்றாவது ஆயிரமான இயற்பாவில்ஆறாவது பிரபந்தமாக இடம்பெறுகின்றது. இஃது ஒன்பது முதல் பதினாறு அடிவரை யுள்ள ஆசிரியப்பாக்களால் ஆனது. அந்தாதி அமைப்புடையது. 1, 2, 3, 4 ஆகிய நான்கு பாடல்களும் எல்லா அடியும் அளவடியாய் வந்த நிலை மண்டில ஆசிரியப்பாக்கள். 5ஆம் பாடலும், 7ஆம் பாடலும் நேரிசையாசிரியப்பாக்கள். 6ஆம் பாடலின் ஐந்தாமடி சிந்தடியாகி, ஈற்றயலடி உட்பட ஏனைய யாவும் குட்டம்படாது நெடிலடியாகி வந்தன. எனினும் இடையே ஓரடி சிந்தடியாக வந்ததால், அப்பாட்டு இணைக்குறள் ஆசிரியமாகும். இவையனைத்தும் ஏகாரத்திலேயே முடிகின்றன.

'எறிகடல் நடுவுள் அறிதுயில் கொள்ளும்' இறைவனது அருட் கோலம் முதற் பாட்டில் சித்திரிக்கப்படுகிறது. 'அவன் திறத்துக் கொள்ளும் பக்தியே இனிது' என்பது இரண்டாம் பாட்டில் கூறப்படுகிறது. அந்தப் பக்திக்கு எல்லை, 'அவன் தொடங்கி அவனது அடியார் அளவும் செல்கையே' என்னும் கருத்து மூன்றாம் பாட்டில் சொல்லப்படுகிறது. 'ஊழிதோறு ஊழி ஓவாது வாழி' என்று அவன் திருவடிக்குப் பல்லாண்டு பாடும் விருப்பம் நான்காம் பாட்டில் வெளியிடப்படுகிறது. 'மங்களா சாசனத்துக்கு இறைவனையன்றி மற்றையோர் உரியர் ஆகார்' என்பது ஐந்தாம் பாட்டில் இடம்பெறுகின்றது. 'எம்பெருமானை எண்ணாத உலகோரது இழிவைப் பொறுக்க மாட்டாமல் ஆழ்வார் கொண்ட வருத்தம்' ஆறாம் பாட்டில் காணப்படுகின்றது. 'உலகோரைப் போலன்றி இறைவன் திறத்துத் தமக்குண்டான ஊற்றத்தை எண்ணி, ஆழ்வார் கொண்ட மகிழ்ச்சி' ஏழாம் பாட்டில் இடம்பெறுகின்றது. இப்படித் திருமால் வழிபாட்டில் ஆழ்வார் கொண்டிருந்த ஈடுபாட்டையும் உறுதிப் பாட்டையும் விளக்குகின்றன இப்பாடல்கள். இவற்றை இறைவன் அருட்குணங்களில் பெற்ற இன்பக் கிளர்ச்சியின் விளைவாகக் கருதுவர் அறிஞர்.[75]

---

74. திருவாசகம் 2, 4.

75. ப. அருணாசலம், பக்தி இலக்கியம். ப.341.

அந்தாதி அமைப்புடைய இப்பாக்கள் மண்டலித்துவர வில்லை. நம்மாழ்வார் தாம் பாடிய ஏனைய மூன்று பிரபந்தங் களையும் 'மண்டல அந்தாதி'களாகவே பாடியிருக்கிறார். ஆதலின் திருவாசிரி யமும் மண்டலித்து வருமாறேபாடப் பட்டிருக்க வேண்டும் எனவும் அங்ஙனம் பாடிய பாடல் கிடைக்கப் பெறவில்லை எனவும் சிலர் கருதுவர். இக்கருத்தினைத் தீபிகை உரையாசிரியரான பி.ப. அண்ணங்கராசாரியர் ஏற்கவில்லை. அதற்கு அவர் கூறும் காரணம் பொருத்தமாகவே தோன்றுகிறது.[76]

திருவாசிரியத்தை வைணவர்கள் 'யஜுர்வேத சாரம்'[77] என்பர்.

"ஆசிரியப் பாவதனால் அருமறைநூல் விரித்தானை"[78]

எனத் திருவாசிரியத் தனியனும் இதனை வலியுறுத்துகின்றது.

4.2.2.6 அமைப்பில் ஒற்றுமை, பெயரில் வேற்றுமை

பதினொராந் திருமுறையில் உள்ள. 'திருவொற்றியூர் ஒருபா ஒருபஃது'[79] என்னும் நூல் திருவாசிரியம் போன்ற அமைப்பினை உடையதாகும். அதில் உள்ள பத்துப் பாடல்களும் ஆசிரியப்பாக்கள்; அவையும் அந்தாதித்து வருமாறே பாடப்பட்டுள்ளன. பாடல் எண்ணிக்கையிலும் பெயரிலும் வேற்றுமையே தவிரப் பாடலின் புறக்கட்டமைப்பில் எந்த வேற்றுமையும் இல்லை. 'ஆசிரியம்' என்னும் ஒரே யாப்பிலமைந்த இரண்டு நூல்களுள் ஒன்று 'திருவாசிரியம்' எனவும், மற்றொன்று, 'ஒருபா ஒருபஃது' எனவும் பெயர் பெறுகின்றன. ஒன்று யாப்பினால் மட்டுமே பெயர் பெற, மற்றொன்று தலம் (திருவொற்றியூர்), பாவகை (ஆசிரியப்பா என்னும் ஒரே பாவகை), பாடல் எண்ணிக்கை (பத்து) பற்றி வேறு பெயர் பெறுகின்றது. ஒரே யாப்பிலமைந்த நூல்களை வேறுபடுத்திக் காட்டும் நோக்கில் இப்பெயர்கள் அமைந்ததாகக் கருதலாம்.

---

76. பி.ப. அண்ணங்கராசாரியர் (உ.ஆ.), திருவாசிரியம் – தீபிகையுரை, ப.38.

"... இப்பிரபந்தம் [திருவாசிரியம்] மண்டலித்தலாகாது என்று சொல்லலாமத் தனையொழியப் பாசுரங்கள் லோபித்தன என்றல் பொருந்தமாட்டாது" என்பது அவர் கூற்று.

77. கி. ஸ்ரீநிவாஸய்யங்கார் ஸ்வாமி (ப.ஆ.), திருவாசிரியம், பெரிய திருவந்தாதி வ்யாக்யானங்கள், முகவுரை, பக்க எண் இல்லை.

78. சே. கிருஷ்ணமாசாரியர் (ப.ஆ.), நாலாயிர திவ்யப்ரபந்தம், இயற்பா, ப.75.

79. ஆறுமுக நாவலர் (ப.ஆ.), மு.நூ., பக்.249–256.

பிற்கால வளர்ச்சி

பின்னாளில் ஆசிரியப்பாவில் அமைந்த நூல்கள் பல, தாம் கொண்ட யாப்பு வகையினாலே பெயர் பெற்றன. மாணிக்க வாசகரின் 'கீர்த்தித் திருவகவல்', 'போற்றித் திருவகவல்' ஆகிய இரண்டு பற்றியும் முன்னரே குறிக்கப்பட்டது. பிற்காலப் பட்டினத்தார் 'கோயிற்றிருவகவல்' மூன்றும், 'கச்சித்திருவகவல்' ஒன்றும் பாடியுள்ளார்.[80] 'கபிலரகவல்'[81] என்பது சீர்திருத்தக் கருத்துக்களுக்குப் பெயர் போனது. வள்ளலாரின், அருட்பெருஞ் சோதியகவ'லும்[82] ஆசிரிய யாப்பினதே. இஃது ஆசிரியப்பாவின் பேரெல்லையான ஆயிரம் அடிகளையும் கடந்து 1596 அடிகளைக் கொண்டுள்ளது.

தொல்காப்பியர் காலத்திலேயே ஆசிரியம் 'அகவல்' என்னும் சொல்லாற் குறிக்கப்பட்டமை இங்கு எண்ணத்தகும்.

திருவருட்பாவில். 'தேவ ஆசிரியம்'[83] என்னும் பெயரில் செய்யுட் பகுதி ஒன்று காணப்படுகின்றது. அதிலுள்ள மூன்று செய்யுட்களும் அறுசீர் ஆசிரிய விருத்தத்தால் ஆனவை. வள்ளலார் அதற்குத் 'தேவ ஆசிரியம்' எனப் பெயர் சூட்டி யிருப்பது, 'திருவாசிரிய'த்தினின்றும் அதனை வேறுபடுத்தும் முயற்சியாகவே தோன்றுகின்றது.

இவற்றால் நால்வகைப் பாக்களுள் ஒன்றான ஆசிரியத்தை ஓர் இலக்கிய வகையாகவும் முன்னோர்கள் கொண்டனர் என்பது உறுதிப்படுகின்றது.

இன்றைய நிலையில் ஆசிரியப்பாவினால் ஆன பாடல்கள் உள்ளடக்கத்தை ஒட்டியே பெயர் பெறுகின்றன. யாப்பு அடிப்படையில் அவை பெயர் பெறுதல் இல்லை. எனினும் பெருஞ் சித்திரனார் தாம் பாடிய நூறு ஆசிரியப்பாக்களின் தொகுதிக்கு 'நூறாசிரியம்'[84] எனப் பெயர் சூட்டியிருப்பது பண்டைய மரபின் தொடர்ச்சியைக் காட்டுகின்றது எனலாம்.

விருத்தம்

பாவினங்கள் அடியாக இலக்கியங்கள் வகைப்படுத்தப் பட்டதையும் பக்தி இலக்கியங்கள் காட்டுகின்றன.

---

80. ப. இராமநாதபிள்ளை, பொ.வே. சோமசுந்தரனார் (உ.ஆ.), பட்டினத்துப் பிள்ளையார் திருப்பாடல்கள் – இரண்டாம் பகுதி, பக்.1-39.
81. கபிலரகவல், சரஸ்வதி புத்தகசாலை, கொழும்பு 1927.
82. திருஅருட்பா – ஆறாம் திருமுறை, பக்.836-876.
83. மேலது, முதல் ஐந்து திருமுறைகள், ப.93.
84. ஆய்வாளர் – புலவர் இரா. இளங்குமரன் உரையாடல், நாள்: 10-11-91.

பாவினங்களுள் ஒன்றான விருத்த யாப்பும் இலக்கிய வகைக்குரிய பெயராவதைத் திவ்வியப்பிரபந்தத்தில் உள்ள திருச்சந்த விருத்தம், திருவிருத்தம் ஆகியவற்றால் அறியலாம். சைவத்தில் பதினொராந்திருமுறையில் உள்ள, 'கோயில் திருப்பண்ணியர் விருத்தம்,' 'ஆளுடைய பிள்ளை யார் திருச்சண்பை விருத்தம்' போன்றவை இவ்வகையின.

பாவினங்களின் தேவையும் பயனும்

தமிழில் ஆசிரியம் முதலான நான்கு பாக்களுக்கும் இனமாகச் சில பாடல்கள் உண்டு. அவற்றைப் பாவினம் என்பர். அவை தாழிசை, துறை, விருத்தம் என மூன்று வகைப்படும்.[85] ஒவ்வொரு பாவுக்கும் இந்த மூன்று இனங்களும் உண்டு. ஆதலின் பாவினம் பன்னிரண்டாகப் பெருக்கிக் கூறப்படும். இவை கவிஞனது உள்ளக் கருத்தைப் பலவாறான பாடல் வடிவில் வெளிப்படுத்துவதற்குப் பெரிதும் உதவின. இம்மூன்றனுள்ளும் 'விருத்தம்' என்னும் பாவினம், தமிழ்க் கவிதை இலக்கியத்தில் குறிப்பிட்டுச் சொல்லத்தக்க சிறப்புப் பொருந்தியதாகும். இதன் நெகிழ்ச்சியும் ஒலிநயமும் பாமர மக்களின் கருத்தையும் கவரும் வகையில் அமைந்தன. விருத்தம் என்பது வெவ்வேறு வகை நடையும், வகைவகையான ஓசையும் அமைந்து மாறிமாறி வரக்கூடியதாக இருத்தலைக் கண்டு அதைப் புலவர் பலரும் போற்றத் தொடங்கினர் என்பர் மு. வரதராசன்.[86]

"ஆசிரியம் வஞ்சி முதலிய பாவகைகள் கவிஞனுடைய கற்பனைக்கு ஏற்ப விரிந்து கொடுப்பவை அல்ல. எனவே சொல்லாட்சி முறையிலும் ஓசையிலும் கவிஞன் ஏற்றும் பொருளை முற்றும் ஏற்கமுடியாமல் அப்பாமுறைகள் தவித்தன. புதிய விருத்தப் பாடலால் இக்குறை நீங்கிற்று. ஞானசம்பந்தர் முதலிய நாயன்மார் பாடலிலும், ஆழ்வாராதியர் பிரபந்தங் களிலும் அதற்கு முன்னர்த் தமிழ்க் கவிதைகளிற் காணாத ஓசையழகைக் காண்டல் கூடும்"[87] என அ.ச. ஞானசம்பந்தனும் குறிப்பிடுவர். இதனால் 'விருத்தக் கவித்திற'த்தின் சிறப்பினை அறியலாம். இங்கு விருத்தம் மட்டுமே சிறப்பித்துக் கூறப் பட்டிருப்பினும், துறை, தாழிசை முதலான ஏனைய பாவினங்களுக்கும் பொதுவாக இது பொருந்தும். இப்பாவினங் களால் தமிழில் புதுவகையான இலக்கியங்கள் தோன்றுவதற்கும் இடம் ஏற்பட்டதை அறியலாம்.

---

85. "தாழிசை துறையே விருத்தம் என்றிவை
பாவினம் பாவொடு பாற்பட டியலும்" – யா.க.56.

86. மு. வரதராசன், தமிழ் இலக்கிய வரலாறு, பக்.153–154.

87. அ.ச. ஞானசம்பந்தன், "இயற்றமிழ்", புலமைப்பரிசு, ப.56.

பாவினங்களின் தோற்றம்

ஆசிரியம் முதலான நான்கு பாக்களையே முக்கியமானவை யாகக் (Main Metres) கூறிய தொல்காப்பியர், பாவினம் பற்றி எதுவும் கூறவில்லை. ஆதலின் தொல்காப்பியர் காலத்தில் இப்பாவினங்கள் தோன்றவில்லை என்பர்.[88] பக்தி இயக்கக் காலத்தில் தான் இப்பாவினங்கள் தோன்றி வளர்ந்தன என்று சிலர் கருதுகின்றனர்.[89] எனினும் கடைச் சங்க காலத்திற்குச் சற்றுப் பிந்திய காலமே இவற்றின் தோற்றக் காலம் எனக் கூறுவர் அ. சிதம்பரநாதச் செட்டியார். பக்தி இலக்கியங்களுக்கு முன்னர்ச் சிலப்பதிகாரத்திலேயே இவை முதன்முதலாகத் தலைகாட்டுகின்றன என்கிறார் அவர்.[90] அப்பாவினங்களுக்கான சில வடிவங்கள் கலிப்பா யாப்பின் சில உறுப்புக்களிலும் காணக்கிடக்கின்றன என்பது அவர் கருத்து.[91] இதற்கான ஆதாரங்களை அவர் கலித்தொகையிலிருந்து காட்டுகின்றார். எனவே பாவினங்கள் இந்த மண்ணிலேயே தோன்றின என்பதும் அவற்றின் தோற்றப் பழமை சிலப்பதிகார காலத்தது என்பதும் அவர் தம் முடிவுகளாகும்.[92]

இதனால் பாவினங்கள் திடீரென்று தோன்றிவிடவில்லை என்றும் சிலப்பதிகார கால முதலாகத் தமிழில் தோன்றிய பாவினங்கள் மெல்லமெல்ல வளர்ந்து பக்திக் காலத்தில் விரிவும் செழுமையும் பெற்றன என்றும் அறியலாம். விருத்தப்பாக்களைப் பொறுத்தவரை தோன்றிய காலத்திலிருந்த ஒலியமைப்பு மாறுதலுக்கு உட்பட்டுப் படிப்படியாகச் செம்மை பெற்றதைக் காணலாம். சிலப்பதிகாரம், திருமுறைகள், திவ்வியப்பிரபந்தம், சீவகசிந்தாமணி, பெரியபுராணம், கம்பராமாயணம் முதலான வற்றில் உள்ள விருத்தப் பாடல்களை நோக்கி அவற்றின் வளர்ச்சி, மாற்றம், செம்மை முதலியவற்றை நாம் உணரமுடியும். "விருத்தப் பாக்கள் திடீரென்று தோன்றிவிடவில்லை. புதிய நிலையில் அப்பாக்களில் இருந்த குறைபாடுகள் காலப்போக்கில் நீக்கப்பட்டு, தமிழுக்குரிய மரபைப் பெற்று நிலைபெறுவதற்கு ஒன்றிரண்டு நூற்றாண்டுகள் சென்றிருக்கக்கூடும்"[93] என மயிலை சீனி. வேங்கட சாமி குறிப்பிடுவதும் இங்கு நினைவிற் கொள்ளத்தக்கதாகும்.

---

88. A. Chidambaranatha Chettiar, Op. cit., P.97.
89. அ) கே.எஸ். ஸ்ரீநிவாஸபிள்ளை, தமிழ் வரலாறு – முற்பாகம், ப.30.
    ஆ) எஸ். வையாபுரிப்பிள்ளை, தமிழர் பண்பாடு, ப.8.
90. A. Chidambaranatha Chettiar, Op. cit., PP.97-98.
91. Ibid., P.98.
92. Ibid., PP.128-129, 144.
93. மயிலை சீனி. வேங்கடசாமி, சமயங்கள் வளர்த்த தமிழ், ப.15.

திவ்வியப்பிரபந்தத்தில் விருத்தம்

திவ்வியப்பிரபந்தத்தில் பாவினம் அடியாகப் பெயர் பெற்ற இரண்டு நூல்கள் உள்ளன. ஒன்று, திருமழிசையாழ்வாரின் 'திருச்சந்தவிருத்தம்'; மற்றொன்று நம்மாழ்வாரின் 'திருவிருத்தம்'. இவையிரண்டும் முறையே கலிவிருத்தம், கட்டளைக்கலித்துறை ஆகிய பாவினங்களால் ஆனவை.

திருச்சந்த விருத்தம்

திவ்வியப்பிரபந்தத்தில் முதலாயிரத்தில் ஆறாவது பிரபந்த மாக உள்ளது திருச்சந்தவிருத்தம்; விருத்த யாப்பில் இனிய சந்தத்துடன் திகழும் பாடல்களைக் கொண்ட நூலாதலின் 'திரு' என்னும் அடையும் சேர இது, 'திருச்சந்தவிருத்தம்' எனப்பட்டது. இதனை, 'சாத்திரங்களின் சாரம்'[94] என வைணவர்கள் போற்றிக் கூறுவர்.

யாப்பு – இருவேறு கருத்துகள்

இந்நூல் யாப்பு அடிப்படையில் பெயர் பெற்றது என்பதில் அனைவர்க்கும் உடன்பாடு உண்டு. ஆயினும் இந்நூலில் இடம்பெறும் விருத்தம் (ஆசிரியம், வெண்பா, கலி, வஞ்சி முதலிய நான்கு பாக்களில்) எவ்வகைப் பாவினத்தைச் சேர்ந்தது என்பது ஆய்வுக்குரியது.

இதிலுள்ள பாக்கள் எழுசீர்க் கழிநெடிலடி ஆசிரியவிருத்தம் எனவும், அவ்வகைப் பாவினத்தால் ஆகிய இந்நூல் 'விருத்தம்' என்னும் பொதுப்பெயராற் குறிக்கப்பட்டதெனவும் பி.ப. அண்ணங்க ராசாரியர் கூறுவர்.[95] மேலும் அவர் ". . .கலிவிருத்தம், வஞ்சிவிருத்தம், ஆசிரிய விருத்தம் என்றாற் போலத் தனியே சந்தவிருத்தமென்று ஒன்று கிடையாது; இனிய ஓசையால் அமைந்த விருத்தமே சந்த விருத்தமெனப்படும். ஆசிரிய விருத்தத்தால் அமையும் மற்ற பாசுரங்களினும் இத்திவ்வியப் பிரபந்தப் பாசுரங்கள் இனிய ஓசையை உடையனவாயிருத்தலால், இதனைச் சந்த விருத்தம் என்பது தகும்"[96] என்கிறார். அவரது விளக்கத்தால் இரண்டு கருத்துக்கள் பெறப்படுகின்றன.

1. திருச்சந்தவிருத்த யாப்பு – எழுசீர்க் கழிநெடிலடி ஆசிரிய விருத்தம் என்னும் பாவினம் ஆகும்.

---

94. ஸி.ஆர். ஸ்ரீநிவாஸ அய்யங்கார், ஆழ்வார்கள் சரித்திரம், ப.28.
95. பி.ப. அண்ணங்கராசாரியர் (உ.ஆ.), திருச்சந்த விருத்தம் – தீபிகையுரை, ப.4.
96. மேலது, ப.5.

2. இனிய ஓசையுடைமை பற்றி அது சந்தவிருத்தம் எனப்பட்டது.

இவற்றுள் இரண்டாம் கருத்து அனைவர்க்கும் ஏற்புடையதேயாகும். ஆயினும் யாப்புப் பற்றிய முதற் கருத்தில்தான் திவ்வியப் பிரபந்தப் பதிப்பாசிரியர்கள் வேறுபடுகின்றனர்.

பி. கிருஷ்ணமாசாரிய ஸ்வாமிகள், சே. கிருஷ்ணமாசாரியர், ஸ்ரீநிவாஸராகவாசாரியர், டி.சி. பார்த்தசாரதி அய்யங்கார், கா. கோபாலாசார்யர், கா.வெ. திருக்கச்சி நம்பிதாஸர், கோமடம் எஸ்.எஸ். ஐயங்கார் ஆகியோர் திருச்சந்த விருத்தப் பாசுரங்களை எழுசீர்க்கழிநெடிலடி ஆசிரிய விருத்தமாகவே கொண்டனர். திரு நாராயணபுரம் கோவிந்தராஜ ஐயங்கார், மயிலை மாதவதாஸன் போன்றோர் கலிவிருத்தமாகக் கொண்டனர்.[97] ராஜம் பதிப்பில் இதுபற்றிய குறிப்பே இல்லை.

ஆசிரிய விருத்தம் ஆகுமா?

முதலில் இவற்றை ஆசிரிய விருத்தமாகக் கூறுவதன் பொருத்தத்தைக் காண்போம். ஐஞ்சீர்களுக்கு மேல் ஆறும் அதற்கு மேற்பட்டும் வரும் சீர்களைக் கொண்ட அடிகள் கழிநெடிலடி களாம். இவ்வடிகள் நான்கு கொண்டு தம்முள் அளவொத்து நடப்பன ஆசிரிய விருத்தம் எனப்படும்.[98] அடிதோறும் வரும் சீர்களின் எண்ணிக்கையைக் கொண்டு இவை வேறுபடுத்திக் கூறப்பெறும். சான்றாக, அறுசீராயின் அறுசீர்க்கழிநெடிலடி ஆசிரிய விருத்தம் எனவும், எழுசீராயின் எழுசீர்க்கழிநெடிலடி ஆசிரிய விருத்தம் எனவும், எண்சீராயின் எண்சீர்க்கழிநெடிலடி ஆசிரிய விருத்தம் எனவும் பெயர்பெறும்.

இப்பாசுரங்களை எழுசீர்க்கழிநெடிலடி ஆசிரியவிருத்த மாகக் கொண்ட பதிப்பாசிரியர் அனைவரும் அவற்றை எழுசீராகப் பிரித்துக்காட்டவில்லை என்பது மனங்கொள்ள வேண்டிய செய்தியாகும்.

பெரும்பாலும் ஒன்று முதல் ஆறு சீர்கள் மாச்சீர்களும் ஏழாம் சீர்விளச்சீருமாய் அமையுமென்று கூறும் பி.ப. அண்ணங்கரா சாரியர்,

1	2	3	4	5	6	7
தான	தான	தான	தான	தான	தான	தானனா

---

97. துணை நூற்பட்டியல். *I* முதனிலை ஆதாரங்கள் (அ) திவ்வியப்பிரபந்தப் பதிப்புகள் என்னும் பகுதியிற் காண்க. முறையே வரிசை எண் 2, 3, 4, 5, 12, 11, 1, 9.

98. “கழிநெடில் அடிநான் கொத்திறின் விருத்தம்” – யா.க. 71.

என்பதை இதற்குரிய பெரும்பான்மைச் சந்தக்குழிப்பாகவும் காட்டுகிறார்.[99] அவர் கூறியது போல ஒவ்வோரடியின் இறுதிச் சீரும் பெரும்பாலும் விளச்சீராகவே உள்ளன. இவ்வொன்றைத் தவிர, 'அடிதோறும் முதல் ஆறு சீர்கள் மாச்சீர்களாய் வரும்' என்பது பொருந்தி வரவில்லை.

ஐந்து மைந்து மைந்து மாகி அல்லவற் றுளாயு மாகி
ஐந்து மூன்று மொன்று மாகி நின்ற ஆதி தேவனே
ஐந்து மைந்து மைந்து மாகி அந்தரத் தணைந்து நின்(று)
ஐந்து மைந்து மாய நின்னை யாவர் காண வல்லரே.

என்னும் பாசுரத்தை (தி.ச.வி.3) எழுசீராக்கி நிறுத்துகையில் முதல் இரண்டு அடிகளும் நான்காம் அடியுமே பொருந்தி வருகின்றன. அதிலும் முதலடியின் இறுதிச்சீரில் விளச்சீருக்குப் பதிலாக மாச்சீர் வருகின்றது. மூன்றாம் அடி இறுதியில், 'அந்தரத் தணைந்து நின்று' என எழுசீர்வருமாறு பிரித்தால் 'நின்று' என்பதன் இறுதியில் உள்ள உகரம் குற்றியலுகரமாகும். நான்காமடியின் முதலெழுத்து ஐகாரமாகிய உயிரெழுத்தாதலால் (வருமொழி முதலில் உயிர் வர) புணர்ச்சியில் (அந்தரத்) 'தணைந்துநின்' (றைந்து மைந்துமாய) என ஒரு சீராகவே நிற்கும். அந்நிலையில் எழுசீர்களில் ஒன்றுகுறையக் காணலாம். "வைணவர்கள், 'நின்று' என நிறுத்திச் சேவிப்பார்கள்.[100] ஆதலால் குற்றியலுகரப் புணர்ச்சிக்கு இங்கு இடமில்லை. 'நின்று' என்பது தனிச்சீரே" எனச் சிலர் கூறக்கூடும். அதை நாம் ஏற்றுக்கொண்டாலும் இவ்வகையான சாத்தியக்கூறு எல்லாப் பாடல்களிலும் இல்லை.

திருச்சந்த விருத்தத்தின் முதற் பாசுரத்தின் முதல் அடியே சீர் பிரிப்பில் தடுமாற்றத்துக்கு இடம் தருகின்றது.

"பூநிலாயஐந்துமாய்ப்புனற்கண் நின்றநான்குமாய்"

என்பதை இருவகையாகப் பிரிக்கலாம்.

"பூநி லாய ஐந்துமாய்ப் புனற்கண் நின்ற நான்குமாய்"

என்பது ஒருவகை.

"பூநி லாய ஐந்து மாய்ப்புனற் கண்நின்ற நான்குமாய்"

என்பது மற்றொரு வகை. இவ்விரு வகையிலும் அறுசீர்களே வருகின்றன. எழுசீர்களுக்காகப் பின்வருமாறு பிரிக்கலாம்.

---

99. பி.ப. அண்ணங்கராசாரியர், மு.நூ., ப. 5.

100 திவ்வியப்பிரபந்தம் மூலப்பதிப்புகள் பலவற்றுள் 'நின்று' என்னுமிடத்தில் நிறுத்திச் சேவிப்பதற்குரிய அடையாளம் இட்டிருத்தல் காணலாம். –சே. கிருஷ்ணமாசாரியர் (ப.ஆ.), நாலாயிர திவ்யப்ரபந்தம், முதலாயிரம், ப.178.

"பூநி லாய ஐந்து மாய்ப்பு னற்கண் நின்ற நான்குமாய்"

ஆனால் இப்பாசுரத்தின் அடுத்த அடியை இதே முறையைப் பின்பற்றியும் எழுசீராக்க முடியவில்லை.

"தீநிலாயமூன்றுமாய்ச்சிறந்தகாலிரண்டுமாய்"

என்பது அவ்வடி.

"தீநி லாய மூன்றுமாய்ச் சிறந்த காலி ரண்டுமாய்"

எனப் பிரிப்பினும்,

"தீநி லாய மூன்று மாய்ச்சிறந் தகாலி ரண்டுமாய்"

எனப் பிரிப்பினும் ஆறு சீர்கள் மட்டுமே வருகின்றன. எனினும். சிலர் இதனை.

"தீநி லாய மூன்று மாய்ச்சி றந்த காலி ரண்டுமாய்"

எனப் பிரிக்கக்கூடும். இப்போது ஏழுசீர்கள் ஆகின்றன. ஆயினும் இவ்வகையான சீர்பிரித்தலை இவற்றை எழுசீர்க் கழிநெடிலடி ஆசிரிய விருத்தமாகக் கொண்ட பதிப்பாசிரியர் அனைவரும் மேற்கொள்ளவில்லை என்பது குறிப்பிடத்தக்கது. இவ்வாறு பொருட்சிறப்புக் கெடுமாறு எழுத்துக்களை விலக்கிச் சேர்த்து எழுசீராகக் காட்ட அவர்கள் விரும்பவில்லை போலும். அன்றியும் நூறாவது பாசுரத்தில்,

"பெறற்கரிய நின்னபாத பத்தியான பாசனம்"

என்னும் முன்றாம் அடியினை எவ்வகையானும் எழுசீராகப் பிரித்துக் காட்டும் வாய்ப்பில்லை. அடியின் முதலில் எழுத்தோசை குறைந்து வந்துள்ளமையே இதற்குக் காரணம் ஆகும். 78ஆம் பாசுரத்தின் மூன்றாம் அடி குறித்து "இவ்வடி, அடியும் ஓசையும் குறைந்து நிற்கிறது" என்று திவ்வியப் பிரபந்தப் பதிப்பாசிரியர்களுள் ஒருவரான கா. கோபாலாசாரியர் குறிப்பெழுதியிருப்பதும் இங்குச் சுட்டிக் காட்டத்தக்கது.

பாசுரங்களை எழுசீராகப் பிரித்துப் பதிப்பித்த கா. கோபாலாசாரியர் – கா.வெ. திருக்கச்சி நம்பிதாஸர் ஆகியோர் பதிப்புக்களில் இருவேறு முறைகளைக் காணலாம். ஓரசையையே சீராகப் பிரித்துக் காட்டுதல் ஒருமுறை; சில சொற்களை விரித்தல் விகாரமாக்கிக் காட்டுதல் மற்றொரு முறை.

1	2	3	4	5	6	7
"அலைத்தொ	ழுகு	காவி	ரிய	ரங்க	மேய	வண்ணலே"

என்னும் பாசுரத்தின் (தி.ச.வி.54) நான்காம் அடியின் இடையில் இரண்டாம் சீரும் நான்காம் சீரும் ஓரசையாய் நிற்றல் காண்க. அவ்வாறே 58ஆம் பாசுரத்தின் முதலடியின் இரண்டாம் சீர் ஓரசையாய் உள்ளது.

"மரங்கெ டந டந்த டார்த்து மத்த யானை மத்தகத்து"

என அவ்வடி எழுசீராகக் காட்டப்பட்டுள்ளது. அவர்களது பதிப்பில் இவை போல வருமிடங்கள் மேலும் பல உள்ளன. (தி.ச.வி. 70:4; 74:4; 76:3; 90:3; 95:3; 100:3,4; 117:3).

இரண்டாவது முறைப்படி, பாசுரங்களில் இயல்பாக நிற்க வேண்டிய சொற்களுக்கிடையில் மிகையாகச் சில எழுத்துகளைப் பெய்து விரித்து வழங்குதலைக் காணலாம்.

"வான கம்மும் மண்ண கம்மும் வெற்பு மேழ்க டல்களும்"
"திரண்ட தோளி ரண்ணி யன்சி னங்கொ ளாக மொன்றையும்"
"நற்பெ ரும்தி ரைக்க டல்லுள் நானி லாத முன்னெலாம்"

என்பன (தி.ச.வி. 30:1 62:3; 65:2) இதற்குச் சான்றுகள்.

திருநாராயணபுரம் கோவிந்தராஜ ஐயங்கார் போன்ற பதிப்பாசிரியர் சிலர் இவ்வாறு கொள்ளவில்லை. 'வானகமும்' 'மண்ணகமும்' 'இரணியன்' 'கடலுள்' என்பனவே அவர்கள் கொண்ட பாடமாம்.

69ஆம் பாசுரத்தின் இரண்டாம் அடி,

"பேணிலும் வரந்தர மிடுக்கிலாத தேவரை"

என்றே பெரும்பாலோரின் பதிப்புக்களிற் காணப்படுகிறது. ஆனால் நாம் முன்னர்க் குறித்த பதிப்பாசிரியர் இருவரும்,

"பேணி லும்வ ரந்த ரம்மி டுக்கி லாத தேவரை"

என்று பதிப்பித்ததோடு, "தரம்மிடுக்கு, இங்கு விரித்தல்" என்றும் குறிப்பு எழுதியுள்ளனர்.

இவற்றால் திருச்சந்த விருத்தப் பாசுரங்களை எல்லா இடங்களிலும் எழுசீர் ஆசிரிய விருத்தமாகக் காட்ட முடியவில்லை என்பதையும் அங்ஙனம் காட்டுவதற்காக இப்பதிப்பாசிரியர்கள் கொண்ட முயற்சி வலிந்து மேற்கொள்ளப் பட்டது என்பதையும் அறியலாம்.

திருச்சந்த விருத்தப் பாசுரங்களில் எழுத்தோசை மிகுந்தும், குறைந்தும் வருவதை எடுத்துக்காட்டிய மு. இராகவையங்கார், அதனாலேயே அவற்றை யாப்பருங்கலவிருத்தியுடையார் ஆரிடச் செய்யுளாகக் கொண்டார் என்பர்.[101] "மிக்கும்

101. மு. இராகவையங்கார், மு.நூ., பக்.67,69.

குறைந்தும் வருவன ஆரிடமாம்" என்னும் கருத்தை அப்படியே ஏற்பின், திருச்சந்த விருத்த யாப்புப் பற்றிய மேலாய்வுக்கு இங்கே இடமில்லை.

கலிவிருத்தம் ஆகுமா?

ஆசிரிய விருத்தமாகக் கொள்வதில் உள்ள இத்தகு சிக்கல் களைக் கருதி, இவற்றைக் கலிவிருத்தமாகக் காணவும் சிலர் முயன்றுள்ளனர். அவர்தம் கருத்துப் பொருந்துமா என்பதை இனிக் காணலாம்.

அளவடி (நாற்சீரடி) நான்கு தம்முள் அளவொத்து நடப்பது கலிவிருத்தமாகும்.[102] திருச்சந்த விருத்தப் பாடல்களை இத்தகைய கலிவிருத்தப் பாடல்களாகக் காணும் வாய்ப்பு அதிகமாகவே உள்ளது.

"காய் காய் காய் விளம்"

என்னும் வாய்பாட்டில் அடிதோறும் நாற்சீர் கொண்ட பாடல்களாக அவற்றை அலகிட்டுக் காட்டலாம்.

"தான தான தான தான தான தான தானனா"

எனப் பி.ப. அண்ணங்கராசாரியர் ஏழாகக் காட்டிய சந்தக் குழிப்பையே,

"தானதான தானதான தானதான தானனா"

என நான்காக அடக்கிக்கொள்ளலாம். இவ்வாறு கொள்கையில், 'தானதான' என முதலில் நிற்கும் மூன்று சீர்களும் 'நேர்நிரைநேர்' எனக் காய்ச்சீர்கள் ஆகின்றன. இறுதியில் நிற்கும் 'தானனா' 'நேர்நிரை' என விளச்சீர் ஆகின்றது.

"ஒன்றிரண்டு மூர்த்தியாய் உறக்கமோடு உணர்ச்சியாய்
ஒன்றிரண்டு காலமாகி வேலைஞால மாயினாய்
ஒன்றிரண்டு தீயுமாகி ஆயனாய மாயனே
ஒன்றிரண்டு கண்ணினானும் உன்னையேத்த வல்லனே"

என்னும் பாசுரத்தை (தி.ச.வி. 7) இதற்கு உதாரணமாகக் காட்டலாம். இதில் முதலடி தவிர, ஏனைய மூன்று அடிகளும்,

"காய் காய் காய் விளம்"

எனும் வாய்பாட்டில் அமைந்துள்ளன. முதலடியில் 'மூர்த்தியாய்' என்னும் இரண்டாம் சீர் விளச்சீராய் உள்ளது. மூன்றாம் சீர் 'உறக்கமோ (டுணர்ச்சியாய்') எனப் புணர்கையில் 'உறக்கமோ' என நின்று விளச்சீர் ஆகின்றது. எனவே இவ்வடியில் மட்டும்,

---

102. "அளவடி நான்கின கலிவிருத் தம்மே" – யா.க. 89.

"காய் காய் காய் விளம்"

என்னும் வாய்பாட்டுக்குப் பதிலாக,

"காய் விளம் விளம் விளம்"

என்னும் வாய்பாடு அமைகின்றது. இது முன்னர்க் கூறிய. "காய் காய் காய் விளம்" என்னும் வாய்பாட்டுக்கு மாறானது. எனிலும் விருத்தப் பாக்களில் காய்ச்சீர் வரவேண்டிய இடங்களில் விளச்சீர் வரினும், விளச்சீர் நிற்கவேண்டிய இடங்களில் காய்ச்சீர் நிற்பினும் ஓசையில் பெரிதும் வேற்றுமை ஏற்படாது. கம்பரைப் போன்றோரின் விருத்தப் பாக்களிலிருந்தே இதற்கு உதாரணம் காட்டலாம்.[103] திருச்சந்த விருத்தத்திலும் இதற்குச் சான்றுகள் உள.

"சொல்லினால் தொடர்ச்சிநீ சொலப்படும் பொருளும் நீ"

என்னும் அடியில் (தி.ச.வி 11) எல்லாச் சீர்களும் விளச்சீர்களாகவே உள்ளன.

"ஆணினோடு பெண்ணுமாகி அல்லவோடு நல்லவாய்"

என்பதில் (தி.ச.வி.26) முதல் மூன்று சீர்களும் காய்ச்சீர்களாகவும் கடைசிச்சீர் விளமாகவும் உள்ளது. இவ்விரண்டு அடிகளிலும்,

"விளம் விளம் விளம் விளம்"
"காய் காய் காய் விளம்"

என வாய்பாடு முறையே வேறுபடினும் அவ்வரிகளைச் சொல்லிப் பார்க்கையில் அவற்றினிடையே ஒரேவகையான ஒலி ஒழுங்கு அல்லது ஒலி ஒப்புமை இருத்தல் காணலாம்.

திருச்சந்த விருத்தத்தில் ஒவ்வோரடியின் இறுதிச் சீரும் பெரும் பான்மை விளச்சீராய் இருப்பினும் அரிதாகச் சில இடங்களில் காய்ச்சீர் வருகிறது. 'போதில்வைத்து' (102), 'மாறில்போர்', 'வந்துன்னை' (111), 'மூப்பெய்தி' (112) 'ஆட்கொள்வான்' (115) என்பன அவை. 116ஆம் பாசுரத்தில்,

---

103. விளச்சீர் நிற்கவேண்டிய இடத்துக் காய்ச்சீர் நிற்றல்:

"தோள்கண்டார் தோளே கண்டார் தொடுகழற் கமல மன்ன
தாள்கண்டார் தாளே கண்டார் தடக்கைகண் டாரும் அஃதே
வாள்கொண்ட கண்ணார் யாரே வடிவினை முடியக் கண்டார்
ஊழ்கொண்ட சமயத் தன்னான் உருவுகண் டாரை ஒத்தார்"

கம்பராமாயணம்–பாலகாண்டம் – உலாவியற்படலம் 19.

காய்ச்சீர் நிற்கவேண்டிய இடத்து விளச்சீர் நிற்றல்:

"ஆரனார் உலகியற்கை அறிதக்கார் அவைஏழும் ஏழும் அஞ்சும்
வீரனார் உடல்துறந்து விண்புக்கார் கண்புக்க வேழ வில்லால்"

கம்பராமாயணம் – யுத்தகாண்டம் (பிற்பகுதி),
இராவணவதைப் படலம் 244.

"மாறுசெய்த வாளரக்கன் நாளுலப்ப அன்றிலங்கை"

என முதலடி முழுவதும் காய்ச்சீராகவே உள்ளது. ஆக. இவ்வகை வேறுபாட்டால் (காய்ச்சீர் நிற்குமிடத்து விளச்சீர் நிற்பினும் விளச்சீர் நிற்குமிடத்துக் காய்ச்சீர் நிற்பினும்) ஓசையில் அல்லது சந்தத்தில் வேற்றுமை இல்லை என்பது கவனிக்கத்தக்கது.

எனவேதான், இப்பிரபந்தத்தைக் கலிவிருத்தமாகக் கொண்டாலும் ஆசிரிய விருத்தமாகக் கொண்டாலும் ஓசையின் இனிமை ஒப்பற்றது என்றார் பி.ப. அண்ணங்கராசாரியர்.[104] இசையறியாதார் இயலாகச் சொல்லினும் இதன் சந்த அமைதி குறைதல் இல்லை. சந்தத்தின் அழகு ஒருவாறு தோன்றவே செய்யும். இதுவே இதன் தனிச்சிறப்பு. எனினும் திருவரங்கம் பெரிய கோயிலில் 'சிறிய திருவத்யயந மஹோத்ஸவ'த்தில் அரையர் சேவையின் போதுதான் இதன் சந்த இனிமையை முற்றாக உணரமுடியும் என்பர்.[105] இதனைப் பயில்வோர் நடையழகிலும் ஓசையழகிலும் வடசொற்கள் கலந்த தமிழின் குழைவிலும் ஈடுபடாமல் இருத்தல் முடியாது.[106]

இந்நூலுக்கு, 'வாசுதேவனார் சிந்தம்' என ஒரு பெயர் வழங்கியதாக யாப்பருங்கல விருத்தியால் அறிகின்றோம். வாசுதேவனாகிய திருமாலைப் பற்றிப் பாடப்பட்டதால், இவ்வாறு பெயர் பெற்றதெனவும், 'சந்தம்' என்பதே 'சிந்தம்' எனத் திரிந்தது எனவும் கூறுவர் மு. இராகவையங்கார்.[107]

இவற்றை நோக்க யாப்புக்கு முதன்மை அளிக்காமல் சந்தத்தை மட்டுமே கருத்திற் கொண்டு இப்பிரபந்தம் பெயர் பெற்றிருக்கலாம் என்று தோன்றுகிறது. ஆயினும் யாப்பினைக் கருதுகையில் திருச்சந்தவிருத்தப் பாடல்களைச் சீரின் அமைதி குலையுமாறு பிரித்து எழுசீர்க் கழிநெடிலடி ஆசிரிய விருத்த மாகக் கொள்வதினும், தம்முள் அளவொத்த நாற்சீரடி கொண்ட கலிவிருத்தமாகக் கொள்வதுவே பொருத்தம் ஆகும் எனலாம்.

திவ்வியப்பிரபந்தத்தில் திருச்சந்த விருத்தம் தவிர இவ்வகை யான சந்த விருத்தப் பாடல்கள் வேறு இல்லை. ஆயினும் ஆறாயிரப்படி குருபரம்பரையில் திருமழிசையாழ்வார் இதே சந்தத்தில் பாடிய விருத்தப்பாடல் ஒன்று காணப்படுகின்றது.[108]

---

104. பி.ப. அண்ணங்கராசாரியர், மு.நூ., ப.5.

105. மேலது.

106. ந. சுப்புரெட்டியார், "வைணவ சமய நூல்கள்", தெய்வத்தமிழ், ப.410.

107. மு. இராகவையங்கார், மு.நூ., ப.68.

108. எஸ். கிருஷ்ணஸ்வாமி அய்யங்கார் (ப.ஆ.), ஆறாயிரப்படி குருபரம் பராப்ரபாவம், ப.30.

"அக்கரங்க ளக்கரங்க ளென்றுமாவ தென்கொலோ
இக்குறும்பை நீக்கியென்னை யீசனாக்க வல்லையேல்
சக்கரங்கொள் கையனே சடங்கர்வா யடங்கிட
உட்கிடந்த வண்ணமே புறம்பொசிந்து காட்டிடே"

என்னும் அப்பாசுரம், 'திருச்சந்த விருத்த'த்துள் ஒன்றாக இடம்பெறாமை கவனிக்கத்தக்கது. ஆழ்வார் தம்மை மதியாத சடங்கர்களின் கர்வம் அடங்குமாறு இப்பாசுரத்தைப் பாடியதாகக் குருபரம்பரை கூறுகின்றது. சந்தர்ப்பத்துக்குப் பொருந்தியதாகக் காட்டப்படும் இப்பாசுரம், இவ்வகைச் சந்தவிருத்தம் பாடுவதில் ஆழ்வார் கொண்டிருந்த ஆர்வம், திறன் ஆகியவற்றுக்கும் எடுத்துக்காட்டாய் அமைகின்றது.

பிற்கால வளர்ச்சி

விருத்த யாப்பினால் பாடப்பெற்ற நூல்கள் பல, அவ் யாப்பி னாலேயே பெயர் பெற்றமையைப் பிற்காலத்துக் காணலாம். 'அடிமடக்காசிரிய விருத்தம்', 'அலங்கார ஆசிரிய விருத்தம்', 'திருக்குற்றாலச் சித்திரசபை விருத்தம்', திருத்தணிகைத் திரு விருத்தம்', 'ஸ்ரீசுப்பிரமணியர் திருவிருத்தம்' போல்வன அவை.[109] திருமழிசையாழ்வாரின் திருச்சந்த விருத்தம் உண்டாக்கிய பாதிப்பினைச் சித்தர்களுள் ஒருவரான சிவவாக்கியரின் பாடல்களால் உணர முடிகின்றது.

"நட்டகல்லைத் தெய்வமென்று நாலுபுட்பம் சாத்தியே
சுற்றிவந்து முணமுணென்று சொல்லுமந்திரம்ஏதடா"[110]

என்பது போன்ற பாடல்களை நோக்கி இதனை அறியலாம். இவற்றில் திருச்சந்த விருத்த யாப்பு அப்படியே பின்பற்றப் பட்டிருத்தல் காணலாம். இச்சந்த ஒப்புமை கருதியே திருமழிசை யாழ்வாரையும் சிவவாக்கியரையும் ஒருவராக்கிக் கதைகள் எழுந்தன.[111]

அருணகிரியாரின் திருப்புகழ்ப் பாடல்கள் சந்தத்துக்குப் பெயர் போனவை. படிக்காசுப் புலவரையும் சந்தம் பாட வல்லவராகத் தனிப்பாடல்[112] ஒன்று சுட்டுகின்றது. இக்காலத்தி லும் சந்தக் கவிதை பாடுவதில் புகழ் பெற்றோர் உள்ளனர்.[113]

மரபுக் கவிதையில் ஓசைக்குத் தலையாய இடமுண்டு. எனவே ஆழ்வார் ஒளிரவைத்த சந்த இனிமை, 'தவலருங் கூத்தி

---

109. ச.வே. சுப்பிரமணியன், மு.நூ., பக்.579–580.
110. அரு. இராமநாதன் (ப.ஆ.), சித்தர்பாடல்கள், ப.187.
111. ந. சுப்புரெட்டியார், மு.நூ., ப.544.
112. மு. இராகவையங்கார் (தொ.ஆ.), பெருந்தொகை, ப. 424.
113. மு. வரதராசன், மு.நூ., ப.362.

போல்' மரபுக் கவிதையில் எக்காலத்தும் வெவ்வேறு கோலங் கொள்ளும் எனல் தவறாகாது.

திருவிருத்தம்

நம்மாழ்வார் அருளிச்செய்த திருவிருத்தம் திவ்வியப்பிரபந்தத்தில் மூன்றாவது ஆயிரமாகிய இயற்பாவில் ஐந்தாம் நூலாக இடம்பெறுகின்றது. இது 'கட்டளைக் கலித்துறை' என்னும் பாவினத்தால் ஆனது. வைணவர்கள் இதனை 'ரிக்வேத சார' மென்பர்.[114]

அந்தாதித் தொடையில் அமைந்த நூறு பாசுரங்களை உடையதான இப்பிரபந்தம், முதற்பாசுரமும் இறுதிப் பாசுரமும் நீங்கலாக ஏனைய 98பாசுரங்களிலும் அகப்பொருள் துறைகள் அமையுமாறு பாடப்பெற்றுள்ளது. இறைவனை அகப்பொருள் நெறியில் அனுபவிக்கும் திறத்திற்கு இந்நூல் ஒரு வழிகாட்டியாய் உள்ளது. சைவத்தில் மாணிக்கவாசகர் இயற்றிய திருக்கோவையாரோடு இவ்வகையில் ஒப்பவைத்து நோக்கும் தன்மை உடையது.

பெயர்க் காரணம்

இந்நூலுக்குத் 'திருவிருத்தம்' என்னும் பெயர் அமைந்தது குறித்து வைணவர் தரும் விளக்கம் வருமாறு:

"இந்நூலில் ஆழ்வார் தமது அன்பு மிகுதி முதலான செய்திகளை எம்பெருமான் முன்னிலையில் விண்ணப்பஞ் செய்கையால் இதற்கு இத்திருநாமமாயிற்று"[115] இங்குப் பல பொருள்கையுடைய, 'விருத்தம்' என்னும் சொல்லுக்குச் 'செய்தி' எனப்பொருள் கொண்டனர். எனவே 'விருத்தம்' என்பது காரியவாகு பெயராய்ச் செய்தியைக் கூறும் நூலை உணர்த்திற்று. முதற் பாசுரத்திலேயே, "கேட்டருளாய் அடியேன் செய்யும் விண்ணப்பமே" என்று ஆழ்வார் முறையிடத் தொடங்குவதால், மேல்வருவனவற்றை ஆழ்வார் இறைவனிடம் கூறும் செய்தியாகக் கொண்டு இவ்வாறு பொருள் உரைத்தனர். இவ்விளக்கத்தில், 'திரு' என்பது அடையாகும்.

இவ்வாறன்றித் 'திரு' என்பதற்குத் 'திருமகள்' எனப் பொருள் கொண்டு, திருமகளின் நிகழ்ச்சியைக் கூறும் நூல் என்றும் விளக்கம் கூறுவர்.[116] இவ்விளக்கத்தில், ஆழ்வார் தம்மைத் திருமகளாகிய பிராட்டியின் நிலையில் வைத்துப் பேசுவதாகக்

---

114. பி.ப. அண்ணங்கராசாரியர் (உ.ஆ.), திருவிருத்தம் – தீபிகையுரை, ப.4.
115. மேலது.
116. மேலது.

கொள்வர். முன்னதினும் பின்னைய விளக்கம் வலிந்து கொண்டது என்பது வெளிப்படை.

அங்ஙனமாயின், முன்னைய விளக்கம் ஏற்கத்தக்கதா?

பக்திக்காலத்தில் தோன்றிய திருநாவுக்கரசரின் பதிகங்கள் சில 'திருவிருத்தம்' என்றே பெயர் பெற்றுள்ளன. 4ஆம் திரு முறையின் இறுதியில் இடம்பெறும் 34 பதிகங்களும் இவ்வாறு குறிக்கப்பெறுகின்றன. இதனை நோக்க, நம்மாழ்வாரின் திருவிருத்தத்துக்குக் கூறப்பட்ட முன்னைய விளக்கமும் ஆய்வுக்குரியதாகின்றது.

நம்மாழ்வாரின் திருவிருத்தம், நாவுக்கரசரின் திருவிருத்தம் ஆகிய இரண்டும் ஒரே யாப்பமைதி கொண்டவை. பிற்காலத்தார் கூறும் கட்டளைக் கலித்துறை என்னும் யாப்பால் அமைந்தவை. எனவே சமயத்தால் வேறுபட்ட இவ்விருவர் தம் படைப்புக்களும் யாப்பு அடிப்படையில், 'திருவிருத்தம்' என்னும் பொதுப்பெயர் பெற்றிருக்கலாம் என்று கருத இடமுள்ளது.

பழைய யாப்பு – புதியபெயர்

பிற்காலத்தவரால் கட்டளைக் கலித்துறை என்னும் பெயரால் வழங்கப்பெறும் செய்யுள்வகை, பழைய யாப்பிலக்கணத்தின் படி ஐஞ்சீர் நான்கடியால் வந்த தரவு கொச்சகம் எனப்படும். தொல்காப்பியச் செய்யுளியலில் 155ஆம் நூற்பாவுரையில் நச்சினார்க்கினியர் கூறும் விளக்கத்தால் இதனை அறியலாம். அங்கு அவர் இவ் யாப்புக்கு உதாரணமாகத் திருக்கோவையார் செய்யுட்களைக் காட்டுகிறார். அவரது விளக்கம் திருக்கோவை யாருக்கு மட்டுமன்றி திருநாவுக்கரசரின் திருவிருத்தத்திற்கும் நம்மாழ்வாரின் திருவிருத்தத்திற்கும் பொருந்தி வருகின்றது.

எனவே தொல்காப்பியர் காலத்தில் தரவு கொச்சகம் எனவும் பிற்காலத்தில் கட்டளைக் கலித்துறை எனவும் வழங்கப் பட்ட ஒரு பாவகை, பக்திக் காலத்தில் பொதுவாகச் செய்யுளைக் குறிக்கும் விருத்தம் என்னும் சொல்லால் வழங்கப்பட்டிருக்கலாம் என்று கருதவேண்டியுள்ளது. அதனாலேயே, 'திருவிருத்தம்' என்னும் பெயர் இதற்கு ஏற்பட்டிருக்க வேண்டும். இதனை அறிஞர் கூற்றும் அரண்செய்யக் காணலாம்.

"கட்டளைக் கலித்துறைக்கே விருத்தம் என்று பெயர் வழங்கியதைத் திருநாவுக்கரசர் திருவிருத்தத்திலும் நம்மாழ்வார் திருவிருத்தத்திலும் காணலாம். திருத்தக்கதேவர் பாடிய

நரிவிருத்தம் அவ்வாறு அமையவில்லை”[117] என்பர் தெ.பொ. மீனாட்சிசுந்தரன்.

“ஆசிரியப்பாவினாலான பிரபந்தம், ‘திருவாசிரியம்’ எனப் பெயர் பெற்றது போல, விருத்தக் கலித்துறையில் அமைந்த இப்பிர பந்தம் (நம்மாழ்வாரின் திருவிருத்தம்) திருவிருத்தம் எனப் பெயர் பெற்றது என்பது பொருத்தமாகும்”[118] என்பர் மு. சண்முகம்பிள்ளை.

“நம்மாழ்வார் அருளிய திருவிருத்தம் கட்டளைக் கலித் துறையே”[119] என்பர் சோ.ந. கந்தசாமி.

திருநாவுக்கரசர், நம்மாழ்வார் காலத்துக்குப் பின்னரும் கட்டளைக் கலித்துறைப் பாக்களுக்கு, ‘விருத்தம்’ என்னும் பெயர் வழங்கி வந்திருக்கிறது. கி.பி.10ஆம் நூற்றாண்டினரான நம்பியாண்டார் நம்பிகள் பாடிய கட்டளைக்கலித்துறையில் இயன்ற நூல்களுக்குக் ‘கோயில் பண்ணியர் விருத்தம்’, ‘ஆளுடைய பிள்ளையார் திருச்சண்பை விருத்தம்’ என வழங்கும் பெயர்கள் கொண்டும் இதனையறியலாம்.

திருவிருத்தம் – யாப்புக் கட்டமைப்பு

திவ்வியப்பிரபந்தத்தில் கட்டளைக் கலித்துறையில் அமைந்த ஒரே பிரபந்தம் ‘திருவிருத்தம்’ ஆகும். இந்த யாப்பினைக் கையாண்ட வரும் நம்மாழ்வார் ஒருவரே ஆவர். இத்தனித் தன்மையைச் சுட்டிக்காட்டுவது போலவே இதற்கென அமைந்த தனியனும் கட்டளைக் கலித்துறையாகவே உள்ளது.[120] மற்ற பிரபந்தத் தனியன்கள் இவ்வாறன்றிப் பெரும்பாலும் வெண்பாவாகவே இருத்தல் கவனிக்கத்தக்கது.

எழுத்தெண்ணிப் பாடும் கலித்துறை, கட்டளைக் கலித்துறை எனப்படும். கட்டளை என்பது கணக்கு. எழுத்துக் கணக்கெண்ணிப் பாடுவதால் இப்பெயர் பெற்றது. இஃது ஐஞ்சீரடி நான்கு கொண்டு வரும். ஏகாரத்தில் முடியும். அடிதோறும் முதல் நான்கு சீர்களில் வெண்டளை அமைய, ஈற்றுச்சீர் மட்டும் கருவிளங்காய் கூவிளங்காய்ச் சீர்களுள் ஒன்றாக நிற்கும். ஒவ்வோரடியிலும் ஒற்று நீக்கி எண்ணிப் பார்த்தால் நேரசை முதலாகிய அடியில் பதினாறு எழுத்துக் களும், நிரையசை முதலாகிய அடியில் பதினேழு எழுத்துக்களும் இருக்கும். இந்தக் கணக்குத் தவறாது.

---

117. தெ.பொ. மீனாட்சிசுந்தரன், சமணத் தமிழ் இலக்கிய வரலாறு, ப. 66.
118. மு. சண்முகம்பிள்ளை, அகப்பொருள் மரபும் திருக்குறளும், ப.122.
119. சோ.ந. கந்தசாமி, மு.நூ., ப.748.
120. சே. கிருஷ்ணமாசாரியர் (ப.ஆ.), நாலாயிர திவ்யப்பிரபந்தம்–இயற்பா, ப.58.

"அடியடி தோறு மைஞ்சீ ராகி
முதற்சீர் நான்கும் வெண்டளை பிழையாக்
கடையொரு சீரும் விளங்காய் ஆகி
நோ்பதி னாறே நிரைபதி னேழென்
றோதினர் கலித்துறை யோரடிக் கெழுத்தே"[121]

என்பது இதனைக் குறிக்கும் நூற்பாவாகும். இதன்கண் 'ஏகாரத்தில் முடிவது' பற்றிய குறிப்பு இல்லாமை கவனிக்கத்தக்கது.

இங்குக் கூறப்பட்ட இலக்கணத்துக்கு ஏற்பப் பெரும்பாலும் திருவிருத்தப் பாசுரங்கள் அமைந்திருத்தலை அலகிட்டுக் காணலாம். முதலிரண்டு பாசுரங்களும் முறையே நேரசையிலும் (பொய்ந்நின்ற) நிரையசையிலும் (செழுநீர்த்தடத்து) தொடங்குவன, மொத்தம் உள்ள நூறு பாசுரங்களுள் நேரசைத் தொடக்கமுடையன 56; நிரையசையில் தொடங்குவன 44. தொண்ணூற்றொன்பது பாசுரங்கள் ஏகாரத்திலேயே முடிகின்றன. 'கோலப் பகற்களிறு' எனத்தொடங்கும் நாற்பதாம் பாசுரம் மட்டும், 'என்றுகொலோ' என 'ஓ' காரத்தில் முடிகின்றது. இவ்வாறு கட்டளைக் கலித்துறைக்கு மாறாக வரும் இடங்களும் உண்டு. 43ஆம் பாசுரத்தின் மூன்றாம் அடியில் வெண்டளை பிறழ்ந்து வேற்றுத்தளை வருகின்றது.

"விண்ணும் கடந்தும்பர் அப்பால்மிக் குமற்றெப் பால்யவர்க்கும்"

என்பதில் கலித்தளை (காய்முன் நிரை) வரக் காணலாம்.

மேலும் திருவிருத்தச் செய்யுட்கள் பலவற்றின் ஈற்றுச்சீர் இலக்கணப்படி விளங்காயாக இல்லை. முதற் பாசுரத்தின் ஈற்றடி இறுதிச்சீரே, 'விண்ணப்பமே' எனத் தேமாங்கனி ஆகின்றது. இவ்வகையான தேமாங்கனிச் சீர்கள் (பாசுர எண்கள் 1, 4, 5, 8, 12, 13, 18, 22, 28, 31, 39, 49, 51, 52, 53, 85, 88, 94 – ஒருமுறை; 3,27 – இருமுறை) இருபதுக்குமேற்பட்ட இடங்களில் வருகின்றன. 'இசைமின்களே' (30) 'அருள் பெற்றதே' (32), 'சிதைக்கின்றதே' (33), 'துழாகின்றதே' (36), 'தடங்கண்களே' (43) 'மடநெஞ்சமே' (45), 'திரிகின்றதே' (46), 'தழைக்கின்றதே' (51), 'முகில்வண்ணனே' (62), 'கனியின்மையின்' (64), 'நலிகின்றதே' (77), 'உறுகின்றதே' (80), 'எரிகொள்ளவே' (81), 'எழுவிப்பனே' (96) என்பன புளிமாங்கனிச் சீர்கள். சிலவிடத்து நாலசைச் சீர்களும் வந்துள்ளன (4, 6, 18, 19, 21, 22). 'ஞாலத்துள்ளே' (4), 'மண்ணும் விண்ணும்' (18) என்பன தேமாந்தண்பூச் சீர்களாம். 'அசுரர்மங்க' (6), 'முகில்வண்ணன்பேர்' (83) என்பன புளிமாந்தண்பூச் சீர்களாம். நான்கு அடிகள் கொண்ட நூறு பாடல்களில், அடிதோறும் ஈற்றுச்சீராக உள்ள நானூறு இடங்களில் சுமார் நாற்பது இடங்கள் இவ்வாறு (விளங்காய்க்குப் பதிலாகத் தேமாங்கனி,

121. யா.கா., உரைமேற்கோள், ப.4.

புளிமாங்கனி, தேமாந்தண்பூ, புளிமாந்தண்பூ வரும் இடங்களாக) உள்ளன.

இத்தகைய இலக்கிய வழக்கு நோக்கியே. 'விளங்காய் வருவதன்றிச் சிறுபான்மை வேறுபட்டு வரும்'[122] என யாப்பு நூல்களும் இம்மாற்றத்தை ஏற்றுக்கொண்டன. விளங்காய்ச் சீர் வரவேண்டிய இடங்களில் வந்துள்ள சீர்களாக இங்குக் காட்டப்பெற்றவை, பெரும்பாலும் தேமாங்கனி, புளிமாங்கனி, தேமாந்தண்பூ, புளிமாந்தண்பூ ஆகிய மூவசை, நாலசைச் சீர்களே. இவற்றுள் கூவிளங்காயோடு ஒருவாறு ஒத்த ஓசையுடையன தேமாங்கனி, தேமாந்தண்பூச் சீர்கள் என்பர்.[123] அவ்வாறே கருவிளங்காயோடு ஒருவாறு ஒத்தஓசையுடையன புளிமாங்கனி, புளிமாந்தண்பூச் சீர்கள் என்பர்.[124] எனவே ஐந்தாம் சீராகிய விளங்காய்ச்சீர் வரவேண்டிய இடத்து அவற்றோடு ஒருபுடையொத்த இச்சீர்கள் திருவிருத்தத்தில் பயின்று வந்தன. கட்டளைக் கலித்துறைக்குரிய சீர்களோடு ஒரு புடையொத்த சீர்களாக இவை இருப்பதாலே எழுத்துக் கணக்கிலும் ஓசை நயத்திலும் தளைப் போக்கிலும் மாற்றம் ஏற்படவில்லை என்பர்.[125]

அன்றியும் கனிச்சீர், நாலசைச்சீர் முதலியன வருமிடத்து ஓராற்றான் ஒற்று நீக்கி விளங்காயாகவே அலகிடுதல் கூடும். சான்றாக 'முகில்வண்ணனே' (62, புளிமாங்கனி) 'மண்ணும் விண்ணும்' (18, நாலசைச்சீர் – தேமாந்தண்பூ) என்பவற்றை ஒற்று நீக்கி அலகிடும்போது (முகில்வணனே, மண்ணுவிண்ணும்) அவை முறையே கருவிளங்காயாகவும் கூவிளங்காயாகவும் ஆதல் காணலாம். இங்ஙனம் செய்ய இயலாத நிலையில், அவற்றை அவ்வாறே ஏற்றுக்கொண்டு கட்டளைக் கலித்துறை விதிக்கு மாறாக அருகிவந்தது என்றே கொள்ளவேண்டும் என்பர் சோ.ந. கந்தசாமி.[126]

திருநாவுக்கரசரின் திருவிருத்தத்திலும் இந்நிலையுண்டு. காரைக்காலம்மையார், சுந்தரர், மாணிக்கவாசகர் போன்றோர் பாடிய கட்டளைக் கலித்துறைகளிலும் இவ்வியல்பு காணப் படுகின்றது.[127]

---

122. விசாகப்பெருமாளையர், யாப்பிலக்கணம், ப.46.
123. காரப்பங்காடு கோபாலாசாரியஸ்வாமி, கா.வெ. திருக்கச்சி நம்பிதாஸர் (ப.ஆ.), நாலாயிரப்பரபந்தம், ப.7.
124. மேலது.
125. மேலது.
126. சோ.ந. கந்தசாமி, மு.நூ., முதற்பாகம், இரண்டாம் பகுதி, ப.221.
127. காரப்பங்காடு கோபாலாசாரியஸ்வாமி, கா.வெ. திருக்கச்சி நம்பிதாஸர் (ப.ஆ.), மு.நூ., ப.7.

திவ்வியப்பிரபந்தத்திலும் (நம்மாழ்வாரின் திருவிருத்தம்) திருமுறைகளிலும் உள்ள கட்டளைக் கலித்துறைப் பாடல்கள், இவ்வகை யாப்புத் தோன்றிய காலத்துத் தொடக்க நிலைப் பாடல்களாகவே கொள்ளத்தக்கவை. இவற்றின் பின்னர் எழுந்த கட்டளைக் கலித்துறைப் பாடல்கள் பல எத்தகைய அமைதி காட்டவும் தேவையின்றி முழுவதும் செம்மைபெற்றுத் திகழ்ந்தன. இந்நிலையில்தான் நாம் முன்னர்க் குறித்த கட்டளைக் கலித்துறைக்கான இலக்கணம் முற்குறித்த வரையறையுடன் தோன்றியிருக்க வேண்டும்.

காலந்தோறும் வெவ்வேறு பெயர்கள்

காரைக்காலம்மையாரின் காலம் முதல் கட்டளைக் கலித்துறை தமிழ் இலக்கியத்தில் வழக்கில் இருந்து வருகிறது. எனினும் என்ன காரணத்தினாலோ யாப்பருங்கலம் போன்ற நூல்கள் இதற்குத் தனியே இலக்கணம் கூறவில்லை. யாப்பருங்கலக் காரிகை, கட்டளைக் கலித்துறை என்னும் ஒரே யாப்பினால் இயற்றப்பட்டுள்ளது. ஆயினும் அந்நூல் கட்டளைக் கலித் துறைக்குத் தனியே இலக்கணம் கூறாதது வியப்பாகவே உள்ளது. "நெடிலடி நான்கா நிகழ்வது கலித்துறை"[128] எனக் கலித்துறைக்கு மட்டும் இலக்கணம் கூறுகின்றது. இந்நிலையில் யாப்பருங்கலக்காரிகையின் உரையாசிரியரான குணசாகரர் கட்டளைக் கலித்துறையின் இலக்கணத்தை முதற் காரிகையுரையிலேயே விளக்குகின்றார். ஆயினும் அவர் ஓரிடத்திலும் அதனைக் 'கட்டளைக் கலித்துறை' எனப் பெயர் சுட்டவில்லை. 'காரிகை' என்றே கூறிச் செல்கின்றார். 'காரிகா' என்னும் வடமொழி வழக்குப் பற்றித் தமிழில் 'காரிகை' என்னும் பெயர் ஏற்பட்டது. சூத்திர ரூபமாக உள்ள நூலுக்குச் சுலோகரூபமாக விளக்கம் கூறும் நூலை வடமொழியாளர் காரிகை என்பர். அம்மரபை ஒட்டி 96 சூத்திரங்களைக் கொண்ட யாப்பருங்கலத்துக்கு விளக்கமாய் அமைந்த நூலும் 'காரிகை' எனப் பெயர் பெற்றதாகக் கூறுவர்.[129] இந்நூலிற் கையாண்ட யாப்புக்கும் 'காரிகை' என்பதே பெயராயிற்று. 'காரிகை யாப்பிற்றாய்'[130] எனக் குணசாகரர் கூறுவதால் இதையறியலாம். 'காரிகை' என்பதுவே தமிழில் 'கட்டளைக்கலித்துறை' எனப்பட்டது.[131]

---

128. யா.கா. 33.
129. எஸ். கலியாணசுந்தர ஐயர் (ப.ஆ.), யாப்பருங்கலக்காரிகை மூலமும் குணசாகரர் உரையும், முகவுரை, ப.V.
130. மேலது, ப.2.
131. மேலது, முகவுரை. ப.V.

காரிகையின் பெயர்க்காரணம் வேறுவகையாகவும் விளக்கிக் கூறப்பட்டுள்ளது.[132] இக்காரிகை என்னும் கட்டளைக் கலித்துறையையே வீரசோழியம், 'திலதக் கலித்துறை'[133] எனக் குறிப்பிடுகின்றது. வீரசோழிய உரைகாரர் இதற்குக் 'கோவைக் கலித்துறை'[134] எனவும் ஒரு பெயர் கொடுத்தார். கோவை நூல்களைப் பாடுதற்குரிய யாப்பாதலின் இப்பெயர் பெற்றது எனலாம். இதில் வெண்டளை பயின்று வருதலின் இதனை, 'வெண்கலித்துறை'[135] என்னும் பெயரினாலும் பாட்டியல்கள் குறித்தன.

இதனால் தொல்காப்பியர் காலத்தில் 'தரவுகொச்சகம்' எனப் பெயர் பெற்றிருந்த ஒருவகை யாப்பே, பக்திக்காலத்தில் 'விருத்தம்' எனவும் பின்னர்க் 'காரிகை' எனவும் 'திலதக்கலித் துறை', 'கட்டளைக் கலித்துறை', 'கோவைக் கலித்துறை', 'வெண்கலித்துறை' எனவும் பலவாறு பெயர் பெற்றதை அறியமுடிகின்றது. தமிழ் யாப்பியலில் பல்வேறு பெயர் கொண்ட பாவினமாகத் திகழ்வது இக்கட்டளைக் கலித்துறை ஒன்றே எனலாம்.

இவ்வகை யாப்பினால் 'யாப்பருங்கலக்காரிகை' மட்டு மன்றி, 'வீரசோழியம்', 'பிரயோக விவேகம்', 'களவியற்காரிகை', நவநீதப் பாட்டியல்' முதலான இலக்கண நூல்கள் இயற்றப் பெற்றிருப்பதும் இங்குக் குறிக்கத்தக்க செய்தியாகும்.

திவ்வியப்பிரபந்தத்தில் திருவிருத்தம் தவிரக் கட்டளைக் கலித்துறையில் இயன்ற வேறு நூல்கள் இல்லை. எனினும் இயற்பாவின் இறுதியில், பின்னர்ச் சேர்க்கப்பெற்ற திருவரங்கத்த முதனாரின் 'இராமாநுச நூற்றந்தாதி' 108 கட்டளைக் கலித்துறை களைக் கொண்டிருப்பது கவனிக்கத்தக்கது.

பிற்கால வளர்ச்சி

தமிழில் தோன்றிய கோவை நூல்கள் பலவும் கட்டளைக் கலித்துறையைத் தமக்குரிய யாப்பாகக் கொண்டன.

---

132. காரிகையை முன்னிலைப்படுத்திக் கட்டளைக் கலித்துறையில் பாடப் பெற்ற இலக்கண நூல்கள் காரிகை எனப் பெயர் பெற்றன என்றும், வடமொழியில் எழுத்தெண்ணிப் பாடப்படும் செய்யுள் வகையினைக் 'காயத்திரி' என்று பெண்ணின் பெயராற் குறிப்பது போலத் தமிழிலும் 'காரிகை' எனக் குறிக்கும் வழக்கு ஏற்பட்டது என்றும் கூறுவர்.

    – சோ.ந. கந்தசாமி, தமிழ் யாப்பியலின் தோற்றமும் வளர்ச்சியும், முதற்பாகம் – இரண்டாம் பகுதி, பக்.352–353.

133. வீரசோழியம், 126.

134. மேலது, 121இன் உரை.

135. சோ.ந. கந்தசாமி, தமிழ் யாப்பியலின் தோற்றமும் வளர்ச்சியும், முதற்பாகம் – இரண்டாம் பகுதி, ப.353.

'பாண்டிக்கோவை'யும் நம்மாழ்வாரின் 'திருவிருத்த'மும் அவற்றுக்கு வழிகாட்டின எனலாம். திருவாசகத்தில் எழுபது பாடல்களைக் கட்டளைக் கலித்துறையாக[136] அமைத்த மாணிக்கவாசகர், நானூறு கட்டளைக் கலித்துறைகளில் திருக்கோவையாரைப் பாடியது குறிக்கத்தக்கது. பதினொராந் திருமுறையில் மட்டும் மொத்தம் 591 பாடல்கள் இவ்வகை யாப்பினால் பாடப்பெற்றிருத்தலும் நோக்கத்தக்கது. பின்னாளில் இறைமைப் பொருளில் எழுந்த அந்தாதி நூல்கள் பலவும் கட்டளைக் கலித்துறையிலேயே அமைந்தன.

எழுத்தெண்ணிப் பாடுகிற இவ்வகை யாப்பினைக் கவித்துவ வீச்சுடனும் உணர்ச்சிச் செறிவுடனும் தமிழ்க்கவிஞர் பலர் கையாண்டுள்ளனர். பதினொராந் திருமுறை ஆசிரியருள் ஒருவரான பட்டினத்தாரைக் கட்டளைக் கலித்துறையிற் புகழ் படைத்தவராகக் கூறுவர் அ. சிதம்பரநாதச் செட்டியார்.[137]

தமிழ்க் கவிதையில் இன்றளவும் இதன் தொடர்ச்சியைக் காணலாம். பாரதியும் பாரதிதாசனும்கூட இவ்வகை யாப்பிற் பாடியுள்ளமையே இதற்குச் சான்றாகின்றது.[138]

தாண்டகம்

தாண்டகம் என்பது ஒருவகைச் செய்யுள் யாப்பு ஆகும். தாண்டக யாப்பினால் இயன்றவை 'தாண்டகம்' என்னும் இலக்கிய வகையாகப் பெயர் பெறுகின்றன. இதனை முறையே யாப்பருங்கலவிருத்தியாலும் வீரசோழியத்தாலும் அறிய முடிகின்றது.[139] இவ்வகையான நூல்களையும் பக்தி இலக்கியம்தான் நமக்கு முதலில் அறிமுகம் செய்கின்றது. திருநாவுக்கரசரின் ஆறாம் திருமுறை முழுவதும் இந்தாண்டக யாப்பே. 981 பாடல்கள் கொண்ட அவரது 99 பதிகங்கள் 'திருத்தாண்டகம்' என்றே வழங்குகின்றன. திவ்வியப் பிரபந்தத்தில் திருமங்கையாழ்வார் பாடிய திருத்தாண்டகங்கள் பாவின் குறுமை, நெடுமை ஆகிய அளவு கருதி முறையே திருக்குறுந்தாண்டகம், திருநெடுந்தாண்டகம் எனப் பெயர் பெறுகின்றன.

---

136. A. Chidambaranatha Chettiar, Op. cit., P.121.

137. Ibid.

138. பாரதியார் கவிதைகள், விநாயகர் நான்மணிமாலை, 2, 6, 10, 18, 22, 26, 30, 34, 38.

  பாரதிதாசன் கவிதைகள், இரண்டாம் தொகுதி, பக்.154-155.

139. யா.க.வி. 95ஆம் நூற்பாவுரை; வீரசோழியம் 129,

இருவேறு கருத்துகள்

இத்தாண்டகம் வடமொழி இலக்கணம் பற்றி வந்தது என்றும் தமிழ் யாப்பே என்றும் இருவேறு கருத்துகள் நிலவுகின்றன.[140]

4.2.4.2 வடமொழியில் 'தண்டகம்'

வடமொழியில் 'தண்டகம்' (DANDAKA) என வழங்கும் யாப்பு ஒன்றுண்டு. இஃது அளவொத்த நான்கடிகளைக் கொண்டிருக்கும் என்று கி.பி.2 அல்லது 3ஆம் நூற்றாண்டில் தோன்றியதாகக் கருதப்படும் 'பிங்கல சந்தம்' என்னும் நூல் கூறுகின்றது. இவ்வகையான யாப்பில் அடி ஒன்றுக்கு 27 முதல் 999 வரை எழுத்துக்கள் இடம்பெறும். இத்'தண்டகமே' தமிழில் 'தாண்டகம்' (TANDAKAM) ஆயிற்று என்பர். ஆயினும் ஏனைய தெலுங்கு, கன்னடம், மலையாளம் ஆகிய திராவிட மொழிகளில் வடமொழியிற் போலத் 'தண்டகம்' (DANDAKA) என்றே வழங்கி வருகின்றது.[141]

வடமொழி யாப்பின்வழித் தமிழில் 'தாண்டகம்'

வடமொழித் தண்டகத்தையே தமிழுக்குரிய தாண்டக மாக்கி வீரசோழியமும் யாப்பருங்கலவிருத்தியும் குறிப்பிடு கின்றன. இங்கு ஒரு வேறுபாடு எண்ணத்தகும். வீரசோழியம் 'தண்டகம்' என்றே குறிக்க யாப்பருங்கலவிருத்தி மட்டும் 'தாண்டகம்' எனக் கூறுகிறது.[142]

வடமொழி யாப்புப்படி விருத்தம் என்னும் பொதுப்பெயர், அளவொத்த நான்கடியையுடைய அனைத்துச் செய்யுளையும் குறிக்கும். அடிகளிற் பயிலும் எழுத்துக்களின் எண்ணிக்கை அடிப்படையில் விருத்தங்களைச் 'சந்தம்' எனவும் 'தண்டகம்' எனவும் பிரிப்பர். ஓரெழுத்து முதல் இருபத்தாறு எழுத்தளவு முடைய அடிகளாலாய செய்யுள் சந்த விருத்தமாம். இருபத்தேழு எழுத்துக்களுக்குமேல் வரின் அது தண்டக விருத்தமாகும்.[143] *இதனையே, 'தாண்டக விருத்தம்' எனப் பெயரிட்டு விளக்குகிறது யாப்பருங்கலவிருத்தி. அந்நூலின் வழி அறியப்படும் கருத்துக்களைக்*[144] *கீழ்க்காணுமாறு புலப்படுத்தலாம்.*

---

140. சொ. சிங்காரவேலன், மூவர் தமிழ். ப.54.

141. T.S. Giriprakash, "Dandaka Metres in Dravidian Languages", Paper submitted in the Summer Institute of Comparative Literature conducted by the Dept. of English and Comparative Literature, Madurai Kamaraj University, Madurai in the year 1984.

142. வீரசோழியம்,129, 139: யா.க.வி., ப.483.

143. ச.வே. சுப்பிரமணியன், இலக்கணத்தொகை–யாப்பு–பாட்டியல், ப.301.

144. யா.க.வி., பக்.483-486.

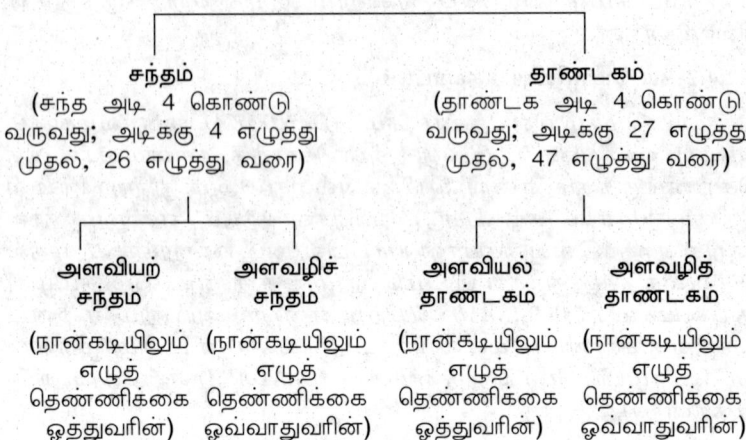

விருத்தம்

(செய்யுள்)

- **சந்தம்** (சந்த அடி 4 கொண்டு வருவது; அடிக்கு 4 எழுத்து முதல், 26 எழுத்து வரை)
  - **அளவியற் சந்தம்** (நான்கடியிலும் எழுத் தெண்ணிக்கை ஒத்துவரின்)
  - **அளவழிச் சந்தம்** (நான்கடியிலும் எழுத் தெண்ணிக்கை ஒவ்வாதுவரின்)
- **தாண்டகம்** (தாண்டக அடி 4 கொண்டு வருவது; அடிக்கு 27 எழுத்து முதல், 47 எழுத்து வரை)
  - **அளவியல் தாண்டகம்** (நான்கடியிலும் எழுத் தெண்ணிக்கை ஒத்துவரின்)
  - **அளவழித் தாண்டகம்** (நான்கடியிலும் எழுத் தெண்ணிக்கை ஒவ்வாதுவரின்)

இவையேயன்றி அந்நூல் மேலும் கூறும் செய்திகள்[145] வருமாறு:

1. *ஒரே செய்யுளில் சந்த அடி, தாண்டக அடி ஆகிய இரண்டும் கலந்துவரின் அது சந்தத் தாண்டகம் எனப்படும்.*

2. *சந்தமும் தாண்டகமும் என்னும் இவற்றுக்கு எழுத்து எண்ணும்பொழுது குற்றுகர, இகரங்களை எழுத்தாகவே கொண்டு எண்ணலாம்.*

3. *வடமொழிச் செய்யுட்கள் தமிழ் யாப்பிற் கூறப்படும் அசைக்குப் பதிலாக லகு, குரு என்னும் எழுத்தலகு கொண்டு கணக்கிடப்பெறும். உயிர், உயிர்மெய் என்பவற்றுள் குற்றெழுத்து ஒன்று வருவது லகுவாகும். (எ–டு. அ.க. போல்வன). குறில் ஒற்றடுத்தும், நெடில் தனித்தும், நெடில் ஒற்றடுத்தும் வருவது குருவாகும். (எ–டு. அல், கல், ஆ, கா, ஆல், கால் போல்வன).*

சில முரண்கள்

யாப்பருங்கலவிருத்தியின் இவ்விளக்கத்தில் உள்ள சில முரண்கள் இங்குக் கருதத்தக்கன.

---

145. யா.க.வி., பக்.483–486.

வடமொழித் தண்டகத்தில் ஓர் அடியின் மேல் எல்லைக் கான எழுத்து 999 ஆக, இங்கு 47 எழுத்துக்கள் மட்டுமே கொள்ளப்படுகின்றன. குற்றுகர, இகரங்களைத் தனியெழுத் தாகக் கணக்கிடுதல் தமிழுக்கு எவ்வகையிலும் பொருந்தாது. அன்றியும் வடமொழிச் செய்யுளுக்குரிய லகு, குரு என்னும் எழுத்தலகுகளைத் தமிழ்ச் செய்யுளுடன் இயைத்துக் காணல் தமிழ் யாப்பிலக்கணத்துக்கு மாறானது.

இவற்றால் வடமொழித் தண்டகத்தைத் தமிழில் தாண்டக மாகக் காட்ட விருத்தியுரைகாரர் வலிந்து மேற்கொண்ட முயற்சிகளை நாம் தெளிவாக அறியமுடிகின்றது. அவர் கூறிய தாண்டக இலக்கணத்திற்கு ஏற்பத் தமிழிலிருந்து போதிய உதாரணச் செய்யுள் காட்ட இயலாமையும் இதனை உறுதிப் படுத்துகின்றது. அளவழிச் சந்தம், அளவழித் தாண்டகம் ஆகிய இரண்டு வகைகளுக்கு மட்டுமே அவரால் தமிழ் இலக்கியத்தி லிருந்து உதாரணச் செய்யுள் காட்டமுடிந்தது. அவை முறையே சிந்தாமணி, சூளாமணி ஆகிய இரண்டு நூல்களிலிருந்து வகைக்கு ஒன்றாகத் தேர்ந்தெடுக்கப்பட்டவை.[146] மற்ற உதாரணச் செய்யுட்கள் பிற்காலத்தாரால் பாடப்பெற்று யாப்பருங்கல விருத்தியுரையில் மேற்கோளாகக் காட்டப்பட்டன என்பர்.[147]

அவர் காலத்துக்கு முந்திய திருநாவுக்கரசர், திருமங்கை யாழ்வார் ஆகியோரது திருத்தாண்டகங்களிலிருந்து, அவர் ஓர் உதாரணம் செய்யுளும் காட்டவில்லையென்பதும் கவனிக் தக்கது. அந்நூல்களுள் ஒன்றுபற்றியேனும் அவர் ஓரிடத்தும் குறிப்பிடவுமில்லை. அந்நூல்களின் தாண்டகச் செய்யுட்கள் அடிக்கு இருபத்தேழு அல்லது அவற்றின் மிக்க எழுத்துக்களைப் பெற்று வராமையே இதற்குக் காரணம் ஆகும்.

ஆழ்வாரின் திருநெடுந்தாண்டகத்தில் சிற்சில அடிகள் 27 எழுத்துக்களும் அவற்றின்மிக்கு 28, 29 எழுத்துக்களும் பெற்று வருகின்றன. முப்பது பாசுரத்துக்கும் மொத்தம் உள்ள நூற்றிருபது (30 x 4 = 120) அடிகளில், இவ்வாறு தாண்டக அடிகளாக வருவன 24 அடிகள் மட்டுமே. எனினும் ஒரு பாசுரம்கூட முழுவதும் தாண்டக அடிகளைக் கொண்டிருக்கவில்லை என்பதும் கவனிக்கத்தக்கது (பின்னிணைப்பு எண்.4).

யாப்பருங்கலவிருத்தியுரைகாரர் கூறுவது போலக் குற்றுகரங்களையும் எழுத்தெண்ணிக்கையிற் சேர்த்துக் கணக்கிட்ட போதும் 27 எழுத்துகள் பலவடிகளில் வரவில்லை யென்பதும் குறிக்கொள்ளத்தக்கது. சான்றாக, 'இந்திரற்கும்

146. மேலது, பக்.484–485.

147. க. வெள்ளைவாரணன், பன்னிருதிருமுறை வரலாறு–முதற்பகுதி. ப.424.

பிரமற்கும்' எனத் தொடங்கும் திருநெடுந்தாண்டகத்தில் (4) மூன்றாம் அடியிலும் நான்காம் அடியிலும் இரண்டு இடங்களில் குற்றுகரங்கள் வருகின்றன.

"அந்தரத்தில் தேவர்க்கும் அறியலாகா
அந்தணனை அந்தணர்மாட் (டு) அந்திவைத்த
மந்திரத்தை மந்திரத்தால் மறவா (து) என்றும்
வாழுதியேல் வாழலாம் மடநெஞ் சமே"

இங்கு அடைப்புக் குறிகளுக்குள் உள்ள குற்றுகரங்களை எழுத்தெண்ணிக்கையில் சேர்த்துக் கொண்டாலும் முறையே 25, 26 எழுத்துகள்தாம் வருகின்றன.

இவற்றால் யாப்பருங்கல விருத்தி கூறும் தாண்டக யாப்பு, தமிழில் உள்ள திருத்தாண்டகங்களுக்குப் பொருந்தி வரவில்லை என்று அறியலாம்.

தமிழ் யாப்பின்வழித் 'தாண்டகம்'

இனித் தாண்டகம் தமிழ் யாப்பே என்பார் கூற்றினை நோக்குவோம். அதற்கு முன்னர் ஆழ்வார் பாடிய திருத்தாண்டங்களின் யாப்பமைதி பற்றித் தெரிந்துகொள்ளுதல், தாண்டகம் பற்றிய ஆய்வுக்குத் துணைபுரியும்.

ஆழ்வார் காலத்திற்குப் பின்னர் வளர்ச்சியுற்ற யாப்பிலக்கணத்தின்படி நோக்கினால், ஆழ்வாரின் திருநெடுந்தாண்டகம் எண்சீர்க் கழிநெடிலடி ஆசிரிய விருத்தங்கள் முப்பது கொண்டதாகும். இவ்வகை விருத்தத்தில் 1, 2, 5, 6 ஆகிய நான்கு சீர்களும் காய்ச்சீர்களாகவும். 3, 4, 7, 8 ஆகிய நான்கு சீர்களும் இயற்சீர்களாகவும் வரும். இயற்சீர் நான்கனுள் 3, 7 ஆகிய சீர்கள் புளிமா, அன்றித் தேமாவாக வரும். 4, 8 ஆகிய சீர்கள் தேமாவாக மட்டுமே அமையும். எனவே இவ்வகை விருத்தம்,

1	2	3	4	5	6	7	8
காய்	காய்	மா	மா	காய்	காய்	மா	மா

என்னும் வாய்பாடு கொண்டதாகும்.

ஆழ்வாரின் திருக்குறுந்தாண்டகம் அறுசீர்க் கழிநெடிலடி ஆசிரிய விருத்தங்கள் இருபது கொண்டதாகும். இவ்வகை விருத்தத்தில் எல்லாச் சீர்களும் இயற்சீர்களாகவே வரும். சிறுபான்மை காய்ச்சீர் வருதலுமுண்டு பெரும்பாலும் 1, 4 ஆகிய சீர்கள் விளச்சீராகவும், 2, 3, 5, 6 ஆகிய சீர்கள் மாச்சீர்களாகவும் வரும். இவற்றுள் இரண்டாம் சீரும் ஐந்தாம் சீரும் புளிமா, அன்றித் தேமாவாக வரும். மூன்று, ஆறாம் சீர்கள் மட்டும் தேமாவாகவே வரும். எனவே இவ்வகை விருத்தம்,

```
  1    2    3    4    5    6
விளம்  மா   மா   விளம்  மா   மா
```

என்னும் வாய்பாடு கொண்டதாகும்.

தாண்டக யாப்பு தமிழ் மரபினதே எனக் கூறும் க. வெள்ளை வாரணன், தொல்காப்பியர் கருத்துப்படி அதனை எண்சீரான் வந்த கொச்சக ஒருபோகு என்பர்.[148] "இவ் யாப்பு ஆசிரியர் தொல்காப்பியரால் ஒற்றும் குற்றுகரமும் நீக்கி நான்கு எழுத்து முதல் இருபது எழுத்தீறாக வகுத்துரைக்கப்பட்ட பதினேழு நிலத்து ஐவகையடிகளிலும் (குறளடி, சிந்தடி, அளவடி, நெடிலடி, கழிநெடிலடி) கழிநெடிலடிக்கு உரிய மேலெல்லை யாகிய இருபது எழுத்தென்னும் வரையறையைத் தாண்டி இருபதின் மேற்பட்ட எழுத்தால் மிக்கு வருதலின் தாண்டகம் என்னும் பெயர்த்தாயிற்று. தேவாரத் திருப்பதிகங்களில் இருபது எழுத்தென்னும் இவ்வரை யறையைக் கடந்து வருவன பிறவும் உளவேனும் அவையனைத்தும் பண்ணோடு கூடிய இசைப்பாடல் ஆதலின், இயல்வகை குறித்த தாண்டகம் என்னும் இப்பெயரினைப் பெறாவாயின"[149] என விளக்குகிறார் அவர். மேலும் அவர், "திருநாவுக்கரசரது திருத்தாண்டக யாப்பு, கழிநெடிலடிக்கு மேலெல்லையாகிய இருபது எழுத்தென்னும் (ஒற்றும் குற்றுகரமும் நீங்கலாக) அளவினைக் கடந்து இருபத்தேழு எழுத்திற்கு உட்பட்டு வருவதாகும்; யாப்பருங்கலவிருத்தியில் தாண்டகம் என்ற பெயராற் குறிக்கப்பட்ட தாண்டக யாப்பு இருபத்தேழு எழுத்து முதலாக அவற்றின் மிக்க எழுத்துக்களைப் பெற்று வருவதாகும்"[150] என இரண்டனுக்குமுள்ள வேற்றுமையையும் எடுத்துக் காட்டுகிறார். இங்குத் தாண்டகம் தமிழ் யாப்பின் வழிப்பட்டதே என்பதற்கு அவர் கூறும் விளக்கமும், யாப்பருங்கலவிருத்தியிற் கூறப்படும் 'தாண்டகம் வேறு', 'திருநாவுக்கரசரின் தாண்டகம் வேறு' என்பதற்கு அவர் காட்டும் காரணங்களும் மனம் கொள்ளத்தக்கவை.

சில தடைகள்

மேற்குறித்தவாறு திருநாவுக்கரசரின் திருத்தாண்டகத்தைத் தமிழ் மரபினதாகக்காட்டும் க.வெள்ளைவாரணன், திருமங்கை யாழ்வாரின் திருத்தாண்டகங்களையும் தமிழ் யாப்புவழிப் பட்டதாகவே ஏற்றுக்கொள்கிறார். அவர் கருத்துப்படி,

---

148. க. வெள்ளைவாரணன், பன்னிரு திருமுறை வரலாறு–முதற்பகுதி ப. 419.
149. மேலது, ப.420.
150. க. வெள்ளைவாரணன், பன்னிருதிருமுறை வரலாறு–முதற்பகுதி, ப. 421.

ஆழ்வாரின் நெடுந்தாண்டகம் அப்பரின் திருத்தாண்டகத்துக்கும் ஆழ்வாரின் குறுந்தாண்டகம் அப்பரின் திருநேரிசைக்கும் இணையாகின்றன.[151]

திருநாவுக்கரசரின் திருநேரிசைப் பதிகங்களும், திருமங்கை யாழ்வாரின் திருக்குறுந்தாண்டகமும் ஒரே வகை யாப்பில் அமைந்தவை.

விளம் மா மா விளம் மா மா

என்னும் வாய்பாடு கொண்ட அறுசீர் விருத்தங்கள் அவை. இங்ஙனமாக ஒன்று திருநேரிசை எனவும், மற்றொன்று திருக்குறுந் தாண்டகம் எனவும் வெவ்வேறு பெயர் பெறுகின்றன. இப்பெயர் மாற்றத்துக்கு என்ன காரணம்?

அறுசீரில் இருபது பாசுரங்கள் கொண்ட தாண்டகமும் எண் சீரில் முப்பது பாசுரங்கள் கொண்ட தாண்டகமும் ஆழ்வார் பாடினார். எண்சீரினும் அறுசீர் குறியது. அன்றியும் அறுசீர் யாப்பிலான பாடற்பகுதி, எண்சீர் யாப்பிலான பாடற்பகுதியினும் குறைந்த எண்ணிக்கை கொண்டது. ஆதலின் அவை 'குறுந்தாண்டகம்', 'நெடுந்தாண்டகம்' என வேறுபடுத்தப்பட்டன எனலாம். இவ்வமைதி ஆழ்வாரின் இரண்டு தாண்டகங்களைப் பொறுத்தவரை ஏற்கத்தகும்.

ஆயின், அப்பரின் திருநேரிசைப் பதிகங்கள், 'குறுந்தாண்டக' மாகக் கொள்ளப்படவில்லையே ஏன்? என்னும் வினாவுக்கு விடை காண இயலவில்லை.

மற்றொரு சிக்கலும் உண்டு. 'குறுந்தாண்டகம்' என அழைக்கப்பெறும் ஆழ்வாரின் பாடற்பகுதி முதலில் 'தாண்டகம்' ஆகுமா? என்பதுவே அச்சிக்கலாகும்.

ஆழ்வாரின் குறுந்தாண்டகப் பாடல்களும் அப்பரின் திருநேரிசைப் பாடல்களும் இருபது எழுத்துக்கு மேற்படாது அடங்கிவரும் அடிகளையுடைய அறுசீர் விருத்த யாப்பின. அங்ஙனமாயின் க. வெள்ளைவாரணன் தாண்டகத்துக்குக் கூறிய இலக்கணப்படி அடிக்கு இருபது எழுத்துக்களைத் தாண்டாத இவை தாண்டகமாகா. வடமொழி மரபுப்படி இருபத்தேழு எழுத்து என்னும் எல்லைக்கு இங்கு இடமே இல்லை. ஆகத் தமிழ் மரபு வடமொழி மரபு ஆகிய இரண்டினாலும் தாண்டகமாகாத ஆழ்வாரின் பாடற்பகுதி, 'குறுந்தாண்டகம்' எனப் பெயர் பெற்றது எவ்வாறு என்பது விளங்கவில்லை.

---

151. மேலது, ப.423, 424.

சிக்கலைத் தீர்க்காத பாட்டியல்கள்

பின்வந்த பாட்டியலாரும் இச்சிக்கல்களை அவிழ்த்துத் தெளிவுப்படுத்தவில்லை.

"மூவிரண் டேனும் இருநான் கேனும்
சீர்வகை நாட்டிச் செய்யுளி னாடவர்
கடவுளர்ப் புகழ்வன தாண்டகம் அவற்றுள்
அறுசீர் குறியது நெடியதுஎண் சீராம்"[152]

எனப் பன்னிருபாட்டியல் கூறுகின்றது.

"ஒவ்வோரடியினும் அறுசீரேனும் எண்சீரேனும் வகைபெற அமைத்து இயற்றிய நான்கடிச் செய்யுளான், ஆடவரையும் கடவுளரையும் புகழ்வனவாகிய அவ்விருதிறத்து நூற்களும் தாண்டகம் எனப்படும். அவற்றுள், அறுசீர் அடிப்பாக்களைப் பெற்று வருவது குறுந்தாண்டகம் என்றும், எண்சீரடிப் பாக்களைப் பெற்று வருவது நெடுந்தாண்டகம் என்றும் கூறப்படும்"[153] என்பது இந்நூற்பாவுக்குரிய உரைவிளக்கமாகும். இந்நூற்பாவில் தாண்டகத்துக்குரிய எழுத்தெண்ணிக்கை பற்றிய குறிப்பு இல்லை. அன்றியும் ஆழ்வார் அறுசீர்யாப்பில் பாடியவற்றைக் 'குறுந்தாண்டகம்' என ஏற்றுக்கொண்டே இந்நூற்பா இலக்கணம் கூறுகின்றது. பன்னிருபாட்டியலார் கூறும் இவ்விலக்கணம் திருமங்கையாழ்வார் முறையே அறுசீரிலும் எண்சீரிலும் பாடிய இலக்கியங்களுக்கான இலக்கணம் ஆகின்றது. அஃதாவது இலக்கியம் கண்டதற்கு அமைந்த இலக்கணம் இது. எனினும் 'தாண்டக சதுரர்'[154] எனச் சிறப்பிக்கப்பெற்ற, திருநாவுக்கரசரின் 'தாண்டக இலக்கியம்' பற்றிப் பன்னிரு பாட்டியல் எதுவும் குறிப்பிடாதது வியப்பளிக்கின்றது. ஆழ்வாரின் திருத்தாண்டகப் பாசுரங்களிலும் (50) திருநாவுக்கரசரின் திருத்தாண்டகப் பாடல்கள் எண்ணிக்கையில் (981) பன்மடங்கு மிக்கன. போற்றித் திருத்தாண்டகம், காப்புத் திருத்தாண்டகம், நின்ற திருத்தாண்டகம், தனித்திருத்தாண்டகம், வினாவிடைத் திருத்தாண்டகம் எனப் பொருளடிப்படையில் பலவாறு பெயர் பெறுவன. இவ்வியல்புகளைப் பாட்டியல்கள் கருத்திற்கொண்டு இலக்கணம் கூறாததற்கான காரணம் தெரியவில்லை.

திருநாவுக்கரசர், திருமங்கையாழ்வார் ஆகிய இருவரது தாண்டகங்களையும் ஒப்பவைத்தும் உறழ்ந்து நோக்கியும்

---

152. ப.பா.196.

153. கா.ர. கோவிந்தராசமுதலியார் (உ.ஆ.), பன்னிருபாட்டியல் 196இன் உரை.

154. பெரியபுராணம் – குங்குலியக்கலயநாயனார் புராணம், 32.

பாட்டியல் நூலார் இலக்கணம் கூறியிருந்தால் இன்று நமக்கு எழக்கூடிய சிக்கல்கள் தோன்றியிருக்கமாட்டா.

பல்காயனார் என்பார் தாண்டகத்துக்குக் கூறிய இலக்கண மும் பன்னிருபாட்டியல் இலக்கணத்தை ஒத்திருக்கின்றது.[155] சீத்தலையார் என்பவர் மட்டும்,

"அடிவரை நான்கும் வரும்எழுத் தெண்ணி
நேரடி வருவது தாண்டகம் ஆகும்"[156]

என்கிறார். இங்குக் குறுந்தாண்டகம், நெடுந்தாண்டகம் பற்றிய பேச்சு இல்லை. எழுத்தெண்ணிக்கை பற்றிய குறிப்புக் காணப்படுவதால், 'தாண்டக யாப்பு'ப் பற்றியது இந்நூற்பா என அறியலாம். ஆயினும் எழுத்தெண்ணிக்கை குறித்து அவர் தெளிவுபடக் கூறவில்லை.

பின்வந்த, 'முத்துவீரியம்' தாண்டக யாப்புக்குரிய இலக்கணத்தையும் பின்வருமாறு கூறுகின்றது.

"இருபத்தேழு எழுத்து ஆதி யாக
உயர்ந்த எழுத்துஅடி யினவாய் எழுத்தும்
குருவும் இலகுவும் ஒத்து வந்தன
அளவியல் தாண்டகம் எனவும் அக்கரம்
ஒவ்வாதும் எழுத்தலகு ஒவ்வாதும் வந்தன
அளவழித் தாண்டகம் எனவும் பெயர்பெறும்"[157]

என்பது அந்நூற்பாவாகும். வீரசோழியம், யாப்பருங்கல விருத்தி ஆகிய நூல்கள் புகுத்திய புதுமரபிற்கேற்ப முத்து வீரியம் இங்குத் தாண்டகத்திற்கு இலக்கணம் கூறுகின்றது. அளவியல் தாண்டகம், அளவழித் தாண்டகம் ஆகிய இரு வகைகளையன்றி, குறுந்தாண்டகம், நெடுந்தாண்டகம் என்னும் பகுப்புமுறை இங்கு இடம் பெறாமை கவனிக்கத் தக்கது. ஆக, பாட்டியல்கள் கூறும் தாண்டக இலக்கணம் இருவகையில் அமைகின்றது.

1. பன்னிருபாட்டியல், இலக்கியம் கண்டதற்கு இலக்கணம் கூறியது ஒருவகை.

2. முத்துவீரியம், யாப்பருங்கலவிருத்தியைத் தழுவிப் புதிய மரபில் இலக்கியம் காண்பதற்கு இலக்கணம் கூறியது மற்றொரு வகை.

இங்ஙனம் தாண்டகம் பற்றிய கருத்துகள் தமிழ் இலக்கண ஆசிரியர்களிடம் மாறுபட்டும் குழம்பியும் காணப்படுவதால், அதனை நாம் இன்று தெளிவாக உணரமுடியவில்லை.

---

155. கா.ர. கோவிந்தராச முதலியார் (உ.ஆ.), மு.நூ., ப.120.
156. மேலது.
157. மு.வி. 1115.

ஆழ்வார் பாசுரங்களுக்கு யாப்பு வகை குறித்த திவ்வியப் பிரபந்தப் பதிப்பாசிரியர்களும் 'தாண்டகம்' பற்றித் தெளிவான விளக்கம் தரவில்லை. "பகவானுடைய திவ்ய சேஷ்டி தங்களைத் தாண்டக ரூபத்தில் நிரூபிக்கிறபடியினால்... இத்திரு நாமம்"[158] பெற்றதாகக் கூறுவர் கோமடம் எஸ்.எஸ். ஐயங்கார். இங்கு அவர் 'தாண்டக ரூபம்' என்றாரே தவிர அதன் 'ரூபம்' (வடிவம்) பற்றியோ இலக்கணம் பற்றியோ எதுவும் கூறாதது கவனிக்கத் தக்கது.

மற்றொரு தடை

திருமங்கையாழ்வாரின் தாண்டகங்களைப் பொறுத்தவரை மற்றொரு தடையும் உண்டு. எண்சீரும் அறுசீருமாகப் பாடிய பாசுரப்பகுதிகள் திவ்வியப்பிரபந்தத்தில் உள்ளன.

"விளம் மா மா விளம் மா மா"

என்பது குறுந்தாண்டக யாப்பு.

"காய் காய் மா மா காய் காய் மா மா"

என்பது நெடுந்தாண்டக யாப்பு.

"ஆவியை யரங்க மாலை அழுக்குடம் பெச்சில் வாயால்
தூய்மையில் தொண்ட னேன்நான் சொல்லினேன்
தொல்லை நாமம்...

என்னும் குறுந்தாண்டகப் பாசுரப்பகுதிக்கும் *(12)*,

"கையிலங் காழி சங்கன் கருமுகில் திருநி றத்தன்
பொய்யிலன் மெய்யன் தன்தாள் அடைவரே லடிமை யாக்கும்."

என்னும் பெரியதிருமொழிப் பாசுரப்பகுதிக்கும் *(5–9–1)* யாப்பமைதி யில் ஒரு வேற்றுமையும் இல்லை. அவ்வாறே,

"நெஞ்சுருகிக் கண்பனிப்ப நிற்கும் சோரும்
நெடிதுயிர்க்கும் உண்டறியாள் உறக்கம் பேணாள்"

என்னும் நெடுந்தாண்டகப் பாசுரத்துக்கும் *(12)*,

"பிறைதங்கு சடையானை வலத்தே வைத்துப்
பிரமனைத்தன் னுந்தியிலே தோற்று வித்து"

என்னும் பெரியதிருமொழிப் பாசுரத்துக்கும் *(3–4–9)* ஒரு வேற்றுமையும் இல்லை. என்றாலும் தாண்டகத்தில் உள்ளவாறே அறுசீர், எண்சீர் விருத்த அடிகளாலான இப்பெரிய திருமொழிப் பதிகங்கள், 'தாண்டகம்' எனப் பெயர் பெறாமை கவனிக்கத் தக்கது.

---

158. கோமடம் எஸ்.எஸ். ஐயங்கார் (ப.ஆ.), சந்தமிகு தமிழ்மறை – பெரியதிருமொழி, ப.13.

"கடல்ஞாலம் செய்தேனும் யானே என்னும்
கடல்ஞால மாவேனும் யானே என்னும்"

என்னும் திருவாய்மொழிப் பதிகமும் (5–6) திருநெடுந்தாண்டகம் போல முழுதும் எண்சீர் ஆசிரியவிருத்த யாப்பினாலானதே. அவ்வாறே தொண்டரடிப்பொடியாழ்வார் பாடிய 'திருமாலை' முழுவதும் குறுந்தாண்டகம் போல அறுசீர் ஆசிரியவிருத்த யாப்பினாலானதே. மேலும் திருமாலை, குறுந்தாண்டகம் ஆகிய இவ்விரு நூல்களிலும் முறையே 35, 14ஆம் பாசுரங்களின் ஈற்றடிகள் மிகுதியும் ஒத்திருத்தலும் இங்குச் சுட்டத்தக்கது. ஆயினும் 'திருமாலை'ப் பாசுரங்கள் தாண்டகம் எனப் பெயர் பெறவில்லை. அங்ஙனமாயின் அறுசீர், எண்சீர் விருத்த யாப்பில் இயன்ற இவற்றை (ஆழ்வாரின் திருக்குறுந்தாண்டகம், திருநெடுந்தாண்டகம்) மட்டும் தாண்டகம் என்பானேன் என்னும் கேள்வி எழுகின்றது.

சைவத்திலும் இந்நிலையுண்டு. திருநாவுக்கரசர் தாண்டகத் துக்குக் கையாண்ட அதே எண்சீர் யாப்பில் திருஞானசம்பந்தர் 11 பதிகங்களும், சுந்தரர் 27 பதிகங்களும், மாணிக்கவாசகர் 6 பதிகங்களும் பாடியுள்ளனர். ஒன்பதாம் திருமுறையில் 11 பாடல்களும், பதினொராந் திருமுறையில் 36 பாடல்களும் அதே யாப்பில் அமைந்துள்ளன. எனினும் அவை தாண்டகம் எனக் குறிக்கப்பெறாமையை அறிஞர்கள் சுட்டிக்காட்டி யுள்ளனர்.[159] அதுவும் இங்கு நினைத்தற்குரியது.

சிறிது வெளிச்சம்

இந்நிலையில் யாப்பருங்கல விருத்தியுரைகாரர் தரும் ஒரு குறிப்பு, சிறிது வெளிச்சம் காட்டுகிறது.

தாண்டகம் என்பது தொல்காப்பியரால் கொச்சக ஒருபோகு எனவும், காக்கைபாடினியார் போன்ற ஒருசார் ஆசிரியரால் பாவினமாகவும் கொள்ளப்பட்டது என்பது அவர் தரும் குறிப்பாகும்.[160] அதன்படி, தாண்டகத்துக்குப் பயன்பட்ட அறுசீர் யாப்பு, ஒருசார் ஆசிரியரால் ஆசிரியப்பாவின் இனமான விருத்தமாகக் கொள்ளப்பட்டது என்பது உறுதியாகின்றது. அவ்வகை விருத்தங்கள் வடமொழித் 'தண்டக'த்தின் தனித் தன்மைகளுள் ஏதேனும் ஒன்றைப் பெற்றுத் தமிழில் தாண்டகம் எனப் பெயர் பெற்றிருக்கலாம் என்று கருத இடமுள்ளது.

அளவொத்த நான்கு அடிகளையுடைய வடமொழித் தண்டக யாப்பு, ஓர் அடிக்கு 27 எழுத்து முதல் 999 எழுத்து

---

159. சோ.ந. கந்தசாமி, தமிழ் யாப்பியலின் தோற்றமும் வளர்ச்சியும், முதற்பாகம் – இரண்டாம் பகுதி, பக்.249–250.

160. யா.க.வி., ப.436.

வரை நீண்டு சென்று முடியும் என்பர். அவ்வகை நீட்சி காரணமாக எச்சங்களாகத் தொடர்ந்து செல்லும் போக்குத் தண்டக விருத்தங்களில் அமைந்தது. குறிப்பிடத்தக்க இத் தனித்தன்மையைத் தமிழ்த் தாண்டகப் பாக்களிலும் காண முடிகின்றது.

“மின்னுருவாய் முன்னுருவில் வேதம் நான்காய்
விளக்கொளியாய் முளைத்தெழுந்த திங்கள் தானாய்
பின்னுருவாய் முன்னுருவில் பிணிமூப் பில்லாப்
பிறப்பிலியாய் இறப்பதற்கே எண்ணாது எண்ணும்
பொன்னுருவாய் மணியுருவில் பூதம் ஐந்தாய்ப்
புனலுருவாய் அனலுருவில் திகழுஞ் சோதி
தன்னுருவாய் என்னுருவில் நின்ற எந்தை
தளிர்புரையும் திருவடியென் தலைமே லவே”

என்னும் திருநெடுந்தாண்டக முதற் பாசுரத்தைக் கவனித்தால் பாசுர அடிகளின் இடையிலோ முடிவிலோ முற்று இன்றி, வினையெச்சமாய்த் தொடர்ந்து இறுதியிலேயே முற்றுப் பெறுதலைக் காணலாம். பெரும்பாலான பாசுரங்கள் இவ்வகைப் போக்கிலேயே அமைந்துள்ளமை கவனிக்கத்தக்கது.

திருநெடுந்தாண்டகத்தில் முதற் பத்துப் பாசுரங்கள் தாமான தன்மையிலும், அடுத்த பத்துப் பாசுரங்கள் தாய் கூற்றிலும், இறுதிப் பத்துப் பாசுரங்கள் மகள் கூற்றிலும் அமைந்தன என்பர்.[161] இங்ஙனம் கூற்றுநிலை மாறுபட்டபோதும் மேற்குறித்த அமைப்பு மாறுபடவில்லை.

“கல்லெடுத்துக் கல்மாரி காத்தாய்!’ என்றும்
‘காமருபூங் கச்சியூ ரகத்தாய்!’ என்றும்
‘வில்லிறுத்து மெல்லியல்தோள் தோய்ந்தாய்!’ என்றும்
‘வெஃகாவில் துயிலமர்ந்த வேந்தே!’ என்றும்
‘மல்லடர்த்து மல்லரையன் றட்டாய்!’ என்றும்
‘மாகீண்ட கைத்தலத்தென் மைந்தா!’ என்றும்
சொல்லெடுத்துத் தன்கிளியைச் ‘சொல்லே’ என்று
துணைமுலைமேல் துளிசோரச் சோர்கின் றாளே!”

என்னும் பாசுரத்தில் (13) மகள் கூற்றுத் தனித்தனியாக முற்றுப் பெறுவது போலத் தோன்றினும், தாய் அதனை மீண்டும் எடுத்துச்சொல்லும் போக்கில்,

“கல்லெடுத்துக் கல்மாரி காத்தாய்! என்றும்
‘காமருபூங் கச்சியூ ரகத்தாய்!’ என்றும்”

இடையறாத் தொடர்ச்சியுடன் கூற்று அமைதல் காணலாம்.

---

161. பெரியவாச்சான்பிள்ளை, (உ.ஆ.), திருநெடுந்தாண்டகம் வியாக்கியானம், ப.104. இறுதிஇரண்டு பாசுரங்கள் (29, 30) தாமான தன்மையில் அமைந்தவை.

"மைவண்ண நறுங்குஞ்சிக் குழல்பின் தாழ
மகரம்சேர் குழைஇருபா டிலங்கி யாட
எய்வண்ண வெஞ்சிலையே துணையா இங்கே
இருவராய் வந்தாளென் முன்னே நின்றார்"

என்னும் பாசுரப்பகுதி (21) மகள் கூற்றாக அமைவது. இதன்கண்,

"இருவராய் வந்தார்என் முன்னே நின்றார்"

என்பதில் 'வந்தார்' என்னும் முற்று 'வந்து' என எச்சப் பொருளே தந்து தொடர்தலும் நோக்குதற்குரியது.

திருக்குறுந்தாண்டகத்தில் இத்தன்மை மிகுந்து காணப்படுகின்றது.

"நிதியினைப் பவளத் தூணை நெறிமையால் நினைய வல்லார்
கதியினைக் கஞ்சன் மாளக் கண்டுமுன் அண்ட மாளும்
மதியினை மாலை வாழ்த்தி வணங்கியென் மனத்து வந்த
விதியினைக் கண்டு கொண்ட தொண்டனேன் விடுகி லேனே"

என்பது முதற்பாசுரம். இப்பாசுர முடிவில் 'விதியினை' என்பதற்குப் பின்னர் முற்றாக வருகின்ற (கண்டு... விடுகிலேனே) பகுதிகளை விலக்கி, அடுத்துவரும் மூன்று பாசுரங்களிலும் இம்முறையையே மேற்கொண்டால், ஆழ்வார் இறைவனைத் தொடர்ச்சியாக அடுக்கிப் போற்றுதல் பின்வருமாறு அமையும்.

"நிதியினை, பவளத்துணை, நினையவல்லார் கதியினை, அண்டமாளும் மதியினை, மாலை, விதியினை, காற்றினை, புனலை, தீயை, இலங்கை செற்ற ஏற்றினை, எழில்மணித் திரளை, இன்ப ஆற்றினை. அமுதம் தன்னை, அவுணர் கூற்றினை, வானோர்க்கு அமுதம் கொண்ட அப்பனை, எம்பிரானை, மாலிருஞ்சோலை மேய மைந்தனை, கேழலாய் உலகங் கொண்ட பூக்கெழு வண்ணனை வேட்கை மீதூர விழுங்கினேன்" என்பது முதல் நான்கு பாசுரங்களின் பொருட் சுருக்கம் ஆகும். இடையில் 5ஆம் பாசுரம் ஒன்று தவிர 6, 7, 8 ஆகிய பாசுரங்களிலும் இவ்வகையான தொடர் அடுக்கினைக் காணலாம். 9 முதல் 11 முடியவுள்ள பாசுரங்கள் இறைவனை முன்னிலைப் படுத்திப் பேசும்முறையில் உள்ளன. 12 முதல் 20 முடியவுள்ள எஞ்சிய பாசுரங்களில் ஆழ்வார் தமது பலவாறான இறையனுபவங்களைச் சொல்லி இப்பிரபந்தத்தைத் தலைக்கட்டுகிறார்.

இவ்வாறு கூற்றுநிலை மாறுபடினும் எச்சங்களை வருவித்து அடுக்கிக் கூறும் தொடர்ச்சிப் போக்கு நூல் முழுதும் ஒத்திருக்கின்றது.

"அரியானை அந்தணர்தம் சிந்தை யானை
அருமறையின் அகத்தானை அணுவை யார்க்கும்
தெரியாத தத்துவனைத் தேனைப் பாலைத்
திகழொளியைத் தேவர்கள்தம் கோனை மற்றைக்
கரியானை நான்முகனைக் கனலைக் காற்றைக்
கனைகடலைக் குலவரையைக் கலந்து நின்ற
பெரியானைப் பெரும்பற்றப் புலியூ ரானைப்
பேசாத நாளெல்லாம் பிறவா நாளே"[162]

எனத் திருநாவுக்கரசரின் தாண்டகங்களிற் பெரும்பாலனவும் இவ்வாறே அமைந்திருத்தல் காணலாம்.

எனவே இத்தகையதொரு தனித்தன்மை ஒன்றினால் அறுசீர், எண் சீர் விருத்தங்களினாய பிற நூல்களினின்றும் வேறுபடுத்தி இவை 'தாண்டகம்' என அழைக்கப்பெற்றன போலும். அன்றியும் 'இசை'யும் ஒரு காரணமாய் இருந்திருக்கக் கூடும். 'தாண்டகம் என்றொரு பண்ணும் உண்டு' என்று வை.மு. கோபாலகிருஷ்ணமாசார்யர் தம்முடைய பெரிய திருமொழிப் பதிப்பில் குறித்திருப்பதும் இதனை உறுதி செய்கின்றது. ஆழ்வாரின் தாண்டகங்கள், 'பெரியதிருமொழி'யின் இறுதியில் இடம் பெறுகின்றன. திவ்வியப்பிரபந்தத்தில், 'இயற்பா' நீங்கலாக உள்ள ஏனையமூன்று ஆயிரங்களும் 'இசைப்பாக்கள்' என்பது இங்கு மனங்கொள்ளத்தக்கது. திருநெடுந்தாண்டகப் பாசுரம் ஒன்றில் (21) "நைவளம் ஒன்றாராயா நம்மை நோக்கா" என்னும் தொடர் காணப்படுகிறது. இதில் இடம்பெறும் 'நைவளம்' என்னும் பண்ணைக் குறித்துப் பின்வருமாறு விளக்கம் தருவர் பெரியவாச்சான்பிள்ளை. "கேட்டாரோடு சொன்னாரோடு வாசியற நைவிக்கும்படியான அழகையுடைத்தான பண்ணை நுணுங்கி"[163] என்பது அவர் தரும் விளக்கம். இதனால் உள்ளத்தை உருக்கும் அந்தப் பண்ணின் இயல்பினை அறியலாம். ஆழ்வாரின் தாண்டகத்தில் இடம்பெறும் இசை பற்றிய இக்குறிப்பு மட்டுமன்றிக் குருபரம்பரை கூறும் மற்றொரு செய்தியும் இங்குச் சுட்டத்தகும். திருமங்கையாழ்வார் தாமே தமது திருநெடுந்தாண்டகப் பாசுரங் களைத் திருவரங்கன் சன்னிதியில் மனமுருகிப் பாடினார் எனக் குருபரம்பரை கூறுகின்றது.[164] எனவே இவற்றைப் பாடுதற்கென்று அந்நாளிற் பின்பற்றப்பெற்ற ஒருவகை இசைமரபு பற்றியும் இவை, 'தாண்டகம்' எனப் பெயர் பெற்றிருக்கலாம். அம்மரபினை இன்று நாம் அறியமுடிய வில்லை. மேலும் ஒன்று; தாண்டகம் இசைப்பாட்டே என்றும் அதில் சிறப்பாகக் கையாளப்படும் இலக்கியக் கொள்கை

162. தேவாரம் அடங்கன் முறை, இரண்டாம் பாகம், 6244.
163. பெரியவாச்சான் பிள்ளை (உ.ஆ), மு.நூ., ப.126
164. டி.ஸி. பார்த்தசாரதி அய்யங்கார் (ப.ஆ.), பன்னீராயிரப்படி குருபரம்பரை, ப.137.

இறைவனிடம் விண்ணப்பம் செய்து கொள்வதற்கு, இசைப் பாட்டைப் பயன்படுத்துவதாகும் என்றும் கூறுவர் சுப. அண்ணாமலை.[165] இதுவும் நம் கருத்துக்கு அரணாகவே அமைகின்றது. ஆயினும் இம்முடிவுகள் மேலும் ஆய்வுக்குரியன.

இதுவரை கூறியவற்றால், 'தாண்டகம்' என்பதே தனிவகை யான யாப்பு என்பது புலப்படும். ஆனால் இதுவரை அச்சான திவ்வியப்பிரபந்தப் பதிப்புக்களில் திருக்குறுந்தாண்டகம் அறுசீர் விருத்தமென்றும் திருநெடுந்தாண்டகம் எண்சீர் விருத்த மென்றும் குறிக்கப்பட்டுள்ளன. காலஓட்டத்தில் தாண்டகம் பற்றிய கருத்து, தமிழ் இலக்கிய உலகில் மறைந்தது போலும். எனவே கடந்த நூற்றாண்டுதொட்டு, திவ்வியப்பிரபந்தப் பதிப்பாசிரியர்கள் தாண்டகத்தை ஆசிரிய விருத்தமாகக் கொண்டுள்ளனர். அவர் தம் கொள்கை இற்றைநாள் திறனி களுக்குத் தாண்டகத்தைத் தனி யாப்பாக அறிய உதவவில்லை.

பிற்கால நிலை

ஆழ்வாரும் திருநாவுக்கரசரும் பாடிய தாண்டகங்களைத் தவிரப் பின்னாளில் தாண்டக இலக்கியம் எதுவும் தோன்றிய தாகத் தெரியவில்லை. பின்வருவன அதற்கான காரணங்கள் ஆகலாம்.

1. பொதுவாகப் பிறர் கையாண்ட எண்சீர், அறுசீர் விருத்த யாப்புக்கும் தாண்டக யாப்புக்கும் வேறுபாடு இன்மை.
2. இத்தாண்டக யாப்பு வடமொழி பற்றியதாயினும் தமிழ் மொழி பற்றியதாயினும் அதனைப் பின்வந்த இலக்கண நூல்கள் தெளிவுபடுத்தாமை.

இங்கு மற்றொரு கருத்தும் எண்ணத்தகும். 'தண்டக மாலை'[166] என்றோர் இலக்கிய வகையைப் பாட்டியல்கள் கூறுகின்றன. இது தாண்டகத்தினும் வேறானது. முந்நூறு வெண்பாக்களால் அமைவது தண்டகமாலையாம்.[167] ஆயினும் இத்'தண்டகம்' எங்கிருந்து வந்தது? வடசொல்லா? தமிழாயின் வேர்ச் சொல் எது? என்னும் ஐயங்கள் எழுகின்றன. தெலுங்கில் *'Danda'* என்பது மாலை எனப் பொருள் தரும் என்றும், 'தண்டகா' *(DANDAKA)* என்பது மாலை போல இறைவன் அல்லது இறைவியை இடையறாது தொடர்ச்சியாகப் பாடப் பயன்படும்

165. சுப. அண்ணாமலை, பண்சுமந்தபாடல், ப.14.
166. அரங்க. நலங்கிள்ளி, பாட்டியல்கள் (ஓர் அறிமுகம்), பக்.59, 63, 77.
167. மு.வீ. 1068.

இலக்கியவகை ஆகுமென்றும் கூறப்படுகிறது.[168] தமிழில் 'தண்டக மாலை' என்னும் பெயருக்கான விளக்கம் இங்குக் கிடைக்கிறது. ஆயினும் தமிழ்த் 'தண்டகமாலை'யின் பாடு பொருள் தெலுங்குத் 'தண்டக'த்தினும் வேறானது என அறியலாம். ஆக எப்படிநோக்கினும், 'தண்டகம்', 'தாண்டகம்' என்பன தமிழ் இலக்கணிகளால் தெளிவாக விளக்கப்படவில்லையோ என்னும் ஐயமே எஞ்சுகின்றது.

ஆதலின் தாண்டகம் பற்றி இங்குக் கூறப்பட்ட கருத்துக்கள் அதுபற்றிய தேடலில் சற்று முன்னேறிச் சென்றதன் அடையாளமாகவே கொள்ளத்தகும். மேலாய்வுக்கும் தெளிவுக்கும் இன்னும் இடமிருக்கிறது என்பதுவே இங்குக் குறிக்கத்தக்க செய்தியாகும்.

முடிவு

பக்திக் காலத்தில் தோன்றிய அந்தாதிகளுக்குப் பழைய சங்க நூல்களிற் காணப்படும் அந்தாதித்தொடை அமைப்பே அடிப்படையாகும்.

திவ்வியப்பிரபந்தத்தில் 'அந்தாதி' என்னும் இலக்கிய வகையே மேலோங்கி இருக்கிறது.

திருவாய்மொழி என்னும் ஒரு நூலிலேயே ஆயிரத்துக்கு மேற்பட்ட பாடல்களை அந்தாதியாக அமைத்துப் பாடிய சிறப்பு நம்மாழ்வார்க்கே உரியது.

திவ்வியப்பிரபந்த அந்தாதிகளில் ஒரு பாசுரத்தின் இறுதிச் சீர் அல்லது அசை அடுத்த பாசுரத்தின் முதலாகத் தொடங்குவதைப் பெரும்பாலும் காணமுடிகின்றது.

அந்தாதியாக வரும் பிறப்பினை மாற்றவும் இடையறாச் சிந்தனையுடன் இறைவனைப் போற்றவும் ஏற்ற இலக்கிய வகையாக ஆழ்வார்கள் அந்தாதி இலக்கியங்களை மிகுதியாகப் படைத்திருக்கலாம். இதுவே உரையாசிரியர் கருத்துமாகத் தோன்றுகிறது.

நம்மாழ்வார் மீது மதுரகவியாழ்வார் பாடிய, 'கண்ணிநுண் சிறுத்தாம்பி'ன் அடிப்படையில் ஆசாரியர்களைப் போற்றி வைணவத்தில் இந்நூற்றாண்டளவும் பல அந்தாதிகள் எழுந்துள்ளன.

ஆழ்வார்கள் அந்தாதி இலக்கிய ஆக்கத்தில் காட்டிய ஈடு பாட்டின் பயனாகப் பிற்காலத்தில் வைணவ அந்தாதிகள் அதிக எண்ணிக்கையில் தோன்றின.

---

168. T.S. Giriprakash, Op.cit.

பக்தி இலக்கியங்களில் மட்டுமன்றிக் காப்பியம், சிற்றிலக்கியம், இலக்கணம் ஆகிய தமிழ் நூல்கள் பலவற்றிலும் அந்தாதியின் ஆளுமை காணப்படுகின்றது.

அந்தாதி இலக்கிய ஆக்கத்தில் காலந்தோறும் புலவர்கள் காட்டிய பல்வேறு உத்திகளால் அதன் வகைப்பாடும் விரிவடைந்துள்ளது.

இன்றைய தமிழ்க் கவிதைகளிலும் ஓர் இலக்கிய உத்தியாக அந்தாதித் தொடை இடம்பெறுகின்றது.

சங்க காலத்திற் பெருக வழங்கிய ஆசிரியப்பா பக்திக் காலத்திலும் இறைவனைப் போற்றுதற்குரிய யாப்பு வடிவமாகக் கையாளப்பெற்றது.

பக்திக் காலத்தில் ஆசிரிய யாப்பினாற் பாடப்பெற்று, அவ் யாப்பினாலேயே பெயர் பெற்ற முதல் நூலாக நம்மாழ்வாரின் 'திருவாசிரியம்' திகழ்கின்றது.

'திருவிருத்தம்', 'பெரியதிருவந்தாதி', 'திருவாய்மொழி' ஆகிய மூன்று பிரபந்தங்களையும் மண்டல அந்தாதியாகப் பாடிய நம்மாழ்வார் திருவாசிரியத்தையும் அவ்வாறே பாடி யிருக்க வேண்டும் எனவும் அவ்வமைப்புடைய பாட்டு கிடைக்கப் பெறவில்லை எனவும் சிலர் கூறும் கருத்து ஆய்வுக்குரியது.

ஆசிரிய யாப்பில் அமைந்த நூல்களுக்கு யாப்பு அடிப்படையில் பெயர் சூட்டியபோது, அந்நூல்கள் வெவ்வேறு பெயர்களால் வேறுபடுத்திக் காட்டப்பட்டன.

இக்காலத்தே ஆசிரிய யாப்பில் அமைந்த பாடல்கள் அல்லது நூல்கள் பெரும்பாலும் உள்ளடக்கத்தை ஓட்டியே பெயர் பெறுகின்றன. யாப்பு அடிப்படையில் அவை பெயர் பெறுதல் இல்லை.

திருச்சந்தவிருத்தப் பாசுரங்களைச் சீரின் அமைதி குலையு மாறு பிரித்து எழுசீர்க் கழிநெடிலடி ஆசிரியவிருத்தமாகக் கொள்வ தினும் தம்முள் அளவொத்த நாற்சீரடி கொண்ட கலிவிருத்தமாகக் கொள்வதுவே ஏற்புடையது.

நம்மாழ்வாரின் திருவிருத்தம் கட்டளைக் கலித்துறை என்னும் யாப்பிலானதே. தொல்காப்பியர் காலத்தில், 'தரவுகொச்சகம்' என வழங்கிய பழைய யாப்பே பக்திக் காலத்தில் 'விருத்தம்' எனப் புதிய பெயர் பூண்டது.

திருவிருத்தத்தின் சில பாடல்களிற் கட்டளைக் கலித்துறை இலக்கணம் முற்றாகப் பொருந்தி வரவில்லை. ஆயினும் எழுத்துக்

கணக்கு, ஓசைநயம், தளைப்போக்கு ஆகியவற்றில் கட்டளைக் கலித்துறைக்குரிய சீர்களோடு ஒருபுடையொத்த வேறு சீர்களை அப்பாடல்கள் பெற்று வருதலை ஆய்ந்து காணலாம்.

எழுத்தெண்ணிக்கை முதலாகக் கட்டளைக் கலித்துறைக்குக் கூறப்படும் இலக்கணம் அவ்வகைப் பாடல்கள் செம்மை பெற்று அமைந்த நிலையில் தோன்றியதாகும். எனவே திருவிருத்தம் முதலான தொடக்கக்காலக் கட்டளைக் கலித்துறைகளில் அவ்விலக்கணத்தை முழுமையாகக் காணவியலாது.

தமிழ் யாப்பியலில் வெவ்வேறு பெயர்களால் சுட்டப்படும் பாவினமாகத் திகழ்வது இக் கட்டளைக் கலித்துறை ஒன்றே ஆகும்.

இலக்கணச் செய்திகளைக் கூறும் கட்டளைக் கலித்துறை களைக் 'காரிகை' எனச் சுட்டுதல் வடமொழி வழக்கினைத் தழுவியதாகும்.

'தாண்டகம்' என்பது ஒருவகை யாப்பே ஆகும்.

தாண்டக யாப்பினைப் பற்றிய கருத்துக்கள் தமிழ் இலக்கண ஆசிரியர்களிடம் மாறுபட்டும் தெளிவின்றியும் காணப்படுவதால் இன்றைய நிலையில் அதனை நாம் முழுமையாக அறிய முடியவில்லை.

'பாசுரங்களில் எச்சங்களாகத் தொடர்ந்து செல்லும் போக்கு', அவற்றைப் பாடுதற்குப் பின்பற்றிய, 'ஒருவகை இசை மரபு' ஆகிய தனித்தன்மைகளால் தாண்டக யாப்பு முன்னாளில் வேறுபடுத்தி அறியப்பட்டிருக்கலாம். அவை பற்றிய துலக்கமான செய்திகள் இன்று நமக்குக் கிடைக்கவில்லை.

தாண்டக யாப்பினைத் தனியே கருத்திற் கொள்ளாமல் திருக்குறுந்தாண்டகம் அறுசீர் விருத்தமென்றும், திருநெடுந் தாண்டகம் எண்சீர் விருத்தமென்றும் திவ்வியப்பிரபந்தப் பதிப்பாசிரியர் சிலர் யாப்புவகை காட்டியது பொருத்தமாகத் தோன்றவில்லை.

திருமங்கையாழ்வார், திருநாவுக்கரசர் ஆகியோரது தாண்டகங்களுக்குப் பிறகு தமிழில் தாண்டக இலக்கியங்கள் தோன்றவில்லை. எனவே தமிழில் பிற்றை நிலை வளர்ச்சி பெறாத ஓர் இலக்கிய வகையாகத் திகழ்வது 'தாண்டகம்' எனலாம்.

5

எண்ணலங்கார அடிப்படையில் இலக்கிய வகை

பா, பாவகை, பாவினம் முதலான யாப்பு வகையாலன்றிச் செய்யுளிற் கையாளப்பெறும் ஒருவகை உத்தி நோக்கி, வகைப்படுத்தப்படும் இலக்கியங்களும் தமிழில் தோன்றின. இவ்வகையான இலக்கியங்களுக்குத் திவாகரம் போன்ற நிகண்டு நூல்களும், யாப்பருங்கலம் போன்ற யாப்பு நூல்களும், மாறனலங்காரம் போன்ற அணி நூல்களும் இலக்கணம் கூறுகின்றன.[1] இவ்வாறு நிகண்டு, யாப்பு, அணி நூல்கள் ஒருங்குணர்த்தும் வகைகளுள் ஒன்றாகத் திகழ்வது, 'எழு கூற்றிருக்கை' என்னும் இலக்கிய வகையாகும். திவ்வியப் பிரபந்தத்தில் திருமங்கையாழ்வார் பாடிய நூல் ஒன்று, 'திருவெழுகூற்றிருக்கை' என வழங்குகின்றது. இவ்வியலில் எழுகூற்றிருக்கை என்னும் அவ் இலக்கியவகை பற்றி ஆய்வு செய்யப்பெறுகின்றது.

எழுகூற்றிருக்கை

ஆசிரியப்பாவில், 'ஒன்று' என்னும் எண்ணுப் பெயரில் தொடங்கி, ஒன்று முதலாக ஏழிறுதியாக ஏறியும் இறங்கியும் எண்ணலங்காரம் படப் பாடுவது எழுகூற்றிருக்கையாகும்.[2] மிக முயன்று

---

1. அன்னிதாமசு, "யாப்பு – பாட்டியல்", தமிழ் இலக்கியக் கொள்கை–2. ப.147.
2. மு. அருணாசலம், தமிழ் இலக்கிய வரலாறு–10ஆம் நூற்றாண்டு, ப.314.

ம.பெ. சீனிவாசன்

செய்கின்ற கவியாதலால் இது 'மிறைக்கவி' எனவும் அழைக்கப் பெறும். எண்ணுப் பெயர்களின் அடியாகத் தோன்றி ஓர் எண்ணலங்காரமாக இவ்விலக்கிய வகை வளர்ந்து நின்றதை அறிய முடிகின்றது.

தோற்றக் கூறுகள்

இதன் வளர்ச்சிக்கான தோற்றக் கூறுகள் சங்க இலக்கியங்களில் உள்ளன.

"ஒன்றுபுரிந் தடங்கிய இருபிறப் பாளர்
முத்தீப் புரைய"[3]

என்பது புறநானூறு.

"மூன்றுவகைக் குறித்த முத்தீச் செல்வத்(து)
இருபிறப் பாளார்"[4]

என்பது திருமுருகாற்றுப்படை. இவ்வாறு எண்ணுப் பெயர்களை நயம்பட அடுக்கியும் ஏற்றியும் இறக்கியும் கூறும் போக்கு தொகை நூல்களுள் ஒன்றான பரிபாடலில் மிகுதியாகக் காணப்படுகின்றது.

"அருள்குடை யாக அறங்கோ லாக
இருநிழல் படாமை மூவே மூலகமும்
ஒருநிழ லாக்கிய ஏமத்தை மாதோ"[5]

என்னும் அடிகளில் இவ்வேற்ற இறக்கத்தின் சாயலைக் காணலாம்.

"ஒன்றனில் போற்றிய விசும்பும் நீயே;
இரண்டின் உணரும் வளியும் நீயே;
மூன்றின் உணரும் தீயும் நீயே;
நான்கின் உணரும் நீரும் நீயே;
ஐந்துடன் முற்றிய நிலனும் நீயே"[6]

என்று ஒரு பரிபாடல் விசும்பு முதலாக ஐம்பூதங்களை வரிசைப் படுத்தும் நிலையில் ஒன்று முதல் ஐந்து எண்களை ஏறுமுகமாக அடுக்கிக் கூறுகின்றது. இந்நிலை பத்து வரைக்கும் உயர்வதைப் பிறிதொரு பரிபாடல் காட்டுகின்றது.

"நடுவுநிலை திறம்பிய நயமில் ஒருகை
இருகை மாஅல்
முக்கை முனிவ நாற்கை யண்ணல்

---

3. புறநா. 367;12–13.
4. முருகு. 181–182.
5. பரி. 3:74–76.
6. மேலது, 13;18–22.

ஐங்கைம் மைந்த அறுகை நெடுவேள்
எழுகை யாள எண்கை ஏந்தல்
ஒன்பதிற்றுத் தடக்கை மன்பே ராள
பதிற்றுக்கை மதவலி”

என்னும் அடிகளில் கடுவனிளவெயினனார் ஒன்று முதல் பத்து வரை நிரலே எண்ணுப் பெயர்களை வைத்துச் சொல்நயம் தோன்றப் பாடிச் செல்கிறார். அப்பாடலிலேயே பத்து, நூறு. ஆயிரம், பதினாயிரம், நூறாயிரம் என எண்ணுப் பெயர்களைப் பெருக்கிக் கூறுகிறார்.

“.........ஒன்று என
இரண்டுஎன மூன்றுஎன நான்குஎன ஐந்துஎன
ஆறுஎன ஏழுஎன எட்டுஎனத் தொண்டுஎன”

ஒன்று முதல் ஒன்பது அளவும் எண்ணுப் பெயர்களை அடுக்கிக் காட்டுகிறார்.[7]

இவ்வழியிலேயே பிற்காலப் புலவர்கள் எண்ணலங்கார மாக எழுகூற்றிருக்கையைப் பாடத் தொடங்கினர் எனலாம்.

முதல் மூன்று நூல்கள்

முழுமையான வடிவமைப்புடன் கூடிய எழுகூற்றிருக்கை என்னும் இலக்கிய வகையைப் பக்தி இலக்கியம்தான் நமக்கு முதன்முதலாக அறிமுகம் செய்கின்றது. திருமங்கையாழ்வார் பாடிய திருவெழுகூற்றிருக்கை திவ்வியப்பிரபந்தத்திலும் திருஞானசம்பந்தரும் நக்கீரதேவநாயனாரும் பாடிய திருவெழு கூற்றிருக்கைகள் முறையே முதலாம் திருமுறையிலும் பதினொராந் திருமுறையிலும் இடம்பெறுகின்றன.

திவ்வியப் பிரபந்தத்தில் எழுகூற்றிருக்கை

திருமங்கையாழ்வார் பாடிய திருவெழு கூற்றிருக்கை திவ்வியப்பிரபந்தத்தில் நாதமுனிகள் வகுத்த அடைவில் மூன்றாவது ஆயிரமாகிய இயற்பாவில் எட்டாவது பிரபந்தமாக அமைந்துள்ளது. திருமங்கையாழ்வார் ஆறு பிரபந்தங்கள் பாடியுள்ளார். அவற்றுள் பெரியதிருமொழி, திருக்குறுந்தாண்டகத்தை அடுத்து, மூன்றாவது பிரபந்தமாக எழுகூற்றிருக்கையைப் பாடினார் என்பர்.[8] பெரியதிரு மொழியில் 1084 பாசுரங்களும் திருக்குறுந்தாண்டகத்தில் 20 பாசுரங்களும் உள்ளன. திருவெழுகூற்றிருக்கையைப் பாடுதற்கு

---

7. மேலது, 3:34–43:77–79.
8. பி.ப. அண்ணங்கராசாரியர் (உ.ஆ.), திருவெழுகூற்றிருக்கை – தீபிகையுரை, பக்.4–5.

முன்னர் அவர் பாடியதாகக் கூறப்படும் பெரியதிருமொழிப் பாசுரங்கள் பலவற்றில் எழுகூற்றிருக்கையின் முன்னோடிக் கூறுகள் காணப்படுகின்றன.

"பண்டாய வேதங்கள் நான்கும் ஐந்து
வேள்விகளும் கேள்வியோடு அங்கம் ஆறும்
கண்டானைத் தொண்டனேன் கண்டு கொண்டேன்"
(பெ.தி.மொ.2–5–9)

"முறையால் வளர்க்கின்ற முத்தீயர் நால்வேதர்
ஐவேள்வி ஆறங்கர் ஏழினிசையோர்"
(பெ.தி.மொ.3–8–4)

"......... நால்வேதம் ஐந்து
வேள்வியோடு ஆறங்கம் நவின்றுகலை பயின்று"
(பெ.தி.மொ. 3–10–7)

"நல்ல வெந்தழல் மூன்றுநால் வேதம்
ஐவேள்வியோடு ஆறங்கம்
வல்ல அந்தணர் மல்கிய நாங்கூர்"
(பெ.தி.மொ. 4–2–2)

"திருவினார் வேதம் நான்கு ஐந்துதீ
வேள்வியோடு அங்க மாறும்
மருவினார்"
(பெ.தி.மொ.9–7–6)

என்னும் பெரியதிருமொழிப் பாசுரங்களில் மூன்று முதல் ஏழு வரை எண்கள் ஏறுமுகமாக அமைக்கப்பட்டிருத்தல் காணலாம். முத்தீ, நான்கு வேதம், ஐந்து வேள்வி, ஆறு அங்கம், ஏழு இசை என்பன அவ்வவ்வெண்களோடு தொடர்புடைய பொருள்களைக் குறிக்கின்றன.

இவ்வாறு ஏறுமுகமாகக் கூறப்பட்ட எண்கள் ஏழு முதல் ஒன்று வரை இறங்குமுகமாக இசைக்கப்படுதலைக் கீழ்வரும் பாசுரத்திற் (பெ.தி.மொ. 2–10–2) காணலாம்.

"வந்தனைசெய்து இசையேழ் ஆறுஅங்கம் ஐந்து
வளர்வேள்வி நான்மறைகள் மூன்று தீயும்
சிந்தனைசெய்து இருபொழுதும் ஒன்றும் செல்வத்
திருக்கோவ லூரதனுள் கண்டேன் நானே"

பிறிதொரு பாசுரத்தில் (பெ.தி.மொ. 9–1–1) ஆறு முதல் மூன்று வரை எண்கள் இறக்கிக் கூறப்படுகின்றன.

"அங்கம் ஆறுஐந்து வேள்விநால் வேதம்
அருங்கலை பயின்று எரிமூன்றும்
செங்கையால் வளர்க்கும் துளக்கமில் மனத்தோர்"

இவ்வாறு எண்களைத் தனித்தனியே ஏற்றியும் இறக்கியும் காட்டும் ஆழ்வார், ஏற்ற இறக்கம் ஆகிய இரண்டையும் ஒரே பாட்டிலேயே அமைத்த திறமும் இங்குக் குறிக்கத்தக்கதாகும்.

“ஒருகுறளாய் இருநிலம்மூ வடிமண் வேண்டி
உலகனைத்தும் ஈரடியா லொடுக்கி ஒன்றும்
தருகவெனா மாவலியைச் சிறையில் வைத்த
தாடாளன் தாளணைவீர் தக்க கீர்த்தி
அருமறையின் திரள்நான்கும் வேள்வி யைந்தும்
அங்கங்கள் அவையாறும் இசைக ளேழும்
தெருவில்மலி விழாவளமும் சிறக்கும் காழிச்
சீராம விண்ணகரே சேர்மி னீரே”

இப்பாசுரத்தின் *(பெ.தி.மொ.3–4–1)* முதலிரண்டு அடிகளில் ஒன்று, இரண்டு, மூன்று என எண்களை ஏற்றிப் பின் இரண்டு, ஒன்று என இறக்கிக் காட்டுகிறார். ‘எழுகூற்றிருக்கைப்பண்பு’ இவ்வடிகளில் முழுமையாக இடம்பெற்று விடுகிறது. மேலும் தொடர்கையில் நான்கு முதல் ஏழுவரை எண்கள் ஏற்றிக் காட்டப்படுகின்றன. அவற்றை இறக்கிக்காட்டச் செய்யுளின் அடிவரையறை அவருக்கு இடம் கொடுக்கவில்லை. எனினும் இதற்கு முன் காட்டிய பாசுரப்பகுதிகள் எழுகூற்றிருக்கையின் கூறுகள் கொண்டவை என்றால், இப்பாசுரத்தை எழுகூற்றிருக்கை என்னும் இலக்கியத்துக்கான ‘வாமனவடிவம்’ எனலாம். மேலும், இங்குக் காட்டிய சான்றுகளால் ‘எண்ணலங்கார’மாகப் பாடுவதில் ஆழ்வார் தனியார்வம் கொண்டிருந்தார் என்பதையும் அறியலாம்.

எழுகூற்றிருக்கை–இலக்கணம்

இனி, ஆழ்வாரின் எழுகூற்றிருக்கை அமைப்பினைக் காண்பதற்கு முன்னர், எழுகூற்றிருக்கையின் இலக்கணத்தை விரிவாகத் தெரிந்து கொள்வது இன்றியமையாததாகும்.

எழுகூற்றிருக்கை என்பது எழு+கூறு+இருக்கை எனப் பிரியும். இதனை யாப்பருங்கல உரைகாரர் பின்வருமாறு விளக்குவர்.

“எழுகூற்றிருக்கையானது ஏழு அறையாக்கி முறையானே குறுமக்கள் (சிறுவர்கள்) முன்னின்றும் புக்கும் போந்தும் அதைகீறி, விளையாடும் பெற்றியின் வழுவாமை ஒன்று முதலாக ஏழிறுதியாக முறையானே பாடுவது”.[9]

மாறனலங்காரம், யாப்பருங்கலத்துக்குப் பின்னர்த் தோன்றியதாகும். இந்நூல் எழுகூற்றிருக்கைக்குப் பின்வருமாறு இலக்கணம் வகுக்கின்றது.

---

9. யா.க.வி., ப.534.

"ஒன்று முதலா ஒரே ழீறாச்
சென்றவெண் ணீரேழ் நிலந்தொறுந் திரிதர
எண்ணுவ தொன்றாம் எழுகூற் றிருக்கை"[10]

"செய்யுளகத் தெண்ணப்பட்ட ஒன்று என்னும் எண், ஒன்று முதலாக ஓரேழ் ஈறாக நிகழ்ந்த எண்களைப் பதினாலு நிலந்தொறு மீளவெண்ணுவ தொன்றாகும் எழுகூற்றிருக்கை" என இந்நூற்பாவுக்குப் பொருள் கூறுவர் மாறனலங்கார உரைகாரர்.

இவ்விருவரும் கூறியதன் சாரமாக ஏழு (எழு) அறைகளை (கூறு) உருவாக்கி அவற்றை ஒன்று முதல் ஏழு வரையிலான எண்களுக்கு இருப்பிடமாக்குதல் (இருக்கை) என்னும் பொருள் தோற்றுகிறது. ஆயினும் யாப்பருங்கல விருத்தியுரைகாரர் 'ஏழு அறை' எனக் கூற, மாறனலங்கார உரையாசிரியர் 'பதினான்கு நிலம்' எனக் குறிப்பர். அதற்கான காரணத்தையும் அவர் தெளிவுபடுத்தி விடுகிறார். ஒன்று முதல் ஏழீறாகவுள்ள எண்களை மீளவெண்ணுதலால் ஏழு அறைகளே *(2x7=14)* பதினான்கு ஆகிவிடுகின்றன.

பின்வந்தோர் எழுகூற்றிருக்கைக்கு வேறுவிதமாகவும் விளக்கம் தந்தனர்.

திரு+எழு+கூற்று+இருக்கை எனப் பிரிவதாகித் திரு – முத்தி இன்பம், எழு – எழுகின்ற – முத்தியின்பத்தை எழுப்புகின்ற, கூற்று – சொற்களின், இருக்கை – இருப்பிடம் எனக் கொண்டு, செல்வமும் வீட்டின்பமும் தருதற்கு இருப்பிடமாகிய திருப்பதிகம் எனப் பொருள் கூறினர்.[11] எண்ணுப் பெயர் களையே பிரதானமாகக் கொண்டு தோன்றிய ஓர் இலக்கிய வகை எழுகூற்றிருக்கையாகும். இவ்விளக்கத்தில் அவ்வெண்ணுப் பெயர்களுக்கு இடமில்லையாதலால், இஃது அத்துணைப் பொருத்தமாகத் தோன்றவில்லை.

யாப்பருங்கல விருத்தியுரைகாரர் தமது விளக்கத்தில், "சிறுவர்கள் ஏழறை கீறிப் புக்கும் போந்தும் விளையாடும் பெற்றிமை போல அமைவது எழுகூற்றிருக்கை" எனக் கூறும் குறிப்பு மனம் கொள்ளத்தக்கது. இதனையே பிரபந்த தீபமும் ஏற்று,

"எழுகூற் றிருக்கை ஏழறை கீறிக்
குறுமக்கள் முன்னாக் குறுகியும் மறுகியும்
விளையாடும் பெற்றி விளம்புதல் என்ப"[12]

10. மாறனலங்காரம், 297.
11. வ.சு. செங்கல்வராயபிள்ளை, முருகவேள் பன்னிரு திருமுறை திருப்புகழ் தொகுதி–5, பகுதி–1, ப.683.
12. ச.வே. சுப்பிரமணியன் (ப.ஆ.), பிரபந்ததீபம், 20.

என நூற்பாவாக்குகின்றது. இதனால் சிறுவர்களது விளையாட்டு அடிப்படையில் இவ்விலக்கிய வகை தோன்றியதை உய்த்துணர முடிகின்றது. நாட்டுப்புற விளையாட்டான பாண்டியாடல், கிளித்தட்டுப் போன்ற சிறுவர் விளையாட்டுக்களின் அடிப்படையில் இது தோன்றியதென்பர்.[13] இக்கருத்து ஏற்கத்தக்கதேயாகும். "சமுதாயப் பின்னணியும் வாய்மொழி அடிப்படையும் உலக இலக்கியங்கள் அனைத்துக்கும் பொதுவானவை"[14] என்னும் கருத்து இதனாலும் உறுதிப்படுகின்றது.

திவ்வியப் பிரபந்தத்தில் எழுகூற்றிருக்கை அமைப்பு

திருமங்கையாழ்வாரின் திருவெழு கூற்றிருக்கை 46 அடிகள் கொண்ட நிலைமண்டில ஆசிரியப்பாவாக அமைந்துள்ளது. "ஒரு பேருந்தி இருமலர்த் தவிசில்" எனத் தொடங்கி,

"... ... ... நின்னடியிணை பணிவன்
வருமிட ரகல மாற்றோ வினையே"

என ஏகாரத்தில் முடிகின்றது. ஒன்று முதல் ஏழு முடிய ஏறி ஏறி இறங்கி, இறுதியில் "ஒன்றாய் விரிந்து நின்றனை" என 'ஒன்று' என்னும் எண்ணுப் பெயரில் நிற்கின்றது.

இப்பிரபந்தத்தின் மூலம் குடந்தை ஆராவமுதப் பெருமானிடம் ஆழ்வார் சரணம் புகுந்தார் என்பர்.[15] எனவே இந்நூலில் பிரபஞ்சப் படைப்பு, பிரம்மாவின் பிறப்பு, தசாவதாரங்கள் முதலிய இறைவனின் பெருமைகளைக் கூறுமுகமாக ஒன்று முதலாக ஏழு எண்கள் ஏற்றியும் இறக்கியும் காட்டப்படுகின்றன.

"ஒருபேருந்தி இருமலர்த் தவிசில் ஒருமுறை அயனை ஈன்றாய் (1 முதல் 2க்கு ஏறிப்பின் 1க்கு இறக்கம்), ஒருமுறை இராமபிரானாய் அவதரித்து இருசுடரும் இயங்காத மும்மதில்களையுடைய இலங்கையை வில்லின் இரண்டு நுனியும் வளையுமாறு ஒரு வில்லால் (1 முதல் 3 வரை ஏறிப் பின் 1 வரை இறக்கம்), ஒன்றிய இரண்டு பற்களையுடைய அம்பினை எய்து நீறாக்கினாய்; மூவடி மண் வேண்டி நானிலத்து முப்புரி நூலொடு இரு பிறப்பாளனாய் ஒரு பிரம்மசாரியாகி (1 முதல் 4 வரை ஏறிப் பின் 1 வரை இறக்கம்). ஒருமுறை ஈரடியால் மூவுலகளந்தாய், நாற்றிசை நடுங்க அஞ்சிறைப் பறவையின் மீது ஏறி, நால்வாய் மும்மதமும் இருசெவியுமுடைய ஒரு தனி

---

13. மேலது, ப.16.
14. இராம. பெரியகருப்பன், "சங்க இலக்கியம் ஒப்பியல் நோக்கு" சங்க இலக்கியக் கட்டுரைகள் – கருத்தரங்கம், ப.66.
15. எஸ். கிருஷ்ணஸ்வாமி அய்யங்கார் (ப.ஆ.), திருவெழுகூற்றிருக்கை வ்யாக்யானங்கள், முன்னுரை, ப.3.

யானையின் துக்கத்தை (1 முதல் 5 வரை ஏறிப்பின் 1 வரை இறக்கம்), ஒருநாள் இருநீர் மடுவுள் தீர்த்தனை; முத்தீ, நான்மறை, ஐவகை வேள்வி, அறுதொழில் அந்தணர் வணங்கும் தன்மையனாய் நின்றாய்..." (1 முதல் 6 வரை ஏற்றம்) என இவ்வாறு ஒன்று முதலாக ஏழு வரையிலும் எண்களை ஏற்றியும் இறக்கியும் கூறும் முறையில் இப்பிரபந்தம் 37ஆம் அடிவரை தொடர்ந்து செல்கின்றது. (இங்குக் கொடுக்கப்பட்ட கருத்துச் சுருக்கம் 15ஆம் அடிவரையிலானது) மூலபாடத்தருகே எண்களை இட்டுக் காட்டுவதன் மூலமே, இவ்வேற்ற இறக்கத்தைத் தெளிவுபடக் காட்ட முடியும். பின்னிணைப்பில் (எண்.5.1) அதனைக் காணலாம்.

இந்நூலில் 1 முதல் 37ஆம் அடியின் முதற்சீர் முடியவுள்ள பகுதி மட்டுமே எழுகூற்றிருக்கை இலக்கணம் பொருந்தியது ஆகும்; அதற்கு மேல் எண்களை ஏற்றி இறக்கிப் பாடுதல் இடம்பெறவில்லை. எஞ்சிய பகுதி, எண்ணுப் பெயர்களுக்கு இடமின்றித் தோத்திர வடிவில் அமைந்திருக்கிறது.

எண்ணுப் பெயர்களைப் பிரதானமாகக் கொண்ட இப்பிரபந்தத்தில், சில இடங்களில் எண்ணுக்கு வாசகமான சொல் இன்றியே அவற்றைக் குறிப்பாகப் புலப்படுத்தும் சொற்கள் இடம்பெறுவதும் கவனிக்கத்தக்கது. 'ஒருபேருந்தி இருமலர்த் தவிசில்' என்றவிடத்து, 'இரு' என்னும் சொல்லானது, 'இரண்டு' என்னும் எண்ணைக் குறிக்கவில்லை; 'பெருமை' என்னும் பொருள்படவே நிற்கின்றது. ஆயினும் அது, தொனிப்பொருளாய் 'இரண்டு' என்னும் எண்ணுப்பெயரை நினைவூட்டுகின்றது.இங்ஙனமே, 'ஒன்றிய', 'அஞ்சிறை', 'நால்வாய்', 'இருநீர்', 'ஒன்றி', 'ஆறுபொதி' என வரும் சொற்களும் நோக்கத்தக்கன. இவை, 'பொருந்திய', 'அழகிய சிறகு', 'தொங்குகின்ற வாய்', 'ஆழமான நீர் (நிலை)', 'பொருந்தி', 'கங்கையாறு அமைந்த' என்னும் பொருள்கள் உடையனவாம். ஆயினும் இவை, தொனிப் பொருளால் முறையே ஒன்று. ஐந்து, நான்கு, இரண்டு, ஒன்று, ஆறு ஆகிய எண்ணுப் பெயர்களை உணர்த்துவனவாகவே கொள்ள வேண்டும். "அர்த்த சக்தியினாலே எண்ணைக் காட்டவேணுமென்னும் நியதி இல்லை; சப்த சக்தியாலும் காட்டலாம்"[16] என இதற்கு அமைதி காட்டுவர் பி.ப. அண்ணங்கராசாரியர். மேலும் அவர், வடமொழி சுதர்சன சதகத்திலிருந்தும் இவ்வகையான தனி வழக்குக்குச் சான்று தருகின்றார்.[17]

---

16. பி.ப. அண்ணங்காசாரியர் (உ.ஆ.), மு.நூ., ப.10.
17. மேலது, ப.11.

எழுகூற்றிருக்கையில் ஒன்று முதல் ஏழு வரையில் உள்ள எண்களைப் பல படிநிலைகளில் ஏற்றியும் இறக்கியும் காட்டுகிற கவிஞனின் கடுமையான முயற்சியை உணர்ந்தால் இத்தகைய அமைதி காட்டத் தேவையில்லை என்றே தோன்றும். எண்கள் அங்குத் தொடர்ச்சியாக ஏறுமுகமாகவோ (ascending order) இறங்குமுகமாகவோ (descending order) அமைவதில்லை. 1–இலிருந்து 2 வரை ஏறிப் பின் 1க்கு இறங்குதல் முதல்நிலை (1–2–1), 1 முதல் 3 வரை ஏறிப் பின் 2,1 என இறங்குதல் அடுத்த நிலை (1–2–3–2–1), அதன்பின் 1 முதல் 4 வரை ஏறிப் பின் 3, 2 ,1 என இறங்குவது மூன்றாம் நிலை (1–2–3–4–3–2–1). இவ்வாறேதான் ஏழு வரையிலான நிலைகள் ஏற்ற இறக்கமாக அமையவேண்டும். இதனால் 1 முதலாகவுள்ள 7 எண்களுள் ஒவ்வொன்றையும் கவிஞன் பலமுறை கையாள வேண்டிய கட்டாயம் ஏற்படுகிறது. 46 அடிகள் கொண்ட இப்பிரபந்தத்தில் ஏழு எண்ணுப் பெயர்களும் மொத்தம் அறுபத்தொரு முறை பயன்படுத்தப்பட்டுள்ளன. அவற்றுள் ஒவ்வொன்றும் எத்தனை முறை ஆளப்பட்டுள்ளன என்பதைக் கீழ்க்காணும் பட்டியலால் அறியலாம்.

எண்கள்	ஆளப்பெறும் எண்ணிக்கை
1	14 முறை
2	13 "
3	11 "
4	9 "
5	7 "
6	5 "
7	2 "
	61

இப்பட்டியலை நோக்கினால் ஒன்று முதல் ஆறு முடியவுள்ள எண்கள் பன்முறை ஆளப்பட்டிருத்தல் காணலாம். அவற்றுள் மூன்று என்னும் எண்ணுப் பெயரைத் தவிர, ஏனைய எண்களுக்குரியனவே நாம் முன்னர்க் குறித்தவாறு, 'ஒன்றிய', 'ஒன்றி', 'இருநீர்', 'நால்வாய்', 'அஞ்சிறை', 'ஆறுபொதி' என நின்று வேறு பொருள் உணர்த்தித் தொனியளவில் 1, 2, 4, 5, 6 ஆகிய எண்களையும் உணர்த்துகின்றன என்பது கவனிக்கத்தக்கதாகும்.

5.1.6 எழுகூற்றிருக்கை – சித்திரகவியா?

இந்நூலை எழுகூற்றிருக்கை என்னும் இலக்கிய வகையாக அன்றி, 'இரதபந்த'மாகத் தேர் வடிவில் அடக்கிச் சித்திர

கவியாகக் காட்டுவர். இம்முயற்சி பிற்காலத்தது என்றே தோன்றுகிறது. ஏனெனில், இந்நூலுக்கு எழுந்த இரண்டு தனியன்களிலும் இதுபற்றிய குறிப்பு இல்லை. இதற்கு இரண்டு உரைகள் செய்த பேருரையாளர் பெரியவாச்சான் பிள்ளையும் ஓரிடத்தும் இதனைச் சித்திரகவி என்று குறிக்கவில்லை. சித்திர கவியாகச் சித்திரித்துக் காட்டவுமில்லை. எஸ். கிருஷ்ணஸ்வாமி அய்யங்கார் தமது திருவெழுகூற்றிருக்கை உரைப்பதிப்பின் முன்னுரையில் எழுதிய குறிப்பு ஒன்று இங்குச் சுட்டத்தகும்.

"இது, எழுகூற்றிருக்கை என்னும் பெயருள்ள சித்திர கவியா யிருப்பதையும், இப்பிரபந்தம் ரதபந்தமாய் அமைக்கத் தக்கதாயிருப்ப தையும் பழைய நாலாயிர திவ்யப்ரபந்த மூலப்பதிப்புக்களிலும் ஸ்ரீகாஞ்சி ஸ்வாமியின் திவ்யார்த்த தீபிகையுரையிலும் காணலாம்"[18] என்கிறார். இக்குறிப்பினாலும் இதனைச் சித்திரகவியாக்கும் முயற்சி பிற்காலத்தது எனத் தெரிகிறது.

எஸ். கிருஷ்ணஸ்வாமி அய்யங்கார் குறிப்பிட்டிருப்பதைப் போலப் பழைய திவ்வியப்பிரபந்த மூலப்பதிப்புக்களுள் ஒன்றான சே. கிருஷ்ணமாசாரியர் பதிப்பிலும் (1923-24) காஞ்சி பி.ப. அண்ணங்கராசாரியரின் திருவெழுகூற்றிருக்கை தீபிகை உரையிலும் (1928) இந்நூல், "இரதபந்த'மாய் அமைத்துக் காட்டப் பட்டிருப்பதை ஆய்வாளரால் காண முடிந்தது.

இதனைச் சித்திரகவியாகக் காண்பதில் இலக்கண ஆசிரியர்களுக்குள்ளே கருத்து வேற்றுமை இருந்ததையும் அறிய முடிகின்றது. சேந்தன் திவாகரம் (9ஆம் நூற்றாண்டு) தொடங்கி, யாப்பருங்கலம் (10ஆம் நூற்றாண்டு), வீரசோழியம் (11ஆம் நூற்றாண்டு), தண்டியலங்காரம் (12ஆம் நூற்றாண்டு), மாறனலங்காரம் (16ஆம் நூற்றாண்டு), இலக்கண விளக்கம் (17ஆம் நூற்றாண்டு), முத்துவீரியம், சுவாமிநாதம் (19ஆம் நூற்றாண்டு). குவலயாநந்தம் (20ஆம் நூற்றாண்டு) முதலிய நூல்கள் சித்திரகவி பற்றிக் கூறுகின்றன. இவை கூறும் சித்திரகவிகளின் எண்ணிக்கை ஒன்றாக இல்லை. இவை முறையே 20,22,10,12,26,20 12,23,17 என எண்ணிக்கையில் வேறுபடுகின்றன.[19] இங்குக் குறித்துள்ள எல்லா நூல்களுமே எழுகூற்றிருக்கையைச் சித்திரகவியாகக் கூறவில்லை என்பதும் குறிப்பிடத்தக்கது. சேந்தன் திவாகரம், யாப்பருங்கலம், மாறனலங்காரம். குவலயாநந்தம் ஆகிய நான்கு நூல்கள் மட்டுமே சித்திர கவிப் பட்டியலில் எழுகூற்றிருக்கையையும் சேர்த்துக் கூறுகின்றன.

---

18. எஸ். கிருஷ்ணஸ்வாமி அய்யங்கார் (ப.ஆ.), மு.நூ., ப.4.
19. வே.இரா. மாதவன், சித்திரக்கவிகள், பக்.28-34.

வீரசோழியம், தண்டியலங்காரம், இலக்கண விளக்கம், முத்துவீரியம், சுவாமிநாதம் ஆகிய ஐந்திலும் எழுகூற்றிருக்கை இடம்பெறவில்லை.[20] எழுகூற்றிருக்கையைச் சித்திரகவியாகக் கொள்வதில் கருத்து வேறுபாடு இருந்ததையே இது காட்டுகிறது. இக்காரணத்தினாலேயே பெரியவாச்சான்பிள்ளை போன்ற உரையாசிரியர்களாலும் இது சித்திரகவியாகக் கருதப்பட வில்லை போலும்.

எழுகூற்றிருக்கை – இரதபந்த வேற்றுமை

எழுகூற்றிருக்கை – இரதபந்தம் இவற்றினிடையே வடிவ ஒப்புமை இருந்தாலும் இவ்விரண்டுக்கும் இடையில் பெரும் வேறுபாடு உண்டு என்பர். எழுத்து, சொல், அறைகளின் எண்ணிக்கை ஆகியவற்றால் அமையும் வேறுபாடுகள் அவை.[21] இதனாலும் 'இரதபந்த'மாகிய சித்திரகவி வேறு, எழுகூற்றிருக்கை வேறு என்பது தெளிவாகிறது.

'இரதபந்த'த்தில் எழுகூற்றிருக்கை

ஆயினும் காலப்போக்கில் வைணவர்கள் திருமங்கையாழ் வாரின் எழுகூற்றிருக்கையை இரதபந்தமாகச் சித்திரிப்பதை ஏற்றுக்கொண்டனர். இதற்குப் பல சான்றுகள் உள்ளன. இந்நூல், கும்பகோணம் சாரங்கபாணி கோயிலில் தேர்வடிவில் பளிங்குக்கல்லில் வடித்து அமைக்கப்பட்டுள்ளது. நூல்களில் மட்டுமன்றிக் கோயிலிற் பெற்ற இவ்வங்கீகாரம் 'நவீனக் கல்வெட்டு'ச் சான்று போல் ஆகிவிட்டது. அன்றியும் கோயில் திருவிழாக்களில் தேரில் பெருமாள் புறப்பாட்டின்போது, வடம் பிடிக்கும் முன்பு இத்திருவெழுகூற்றிருக்கையை இருமுறை சேவிப்பதும் நடைமுறையில் உள்ளது.[22]

---

20. மேலது.

21. "இரதபந்தத்தில் பாடலின் முதல் எழுத்து தேரின் கீழ்ப்பகுதியின் சக்கரங்களிலிருந்து தொடங்கி ஒவ்வொரு தட்டிலுமுள்ள கட்டங்களில் மேலேறிப் போய், உச்சியிலுள்ள முதல் அறையிலிருந்து நான்காவது அடியின் முதல் எழுத்துத் தொடங்கி முறையே கீழ் இறங்கிவந்து முடிவதாகும். ஆனால் எழுகூற்றிருக்கை சொற்களின் அடிப்படையிலும் எண்ணிக்கையின் அடிப்படையிலும் ஒவ்வொரு அறையில் பொருத்தப்படுவது. இரதபந்தத்தில் பாடலிலுள்ள ஒரே எழுத்துக்கள் படத்தில் ஒன்றற்கொன்று ஒத்து குறையும். எழுகூற்றிருக்கையில் அவ்வாறு எழுத்துக்கள் குறைவதில்லை. இரதபந்தத்தில் மேல்பாதிவரை ஒரு பாடலும் கீழ்ப்பாதியில் மற்றொரு பாடலுமாகவும் பாடப்படும். சிலவற்றில் தேரின் நடுவில் உள்ள தூண்களிலும் பாடலின் எழுத்துக்கள் தொடர்ந்து அமையுமாறும் பாடப்படும். இவ்வமைப்புக்கள் எழுகூற்றிருக்கையில் காண இயலவில்லை.

    – வே.இரா. மாதவன், மு.நூ., பக்.127–128.

22. ஆய்வாளர் – ஸ்ரீவில்லிபுத்தூர் வி.கே. ஸ்ரீநிவாசாசாரியார் உரையாடல். நாள்: 1–10–91.

எனவே சித்திரகவியாக ஏற்கப்பட்ட எழுகூற்றிருக்கை, 'இரதபந்த'மாக எங்ஙனம் சித்திரிக்கப்படுகிறது என்பதை இனிக் காணலாம். இதன் அமைப்புக் குறித்து பி.ப. அண்ணங்கராசாரியர் பின்வருமாறு விளக்குவர்:

தேரின் உருவம் தோன்றக் கட்டங்கள் இட்டு அவற்றில் எண் முறையே பாசுரங்களை அடக்க வேண்டும். தேரானது மேற்பாகம் என்றும், கீழ்ப்பாகம் என்றும் இரண்டு பாகங்களைக் கொண்டதாயிருக்கும். ஒவ்வொரு பாகத்திலும் ஏழு கூறுகள் இருக்கும். இவற்றில் முதற் கூறு 3 அறையும், இரண்டாம் கூறு 5 அறையும், மூன்றாம் கூறு 7 அறையும், நான்காம் கூறு 9 அறையும், ஐந்தாம் கூறு 11 அறையும், ஆறு ஏழாம் கூறுகள் 13 அறையும் கொண்டமையும். இவ்வாறு ஒவ்வொரு கூறும் ஒன்றற்கொன்று இரண்டறை மேற்படுமாறு அமைக்கப்படும். மேற்பாகத்தில் தலையிலிருந்தும் கீழ்ப்பாகத்தில் அடியிலிருந்தும் இக்கூறுகள் அமையும்.[23] திருமங்கையாழ்வாரின் திருவெழுகூற்றிருக்கை இவ்வாறு அமைந்ததேயாகும். எண் வடிவம் தோன்றுமாறு அதனைப் பின்வருமாறு அமைத்துக் காட்டலாம்:

					1	2	1					
				1	2	3	2	1				
			1	2	3	4	3	2	1			
		1	2	3	4	5	4	3	2	1		
	1	2	3	4	5	6	5	4	3	2	1	
1	2	3	4	5	6	7	6	5	4	3	2	1
1	2	3	4	5	6	7	6	5	4	3	2	1
1	2	3	4	5	6	7	6	5	4	3	2	1
1	2	3	4	5	6	7	6	5	4	3	2	1
	1	2	3	4	5	6	5	4	3	2	1	
		1	2	3	4	5	4	3	2	1		
			1	2	3	4	3	2	1			
				1	2	3	2	1				
					1	2	1					

இவ்வாறு எண்கள் மட்டும் நிரம்பிய இத்தேர்த்தட்டில், எண்களோடு அவ்வெண்ணுப் பெயர்களுக்குரிய ஆழ்வாரின் பாசுரப்பகுதிகள் 'இரதபந்த'மாக இடம்பெறுவதைப் பின்னிணைப்பில் (எண். 5.2) காணலாம். ஆழ்வார் பாடலில் முதல் 37 அடிகளில் உள்ள எண்ணுப் பெயர்களே இக்கூறுகளில் அடைக்கத்தகுவன. தோத்திரமாகவுள்ள எஞ்சிய பகுதியைத் தேரின் நடுமண்டபத்தில் அமைத்துக் காட்டுவர். இதனையும் பின்னிணைப்பில் (எண்.5.3) காணலாம்.

23. பி.ப. அண்ணங்கராசாரியர் (உ.ஆ.), மு.நூ., ப.10.

‘நாலு கவிப்பெருமாள்’

திருவெழுகூற்றிருக்கையைச் சித்திரகவியாகக் காட்டும் முறை பிற்காலத்ததே. ஆயினும் வடமொழியிற் கவிதைகளை ஆசு, மதுரம், வித்தாரம், சித்திரம் எனக் கூறும் மரபு பற்றித் திருமங்கையாழ்வாரை அந்நாற்கவியிலும் வல்லவராக ‘நாலுகவிப்பெருமாள்’[24] என்று சிறப்பிக்கும் முறை அவர் வாழ்ந்த காலத்திலேயே ஏற்பட்டதைக் குருபரம்பரை காட்டுகின்றது. அவர் பாடிய பெரியதிருமொழி, திருத்தாண்டகங்கள் ஆகியவற்றில் ஆசுகவி, மதுரகவி ஆகிய இரண்டின் தன்மையும், திருமடல்களில் வித்தாரக் கவியின் இயல்பும், எழுகூற்றிருக்கையில் சித்திரகவித் தன்மையும் வெளிப்படுவதாகக் கொள்வர்.[25] ஆயினும் எழுகூற்றிருக்கையைச் சித்திர கவியாகக் கொள்ளும் முறை பிற்காலத்தது எனில் அவர் வாழ்ந்த காலத்திலேயே அவர், ‘நாலுகவிப்பெருமாள்’ என்று சிறப்பிக்கப்பட்டது எவ்வாறு? என்னும் தடை எழக்கூடும். ‘சித்திரகவி’ என்றால் அதைச் சித்திரத்தில் அடக்கிக் காட்ட வேண்டும் என்றில்லை. மனத்தைப் பிணிக்கும் சொற் சித்திரமாகவுள்ள கவிதை எதுவும் ‘சித்திரகவி’யாகவே கொள்ளத்தகும். வல்லினம், மெல்லினம், இடையினம் ஆகிய இவற்றுள் ஓரின எழுத்துக்களால் வரும் பாட்டுக்களையும் சித்திரகவியாக இலக்கண நூல்கள் ஏற்கின்றன.[26] கலிவிருத்த யாப்பில் பெரும்பாலும் குற்றெழுத்துக்களே நிரம்பப் பெற்ற பதிகம் ஒன்றனைத் திருமங்கையாழ்வாரின் பெரிய திருமொழியிற் (8–7) காணலாம். குற்றெழுத்துக்களே பதிகம் முழுவதும் இடம்பெறுவதால், மிகவும் இன்னோசையுடையதாக அப்பதிகம் அமைந்திருக்கிறது. அக்காரணம் பற்றி, அதனைச் ‘சித்திரகவியின்பாற்படும்’[27] என்று வேறுபடுத்திக் காட்டுவர் உரையாசிரியர். இதனால் கவிதைகளைச் சித்திரத்துக்குள் அடக்கிக் காட்டும் மரபு ஒருபுறமிருக்க, இன்னோசை முதலியவற்றால் சிந்தை கவரும் கவிதைகளையும் சித்திரகவியாகப் போற்றும் மரபு தோன்றியதையும் உணரமுடிகின்றது. இம்மரபின் அடியாக ‘நாலு கவிப் பெருமாள்’ என்னும் சிறப்புப் பெயரினைத் திருமங்கையாழ் வாருக்கு வழங்கியிருக்கலாம் என்று கருத இடமுள்ளது.

---

24. எஸ். கிருஷ்ணஸ்வாமி அய்யங்கார் (ப.ஆ.), ஆறாயிரப்படி குருபரம் பராப்ரபாவம், ப.80.
25 பி.ப. அண்ணங்கராசாரியர் (உ.ஆ.), மு.நூ., ப.5.
26. யா.க.வி., ப.540.
27. பி.ப. அண்ணங்கராசாரியர் (உ.ஆ.), பெரியதிருமொழி–தீபிகையுரை, ப.1978.

தமிழில் வேறு எழுகூற்றிருக்கைகள்

எழுகூற்றிருக்கை போன்ற சித்திரகவிகளைத் திருமங்கை யாழ்வார் தவிர ஏனைய ஆழ்வார் எவரும் பாடவில்லை. ஆயினும் பெரியாழ்வார், திருமழிசையாழ்வார் பாசுரங்களில் எண்ணுப் பெயர்களை அடுக்கிப் பாடும் இயல்பினைக் காணலாம். 5, 3 ஆகிய எண்ணுப்பெயர்களைத் தனித்தனியே ஆழ்பொருளில் அமைத்துப் பாடுகிறார் பெரியாழ்வார்.

"பூதமைந்தொடு வேள்வியைந்துபுலன்கள் ஐந்து பொறிகளால்"
"மூன்றெழுத்ததனை மூன்றெழுத்ததனால் மூன்றெழுத் தாக்கி
மூன்றெழுத்தை"

என்பன அவரது பாசுர அடிகள்(பெ.ஆ.தி. 4–4–6; 4–7–10).

இவ்வாறன்றி, திருமழிசையாழ்வாரது திருச்சந்த விருத்தத்தில் பல்வேறு எண்ணுப் பெயர்களை அடுக்கி வைத்துப் பாடும் போக்கினை (தி.ச.வி.1–4, 7, 15, 17, 77, 79, 83, 90) அதிகம் காணமுடிகின்றது,

"ஆறுமாறு மாறுமாய் ஓரைந்து மைந்துமைந்துமாய்
ஏறுசீ ரிரண்டுமூன்றும் ஏழுமாறு மெட்டுமாய்
வேறுவேறு ஞானமாகி மெய்யினோடு பொய்யுமாய்
ஊறொடோ சையாயஐந்தும் ஆயஆய மாயனே"

என்பது (தி.ச.வி.2) அப்பாடல்களுள் ஒன்றாகும். நம்மாழ்வாரின் திருவாய்மொழிப் பாசுரம் (4–3–3) ஒன்றில் எழுகூற்றிருக்கையின் சாயலைக் காணலாம்.

"ஏக மூர்த்தி இருமூர்த்தி மூன்று மூர்த்தி பலமூர்த்தி
ஆகி ஐந்து பூதமாய் இரண்டு சுடராய் அருவாகி"

என்று எண்களை ஏற்றி இறக்கிப் பாடுகிறார் அவர்.

திருமங்கையாழ்வார் எண்ணலங்காரமாகப் பாடிய எழுகூற்றிருக்கையை ஒருவகையில் நினைவூட்டுகின்ற பாடல்களாக இவற்றைக் கருதலாம்,

இவ்வாறன்றித் திருமங்கையாழ்வாரின் எழுகூற்றிருக்கை யோடு கட்டமைப்பில் ஒப்புமையுடைய இரண்டு நூல்கள் சைவத்தில் காணப்படுகின்றன. அவை திருஞானசம்பந்தரும் நக்கீரதேவநாயனாரும் பாடிய எழுகூற்றிருக்கைகள் ஆகும். இவ்விரண்டு நூல்கள் பற்றியும் முன்னரே குறிக்கப்பட்டது. இவற்றைத் தவிர அருகதேவனைப் பரவுகின்ற திருவெழுகூற்றிருக்கை ஒன்று யாப்பருங்கல விருத்தியில் உதாரணச் செய்யுளாகக் காட்டப்பட்டுள்ளது. ஆசிரியர் பெயர் சொல்லப்படவில்லை. இவற்றின் பின்னர் வருவது

16ஆம் நூற்றாண்டில் முருகன் துதியாக அருணகிரியார் பாடிய எழுகூற்றிருக்கையாகும். 16ஆம் நூற்றாண்டினரான திருக்குருகைப் பெருமாள் கவிராயர் தமது மாறனலங்காரம் என்னும் நூலில் சொல்லணியியலில், நம்மாழ்வார் மீது ஓர் எழுகூற்றிருக்கை பாடியிருக்கிறார். பக்திக் காலத்திலும் அதற்குப் பிந்திய நூற்றாண்டுகளிலும் அறியப்படும் எழுகூற்றிருக்கைகள் இவை ஆறு மட்டுமே.[28] இவை ஆறனுள் திருமங்கையாழ்வார், திருஞானசம்பந்தர், நக்கீரதேவநாயனார் ஆகிய மூவரின் எழுகூற்றிருக்கைகளிலும் காணலாகும் ஒற்றுமை மட்டும் இங்குச் சுட்டிக்காட்டத் தக்கது. நாம் முன்னர் ஆழ்வாரின் எழுகூற்றிருக்கைக்கு அமைத்துக் காட்டிய 'இரதபந்த' அமைப்பே ஏனைய இரண்டு நூல்களுக்கும் பொருந்தி வருகின்றது. இதனால் ஒன்று முதல் ஏழு முடிய ஏறி ஏறி இறங்க ஒன்றில் முடிதலாகிய தன்மை இவற்றில் ஒத்துக் காணப்படுகின்றது. யாப்பருங்கலத்தில் அருகபரமாக உள்ள எழுகூற்றிருக்கை இவ்வாறன்றி, ஒன்று முதல் ஏழு முடிய ஏறி ஏறி இறங்கி ஏழில் நின்றது என்பது இங்குக் கவனிக்கத்தக்கது.[29] ஆசிரியப்பாவில் அமைந்திருத்தலோடு அடியளவில் இம்மூன்றும் அதிகம் வேறுபடாதிருத்தலும் இவ்வகை ஒற்றுமைக்குக் காரணங்கள் ஆகலாம். ஆழ்வார் பாடல் 46 அடிகளும், சம்பந்தர் பாடல் 47 அடிகளும், நக்கீரர் பாடல் 55 அடிகளும் கொண்டிருத்தல் இங்குக் கருதத்தகும். எழு கூற்றிருக்கையில் அடி எண்ணிக்கை ஆசிரியரின் மனவிரிவுக்குத் தகுந்தபடி சுருங்கியும் விரிந்தும் செல்லும் என்பர். விரிந்து செல்வது எளிது என்றும் சுருங்கிச் செல்வது அரிதாகும் என்றும் கூறுவர்.[30]

மொத்தத்தில் சில வேற்றுமைகளும் ஒற்றுமைகளும்

பிற்காலத்தே வண்ணச்சரபம் தண்டபாணி சுவாமிகள் 34 அடிகள் கொண்டதாகத் திருவல்லிக்கேணிப் பார்த்தசாரதிப் பெருமாள் மீது ஓர் எழுகூற்றிருக்கை பாடி யுள்ளார்.[31] இதுவும் அருணகிரியார் பாடியதும் ஆழ்வார், திருஞானசம்பந்தர், நக்கீரதேவநாயனார் ஆகியோர் பாடிய எழுகூற்றிருக்கைகளிலிருந்து அமைப்பு முறையில் வேறுபட்டுள்ளன. இவ்வேற்றுமையை அறிஞர்கள் எடுத்துக் காட்டி விளக்கியுள்ளனர்.[32] இந்நூல்களுக்கிடையே உள்ள சில ஒற்றுமைகளும், இங்குக் கருதத்தக்கன. இவையாவும் ஆசிரியப்பாவில் பாடப்பெற்றிருப்பதும், சிறப்புப் பற்றி வரும் 'திரு'

---

28. மு. அருணாசலம், மு.நூ., ப.315.
29. யா.க.வி., ப.535.
30. மு. அருணாசலம், மு.நூ., ப.315.

என்னும் அடைமொழியுடன், 'திருவெழுகூற்றிருக்கை' என்னும் ஒரே பெயரில் அழைக்கப்படுவதுமாகிய ஒற்றுமைகள்தாம் அவை. ஆதலின் ஆசிரியர் பெயர் கொண்டே இவற்றை வேறுபடுத்தி அறிய வேண்டியுள்ளது. பல நூல்களும் ஒரே பெயரீடு பெற்றதற்கு இவ்வகை நூல்கள் அதிகம் தோன்றாமை ஒரு காரணம் ஆகலாம். அன்றியும் எழுகூற்றிருக்கை பாடியோர் இவ்வொரு பெயரினையே தம் புலமை வெளிப்பாட்டின் புற அடையாளமாக விரும்பி ஏற்றமை பிறிதொரு காரணமாகலாம்.

பிற்கால வளர்ச்சி

இவ்வெழுகூற்றிருக்கை அடிப்படையில் வேறுசில இலக்கிய வகைகளும் கிளைத்திருக்கின்றன. பாம்பன் சுவாமிகள், தண்டபாணி சுவாமிகள் போன்றோர் நாற்கூற்றிருக்கை, எண் கூற்றிருக்கை, ஒன்பது கூற்றிருக்கை, ஒருபது கூற்றிருக்கை எனப் பாடியிருத்தலால் இதை அறியலாம்.[31]

பொதுவாக மனித மனம் புதுமையை நாடுவது; விடுகதையிலும் விளையாட்டுக்களிலும் விருப்பம் கொள்வது. இவ்வியல்புகள் கவிதைகளிலும் வெளிப்படவே செய்யும். அவ்வகையான வெளிப்பாடே எண்ணலங்காரமான எழுகூற்றிருக்கைக்கு வித்திட்டது எனலாம். எண்ணுப் பெயர் தொனிக்குமாறு பாடல் புனைவதே எழுகூற்றிருக்கையின் நோக்கமாகும். அந்நோக்கம் எவ்வாறு வளர்ந்து விரிந்து இலக்கிய வகை ஒன்றிலேயே பல புதிய பரிமாணங்களைக் கண்டது என்பதற்குத் தமிழில் உள்ள எழுகூற்றிருக்கைகளே சான்றாகின்றன.

இன்றைய நிலை

எனினும் இன்றைய தமிழிலக்கியத்தில் இதற்கு இடமில்லாமற் போய்விட்டது. "படித்தவுடன் இவை பொருள் தருவன அல்ல; உள்ளத்தைத் தொடுவனவும் அல்ல"[32] என்று இவ்வகை இலக்கியங்கள் நிலைபெறாமைக்கான காரணத்தை விளக்குகிறார் மு.வரதராசன்.

எண்ணலங்காரத்தை மட்டும் கருத்திற்கொண்டு மிக முயன்று பாடப்படும் எழுகூற்றிருக்கையில் பொருள் நயத்தையோ கற்பனை வளத்தையோ காட்டுதற்கு வாய்ப்பில் லாமற் போய்விடுகிறது. சிறந்த செஞ்சொற் கவிதைகளைப்

---

31. மேலது, ப.128.
32. மு. வரதராசன், தமிழ் இலக்கிய வரலாறு, ப.187.

படைத்த திருமங்கையாழ்வார்[33] போன்றோரும் இவ்வெழுகூற்றிருக்கையில் கவிநயத்தைக் காட்ட முடிய வில்லை. எனவே இவ்வகை இலக்கியங்களைப் படைப்பதில் இக்காலக் கவிஞர் எவரும் ஆர்வம் காட்டவில்லை எனலாம்.

முடிவு

எண்ணுப் பெயர்களைச் சுவைபட அடுக்கிக் கூறும் சங்கப் பாடல்களின் அடியொற்றி எண்ணலங்காரமாகப் பாடும் எழுகூற்றிருக்கை பக்திக் காலத்தில் தனி இலக்கிய வகையாகத் தோன்றியது.

திருமங்கையாழ்வாரின் பெரியதிருமொழிப் பாசுரங்களில் எழுகூற்றிருக்கையின் சாயலை மிகுதியாகக் காணலாம். அங்கு அவர் எண்களை ஏற்றி இறக்கிப் பாடிய அனுபவமே பின்னர் எழுகூற்றிருக்கையைத் தனி இலக்கிய மாகப் படைக்க அவருக்குப் பெரிதும் உதவியது.

எழுகூற்றிருக்கையில் எண்ணுப் பெயர்களைப் பலமுறை குறிக்கவேண்டிய கட்டாயத்தால், கவிஞன், அவ்வெண்ணுப் பெயர்களைக் குறிப்பாகவும் தொனிப் பொருளாகவும் உணர்த்த நேர்கிறது.

எழுகூற்றிருக்கையைச் சித்திரகவி என்று பலரும் தவறாகக் கருதுகின்றனர்; எழுகூற்றிருக்கையைச் சித்திரகவியாகக் காட்டும் முயற்சி மிகப் பிற்காலத்தது ஆகும்.

இரதபந்தமான தேர்க்கவிக்கும் தேர்த்தட்டுக்களில் அமைத்துக் காட்டப்பெறும் எழுகூற்றிருக்கைக்கும் இடையில் சில வேற்றுமைகள் உள்ளன. இரண்டும் அமைப்பு முறையில் வெவ்வேறானவை என்பது உணரத்தக்கது.

சித்திரத்தில் அடக்கிக் காட்டும் கவிதைகள் மட்டுமே சித்திர கவிகள் அல்ல. இன்னோசை முதலியவற்றால் சிந்தை கவரும் கவிதைகளும் சித்திரகவிகளாகவே கொள்ளத்தக்கவை.

புலவர் பாடிய இவ்விலக்கிய வகை 'திரு' என்னும் அடையுடன் 'எழுகூற்றிருக்கை' என்னும் ஒரே பெயர் பெற்று விளங்கியதற்கு இவ்வகை நூல்கள் அதிகம் தோன்றாமை ஒரு

---

33 "கண்ண, நின்றனக்கும் குறிப்பாகில்
கற்கலாம் கவியின் பொருள்தானே"

என்று (பெ.தி.மொ.7–10–10) கண்ணபிரானையே தம்மிடம் கவிதை கற்க வருமாறு அழைத்த செஞ்சொற்கவிஞர் திருமங்கையாழ்வார்.

காரணம் ஆகலாம்; அன்றியும் இவ்வொரு பெயரை மட்டுமே அவ்விலக்கியப் படைப்பாளிகள் தம் புலமை வெளிப்பாட்டின் புற அடையாளமாக விரும்பி ஏற்றிருக்கலாம்.

கவிஞரது எண்ணம் முழுவதும் எண்ணலங்காரமாகப் பாடுவதிலேயே ஒருமுகப்படுவதால் சிறந்த கவிஞர்களாற் பாடப்பெறும் எழுகூற்றிருக்கைகளும் கவிதைச் சிறப்பை இழந்து விடுகின்றன. எனவே இவ்விலக்கிய வகை காலப்போக்கில் போற்றப்படாமல் வழக்கிழந்தது.

6

முடிவாக

தமிழ்ப் பக்தி இயக்கத்தின் தனிப்பெரும் பயனாய் விளைந்தவை ஆழ்வார்களின் அருளிச் செயல்கள் ஆகும். அவற்றைப் பொருள், யாப்பு, எண்ணலங்காரம் ஆகிய மூன்றின் அடிப்படையில் பல்வேறு இலக்கிய வகைகளாகப் பகுத்துக் காணும் ஆய்வு முந்திய இயல்களில் மேற்கொள்ளப்பட்டது. இயல்தோறும் இறுதியில் அவ்வவ்வியலின் முடிவுகள் தொகுத்துக் கூறப்பட்டன. ஆய்வு முடிவுகள் என்னும் இவ் ஆறாவது இயலில், இவ்வாய்வினால் அறியப்பெற்ற முடிவுகளும் புதிய கருத்துக்களும் சுருக்கித் தரப்படுகின்றன.

முடிவுகளும் புதிய கருத்துக்களும்

பின்னாளில் தமிழ்ப் பக்தி இலக்கியத்தில் கிளைத்து வளர்ந்த இலக்கிய வகைகள் பல. அவ்வகைகளுக்கான விதைக்கூறுகள் பலவும் தொல்காப்பியம் தொடங்கிப் பழைய தமிழ் நூல்களில் இடம்பெறுவது இவ்வாய்வேட்டின் முதல் இயலில் விளக்கப்பட்டது. இக்கூறுகளின் அடியாக வளர்ந்து அமைந்த பக்தி இலக்கியம் தமிழில் இன்றளவும் தொடர்ந்து காணப்படுகின்றது. இத்தகைய இடையறாத் தொடர்ச்சி தமிழ்ப் பக்தி இலக்கியத்தின் தனிச்சிறப்பாக அறியத்தக்கது.

பொதுவாக ஆழ்வார் பாசுரங்களை வடமொழி வேதங்கள், உபநிடதங்களோடு தொடர்புபடுத்திக்கூறும் வழக்கினைப் பின்னாளில் வைணவ சமய குரவர்கள் (ஆசாரியர்கள்) மிகுதியும்

மேற்கொண்டனர். எனவே நாதமுனிகளின் நாலாயிரத் திவ்வியப்பிரபந்தத் தொகுப்புப்பணி பற்றிய அவர்களின் விளக்கமும் அவ்வழக்கினை ஒட்டியே அமைந்தது. ஆயினும் இவ்வாய்வினால் நாதமுனிகளின் தொகுப்புப் பணி முன்னைய தமிழ் வழக்குகளோடும் மரபு களோடும் பெரிதும் ஒத்திருப்பது அறியப் பட்டது. இம்முடிவுக்கான காரணங்கள் இரண்டாம் இயலில் விளக்கப்பெற்றுள்ளன.

திவ்வியப்பிரபந்தத்தில் உள்ள பல்லாண்டு, பள்ளியெழுச்சி, பாவை, மடல், மாலை முதலியன பொருள் அடிப்படையில் அமைந்த இலக்கிய வகைகளாகக் கொள்ளப்பட்டு, மூன்றாம் இயலில் ஆய்வுசெய்யப் பெற்றன. அவ்விலக்கிய வகைகளுக்கான தோற்றக்களங்களும் மூலக்கூறுகளும் முன்னைய தமிழ் இலக்கியங்களில் இருப்பதும் இவ்வாய்வினால் அறியப்பட்டது. அவற்றின் அடியாகவே ஆழ்வார்கள் தம் இலக்கிய வகைகளைப் படைத்துள்ளனர் என்பதும் எவ்வகையான இலக்கியமும் கணப்பொழுதில் புதிதாகத் தோன்றிவிடுவதில்லை என்பதும், முன்னைய மரபுகளே வித்தாக, அவை கால ஓட்டத்தில் படிப்படி யான வளர்ச்சியைப் பெறுகின்றன என்பதும் இவ்வியலில் பெறப்பட்ட முடிவுகளாகும். இலக்கிய வகைத் தோற்றத்தைப் பொறுத்தவரை முற்றிலும் மாற்றம் அல்லது தொடர்பற்ற தன்மை என்பதே இல்லை என்பர் மேலைநாட்டறிஞர்.[1] இக்கூற்று திவ்வியப்பிரபந்த இலக்கிய வகை பற்றிய ஆய்வினால் மேலும் உறுதிப்படுகின்றது. திவ்வியப்பிரபந்த இலக்கிய வகைகள் ஒவ்வொன்றும் பழைய மரபின் அடியாகவே புதியனவாகத் தோன்றி வளர்ந்துள்ளன. அவை பழைய மரபை விட்டு முற்றாக விலகி நிற்கவும் இல்லை; முன்னில்லாத ஒன்றாகப் புதியன படைத்துவிடவும் இல்லை என்பதும் இவ்வாய்வு உணர்த்தும் உண்மைகளாகும். எனவே, "ஒவ்வொரு புதிய படைப்பும் மரபை வளப்படுத்துவதோடு அதை மாற்றவும் செய்கின்றது"[2] என்று எஸ்.எஸ். பிராவர் கூறுவது இங்குக் கருதத்தகும். இது, பொருள் அடிப்படை இலக்கிய வகைகள் அனைத்துக்கும் பொதுவாகவும், அவற்றுள் ஒன்றான 'மடல்' என்னும் இலக்கிய வகைக்குச் சிறப்பாகவும் பொருந்தக் காணலாம்.

கண்ணனைப் பற்றிய பெரியாழ்வார் திருமொழிப் பாசுரங் களிற் சில, பிள்ளைத்தமிழ் இலக்கியத்துக்கான கூறுகள் கொண்டவை என்பது அறிஞரிடையே நிலவும் பொதுக் கருத்து

---

1. Alastair Fowler. Kinds of Literature - An introduction to the theory of genre and modes. p.32.

2 "Each new work at once enriches the tradition and changes it" - S.S. Prawer, Comparative Literary Studies - An introduction, P.118.

ஆகும். இவ்வாய்வின் மூலம் அப்பாடல்கள், 'பிள்ளைத்தமிழ்' என்னும் தனி இலக்கிய வகையாகவே மதிக்கத்தகும் என்று நிறுவப்பட்டுள்ளது.

நான்காம் இயலில் யாப்பு அடிப்படையில் அமைந்த இலக்கிய வகைகள் ஆய்வுசெய்யப் பெற்றன. அவற்றுள் ஒன்றான, 'அந்தாதி' என்னும் இலக்கியவகை ஆழ்வார்களிடம் எண்ணிக்கையில் மிகுந்து காணப்படுவதற்கான காரணம் உரையாசிரியரின் உள்ளக் கிடக்கையைத் தழுவி எடுத்துக் காட்டப்பட்டுள்ளது. அந்தாதியாக வரும் பிறப்பினை மாற்றவும் இடையறாச் சிந்தனையுடன் இறைவனைப் போற்றவும் ஆழ்வார்கள் அந்தாதியை மிகுதியும் கையாண்டிருக்கலாம் என்பது அங்கு விளக்கப்பட்டுள்ளது.

திருச்சந்த விருத்தப் பாசுரங்களைச் சீரின் பொருள் அமைதி குலையுமாறு பிரித்து, எழுசீர்க் கழிநெடிலடி ஆசிரிய விருத்தமாகக் கொள்வதினும் தம்முள் அளவொத்த நாற்சீரடி கொண்ட கலிவிருத்தமாகக் கொள்வதுவே பொருத்தம் என்பதும் இவ்வாய்வினால் நிறுவப்பட்டுள்ளது.

கட்டளைக் கலித்துறையில் நம்மாழ்வார் அருளிய 'திருவிருத்தம்' என்னும் இலக்கிய வகையின் யாப்புக் கட்டமைப்பு இந்நூலில் விரிவாக ஆராயப்பட்டுள்ளது. அப்பாவினம் காலம் தோறும் வெவ்வேறு பெயர்களால் வழங்கி வந்தது என்பதும் தக்க சான்றுகளுடன் சுட்டிக்காட்டப் பட்டுள்ளது.

தாண்டக யாப்பினைப் பற்றிய கருத்துக்கள் தமிழ் இலக்கண ஆசிரியர்களிடம் தெளிவின்றியும் மாறுபட்டும் காணப்படுவதால் இன்றைய நிலையில் அதனை நாம் முழுமையாக அறியமுடியவில்லை; எனினும் பாசுரங்களில் வினையெச்சங்களாகத் தொடர்ந்து செல்லும் போக்கு, அவற்றைப் பாடுதற்கு அந்நாளில் பின்பற்றிய, ஒருவகை இசைமரபு ஆகிய தனித்தன்மைகளால் இத்தாண்டக யாப்பு முன்னாளில் வேறுபடுத்தி அறியபட்டிருக்கலாம் என்பது இவ்வாய்வின்வழி அறியப்படும் முடிவாகும். ஆயினும் இது மேலாய்வுக்கு உரியதே.

திவ்வியப்பிரபந்த இயற்பாப் பகுதியில் உள்ள இலக்கியங் களின் யாப்பு வகைபற்றி முடிவெடுப்பதில் சிக்கல் இல்லை. இசைப்பாவாக உள்ள ஏனைய மூன்று ஆயிரங்களில் மட்டும் யாப்புவகை காட்டுவதில் வேற்றுமை காணப்படுகிறது. இதற்கான காரணங்கள் பின்னிணைப்புக் கட்டுரையில்

(பின்னிணைப்பு எண் −3) தெளிவாகச் சுட்டப்பட்டுள்ளன. ஆழ்வார்கள் கையாண்ட யாப்பில் கலிப்பாவின் இனமே எண்ணிக்கையில் மிகுந்துள்ளது. (பின்னிணைப்பு எண்−3, அட்டவணை காண்க) கடவுளை முன்னிலையிடத்திற் பரவுதற் குரிய பாவாக ஒத்தாழிசைக் கலியினைத் தொல்காப்பியர் குறிப்பிடுவர். அவ்விலக்கிய விதியின் தொடர்ச்சியாகவும் விரிவாகவுமே ஆழ்வார்களிடம் கலிப்பாவின் இனம் மிகுதியாகக் காணப்படுகின்றது எனலாம்.

எண்ணுப் பெயர்களைச் சுவைபட அடுக்கிக்கூறும் சங்கப் பாடல்களின் அடியொற்றியே எண்ணலங்காரமாகப் பாடும் எழுகூற்றிருக்கை பக்திக் காலத்தில் தோன்றியது என்பது ஐந்தாம் இயலில் விளக்கப்பட்டுள்ளது. எழுகூற்றிருக்கையைத் தனி இலக்கியமாகப் படைப்பதற்கு முன்னரே, அவ்வகையான இலக்கிய ஆக்கத்தில் திருமங்கையாழ்வார் கொண்டிருந்த தனியார்வத்துக்கு அவர் பாடிய பெரிய திருமொழியிலிருந்தே அகச்சான்றுகள் கொடுக்கப்பட்டுள்ளன. எண்ணலங்காரத்தை மட்டுமே கருத்திற்கொண்டு மிகமுயன்று பாடப்படும் செய்யுள் ஆதலால், திருமங்கையாழ்வார் போன்ற செஞ்சொற் கவிஞர்களாலும் எழுகூற்றிருக்கையில் கவிநயத்தைக் காட்ட முடியவில்லை என்பதும், எழுகூற்றிருக்கை சித்திரகவி ஆகாது என்பதும், அதைச் சித்திரகவியாகக் காட்டும் முயற்சி பிற்காலத்தது என்பதும் தக்க சான்றுகளுடன் நிறுவப் பட்டுள்ளன.

இறுதியாக மற்றொரு செய்தியும் குறிக்கத்தகும். இங்கு ஆய்வுக்கு எடுத்துக்கொண்ட திவ்வியப்பிரபந்த இலக்கிய வகைகள் ஆழ்வார்களின் காலத்துக்குப் பின்னரும், ஏனை யோரால் படைக்கப்பெற்றுள்ளன. மடலும் தாண்டகமுமே பின்னைய வளர்ச்சி பெறாதவை. பின்னாளில் மடல்கள் தோன்றிய போதும், அவை திருமங்கையாழ்வாரின் 'வளமடல்' அமைப்பினைக் கொண்டிருக்கவில்லை. இவை தவிர்த்த ஏனைய இலக்கிய வகைகள், தமிழ் இலக்கியத்தில் இன்றளவும் தொடர்ந்து காணப்படுகின்றன. உள்ளடக்கம், வடிவம் முதலியவற்றில் மாற்றம் பெற்றபோதும் பெயரால் ஒப்புமையுடையன சில; தாக்கத்தைப் பெற்றவை சில; சாயலைக் கொண்டவை சில. இத்தன்மைகள் ஆங்காங்கே முன்னர் எடுத்துக்காட்டப்பட்டுள்ளன. இவ்வாறு நோக்குகையில் தமிழ் இலக்கிய வகைகள் பெரும்பாலும் தொல்காப்பியர் காலந்தொட்டுத் தொடர்ந்து வருவதையும் காணலாம். இந்நிலையில் டி.எஸ். எலியட் கூறிய ஒரு கருத்தினைத் தமிழ் இலக்கியத்தோடு பொருத்திப் பார்க்க முடிகிறது. "உண்மையான

தற்படைப்புத் திறன் என்பது படிப்படியான வளர்ச்சியே"[3] என்றார் அவர். அவரது கருத்தினைத் தழுவி, "உண்மையான தற்படைப்புத் திறன் வாய்ந்த இலக்கியம் எதுவும் இல்லை; தமிழில் உள்ள இலக்கிய வகைகள் யாவும் படிப்படியாக வளர்ச்சி பெற்றவைகளே" என்பதையும் இவ்வாய்வின் மூலம் பெறும் புதிய கருத்தாகக் கொள்ளலாம்.

மேலாய்வுக்களங்கள்

ஆழ்வார்களின் காலத்திற்குப் பின்னரும் வைணவ இலக்கியம் இடையறாது தமிழுக்கு வளம் சேர்த்து வந்திருக்கிறது. வேதாந்ததேசிகர், மணவாளமாமுனிகள், அருளாளப்பெருமாள் எம்பெருமானார், நயினாராச்சான்பிள்ளை, பரவாதிகேசரியார், அப்பிள்ளார், கோயிற்கந்தாடையண்ணன் போன்ற 'ஆசாரிய பரம்பரை'யினரும் வடிவழகிய நம்பிதாசர், திருவரங்கத்த முதனார், விளாஞ்சோலைப்பிள்ளை, வீரராகவாரியர், உபயகவி அப்பா, 'விலட்சணகவி' ஏ.வே. இராமாநுச நாவலர் போன்ற 'சீடர் பரம்பரை'யினரும் பாடிய பிரபந்தங்கள் பலவும் தமிழில் உள்ளன. ஆசிரியர் பெயர் தெரியாத வைணவ நூல்களும் உள. வைணவப் பெருங்கவிஞரான பிள்ளைப் பெருமாளையங்காரின் பிரபந்தங்களைப் போலப் பரவலாக அறியப்படாத நூல்கள் இவை. இனிவரும் ஆய்வாளர்களுக்கு இவை விரிந்த ஆய்வுக் களங்களாகக் காத்திருக்கின்றன.

3. "True originality is merely a development".
- T.S. Eliot : Quoted by Alastair Fowler, Op.cit.

பின்னிணைப்புகள்

பின்னிணைப்பு – 1

வைணவ மரபுச் சொற்களின் விளக்கம்

இவ்வாய்வில் பயன்படுத்தப்பெறும் வைணவ மரபுச் சொற்களுக்கான விளக்கம் இந்தப் பின்னிணைப்பில் இடம்பெறுகின்றது.

அடைவு	–	முறை, தகுதி.
அநுசந்தானம்	–	ஓதுதல்.
ஆசாரியர்	–	திருமால் திருநெறியைப் பரப்பிய இராமாநுசர், நாதமுனிகள் போன்ற பெரியோர்.
சரமசுலோகம்	–	இறுதி உபாயமான பிரபத்தியைத் தெரிவிக்கும் கீதையின் சுலோகம்.
சரமப்பிரபந்தம்	–	இறுதியாகப் பாடப்பெற்ற நூல்.
தனியன்	–	ஆழ்வார்களது திருமொழி அல்லது நூலுள் அடங்காது தனியே பாயிரமாய் நிற்கும் பாட்டு.
தாமான தன்மை	–	ஆழ்வார் நாயகி நிலையை அடையாமல் ஞான நிலையில் தாமாகவே இருந்து பாடும்தன்மை.
திருமொழி	–	பதிகம், திருப்பாடல்.
திவ்யதேசம்	–	ஆழ்வார்களால் பாடப்பெற்ற திருப்பதிகள்; இறைவன் உகந்தருளின நிலங்கள்.
துவயம்	–	இரு தொடர்களால் ஆகிய மந்திரம்.

நாயகிபாவம்	–	தலைவி நிலை.
பலசுருதி	–	கற்றார்க்குப் பலன் கூறும் பாட்டு.
பரகாலநாயகி	–	தலைவி நிலையில் பாடும் திருமங்கையாழ்வார்.
பாசுரம்	–	திருப்பாடல், மொழி.
பிரபந்தம்	–	நூல்.
பிரபத்தி மார்க்கம்	–	இறைவனையே சரணாகப் பற்றும் நெறி.
பிராட்டி	–	திருமாலின் தேவி.
மங்களாசாசனம்	–	வாழ்த்துக்கூறல், பல்லாண்டு பாடுதல்.

பின்னிணைப்பு –2

திவ்வியப் பிரபந்தத்தில் இலக்கிய வகைக்கூறுகள்

(முழுப்பதிகம், பாசுரம், கருத்தில் முழுமையுடைய பாசுரப்பகுதி ஆகியன மட்டுமே இங்கு இடம்பெறுகின்றன. சிறு குறிப்புக்களாக உள்ளவை இங்குக் காட்டப்பெறவில்லை)

'கூறு'களுக்குரிய இலக்கிய வகை	பாடியவர்	நூல்	திருமொழி அல்லது பாசுர எண்
1. உலா	பெரியாழ்வார்	பெ.ஆ.தி.	3–4
2. தூது	பெரியாழ்வார்	பெ.ஆ.தி.	3–10
	ஆண்டாள்	நா.தி.மொ,	5, 8
	நம்மாழ்வார்	தி.வா.மொ.	1–4; 6–1; 6–8; 9–7
		தி.வி.	30, 31, 46, 54
	திருமங்கையாழ்வார்	பெ.தி.மொ.	3–6; 8–4
		தி.நெ.தா.	26, 27
		சி.தி.ம.	115–122

‘கூறு’ களுக்குரிய இலக்கிய வகை	பாடியவர்	நூல்	திருமொழி அல்லது பாசுர எண்
3. குறம்	நம்மாழ்வார்	தி.வா.மொ.	4–6
(கட்டு, கட்டு விச்சி)		தி.வி.	53
	திருமங்கையாழ்வார்	சி.தி.ம.	40–104
		தி.நெ.தா.	11
4. பாதாதிகேசம்	பெரியாழ்வார்	பெ.ஆ.தி.	1–2
	திருப்பாணாழ்வார்	அ.பி.	
5. தாலாட்டு	பெரியாழ்வார்	பெ.ஆ.தி.	1–3
	குலசேகராழ்வார்	பெரு.தி.மொ.	7–1: 8
6. ஊடல்	குலசேகராழ்வார்	பெ.தி.மொ	6
	திருமங்கையாழ்வார்	பெ.தி.மொ.	10–8
		தி.நெ.தா.	28
	நம்மாழ்வார்	தி.வா.மொ.	6–2
7. பூசல் – காலைப்பூசல்	நம்மாழ்வார்	தி.வா.மொ.	10–3
பூசல் – மாலைப்பூசல்		தி.வா.மொ.	9–9
8. கனவுப்பாட்டு	ஆண்டாள்	நா.தி.மொ.	6

9. தசாவதாரப்பாட்டு	பெரியாழ்வார்	பெ.ஆ.தி.	4–9–9
	திருமங்கையாழ்வார்	பெ.தி.மொ.	11–4; 8–8–10
10. திருநாமப் பாட்டு	பெரியாழ்வார்	பெ.ஆ.தி.	2–3; 4–6
	நம்மாழ்வார்	தி.வா.மொ.	2–7
	திருமங்கையாழ்வார்	பெ.தி.மொ.	1–1; 6–10–6
	பொய்கையாழ்வார்	மு.தி.அ.	95
	பூதத்தாழ்வார்	இ.தி.அ.	20
	பேயாழ்வார்	மூ.தி.அ.	17
	திருமழிசையாழ்வார்	நா.தி.அ.	85
11. பழமொழி	திருமங்கையாழ்வார்	பெ.தி.மொ.	10–9; 11–8
	பெரியாழ்வார்	பெ.ஆ.தி.	3–7–4; 5–2
12. புலம்பல்	குலசேகராழ்வார்	பெரு.தி.மொ	7, 9
13. போர்ப்பாட்டு			
(அ) தடம்பொங்கத்தம் பொங்கோ	திருமங்கையாழ்வார்	பெ.தி.மொ.	10–2
(ஆ) குழமணிதூரமே			10–3
14. உந்திபறத்தல்	பெரியாழ்வார்	பெ.ஆ.தி.	3–9
15. சாழல்	திருமங்கையாழ்வார்	பெ.தி.மொ.	11–5

பின்னிணைப்பு –3

திவ்வியப்பிரபந்தத்தில் யாப்புவகை – ஒரு கண்ணோட்டம்

பா, பாவகை, பாவினம் ஆகிய மூன்றையும் சார்ந்த யாப்பமைதி கொண்ட பாடல்கள் திவ்வியப் பிரபந்தத்தில் உள்ளன. முன்னைய இரண்டை அடையாளம் காண்பதிலும் அவற்றை இன்ன பா, பாவகை என உறுதிசெய்வதிலும் சிக்கல் இல்லை. சான்றாக, 'இயற்பா'ப் பகுதியில் உள்ள வெண்பா, ஆசிரியம் (வெண்பா அந்தாதிகள், ஆசிரியப்பாவிலான திருவாசிரியம், திருவெழுகூற்றிருக்கை என்னும் நூல்கள்) முதலியவற்றை எளிதில் அடையாளம் காணலாம். அவற்றை வேறு யாப்பில் அலகிட்டுக் காட்டவும் இயலாது. அவ்வாறே 'இயற்பா'வில் உள்ள பாவகைகளான கலிவெண்பா (திருமடல்கள்) பாவினமான கட்டளைக் கலித்துறை (திருவிருத்தம் என்பனவும் 'அந்தந்தயாப்பின' என்று அறுதியிடத்தக்கனவே. ஆனால் ஏனைய 'இசைப்பா'த் தொகுதிகளான முதலாயிரம், பெரியதிருமொழி, திருவாய்மொழி ஆகிய மூன்று ஆயிரங்களிலும் இத்தகைய தெளிவான நிலை காணப்படவில்லை. அவற்றை 'இன்னயாப்பின' என்று அறுதியிடுவதில் பதிப்பாசிரியர்களுக்குள்ளே கருத்து வேறுபாடுகள் தலைகாட்டியுள்ளன.

யாப்புவகை குறித்த பதிப்பாசிரியர்கள்

1856 முதல் கடந்த ஒரு நூற்றாண்டுக்கு மேலாகத் திவ்வியப்பிரபந்தப் பதிப்புகள் பல வெளிவந்துள்ளன.[1] ஆய்வாளருக்குக் கிடைத்துள்ள பதிப்புகளில் திருநாராயணபுரம் கோவிந்தராஜ ஐயங்கார் பதிப்பே காலத்தால் முந்தியது.

1. கி. வேங்கடசாமி ரெட்டியார் (ப.ஆ.), நாலாயிர திவ்வியப் பிரபந்தம், ப.32.

அது 1903இல் வெளியான பதிப்பு ஆகும்.[2] அது முதலாகக் கிடைத்துள்ள பதிப்புக்களை நோக்குகையில் பதிப்பாசிரியர் அனைவருமே ஆழ்வார் பாசுரங்களுக்கு யாப்பு வகை காட்டவில்லை. திருநாராயணபுரம் கோவிந்தராஜ ஐயங்கார் (1903), பி.கிருஷ்ணமாசாரிய ஸ்வாமிகள் (1922), சே. கிருஷ்ணமாசாரியர் (1923–1924), ஸ்ரீநிவாஸராகவாசாரியர் (1928–1929), டி.சி. பார்த்தசாரதி அய்யங்கார் (1936), மயிலை மாதவதாஸன் (1962), எஸ். கிருஷ்ணஸ்வாமி அய்யங்கார் (1988) கோமடம் எஸ்.எஸ். ஐயங்கார் போன்ற பதிப்பாசிரியர்களே திருமொழிகளின் தொடக்கத்திலும் நூலின் தொடக்கத்திலும் அவற்றின் யாப்புவகை இன்னதெனக் குறிப்பிட்டுள்ளனர். இவர்களுள் சிலர், முந்தையோர் பதிப்புக்களுள் காட்டியுள்ள யாப்பு வகையை அப்படியே ஏற்றுக் கொண்டுள்ளனர். சான்றாக, சே. கிருஷ்ணமாசாரியரின் திவ்வியப்பிரபந்தப் பதிப்பில் உள்ள யாப்புவகை பற்றிய குறிப்புகள் எந்த மாற்றமுமின்றி எஸ். கிருஷ்ணஸ்வாமி அய்யங்காரின் பதிப்பில் இடம்பெறக் காணலாம். அவ்வாறு பின்பற்றியோருள் சிலர், சிற்சில இடங்களில் மட்டும் வேறுபடக் காண்கிறோம். அத்தகையோருள் மயிலை மாதவதாஸன் குறிப்பிடத்தக்கவர் ஆவார்.

வேறுபடும் இடம், ஓர் எடுத்துக்காட்டு

முதலாயிரத்தில் ஈற்றயலாக உள்ள, ‘அமலனாதிபிரான்’ என்னும் பதிகத்தைச் சே. கிருஷ்ணமாசாரியர் முதலான பலரும் ‘ஆசிரியத்துறை’ என்றே காட்டியுள்ளனர். ஆனால் மயிலை மாதவதாஸன் – முதல் ஒன்பது பாசுரங்களை, ‘ஆசிரியத்துறை’ என ஏற்றுக்கொண்டு, பத்தாம் பாசுரத்தைக் ‘கலிவிருத்தம்’ எனக் காட்டுகின்றார். பாசுரங்களின் அமைப்பு நோக்கி அவர் மிக நுட்பமாக யாப்பமைதி காட்டியதற்கு இது சான்றாக உள்ளது.

இறுதிப்பாசுரம் முன்னைய பாசுரங்களினின்றும் வேறுபட்டு அளவடி நான்கு கொண்டு தம்முள் அளவொத்து நிற்றலின் அதை அவர் ‘கலிவிருத்தம்’ எனக் கொண்டது பொருத்தமேயாகும்.

ஆயினும் அவர் ‘ஆசிரியத்துறை’ என ஏற்றுக்கொண்ட ஏனைய ஒன்பது பாசுரங்கள் உள்ளிட்ட, ‘அமலனாதிபிரான்’ பதிகம் முழுவதையும் கோவிந்தராஜ ஐயங்காரும்,

2. “அரசாணிபாலை கந்தாடை கிருஷ்ணமாசார்ய ஸ்வாமிகளால் பரிசோதித் தச்சியற்றிய பிரதிக்கிணங்க” இப்பதிப்பு வெளியானதாகத் தெரிகிறது. ஆயினும் இதன் மூலப்பதிப்பு வெளியான ஆண்டு விவரம் தெரியவில்லை.

பி. கிருஷ்ணமாசாரிய ஸ்வாமிகளும் தம் பதிப்புக்களில் 'வெண்டுறை' எனக் குறித்துள்ளனர்.

இந்த வேறுபாடு ஏன்?

ஆசிரியத்துறை, வெண்டுறை இரண்டுக்கும் இலக்கணம் யாது?

எனைத்துச் சீரானும் வருமடி நான்குடையதாய், ஈற்றயலடி குறைந்தேனும் முதலடியும் மூன்றாமடியும் குறைந்தேனும் வருவது ஆசிரியத்துறையின் இலக்கணம் ஆகும்.[3]

மூன்றடி முதல் ஏழடி யீறாகப் பின்பு நின்ற சில அடிகளில் சில சீர் குறைந்து வருவது வெண்டுறையின் இலக்கணமாகும்.[4]

'அமலனாதிபிரான்' பாசுரங்கள் ஒவ்வொன்றும் நான்கடி யுடையன. எனவே இங்கு மூன்றாமடியே ஈற்றயலடி ஆகிறது. இவ், ஈற்றயலடி ஏனைய மூன்று அடிகளிலும் நீண்டு இருக்கிறது. இந்நிலையில், "ஈற்றயலடி குறைந்தேனும் முதலடியும் மூன்றாமடியும் குறைந்தேனும் வருவது ஆசிரியத்துறை" என்னும் இலக்கணம் இதற்குப் பொருந்தவில்லை (மூன்றாமடியே ஈற்றயலடியாக இருந்து அதுவும் நீண்டு இருப்பதால்).

எனவே ஏனைய பதிப்பாசிரியர்களான கோவிந்தராஜ ஐயங்காரும், பி. கிருஷ்ணமாசாரியஸ்வாமிகளும் இதனை (அமலனாதிபிரான்) 'ஆசிரியத்துறை' என ஏற்கவில்லை என்று தெரிகிறது.

ஆயினும் அவர்கள் இதை, 'வெண்டுறை' எனக் கொண்டது பொருந்துமா?

"மூன்றடி முதல் ஏழடியீறாகப் பின்பு நின்ற சில அடிகளில் சில சீர் குறைந்து வருதல் வெண்டுறையாகும்" என்னும் இலக்கணமும் 'அமலனாதிபிரான்' பாசுரங்களில் அமையவில்லை.

"அமல னாதிபிரான் அடியார்க் கென்னை யாட்படுத்த
விமலன் விண்ணவர் கோன்விரை யார்பொழில் வேங்கடவன்
நிமலன் நின்மலன் நீதி வானவன் நீள்மதி ளரங்கத்
தம்மான்திருக்
கமல பாதம்வந் தென்கண்ணி னுள்ளன வொக்கின்றதே"

என்பது முதற் பாசுரம். இதில் முதல் இரண்டு அடிகள், நான்காம் அடி ஆகிய 3 அடிகளைக் காட்டிலும் இடைநின்ற

3. விசாகப் பெருமாளையர், யாப்பிலக்கணம், ப.28.

4. மேலது, ப.24.

மூன்றாம் அடி நீண்டுள்ளது. முதல் ஒன்பது பாசுரங்களும் இத்தகைய அமைப்புக் கொண்டவையே. “பின்பு நின்ற சில அடிகளில் சீர்குறைதல்” என்பதற்குப் பதிலாக மூன்றாம் அடியிற் சீர்கள் அதிகமாயிருத்தலின் அப்பாசுரங்களை வெண்டுறையாகக் கொள்ளவும் வாய்ப்பில்லை. எனினும் மூன்றாம் அடியினும் பின்னின்ற நான்காம் அடி குறைந்து வருதல் நோக்கி அவர்கள் (திருநாராயணபுரம் கோவிந்தராஜ ஐயங்கார், பி. கிருஷ்ணமாசார்ய ஸ்வாமிகள்) ‘வெண்டுறை’ எனக்கொண்டனர் போலும். எனினும் இறுதிப்பாசுரம் அளவடி நான்கு கொண்ட கலிவிருத்தமாயிருக்கவும் அதனை அவர்கள் வேறுபடுத்திக் காட்டாது. அதனையும் வெண்டுறையாகக் கொண்டது ஏன் என்று விளங்கவில்லை.

வேறுபடுதலுக்கான காரணங்கள்

இவ்வாறு யாப்புவகை காட்டுதலில் பதிப்பாசிரியர் வேறுபடுதலுக்கான காரணங்கள் சிந்திக்கத்தக்கன.

அக்காரணங்களுள் ஒன்று செய்யுளைச் சீர்பிரித்து அலகிடுதலில் உள்ள வேற்றுமை ஆகும்.

‘சென்னியோங்கு’ என்னும் பெரியாழ்வார் திருமொழியை (5–4)ஆசிரியவிருத்தமாகக் காட்டும் சே. கிருஷ்ணமாசாரியர் அதனையே கலிநிலைத் துறையாகவும் அலகிடலாம் என்கிறார்.

இக்குறிப்பு ஒரு முக்கியமான முடிவினை நமக்கு உணர்த்து கின்றது?

பாசுரங்களைச் சீர்பிரித்து அலகிடுதற்கு ஏற்ப அவற்றின் யாப்புவகை வேறுபடலாம்; வேறுபடும் என்னும் முடிவுதான் அது.

இம்முறையினாலேயே ‘திருச்சந்தவிருத்தம்’ ஒருசார் பதிப்பாசிரியரால் எழுசீர் ஆசிரியவிருத்தமாகவும் பிறிதொரு சாராரால் கலிவிருத்தமாகவும் கொள்ளப்பட்டது என்பதை இங்கு நினைவுகூர்தல் பொருத்தமாகும். இதற்கு மற்றுமொரு சான்றும் காட்டலாம்.

காரப்பங்காடு கோபாலாசாரியர், “அரவணையாய் ஆயரேறே அம்மமுண்ணத் துயிலெழாயே” எனத் தொடங்கும் பெரியாழ்வார் திருமொழியை (2–2) எண்சீர்க் கழிநெடிலடி ஆசிரியவிருத்தம் எனக் குறித்தார். சே. கிருஷ்ணமாசாரியர் அதே திருமொழியைக் ‘கலிவிருத்தம்’ எனக் கொண்டார்.

“ ‘அரவ ணையாய் ஆய ரேறே
அம்ம முண்ணத் துயிலெ ழாயே’

சீர்பிரித்தல் காரணமாக, 'ஆசிரியவிருத்தம்' என்னும் ஒருவகைப் பாவினத்திலேயே பதிப்பாசிரியர் வேறுபடுவதைப் பின்வரும் பட்டியல் காட்டும்.

நூற்பெயர் / திருமொழியும் பதிக வரிசையும்	பதிப்பாசிரியர்		
	திருநாராயணபுரம் கோவிந்தராஜ் ஐயங்கார்	பி. கிருஷ்ணமாசாரிய ஸ்வாமிகள்	சே. கிருஷ்ணமாசாரியர்
பெ.ஆ.தி. 4–10	அறுசீர் ஆசிரியவிருத்தம்	–	எண்சீர் ஆசிரியவிருத்தம்
” 7–4	–	எண்சீர் ஆசிரியவிருத்தம்	எழுசீர் ”
நா.தி.மொ. 5	அறுசீர் ஆசிரியவிருத்தம்	–	” ”
” 12	”	–	எண்சீர் ”
பெரு.தி.மொ. 1	”	–	” ”
” 6	”	–	” ”
” 7	”	–	” ”
தி.ப.எ.	எண்சீர் ஆசிரியவிருத்தம்	எண்சீர் ஆசிரியவிருத்தம்	எழுசீர் ”
பெ.தி.மொ. 2–4	அறுசீர் ஆசிரியவிருத்தம்	–	எண்சீர் ”
” 5–8	எழுசீர் ”	எண்சீர் ஆசிரியவிருத்தம்	—
” 9–7	–	அறுசீர் ஆசிரியவிருத்தம்	எண்சீர் ஆசிரியவிருத்தம்

சீர்பிரித்தலில் கொண்ட வேற்றுமையால் ஒரு பாவுக்கு இனமான ஒன்றே மற்றொரு பாவின் இனமாதலைப் பின்வரும் பட்டியல் காட்டும்.

நூற்பெயர் / திருமொழியும் பதிக வரிசையும்	திருநாராயணபுரம் கோவிந்தராஜ ஐயங்கார்	(பதிப்பாசிரியர்) சே. கிருஷ்ணமாசாரியர்	மயிலை மாதவதாஸன்
பெ.ஆ.தி. 4–1	கலிநிலைத்துறை	அறுசீர் ஆசிரியவிருத்தம்	
,, 5–1	கலிவிருத்தம்	எண்சீர் ,,	
,, 5–3	கலிநிலைத்துறை	அறுசீர் ,,	
,, 5–4	கலிவிருத்தம்	,, ,,	
தி.மா.	கலிநிலைத்துறை	,, ,,	
பெ.தி.மொ.1–7	அறுசீர் ஆசிரியவிருத்தம்	கலிநிலைத்துறை	
,, 4–2	கலிவிருத்தம்	அறுசீர் ஆசிரியவிருத்தம்	
.. 6–1	கலித்தாழிசை	வஞ்சிவிருத்தம்	
தி.வா.மொ. 2–2	வஞ்சிவிருத்தம்	கலிவிருத்தம்	
,, 8–9	அறுசீர் ஆசிரியவிருத்தம்	—	கலிநிலைத்துறை
,, 9–1	கலித்துறை	அறுசீர் ஆசிரியவிருத்தம்	

என வகைப்படுத்தின் எண்சீர்க் கழிநெடிலடி ஆசிரியவிருத்தம் என்பது சரி".

'அரவணையாய் ஆயரேறே அம்மமுண்ணத் துயிலெழாயே' என வகைப்படுத்தின் கலிவிருத்தம் என்பதும் சரி" எனக் கூறுவர் கி. வேங்கடசாமி ரெட்டியார்.[5] இதனாலும் அலகிடுதலுக்கு ஏற்ப யாப்புவகை காட்டுவதில் வேற்றுமை உண்டாதலை அறியலாம்.

இனி, பதிப்பாசிரியர் யாரும் காட்டாத நிலையிலும் சில பாசுரங்கள் ஆய்வாளர் புதுவதாக அலகிடுதற்கும் இடம் தருகின்றன. திருவாய்மொழியில் 'கெடுமிடர்' என்னும் பதிகத்தை (10–2) நாம் முன்னர்க் குறித்த பதிப்பாசிரியர் அனைவரும் 'கலிவிருத்த'மாகவே கொண்டனர்.

"கெடுமிட ராயவெல்லாம் கேசவாவென்ன நாளும்
கொடுவினை செய்யும்கூற்றின் தமர்களும் குறுககில்லார்
விடமுடை யரவில்பள்ளி விரும்பினான் சுரும்பலற்றும்
தடமுடை வயலனந்த புரநகர் புகுதுமின்றே"

என அளவடி நான்கு கொண்ட கலிவிருத்தமாகப் பதிப்பித்துக் காட்டியுள்ளனர். இப்பாசுரத்தையே 'விளம் மா மா விளம் மா மா' என்னும் வாய்பாடு கொண்ட அறுசீர் ஆசிரிய விருத்தமாகவும் அலகிடலாம். அந்நிலையில்,

"கெடுமிட ராய வெல்லாம் கேசவா வென்ன நாளும்
கொடுவினை செய்யும் கூற்றின் தமர்களும் குறுக கில்லார்
விடமுடை யரவில் பள்ளி விரும்பினான் சுரும்ப லற்றும்
தடமுடை வயல னந்த புரநகர் புகுது மின்றே"

என்னும் வடிவில் அஃது அமையக் காணலாம்.

யாப்புவகை குறித்தோர் மூவகையினர்

திவ்வியப்பிரபந்தப் பதிப்பாசிரியர்களுக்கு முன்னரே திவ்வியப்பிரபந்த உரையாசிரியர்கள் இவற்றின் யாப்புவகை பற்றிச் சிந்தித்துள்ளனர். பதிப்பாசிரியர்களுக்குப் பின்னர், இன்றைய ஆராய்ச்சியாளர்களும் திவ்வியப்பிரபந்த யாப்புவகை பற்றி ஆராய்ந்துள்ளனர். இம்முத்திறத்தாரும் யாப்பமைதி காட்டுவதில் வேறுபடுவதும் இங்குச் சுட்டிக்காட்டத்தக்கது.

'திருத்தாய் செம்போத்தே' எனத் தொடங்கும் பெரிய திருமொழிப் பதிகத்தை (10–10) பதிப்பாசிரியர்கள் 'வெண்டுறை' எனக் கொண்டனர். ஆயின், சோ.ந. கந்தசாமி, "இதனைக்

5. கி. வேங்கடசாமி ரெட்டியார், (ப.ஆ.), மு.நூ., ப.46.

கலித்தாழிசை எனக் கூறுதலே நேரிது"[6] என்கிறார். ஈற்றுச்சீர் குறைந்து வரும் என்னும் வெண்டுறை இலக்கணத்துக்கு மாறாக, ஈற்றுச்சீர் மிக்குவருதலால் அவர் இங்ஙனம் கூறினார்.

திருவாய்மொழி உரையாசிரியருள் ஒருவரான வாதி கேசரி அழகிய மணவாளச் சீயர் (பன்னீராயிரப்படி உரையாசிரியர்) திருவாய்மொழிப் பதிகங்களுக்குரிய பாவினத்தையும் அவற்றிற்குரிய இலக்கணத்தையும் சுட்டிக்காட்டியுள்ளார்.[7] பழைய உரையாசிரியர்களுள் யாப்புவகை காட்டியவர் இவர் ஒருவரே.

பின்னாளில் திருவாய்மொழியின் யாப்பமைதி குறித்து ஆராய்ந்த கு. தாமோதரன் சீயரோடு வேறுபடுகிறார்.[8] இதனைப் பின்வரும் பட்டியல் நோக்கி அறியலாம்.

பாவும் பாவினங்களும்	சீயர்		கு. தாமோதரன்	
1. ஆசிரியம்				
துறை: ஆசிரியத்துறை	5	பதிகங்கள்	5	பதிகங்கள்
விருத்தம்: ஆசிரியவிருத்தம்	31	,,	33	,,
2. கலி				
கொச்சகக்கலிப்பா	இல்லை		10	,,
துறை: கலிநிலைத்துறை	,,		23	,,
கலித்துறை	22	பதிகங்கள்	இல்லை	
விருத்தம்: கலிவிருத்தம்	34	,,	24	பதிகங்கள்
3. வஞ்சி				
துறை: வஞ்சித்துறை	3	,,	3	,,
விருத்தம்: வஞ்சிவிருத்தம்	2	,,	2	,,
தாழிசை: நாலடித்தாழிசை	3	,,	இல்லை	
	100		100	

இவ்விருவரது கணக்கிலும் ஆசிரியத்துறை வஞ்சித்துறை, வஞ்சிவிருத்தம் ஆகிய மூன்றும் எண்ணிக்கையில் ஒத்துக் காணப்படுகின்றன. ஆனால் கலிவிருத்தம், ஆசிரியவிருத்தம் ஆகியவற்றின் எண்ணிக்கை, ஒத்துக் காணப்படவில்லை. கொச்சகக்கலிப்பா என்னும் வகையும், கலிநிலைத்துறை

---

6. சோ.ந. கந்தசாமி, தமிழ் யாப்பியலின் தோற்றமும் வளர்ச்சியும் முதற்பாகம், இரண்டாம்பகுதி, ப.267.
7. மா. வரதராசன், பன்னீராயிரப்படி ஓர் ஆய்வு, பக்.149–150.
8. கு. தாமோதரன், திருவாய்மொழித்திறன் ப.196.

என்னும் பாவினமும் சீயர் பகுப்பில் காணப்படவில்லை. கலித் துறை என்பதும் நாலடித் தாழிசை என்பதும் தாமோதரனால் காட்டப்படவில்லை.

சீயர் கலிவிருத்தமாகக் கொண்ட பத்துத் திருவாய்மொழிகளையும் (1-4, 2-1, 2-5, 2-8, 3-1, 4-8, 4-9, 5-4, 9-7, 10-6) கு. தாமோதரன் கொச்சகக் கலிப்பாவாகக் கொண்டார். இதனால் சீயரிடம் கலிவிருத்த எண்ணிக்கை 34ஆக உயர, தாமோதரனிடம் 24ஆகக் குறைந்தது. மேலும் சீயர் கலித் துறையாகக் கருதியதையே (ஒரு பதிகம் நீங்கலாக) தாமோதான் கலிநிலைத்துறையாகக் கருதியமையும் தோற்றுகிறது.

இவ்வாறு பாவினங்களிற் சில, இருவேறு வகைகளுக்கு உரியனவாகக் கொள்ளப்பட்டதற்குத் திவ்வியப்பிரபந்தத்தில் மட்டுமன்றி வேறு நூல்களிலும் சான்றுகள் உள்ளன. வீரசோழிய உரைகாரர் கொச்சகக்கவிப்பாவின் வகைகளைக் கூறும் நூற்பாவுக்கு உரை எழுதுகையில், இரண்டு சான்றுகளைத் தந்துவிட்டு, அதன்பின்னர், "இவற்றைக் கலிவிருத்தம் எனினும் இழுக்காது"[9] என்றும் எழுதக் காணலாம்.

"கொன்றை வேய்ந்த செல்வன் அடியிணை
என்றும் ஏத்தித் தொழுவோம் யாமே"

என்பதைக் குறள்வெண்பாவின் இனமான 'வெண்செந்துறை' எனக் காட்டுவர் யாப்பியல் நூலார். ஆயினும் இதனைக் கலிப்பாவிற்கு இனமாகவும் (அளவொத்த இரண்டடியினால் கலித்தாழிசை வருவதுண்டு ஆதலால்) ஆசிரியப்பாவிற்கு இனமாகவும் (ஆசிரியப்பாவுக்குரிய சீரும் தளையும் பயின்று வருதலால்) காட்டலாம் என்பர் சோ.ந. கந்தசாமி.[10]

இக்காட்டுக்களால் ஒரு செய்யுளே பல்வேறு பாக்களின் இனமாவதை அறிய முடிகின்றது. இவ்வேறு பாட்டுக்கான காரணத்தைக் க. வெள்ளைவாரணன் பின்வருமாறு விளக்கியுள்ளார்:

"ஒருபாவிற்கு இனமாமென வகுக்கப்பெற்றவை மற்றொரு பாவிற்கு இனமாம் எனக் கொள்ளுமாறு அவற்றின் இலக்கணம் தெளிவின்றி அமைந்திருத்தலால் அவற்றை இன்ன பாவிற்கு இனமாம் என வரையறைப்படுத்துதல் பொருந்தாது."[11]

கு. தாமோதரன் தரும் விளக்கம் வேறாக அமைகின்றது: "ஒவ்வொரு பாவிற்கும் துறை, தாழிசை, விருத்தம் என்ற

---

9. வீரசோழியம் 116-இன் உரை.

10. சோ.ந. கந்தசாமி, மு.நூ., பக்.9-10.

11. க. வெள்ளைவாரணன், பன்னிருதிருமுறை வரலாறு-முதற்பகுதி, ப.482.

உட்பிரிவுகள் பிற்காலத்தே தோன்றின. அவை கம்பன் காலத்தில் அதாவது 10, 11வது நூற்றாண்டில் முழுவடிவம் பெற்று அமைகின்றன.இடைப்பட்ட காலத்தில் அதாவது பக்திப் பாடல் தோன்றிய காலத்தில் 10ஆம் நூற்றாண்டுக்கு முன் தொடக்க நிலையில்தான் – வளர்ச்சியுறும் நிலையில் தான் இருந்திருக்கின்றன. அப்போது தோன்றிய பாவினங்களிற் சில இருவேறு வகைகளுக்கும் உரியனவாக இருந்திருக்கின்றன."[12]

அறிஞர்களின் இவ்விளக்கங்களால் திவ்வியப்பிரபந்தப் பாசுரங்கள் சிலவற்றுக்கு யாப்புவகை காட்டுவதில் இரு வேறு கருத்துக்கள் தோன்றியதற்கான காரணத்தை நாம் அறிந்து கொள்ளலாம்.

பதிப்பாசிரியர் இருவகையினர்

திவ்வியப்பிரபந்தப் பதிப்பாசிரியர்களிற் பலர் பக்திக்காலத் திற்குப் பின்னர் நன்கு வளர்ச்சியுற்ற நிலையில் அமைந்த பாவினங்களுக்குரிய இலக்கணங்களை மனத்திற்கொண்டே, பாசுரங்களுக்கு யாப்புவகை காட்டியுள்ளனர். அவ்வாறு காட்டுமிடத்து இலக்கணத்துக்குப் பொருந்தாத சிற்சில இடங்களை அப்படியே ஏற்று அமைதிகண்டுள்ளனர்.இவர்கள் முதல்வகையினர். பிறிதொரு வகையினர் பின்னைய வளர்ச்சிக்கு ஏற்ப அவற்றைத் 'திருத்திச் செப்பம் செய்யவும்' முயன்றுள்ளனர். இவர்தம் முயற்சி ஏற்புடையதாகத் தோன்றவில்லை.

பொதுவாக எண்சீர் விருத்தமாகக் கொள்ளப்பட்ட சில பாடல்களில் இறுதிச்சீர் மாச்சீராக அன்றி, ஓரசையாகவே நிற்பதைத் திவ்வியப்பிரபந்தத்தில் பலவிடங்களிற் காணலாம். பெரியதிருமொழி எட்டாம் பத்து முதல் திருமொழியில் ஒவ்வொரு பாசுரமும் 'கண்டாள்கொலோ' என முடிகின்றது. சான்றாக,

"கலையிலங்கு மொழியாளர் கண்ணபுரத் தம்மானைக் கண்டாள் கொலோ"

என்பது முதற்பாசுரத்தின் ஈற்றடி ஆகும். இதில் இறுதிச் சீர், 'கொலோ' என ஓரசையாகவே நிற்கிறது. இலக்கணப் படி இதனை ஓரசைச்சீராகக் கொள்ளலாம். அவ்வாறே கொண்டு சே. கிருஷ்ணமாசாரியர் முதலான பதிப்பாசிரியர்கள், 'கொலோ' என்றே பதிப்பித்தனர். இத்திருமொழியை அறுசீர் ஆசிரியவிருத்தம் எனவும் குறித்தனர். அவ்வாறு குறிக்கும்போது

---

12. கு. தாமோதரன், மு.நூ., ப.194.

இறுதியில், 'கொலோ' என ஓரசையாக நிற்பது பொருந்தாது எனக் கருதிய மயிலை மாதவதாஸன், 'கொல்லோ' என்று ஈரசையாக மாற்றிப் பதிப்பித்தார். இதனால் இறுதியில் தேமாச்சீர் வந்து, 'நான்குகாய் இரண்டு மா' என்னும் வாய்பாடு 'குறைவற' அமைந்த அறுசீர் விருத்தமாகி விடுகிறது.

இவ்வாறான திருத்தத்தை அவரது பதிப்பில் வேறுசில இடங்களிலும் காணலாம். திருநெடுந்தாண்டகத்தில் 3 பாசுரங்களின் இறுதி இரண்டு சீர்களில் அவர்செய்த திருத்தத்தைப் பின்வரும் பட்டியல் காட்டும்.

பாசுர எண்	**மூலபாடம்**	**திருத்திய பாடம்**
1	தலைமே லவே	தலைமே லவ்வே
4	மடநெஞ் சமே	மடநெஞ் சம்மே
12	ஏபா வமே	ஏபா வம்மே

'காய் காய் மா மா காய் காய் மா மா'

என்னும் வாய்பாட்டில் எண்சீர் விருத்த யாப்பில் அமைந்த பாசுரங்கள் இவை. இவற்றின் இறுதிச்சீர், ஓரசையாக உள்ள 'குறை'யை நீக்கும் பொருட்டுத் 'தலைமே லவ்வே', 'மடநெஞ் சம்மே', 'ஏபா வம்மே' எனத் தேமாச்சீர்கள் ஆக்கியிருக்கிறார்.

'திருமாலை' 29ஆம் பாசுரம் மூன்றாம் அடியில், "காரொளி வண்ணனே கண்ணனே கதறு கின்றேன்" என்பதுதான் பெரும்பாலோர் கொண்ட பாடமாகும். 'காரொளி வண்ணனே' என்பதில் அறுசீர்விருத்த யாப்புக்கான ஓரசை குறைதலால் எஸ். ராஜம் பதிப்பிலும், கோமடம் எஸ்.எஸ். ஐயங்கார் பதிப்பிலும், புத்தூர் வேங்கடசாமி ரெட்டியார் பதிப்பிலும் 'என்' என்னும் ஓரசையைச் சேர்த்து,

"காரொளி வண்ண னேஎன் கண்ணனே கதறு கின்றேன்"

எனப் பதிப்பித்தனர். மயிலை மாதவதாஸனோ, 'என்' என்பதற்குப் பதிலாக 'ஓ' என்பதைச் சேர்த்து,

"காரொளி வண்ண னேஓ! கண்ணனே கதறு கின்றேன்"

எனப் பதிப்பித்துள்ளார்.

இவ்வாறான திருத்தத்தை முதல்வகையினர் என நாம் முன்னர்க் குறித்த பதிப்பாசிரியர் எவரும் மேற்கொள்ள வில்லை என்பது கவனிக்கத்தக்கது. அதற்கான காரணமும் ஆய்வுக்குரியது.

நாதமுனிகள், ஆழ்வார்களின் பாசுரங்களை இயல் இசைக்குத் தக்கவாறு, ‘இயற்பா, இசைப்பா’ எனப் பகுத்தார். அவரது பகுப்பின்படி மூன்றாவது ஆயிரமாகிய இயற்பாவைத் தவிர முதலாயிரம், பெரியதிருமொழி, திருவாய்மொழி ஆகிய மூன்று பகுதிகளும் இசைப்பாக்கள் என்பதை நாம் மனம் கொள்ள வேண்டும்.

இசை வரம்புக்கு உட்பட்ட இவற்றைப் பின்வந்தோர் ஒருவாற்றான் யாப்பிலக்கண வரம்புக்கு உட்படுத்தி வகைப் படுத்தினரேனும், முதல் வகைப் பதிப்பாசிரியர்கள் அவ்வரம்புக்குள் அடங்காதவற்றை வலிந்து மாற்றியோ திருத்தியோ உட்படுத்த விரும்பவில்லை என்பது தெரிய வருகிறது.

மூன்றாம் வகையினர்

வேறுசில பதிப்பாசிரியர்கள் இசைக்கே முதன்மை கொடுத்துப் பாடப்பெற்ற இவ்வருளாளர்களின் பாக்களில், ‘இயல் இலக் கணத்தைக் காணத் தேவையில்லை’ எனக் கருதியோ, யாப்பமைதி காட்டுவதில் உள்ள சிக்கல்கள் அல்லது கருத்து வேற்றுமை கருதியோ, இப்பாசுரங்களுக்குப் பண், தாளம் குறித்ததோடு நின்றுவிட்டனர். யாப்புப் பற்றிய குறிப்பினை இயற்பா உட்பட அவர்கள் ஓரிடத்தும் கொடுக்கவில்லை. பி.ப. அண்ணங்கராசாரியர் பதிப்பும், ராஜம் பதிப்பும், புத்தூர் வேங்கடசாமி ரெட்டியார் முதற்பதிப்பும் இவ்வகையில் குறிக்கத்தக்கவை.

இருநிலைகளில் வேற்றுமை

திவ்வியப்பிரபந்தப் பதிப்புகள் பலவற்றையும் வைத்து ஒப்பு நோக்குகையில் பொதுவாக இரண்டு நிலைகளில் பதிப்பாசிரியர்கள் வேறுபடுவதைக் காணலாம்.

குறிப்பிட்ட ஒரு பாவகைக்குரிய திருமொழியை அந்தப்பாவின் இனங்களுக்குள் ஒன்றாக நுட்பமாக வேறுபடுத்திக் காட்டுதல் ஒரு வகை. ஒருபாவின் இனத்துக்குரியதையே மற்றொரு பாவின் இனத்துக்குரியதாகக் காட்டுதல் பிறிதொரு வகை.

திருவாய்மொழி 5–9 ஆம் பதிகத்தைக் கலிநிலைத்துறை எனச் சே. கிருஷ்ணமாசாரியரும், டி.சி. பார்த்தசாரதி அய்யங்காரும் காட்ட, மயிலை மாதவதாஸன் அதனைக் கலிவிருத்தம் எனவும், கோவிந்தராஜ ஐயங்காரும் பி. கிருஷ்ணமாசார்யஸ்வாமிகளும் கலித்துறை எனவும்

காட்டுவர். கலிப்பாவின் இனத்துக்குள்ளே வேறுபட அமைந்த குறிப்புகள் இவை. ஆயினும் இவற்றை, 'ஒரு குடும்பத்தைச்' சார்ந்தனவாகக் கொள்ளலாம். அந்நிலையில் மிகுதியும் வேற்றுமையுடையனவாகக் கருத வேண்டியதில்லை. ஆசிரிய விருத்தங்களை அலகிடுகையில் எழுசீர், எண்சீர் என வேறுபடுதலும் இவ்வாறு கருதத்தக்கதே.

ஆனால் திருமொழி ஒன்றின் பாடல்கள் முழுவதையும் வேறுபட்ட இரண்டு பா அல்லது பாவினங்களுக்கு உரியனவாக அலகிட்டுக் காட்டுதல் முற்றும் விலகிய நிலையில் அமைந்த வேற்றுமையாகும். பெரியதிருமொழி 5–1ஆம் பதிகத்தைக் கோவிந்தராஜ ஐயங்கார் கலிவிருத்தம் எனக்காட்ட, சே.கிருஷ்ணமாசாரியர் அதனையே எண்சீர் ஆசிரியவிருத்தமாகக் குறித்ததனை இதற்கு எடுத்துக் காட்டாகக் கூறலாம். ஆயினும் திவ்வியப்பிரபந்தப் பதிப்பாசிரியர்கள் இவ்வாறு வேறுபடும் இடங்கள் மிகக் குறைவாகவே காணப்படுகின்றன.

ஆதலின் பதிப்பாசிரியர் பலர் மிகுதியும் ஒருமுகமாகக் குறித்த யாப்பு வகையைக் கருத்திற்கொண்டு, ஆழ்வார்கள் கையாண்ட யாப்புவகை பற்றிய அட்டவணை இங்குத் தரப்படுகிறது. முழுதும் இது சே. கிருஷ்ணமாசாரியர் பதிப்பை (1923–24)த் தழுவியதாகும்.

பின்னிணைப்பு 3இன் தொடர்ச்சி–அட்டவணை

1.வெண்பா

பா	பாவகை			பாவினம்	
		தாழிசை		துறை	விருத்தம்
வெண்பா	கலிவெண்பா				
மு.தி.அ. (100)*	சி.தி.ம. (1)	வெண்டாழிசை	குறள்	வெண்டுறை	வெளிவிருத்தம்
இ.தி.அ. (100)	பெ.தி.ம. (1)	இல்லை	வெண்	பெ.தி.மொ.	இல்லை
மூ.தி.அ. (100)			செந்துறை	10–10(10)	
நா.தி.அ. (96)			தி.பல்.		
பெ.தி.அ. (87)			(1)		
483	2		1	10	496

வெண்பாவும் வெண்பாவினமும் மொத்தம் 496

* அடைப்புக்குறிக்குள் உள்ளவை பாசுரங்களின் மொத்த எண்ணிக்கையைக் குறிக்கும்

2. ஆசிரியப்பா

பா		பாவகை	பாவினம்					
ஆசிரியப்பா			தாழிசை ஆசிரியத் தாழிசை	துறை ஆசிரியத்துறை		விருத்தம் ஆசிரியவிருத்தம்		
தி.ஆ.	(7)		தாழிசை	அ.பி.	(10)	தி.பல்.	(11)	
தி.எ.கூ.	(1)	இல்லை	இல்லை	பெ.தி.மொ.	2–1(10)	பெ.ஆ.தி.	1–5(11)	எழுசீர்
					3–5(10)		1–7(11)	”
					9–10(10)		2–3(13)	”
				தி.வா.மொ.	2–9(11)		2–4(10)	அறுசீர்
					5–7(11)		2–7(10)	”
					5–10(11)		2–8(10)	”
					6–2(11)		2–9(11)	எண்சீர்
					7–1(11)		3–1(11)	எழுசீர்
							3–3(10)	”
							3–4(10)	”
							3–5(11)	எண்சீர்
							3–6(11)	”
							3–7(11)	அறுசீர்
							3–8(10)	”
							4–1(10)	”
							4–4(11)	எழுசீர்
							4–5(10)	எண்சீர்
							4–7(11)	அறுசீர்

ஆசிரிய விருத்தம் தொடர்ச்சி

பெ.ஆ.தி.	4–9	(11)	அறுசீர்
	4–10	(10)	எண்சீர்
	5–1	(10)	”
	5–2	(10)	அறுசீர்
	5–3	(10)	”
	5–4	(11)	”
நா.தி.மொ.	1	(10)	அறுசீர்
	2	(10)	எழுசீர்
	3	(10)	அறுசீர்
	5	(11)	எழுசீர்
	12	(10)	எண்சீர்
	13	(10)	அறுசீர்
	14	(10)	எழுசீர்
பெரு.தி.மொ.	1	(11)	எண்சீர்
	2	(10)	எழுசீர்
	6	(10)	எண்சீர்
	7	(11)	”
	9	(11)	அறுசீர்
	10	(11)	எண்சீர்
தி.மா.		(45)	அறுசீர்
தி.ப.எ.		(10)	எழுசீர்
பெ.தி.மொ.	1–1	(10)	அறுசீர்
	1–2	(10)	”
	1–3	(10)	”
பெ.தி.மொ.	1–4	(10)	எழுசீர்
	1–5	(10)	அறுசீர்
	1–6	(10)	எழுசீர்
	1–8	(10)	”
	2–3	(10)	”
	2–4	(10)	எண்சீர்
	2–5	(10	”
	2–7	(10)	எழுசீர்
	2–8	(10)	அறுசீர்
	2–9	(10)	எழுசீர்
	2–10	(10)	எண்சீர்
	3–1	(10)	அறுசீர்
	3–2	(10)	எண்சீர்
	3–3	(10)	அறுசீர்
	3–4	(10)	எண்சீர்
	3–8	(10)	”
	3–9	(10)	”
	3–10	(10)	”
	4–2	(10)	அறுசீர்
	4–3	(10)	எழுசீர்
	4–4	(10)	எண்சீர்
	4–5	(10)	அறுசீர்
	4–6	(10)	”
	4–8	(10)	எண்சீர்

ஆசிரிய விருத்தம் தொடர்ச்சி

பெ.தி.மொ.	4–9	(10)	அறுசீர்
	4–10	(10)	எழுசீர்
	5–1	(10)	அறுசீர்
	5–3	(10)	”
	5–5	(10)	”
	5–7	(10)	எழுசீர்
	5–8	(10)	எண்சீர்
	5–9	(10)	அறுசீர்
	5–10	(10)	எண்சீர்
	6–6	(10)	”
	6–7	(10)	அறுசீர்
	6–10	(10)	”
	7–3	(10)	எண்சீர்
	7–4	(10)	அறுசீர்
	7–5	(10)	”
	7–7	(10)	எண்சீர்
	7–8	(10)	எண்சீர்
	7–10	(10)	”
	8–1	(10)	அறுசீர்
	8–5	(10)	”
	8–6	(10)	”
	8–8	(10)	”
	9–1	(10)	எழுசீர்
	9–2	(10)	எண்சீர்
பெ.தி.மொ.	9–5	(10)	அறுசீர்
	9–7	(10)	எண்சீர்
	9–8	(10)	எழுசீர்
	10–2	(19)	எண்சீர்
	10–3	(10)	அறுசீர்
	10–4	(10)	”
	10–6	(10)	எண்சீர்
	10–7	(14)	எழுசீர்
	10–9	(10)	”
	11–4	(10)	எண்சீர்
	11–6	(10)	அறுசீர்
தி.கு.தா.		(20)	அறுசீர்
தி.நெ.தா.		(30)	எண்சீர்
தி.வா.மொ.	1–5	(11)	அறுசீர்
	1–9	(11)	”
	3–4	(11)	”
	3–5	(11)	”
	3–6	(11)	எழுசீர்
	3–10	(11)	அறுசீர்
	4–3	(11)	”
	4–4	(11)	”
	4–7	(11)	”
	4–10	(11)	”
	5–2	(11)	”

ஆசிரிய விருத்தம் தொடர்ச்சி

தி.வா.மொ.	*5–5*	*(11)*	அறுசீர்
	5–6	*(11)*	எண்சீர்
	5–8	*(11)*	அறுசீர்
	6–4	*(11)*	”
	6–5	*(11)*	எழுசீர்
	6–10	*(11)*	அறுசீர்
	7–2	*(11)*	எழுசீர்
	7–3	*(11)*	எண்சீர்

பா	பாவகை		பாவினம்	
ஆசிரியப்பா		தாழிசை	துறை	விருத்தம்
		ஆசிரியத் தாழிசை	ஆசிரியத்துறை	ஆசிரியவிருத்தம்
				தி.வா.மொ. 7–10 (11) அறுசீர்
				8–1 (11) எழுசீர்
				8–2 (11) எண்சீர்
				8–4 (11) எழுசீர்
				8–5 (11) அறுசீர்
				8–8 (11) ”
				8–9 (11) ”
				8–10 (11) ”
				9–1 (11) ”
				9–2 (11) எழுசீர்
				9–9 (11) எண்சீர்
				10–3 (11) ”
				10–7 (11) எழுசீர்
8	—	—	95	1481

ஆசிரியப்பாவும் அதன் இனமும் மொத்தம் 1584

3. கலிப்பா

பா	பாவகை		பாவினம்			
கலிப்பா		தாழிசை	துறை			விருத்தம்
(அ) கொச்சகக் கலிப்பா	(ஆ) தரவு கொச்சகக் கலிப்பா	கலித் தாழிசை	(அ) கலித் துறை	(ஆ) கலி நிலைத் துறை	(இ)கட்டளைக் கலித்துறை	கலிவிருத்தம்
தி.பா. (30)	பெ.ஆ.தி.	பெ.ஆ.தி.	பெ.ஆ.தி.	பெ.ஆ.தி.	தி.வி. (100)	பெ.ஆ.தி.
பெ.தி.மொ.	*1–2–21 (1)*	*1–2 (20)*	*4–6 (10)*	*1–4 (10)*		*1–1 (10)*
4–1(10)	*1–3–10 (1)*	*1–3 (10)*		*3–2 (10)*		*2–2 (11)*
	1–6–11 (1)	*1–6 (10)*		*4–2 (11)*		*3–10 (10)*
	1–8–11 (1)	*1–8 (10)*		*4–3 (11)*		நா.தி.மொ.
	1–9–10 (1)	*1–9 (9)*		நா.தி.மொ.		*4 (11)*
	2–1–10 (1)	*2–1 (9)*		*9 (10)*		*6 (11)*
	2–5–10 (1)	*2–5 (9)*		*10 (10)*		பெரு தி.மொ.
	2–6–10 (1)	*2–6 (9)*		பெ.தி.மொ.		*3 (9)*
	2–10–10(1)	*2–10 (9)*		*1–7 (10)*		தி.ச.வி.(120)
	3–9–11 (1)	*3–9 (10)*		*1–9 (10)*		க.நு.சி. (10)

பா	பாவகை	பாவினம்				
கலிப்பா		தாழிசை	துறை			விருத்தம்
(அ) கொச்சகக் கலிப்பா	(ஆ) தரவு கொச்சகக் கலிப்பா	கலித் தாழிசை	(அ) கலித் துறை	(ஆ) கலி நிலைத் துறை	(இ)கட்டளைக் கலித்துறை	கலிவிருத்தம்
	பெ.ஆ.தி.			பெ.தி.மொ.		
	4–8 (10)	பெ.தி.மொ.		*2–2 (10)*		பெ.தி.மொ.
	நா.தி.மொ.	*10–5 (10)*		*3–7 (10)*		*1–10 (10)*
	7 (10)			*5–4 (10)*		*4–7 (10)*
	8 (10)			*6–2 (10)*		*5–2 (10)*
	11 (10)			*6–3 (10)*		*5–6 (10)*
	பெரு.தி.மொ.			*6–4 (10)*		*7–1 (10)*
	4 (11)			*6–5 (10)*		*7–9 (10)*
	5 (10)			*7–2 (10)*		*8–7 (10)*
	8 (11)			*7–6 (10)*		*10–1 (10)*
	பெ.தி.மொ.			*9–3 (10)*		*10–8 (10)*
	2–6 (10)			*9–6 (10)*		*11–1 (10)*
	3–6 (10)			*9–9 (10)*		*11–8 (10)*
	6–8 (10)			*11–2 (10)*		

பா	பாவகை	பாவினம்				
கலிப்பா		தாழிசை	துறை			விருத்தம்
(அ) கொச்சகக் கலிப்பா	(ஆ) தரவு கொச்சகக் கலிப்பா	கலித் தாழிசை	(அ) கலித் துறை	(ஆ) கலி நிலைத் துறை	(இ)கட்டளைக் கலித்துறை	கலிவிருத்தம்
						தி.வா.மொ.
	6–9 (10)			தி.வா.மொ.		1–1 (11)
	8–2 (10)			1–3 (11)		1–7 (11)
	8–3 (10)			2–7 (13)		1–10 (11)
	8–4 (10)			3–7 (11)		2–2 (11)
	8–9 (10)			3–9 (11)		2–3 (11)
	8–10 (10)			4–1 (11)		2–9 (11)
	9–4 (10)			4–5 (11)		2–10 (11)
	11–3 (10)			5–1 (11)		3–8 (11)
	11–5 (10)			5–9 (11)		4–2 (11)
	11–7 (10)			6–1 (11)		4–6 (11)
	தி.வா.மொ.			6–3 (11)		5–3 (11)
	1–4 (11)			6–7 (11)		5–4 (11)
	2–1 (11)			6–8 (11)		6–6 (11)
	2–5 (11)			6–9 (11)		7–4 (11)
	2–8 (11)			7–5 (11)		7–8 (11)

பா	பாவகை		பாவினம்			
கலிப்பா		தாழிசை	துறை			விருத்தம்
(அ) கொச்சகக் கலிப்பா	(ஆ) தரவு கொச்சகக் கலிப்பா	கலித் தாழிசை	(அ) கலித் துறை	(ஆ) கலி நிலைத் துறை	(இ)கட்டளைக் கலித்துறை	கலிவிருத்தம்
	3–1 (11)			*7–6 (11)*		*7–9 (11)*
	3–2(11)			*7–7 (11)*		*8–6 (11)*
	3–3(11)			*8–3 (11)*		*8–7 (11)*
	4–8(11)			*9–5 (11)*		*9–3 (11)*
	4–9(11)			*9–6 (11)*		*9–4 (11)*
	9–7(11)			*10–1 (11)*		*9–8 (11)*
				10–10(11)		*9–10 (11)*
						10–2 (11)
						10–4 (11)
						10–6 (11)
						10–8 (11)
						10–9 (11)
40	*322*	*115*	*10*	*445*	*100*	*599*

கலியும் அதன் இனமும் மொத்தம் *1631*

4. வஞ்சிப்பா

பா	பாவகை	பாவினம்		
வஞ்சிப்பா		தாழிசை வஞ்சித்தாழிசை	துறை வஞ்சித்துறை	விருத்தம் வஞ்சிவிருத்தம்
இல்லை	இல்லை	இல்லை	தி.வா.மொ. *1—2 (11)* *1—8 (11)* *10—5 (11)*	பெ.தி.மொ. *6—1 (10)* தி.வா.மொ. *1—6 (11)* *2—4(11)*
			33	*32*

வஞ்சிப்பாவின் இனம் மொத்தம் *65*

பயன்படுத்தப்பட்ட பாவும் பாவினமும் அவற்றிற்குரிய பாசுரங்களின் எண்ணிக்கையும் - மொத்தமாக

பா	பாவகை		பாவினம்					
			தாழிசை	**துறை**			**விருத்தம்**	
வெண்பா 483	கலிவெண்பா 2		—	வெண்டுறை 10 குறள்வெண் செந்துறை 1			வெளிவிருத்தம் இல்லை	496
ஆசிரியம் 8				ஆசிரியத்துறை 95			ஆசிரியவிருத்தம் 1481	1584
கலி —	கொச்சகக் கலிப்பா 40	தரவு கொச்சகக் கலிப்பா 322	கலித் தாழிசை 115	கலித்துறை 10	கலி நிலைத் துறை 445	கட்டளைக் கலித்துறை 100	கலி விருத்தம் 599	1631
வஞ்சி —	—		—	வஞ்சித்துறை 33			வஞ்சி விருத்தம் 32	65
								3776

பயன்படுத்தப்பட்ட பா. பாவகை, பாவினமும் அவற்றிற்குரிய பாசுரங்களின் எண்ணிக்கையும் - தனித்தனியாக

பா		பாவகை		பாவினம்					
				தாழிசை		துறை		விருத்தம்	
வெண்பா	483	தரவு கொச்சகக் கலிப்பா	322	கலித் தாழிசை	115	கலிநிலைத்துறை	445	ஆசிரிய விருத்தம்	1481
ஆசிரியம்	8	கொச்சகக் கலிப்பா	40			கட்டளைக் கலித்துறை	100	கலி விருத்தம்	599
கலி	—	கலிவெண்பா	2			ஆசிரியத்துறை	95	வஞ்சி விருத்தம்	32
வஞ்சி	—					வஞ்சித்துறை	33		
						வெண்டுறை	11		
						கலித்துறை	10		
	491		364		115		694		2112
									3776

பின்னிணைப்பு–4

திருநெடுந்தாண்டகம் - எழுத்தெண்ணிக்கை
(குற்றுகரமும் ஒற்றும் நீங்கலாக)

பாசுரம்	அடி	எழுத்து	பாசுரம்	அடி	எழுத்து	பாசுரம்	அடி	எழுத்து
1	1	26	7	1	26	13	1	23
	2	27		2	25		2	25
	3	28		3	27		3	23
	4	27		4	25		4	25
2	1	26	8	1	25	14	1	28
	2	25		2	24		2	26
	3	24		3	23		3	27
	4	25		4	24		4	27
3	1	28	9	1	22	15	1	27
	2	26		2	26		2	26
	3	24		3	24		3	26
	4	24		4	24		4	26
4	1	25	10	1	23	16	1	27
	2	24		2	22		2	25
	3	24		3	25		3	27
	4	25		4	24		4	27
5	1	27	11	1	26	17	1	24
	2	25		2	26		2	27
	3	27		3	25		3	22
	4	28		4	23		4	24
6	1	28	12	1	26	18	1	25
	2	24		2	24		2	23
	3	26		3	25		3	23
	4	24		4	26		4	24

பாசுரம்	அடி	எழுத்து	பாசுரம்	அடி	எழுத்து	பாசுரம்	அடி	எழுத்து
19	1	24	23	1	24	27	1	23
	2	25		2	24		2	24
	3	23		3	22		3	24
	4	24		4	23		4	26
20	1	23	24	1	26	28	1	27
	2	25		2	29		2	25
	3	23		3	25		3	24
	4	22		4	26		4	25
21	1	26	25	1	27	29	1	27
	2	23		2	26		2	27
	3	26		3	23		3	25
	4	23		4	26		4	25
22	1	23	26	1	27	30	1	24
	2	26		2	27		2	26
	3	26		3	25		3	23
	4	24		4	24		4	26

தாண்டக அடிகளாக (இருபத்தேழு முதலாக அவற்றின் மிக்க எழுத்துக்களைப் பெற்று) வருவன 24 அடிகள் மட்டுமே.

பின்னிணைப்பு – 5

5.1 திருவெழுகூற்றிருக்கை மூலபாடத்தருகே எண்களை இட்டுக் காட்டுதல்

[1]ஒருபேருந்தி [2]இருமலர்த் தவிசில்
[1]ஒருமுறை அயனை ஈன்றனை; [1]ஒருமுறை
[2]இருசுடர் மீதினி லியங்கா [3]மும்மதிள்
இலங்கை [2]இருகால் வளைய, [1]ஒரு சிலை
[1]ஒன்றிய [2]ஈரெயிற் றழல்வாய் வாளியின்
அட்டனை; [3]மூவடி [4]நானிலம் வேண்டி
[3]முப்புரி நூலொடு மானுரி யிலங்கு
மார்வினில் [2]இருபிறப்பு [1]ஒருமா ணாகி
[1]ஒருமுறை [2]ஈரடி [3]மூவுல களந்தனை;
[4]நாற்றிசை நடுங்க [5]அஞ்சிறைப் பறவை
ஏறி [4]நால்வாய் [3]மும்மதத்து [2]இருசெவி
[1]ஒருதனி வேழத் தரந்தையை [1]ஒருநாள்
[2]இருநீர் மடுவுள் தீர்த்தனை; [3]முத்தீ
[4]நான்மறை [5]ஐவகை வேள்வி [6]அறுதொழி
லந்தணர் வணங்கும் தன்மையை; [5]ஐம்புலன்
அகத்தினுட் செறுத்து [4]நான்குட னடக்கி
[3]முக்குணத்து [2]இரண்டவை அகற்றி [1]ஒன்றினில்
[1]ஒன்றி நின்று ஆங்கு [2]இருபிறப் பறுப்போர்
அறியும் தன்மையை; [3]முக்கண் [4]நால்தோள்
[5]ஐவா யரவோடு [6]ஆறுபொதி சடையோன்
அறிவருந் தன்மைப் பெருமையுள் நின்றனை;
[7]ஏழுல கெயிற்றினில் கொண்டனை; கூறிய
[6]அறுசுவைப் பயனு மாயினை; சுடர்விடும்
[5]ஐம்படை அங்கையுள் அமர்ந்தனை; சுந்தர
[4]நால்தோள் [3]முந்நீர் வண்ண நின் [2]னீரடி

[1]ஒன்றிய மனத்தால் [1]ஒருமதி முகத்து
மங்கையர் [2]இருவரும் மலரன அங்கையில்
[3]முப்பொழுதும் வருட அறிதுயில் அமர்ந்தனை;
நெறிமுறை [4]நால்வகை வருணமு மாயினை;
மேதகும் [5]ஐம்பெரும் பூதமும் நீயே!
[6]அறுபத முரலும் கூந்தல் காரணம்
[7]ஏழ்விடை யடங்கச் செற்றனை; [6]அறுவகைச்
சமயமும் அறிவரு நிலையினை; [5]ஐம்பா
லோதியை ஆகத் திருத்தினை ; அறமுதல்
[4]நான்கு அவையாய் மூர்த்தி [3]மூன்றாய்
[2]இருவகைப் பயனாய் [1]ஒன்றாய் விரிந்து
நின்றனை;

குன்றா மது மலர்ச் சோலை
வண்கொடிப் படப்பை வருபுனல் பொன்னி
மாமணி அலைக்கும் செந்நெலொண் கழனித்
திகழ்வன முடுத்த கற்போர் புரிசைக்
கனக மாளிகை நிமிர்கொடி விசும்பில்
இளம்பிறை துவக்கும் செல்வம் மல்குதென்
திருக்குடந்தை அந்தணர் மந்திர மொழியுடன்
வணங்க ஆடர வமளியில் அறிதுயில்
அமர்ந்த பரம! நின் னடியிணை பணிவன்
வருமிட ரகல மாற்றோ வினையே!

5.2. எண்களோடு எண்ணுப் பெயர்களுக்குரிய பாசுரப்பதிகள் 'இரதபந்த'மாக இடம் பெறுதல்.

					1 ஒரு பேருந்தி	2 இரு மலர்த் தவிசில்	1 ஒருமுறை யயனை யீன்றனை					
				1 ஒருமுறை	2 இருசுடர் மீதினி லியங்கா	3 மும்மதி ளிலங்கை	2 இருகால் வளைய	1 ஒருசிலை				
			1 ஒன்றிய	2 ஈர்எயிற் றழல்வாய் வாளியி னட்டனை	3 மூவடி	4 நால் நிலம் வேண்டி	3 முப்புரி நூலொடு மானுரி யிலங்கு...	2 இருபிறப்பு	1 ஒரு மாணாகி			
		1 ஒரு முறை	2 ஈர்அடி	3 மூவுல களந்தனை	4 நால்திசை நடுங்க	5 அஞ்சிறைப் பறவை யேறி	4 நால்வாய்	3 மும்மதத்து	2 இருசெவி	1 ஒரு தனி வேழத் தரந் தையை		
	1 ஒருநாள்	2 இருநீர் மடுவுள் தீர்த்தனை	3 முத்தீ	4 நால்மறை	5 ஐவகை வேள்வி	6 அறு தொழிலந் தணர் வணங்கு..	5 ஐம்புலன கத்தினுள் செறுத்து	4 நான்கு உட னடக்கி	3 முக் குணத்து	2 இரண் டவை அகற்றி	1 ஒன்றி னில்	
1 ஒன்றி நின்று ஆங்கு	2 இருபிறப்பு அறுப் போர் அறியும்	3 முக்கண்	4 நால்தோள்	5 ஐவாய் அர வோடு	6 ஆறு பொதி சடையோ னறிவ...	7 ஏழுல கெயிற் றினில் கொண்ட னை, கூறிய	6அறு சுவைப் பயனுமா யினை, சுடர்விடும்	5 ஐம்படை அங்கையுள மர்ந்தனை, சுந்தர	4 நால் தோள்	3 முந்நீர் வண்ண நின்	2 ஈரடி	1 ஒன்றிய மனத் தால்...
1 ஒருமதி முகத்து மங்கையர்	2 இருவரும் மலரன அங்கையில்	3 முப்பொழு தும் வருட அறிதுயி...	4 நால்வகை வருணமும் ஆயினை...	5 ஐம்பெரும் பூதமும் நீயே	6 அறுபத முரலும் கூந்தல் காரணம்	7 ஏழ்விடை அடங்கச் செற்றனை	6 அறுவ கைச்சமய முமறிவரு நிலையினை	5 ஐம்பால் ஓதியை ஆகத்தி ருத்தினை	4 நான்கு அவையாய் மூர்த்தி	3 மூன்றாய்	2 இரு வகைப் பயனாய்	1 ஒன்றாய் விரிந்து நின்றனை

1 ஒருமதி முகத்து மங்கையர்	2 இருவரும் மலரன அங்கையில்	3 முப்பொழு தும் வருட அறிதுயி	4 நால்வகை வருணமும் ஆயினை	5 ஐம்பெரும் பூதமும் நீயே	6 அறுபத முரலும் கூந்தல் காரணம்	7 ஏழ்விடை அடங்கச் செற்றனை	6 அறுவ கைச்சமய முமறிவரு நிலையினை	5 ஐம்பால் ஓதியை ஆகத்தி ருத்தினை	4 நான்கு அவையாய் மூர்த்தி	3 மூன்றாய்	2 இரு வகைப் பயனாய்	1 ஒன்றாய் விரிந்து நின்றனை
1 ஒன்றி நின்று ஆங்கு	2 இருபிறப்பு அறுப் போர் அறியும்	3 முக்கண்	4 நால்தோள்	5 ஐவாய் அர வோடு	6 ஆறு பொதி சடையோ னறிவ...	7 ஏழுல கெயிற் றினில் கொண்ட னை, கூறிய	6அறு சுவைப் பயனு மாயினை, சுடர்விடும்	5 ஐம்படை அங்கையுள மர்ந்தனை, சுந்தர	4 நால் தோள்	3 முந்நீர் வண்ண நின்	2 ஈரடி	1 ஒன்றிய மனத் தால்...
	1 ஒருநாள்	2 இருநீர் மடுவுள் தீர்த்தனை	3 முத்தி	4 நால்மறை	5 ஐவகை வேள்வி	6 அறு தொழிலந் தணர் வணங்கு..	5 ஐம்புலன கத்தினுள் செறுத்து	4 நான்கு உட னடக்கி	3 முக் குணத்து	2 இரண் டவை அகற்றி	1 ஒன்றி னில்	
		1 ஒரு முறை	2 ஈர் அடி	3 மூவுல களந்தனை	4 நால்திசை நடுங்க	5 அஞ்சிறைப் பறவை யேறி	4 நால்வாய்	3 மும்மதத்து	2 இருசெவி	1 ஒரு தனி வேழத் தரந் தையை		
			1 ஒன்றிய	2 ஈர்எயிற் றழல்வாய் வாளியி னட்டனை	3 மூவடி	4 நால் நிலம் வேண்டி	3 முப்புரி நூலொடு மானுரி யிலங்கு...	2 இருபிறப்பு	1 ஒரு மாணாகி			
				1 ஒருமுறை	2 இருகடர் மிதினி லியங்கா	3 மும்மதி லிலங்கை	2 இருகால் வளைய	1 ஒருசிலை				
					1 ஒரு பேருந்தி	2 இரு மலர்த் தவிசில்	1 ஒருமுறை யயனை யீன்றனை					

*** ***

5.3 தோத்திரமாகவுள்ள எஞ்சிய பகுதியைத் தேரின் நடுமண்டபத்தில் அமைத்துக் காட்டுதல்

1 2 1
1 2 3 2 1
1 2 3 4 3 2 1
1 2 3 4 5 4 3 2 1
1 2 3 4 5 6 5 4 3 2 1
1 2 3 4 5 6 7 6 5 4 3 2 1
1 2 3 4 5 6 7 6 5 4 3 2 1

குன்றா மதுமலர்ச்சோலை
வண்கொடிப் படப்பை வருபுனல் பொன்னி
மாமணிஅலைக்கும் செந்நெலொண் கழனித்
திகழ்வன முடுத்த கற்போர் புரிசைக்
கனக மாளிகை நிமிர்கொடி விசும்பில்
இளம்பிறை துவக்கும் செல்வம் மல்குதென்
திருக்குடந்தை அந்தணர் மந்திர மொழியுடன்
வணங்க ஆடர வமளியில் அறிதுயில்
அமர்ந்த பரமநின் னடியிணை பணிவன்
வருமிட ரகல மாற்றோ வினையே.

1 2 3 4 5 6 7 6 5 4 3 2 1
1 2 3 4 5 6 7 6 5 4 3 2 1
1 2 3 4 5 6 5 4 3 2 1
1 2 3 4 5 4 3 2 1
1 2 3 4 3 2 1
1 2 3 2 1
1 2 1

துணைநூற்பட்டியல்

I முதனிலை ஆதாரங்கள்

(அ) திவ்வியப் பிரபந்தப் பதிப்புகள்

கோவிந்தராஜ ஐயங்கார், திருநாராயணபுரம் *(ப.ஆ.)*,	நாலாயிர திவ்யப்ரபந்தம், நற்றமிழ்விலாச அச்சியந்திர சாலை, சென்னை, *1903.*
கிருஷ்ணமாசாரிய ஸ்வாமிகள்,பி. *(ப.ஆ.)*,	நாலாயிர திவ்யப்ரபந்தம், கோல்டன்எலெக்ட்ரிக் பிரஸ், சென்னை, *1922.*
கிருஷ்ணமாசாரியர், சே. *(ப.ஆ.)*	நாலாயிர திவ்யப்ரபந்தம், சக்ஸஸ் அச்சுக்கூடம், சென்னை, ருதிரோத்காரி *(1923–1924)*
ஸ்ரீநிவாஸராகவாசாரியர் *(ப.ஆ.)*,	நாலாயிர திவ்யப்ரபந்தம், திருமகள் விலாச அச்சியந்திர சாலை, சென்னை, விபவ *(1928–29).*
பார்த்தசாரதி அய்யங்கார், டி.சி. *(ப.ஆ.).*	நாலாயிர திவ்யப்ரபந்தம், பூமகள் விலாச அச்சுக்கூடம், சென்னை, *1939.*
ராஜம், எஸ். *(வெ–ர்)*,	திவ்யப்பிரபந்தம்– முதலாயிரம், பெரிய திருமொழி, இயற்பா. திருவாய்மொழி – தனித்தனி நான்கு பகுதிகள், மார்ரே அண்டு கம்பெனி, சென்னை, *1955,1956.*

கோபாலாசார்யஸ்வாமி, காரப்பங்காடு, திருக்கச்சி நம்பிதாஸர் கா.வெ. (ப.ஆ.), நாலாயிரப்ப்ரபந்தம், திருமகள் விலாச அச்சகம், சென்னை, *1959.*

அண்ணங்கராசாரியர், பி.ப. (ப.ஆ.), நாலாயிர திவ்யப்பிரபந்தம், கிரந்தமாலா ஆபீஸ், சின்னகாஞ்சிபுரம், *1960*

மாதவதாஸன், மயிலை (ப.ஆ.), நாலாயிர திவ்வியப் பிரபந்தம், மணலி லஷ்மண முதலியார் ஸ்பெசிபிக் எண்டோமெண்ட்ஸ், சென்னை, *1962.*

வேங்கடசாமி ரெட்டியார், கி (ப.ஆ.), நாலாயிர திவ்வியப் பிரபந்தம், திருவேங்கடத்தான் திருமன்றம், சென்னை, *1973.*

கிருஷ்ணஸ்வாமி அய்யங்கார். எஸ். (ப.ஆ.), நாலாயிர திவ்யப்ரபந்தம், திருச்சி, *1988.*

ஐயங்கார், எஸ்.எஸ். கோமடம் (ப.ஆ.), சந்தமிகு தமிழ்மறை – முதலாயிரம், பெரியதிருமொழி. திருவாய்மொழி, இயற்பா தனித்தனி நான்குபகுதிகள், பராங்குச மந்திரம், சென்னை, (பதிப்பாண்டு விவரம் இல்லை).

ஆ திவ்வியப் பிரபந்த உரைகள்

அண்ணங்கராசாரியார், பி.ப. (உ.ஆ.), சிறியதிருமடல் – தீபிகையுரை, மாடல் அச்சுக்கூடம், சென்னை, *1927.*

பெரியதிருமொழி – தீபிகையுரை, காஞ்சிபுரம், *1927.*

திருமாலை – தீபிகையுரை, மாடல் அச்சுக்கூடம், சென்னை, *1928.*

திருவெழுகூற்றிருக்கை – தீபிகையுரை, ஹாடன் அச்சுக்கூடம், சென்னை, 1928.

பெரியதிருமடல் – தீபிகை உரை, மாடல் அச்சுக்கூடம், சென்னை, 1928.

திருச்சந்த விருத்தம் – தீபிகை உரை, ஹாடன் அச்சுக்கூடம், சென்னை, 1929.

திருவிருத்தம் – தீபிகையுரை, மாடல் அச்சுக்கூடம், சென்னை, 1930.

கிருஷ்ணமாசாரியர், சே., (ப.ஆ.). பகவத் விஷயம் – முதற்பத்து, நோபிள்அச்சுக்கூடம், திருவல்லிக்கேணி, 1925.

பகவத்விஷயம் – இரண்டாம் பத்து, கணேசஅச்சுக்கூடம், சென்னை, 1925.

கிருஷ்ணஸ்வாமி அய்யங்கார், எஸ்.(ப.ஆ.), திருவெழுகூற்றிருக்கை வ்யாக்யானங்கள், ஸ்ரீநிவாஸம் பிரஸ், திருச்சி, 1973.

புருஷோத்தம நாயடு, பு.ரா., ஈட்டின் தமிழாக்கம் முதற் பத்து, ஐந்தாம் பத்து, எட்டாம் பத்து, பத்தாம் பத்து, சென்னைப்பல்கலைக் கழகம், சென்னை 1961, 1971, 1972.

பெரியவாச்சான் பிள்ளை (உ.ஆ.). இயற்பா – பெரிய திருவந்தாதி, ஸ்ரீவைஷ்ணவ க்ரந்தமுத்ராபக ஸபை, சென்னை, சோபகிருது (1903–1904).

திருநெடுந்தாண்டகம்
வியாக்கியானம், பி.ப.
அண்ணங்கராசாரியர்
பதிப்பு, காஞ்சிபுரம், *1970.*

திருப்பல்லாண்டு
வ்யாக்யானம், கி.
ஸ்ரீ நிவாஸய்யங்கார்
ஸ்வாமி(ப.ஆ.)

திருச்சி, விரோதி *(1971–72).*
திருப்பள்ளியெழுச்சி
வ்யாக்யானம்,
எஸ் கிருஷ்ணஸ்வாமி
அய்யங்கார்(ப.ஆ.),
ஸ்ரீநிவாஸம் பிரஸ்,

திருச்சி, *1973.*
சிறியதிருமடல்
வ்யாக்யானம், எஸ்.
கிருஷ்ணஸ்வாமி
அய்யங்கார்(ப.ஆ.)
ஸ்ரீநிவாஸம் பிரஸ்,

திருச்சி, *1975.*
பெரியதிருமடல்
வ்யாக்யானம்,
எஸ்.கிருஷ்ணஸ்வாமி
அய்யங்கார் (ப.ஆ.),
ஸ்ரீநிவாஸம் பிரஸ்,

திருச்சி, *1976.*
நாச்சியார் திருமொழி
வ்யாக்யானம், எஸ்.
கிருஷ்ணஸ்வாமி அய்யங்கார்
(ப.ஆ.), ஸ்ரீநிவாஸம் பிரஸ்,
திருச்சி, ஜய *(1954–55).*

திருமாலை வ்யாக்யானம்.
எஸ்.கிருஷ்ணஸ்வாமி
அய்யங்கார் (ப.ஆ.),
ஸ்ரீநிவாஸம் பிரஸ்,
திருச்சி, *1982.*

மணவாள மாமுனிகள், (உ.ஆ). பெரியாழ்வார் திருமொழி வியாக்கியானம், பி.ப. அண்ணங்கராசாரியர் (ப.ஆ.), காஞ்சிபுரம், 1969.

மாதவதாஸன், மயிலை., திருப்பாவை வியாக்யானங்கள், திருவருளகம், சென்னை,1954.

ஸ்ரீநிவாஸய்யங்கார் ஸ்வாமி. கி. (ப.ஆ). திருவாசிரியம், பெரிய திருவந்தாதி வ்யாக்யானங்கள். ஸ்ரீநிவாஸம் பிரஸ், திருச்சி, கர (1951–52)

(உ.ஆ.), திருப்பாவை வ்யாக்யானம், ஸ்ரீநிவாஸம் பிரஸ், திருச்சி, 1971.

11. துணை நூல்கள்

(I) தமிழ்

(அ) நூல்கள்

அண்ணாமலை, சுப., பண்சுமந்த பாடல், கயல் பதிப்பகம், மதுரை, 1980.

அநந்தாசார்யர், கொமாண்டூர், (ப.ஆ.). தேசிகப்ரபந்தம், திருமகள் விலாச அச்சுக்கூடம், சென்னை, 1940.

அரங்க சீனிவாசன், திருவரங்கத் திருநூல், பாரி நிலையம் (வி.உ.). சென்னை, 1981.

அரங்கராசன், ஆர். (ப.ஆ.). உபதேசரத்தினமாலை, மணவாளமாமுனிகள் ஆறாவது நூற்றாண்டு விழாக்குழு, மதுரை: 1970.

(தொ.ஆ.), உபந்யாஸக ஹஸ்த பூஷணம், மதுரை, 1978.

அரங்கராசன், மருதூர். பாட்டியல் நூல்கள், பாலமுருகன் பதிப்பகம், மருதூர், 1983.

அருணாசலம்; ப.	பக்தி இலக்கியம், தமிழ்ப் புத்தகாலயம், சென்னை, 1973.
அருணாசலம், மு.	தமிழ் இலக்கிய வரலாறு– 10,12,14,15ஆம் நூற்றாண்டு (தனித்தனி நூல்கள்) காந்தி வித்தியாலயம், திருச்சிற்றம்பலம். 1969, 1972, 1973.
அருணாசலம், மு.	ஒன்பதாம் திருமுறை திருவிசைப்பா– திருப்பல்லாண்டு, சென்னைப் பல்கலைக்கழகம், சென்னை, 1974.
(ப.ஆ.).	பிரபந்த மரபியல், அரசினர் கீழ்த்திசைச் சுவடிகள் நூலகம், சென்னை, 1976.
அழகியநம்பிதாஸர்,	குருபரம்பரை. திருஞாந முத்திரைப் பிரசுராலயம், ஆழ்வார் திருநகரி, 1968.
அழகிரிசாமி, கு.	இலக்கிய விருந்து, தமிழ்ப் புத்தகாலயம், சென்னை, 1958.
அறவாணன், க.ப.,	சைனரின் தமிழிலக்கண நன்கொடை, ஜைன இளைஞர் மன்றம். சென்னை. 1974.
அனந்தாழ்வான்,	நூற்றெட்டுத் திருப்பதியகவலும் மணவாள மாமுனி நூற்றந்தாதியும், கணேச அச்சுக்கூடம், சென்னை, (பதிப்பாண்டு விவரம் இல்லை).
ஆசார்ய, பி.ஸ்ரீ.,	திவ்யப் பிரபந்தஸாரம் அமுத நிலையம், சென்னை, 1957.

	துயிலெழுப்பிய தொண்டர், கோதை அல்லது காதல் வெள்ளம், பகவானை வளர்த்த பக்தர், ஆழ்வார்களும் ஆசாரியர்களும், (தனித்தனி நூல்கள்) கலைமகள் காரியாலயம். சென்னை, 1957 1958 1959.
ஆறுமுகநாவலர்,	பதினொராந் திருமுறை, வித்தியாநுபாலனயந்திர சாலை, சென்னை, துந்துபி (1862–63).
ஆறுமுக முதலியார், சரவண, முதலானோர்,	சிற்றிலக்கியச் சொற்பொழிவுகள் (அந்தாதி), கழக வெளியீடு, சென்னை, 1962.
இராகவையங்கார், மு. (ப.ஆ.),	சிதம்பரப் பாட்டியல், தமிழ்ச் சங்க முத்திராசாலை, மதுரை, 1911.
இராகவையங்கார், மு. (ப.ஆ.)	திருவைகுந்தநாதன் பிள்ளைத் தமிழ், திருஞாந முத்திரைப் பிரசுராலயம், ஆழ்வார் திருநகரி, 1933.
இராகவையங்கார், மு.,	தொல்காப்பியப் பொருளதிகார ஆராய்ச்சி, மானாமதுரை, 1960.
(தொ.ஆ.)	பெருந்தொகை, மதுரைத் தமிழ்ச்சங்க முத்திராசாலை, மதுரை, 1935–1936.
இராகவையங்கார், மு.	ஆராய்ச்சித் தொகுதி, பாரி நிலையம், சென்னை,1964. ஆழ்வார்கள் காலநிலை, மணிவாசகர் நூலகம், சிதம்பரம், 1981.

இராகவையங்கார், ரா.,	திருவடிமாலை, பி. என். அச்சுக்கூடம், சென்னை,1933.
(ப.ஆ,),	திருநூற்றந்தாதி, மதுரைத் தமிழ்ச்சங்க முத்திராசாலை, மதுரை, 1935.
இராசகோபாலாச்சாரியர், கலா நிலையம்,	இலக்கண விளக்கம்– பொருளியல், ஸ்டார் பிரசுரம், சென்னை, 1978.
இராசா,கி.	இலக்கிய வகைமை ஒப்பாய்வு, பார்த்திபன் பதிப்பகம், மதுரை, 1984.
இராமச்சந்திரன், ப.,	திருவரங்கத்து அந்தாதி ஓர் ஆய்வு, கலைக்குயில் பதிப்பகம், திருச்சி, 1986.
இராமநாதபிள்ளை, ப. சோமசுந்தரனார். பொ.வே (உ.ஆ,),	பட்டினத்துப் பிள்ளையார் திருப்பாடல்கள் (இரண்டு பகுதிகள்), கழக வெளியீடு. சென்னை, 1973.
இராமநாதன், அரு. (ப.ஆ.).	சித்தர் பாடல்கள், பிரேமா பிரசுரம், சென்னை, 1968.
இராமானுஜையங்கார், திரு. கி. (உ.ஆ.)	குருகைமாலை, திருஞாந முத்திரைப் பிரசுராலயம், ஆழ்வார் திருநகரி, 1957.
இராமலிங்கதேசிகன், சோம.,	இலக்கண விளக்கம்– பாட்டியல், எஸ்.எஸ்.தேசிகர் அண்டு சன்ஸ், சென்னை, (பதிப்பாண்டு விவரம் இல்லை).

இராமலிங்கத்தம்பிரான். (உ.ஆ.), வச்சணந்திமாலை என்னும் வெண்பாப் பாட்டியலும் வரையறுத்த பாட்டியலும், கழக வெளியீடு, சென்னை, *1969*.

இலக்குவனார், சி., தொல்காப்பிய ஆராய்ச்சி, வள்ளுவர் பதிப்பகம். புதுக்கோட்டை, *1961*.

இளங்குமரன், இரா. (ப.ஆ.) யாப்பருங்கலம் பழைய விருத்தியுரையுடன், கழகப் பதிப்பு, சென்னை, *1973*.

இளமுருகனார், மயிலை கிழார் (ப.ஆ.), தேவாரம் அடங்கன்முறை (2 பாகங்கள்), திருவருளகம், சென்னை, *1953*.

இளம்பூரணர் (உ.ஆ.), தொல்காப்பியம் சொல்லதிகாரம், கா. நமச்சிவாய முதலியார் (ப.ஆ.), காக்ஸ்டன் பிரஸ், சென்னை, *1927*.

தொல்காப்பியம் பொருளதிகாரம், கழக வெளியீடு, சென்னை, *1969*.

இளவழகனார். பண்டைத்தமிழர் பொருளியல் வாழ்க்கை, கழக வெளியீடு. சென்னை, *1945*.

உபயகவி அப்பா, சுவாமி நம்மாழ்வார் நூற்றெட்டுத் திருப்பதி தாலாட்டு, திருஞாந முத்திரைப் பிரசுராலயம், ஆழ்வார் திருநகரி, *1967*.

ஊரன் அடிகள் (ப.ஆ.), திருஅருட்பா—இரண்டு பகுதிகள், இராமலிங்கர் பணி மன்றம், சென்னை, *1981*.

எதிராஜுலு நாயுடு, ஜி.	வைணவப் பூங்கா, பக்தன் காரியாலயம், சென்னை, *1963.*
கந்தசாமி, சோ.ந.,	தமிழும் தத்துவமும், மணிவாசகர் நூலகம், சிதம்பரம், *1976.*
	தமிழ் யாப்பியலின் தோற்றமும் வளர்ச்சியும், முதற்பாகம்– முதற்பகுதி, முதற்பாகம்– இரண்டாம் பகுதி, தமிழ்ப் பல்கலைக் கழகம், தஞ்சாவூர்.*1989*
கந்தசாமிப்பிள்ளை, நீ. (ப.ஆ.)	திருவாசகம் (மூலம்). அண்ணாமலைப் பல்கலைக் கழகம், அண்ணாமலை நகர், *1964.*
கபிலர்,	கபிலரகவல், சரஸ்வதி புத்தகசாலை, கொழும்பு, *1927.*
கலியாணசுந்தர ஐயர், எஸ். (ப.ஆ.)	யாப்பருங்கலக்காரிகை மூலமும் குணசாகரர் உரையும், வீனஸ் அச்சுக்கூடம், சென்னை, *1948.*
	புறப்பொருள் வெண்பா மாலை மூலமும் உரையும், கபீர் அச்சுக்கூடம், சென்னை, *1950.*
கலியாணசுந்தரையர், எஸ். கணபதி ஐயர், எஸ்.ஜி. (ப.ஆ.),	நவநீதப்பாட்டியல் மூலமும் உரையும், உ.வே.சா. நூல் நிலையம், சென்னை, *1961.*
கஸ்தூரி, ரு.,	பாவைப்பாடல்கள், ஜெய குமாரி ஸ்டோர்ஸ், நாகர்கோயில், *1971.*
கிருஷ்ணமாசாரியர், வேலாமூர்,	திருப்புல்லைத்திரிபந்தாதி, மதராஸ் ரிப்பன் அச்சுக் கூடம், சென்னை, *1902.*

கிருஷ்ணமாசாரியஸ்வாமி, அரசாணிபாலை கந்தாடை, (ப.ஆ.),	கலியனருள்பாடு, ரிப்பன் அச்சியந்திர சாலை, மதராஸ், 1890,
கிருஷ்ணஸ்வாமி அய்யங்கார்,எஸ். (ப.ஆ.),	முமுக்ஷுப்படி, ஸ்ரீ நிவாஸம் பிரஸ், திருச்சி, விளம்பி (1958–59).
	ஆறாயிரப்படி குருபரம்பரா ப்ரபாவம், ஸ்ரீநிவாஸம் பிரஸ், திருச்சி, 1975.
	கோயிலொழுகு, ஸ்ரீவைஷ்ணவ க்ரந்த ப்ரகாசநஸமிதி, திருச்சி, 1976.
குமரகுருதாச சுவாமிகள்,	குமரகுருதாச சுவாமிகள் பாடல், சாது அச்சுக்கூடம், சென்னை, 1930.
கேசவ அய்யங்கார். ரா.,	அடியவர்க்கு மெய்யனருள், இந்தியா பிரிண்டிங் ஒர்க்ஸ், சென்னை, 1985.
கோபாலகிருஷ்ணமாச் சார்யர், வை. மு.,	திருப்பாவை தமிழ்நடை, வை.மு.கோ. கம்பெனி, சென்னை, 1960.
	தண்டியலங்காரம் மூலமும் பழையவுரையும், வை.மு.கோ. கம்பெனி, சென்னை, 1962.
(உ.ஆ),	அஷ்டபிரபந்தம் – இரண்டாம் தொகுதி, வை.மு.கோ. கம்பெனி, சென்னை, 1966.
(உ.ஆ.),	சடகோபரந்தாதி, வை.மு.கோ. கம்பெனி, சென்னை, 1969.
	அஷ்டபிரபந்தம் – முதல் தொகுதி, வை.மு.கோ. கம்பெனி, சென்னை, 1971.

கோபாலகிருஷ்ணமாச் சாரியர், வை.மு.	கம்பராமாயணம் – யுத்த காண்டம் (பிற்பகுதி) வை.மு.கோ. கம்பெனி, சென்னை, 1971.
	கம்பராமாயணம் – பால காண்டம், வை.மு.கோ. கம்பெனி, சென்னை, 1973.
கைலாசபதி, க.,	பண்டைத் தமிழர் வாழ்வும் வழிபாடும், பாரி நிலையம், சென்னை, 1966.
	அடியும் முடியும், பாரி நிலையம், சென்னை, 1970.
கோவிந்தராச முதலியார், கா.ர. (உ.ஆ.)	பன்னிருபாட்டியல், கழக வெளியீடு, சென்னை, 1949.
	வீரசோழியம் – பெருந்தேவ னார் உரையுடன், கழக வெளியீடு, சென்னை, 1970.
சச்சிதானந்தன், வை.,	ஒப்பிலக்கியம் (ஓர் அறிமுகம்), ஆக்ஸ்போர்டு யூனிவர்சிடி பிரஸ், சென்னை, 1985.
சஞ்சீவி. த. (பொ.ப.ஆ.),	பல்கலைப் பழந்தமிழ், சென்னைப் பல்கலைக் கழகம், சென்னை, 1974.
	தெய்வத்தமிழ், சென்னைப்பல்கலைக் கழகம், சென்னை, 1975.
சண்முகம், செ.வை. (ப.ஆ.),	சுவாமிநாதம், அண்ணா மலைப் பல்கலைக் கழகம், அண்ணாமலை நகர், 1975.

சண்முகம்பிள்ளை, மு. அகப்பொருள் மரபும் திருக்குறளும், சென்னைப் பல்கலைக்கழகம், சென்னை, 1980.

சிற்றிலக்கிய வகைகள், மணிவாசகர் நூலகம், சென்னை, 1982.

சண்முகம்பிள்ளை. மு. (பொ.ப.ஆ.), செழியதரையன் பிரபந்தங்கள் தமிழ்ப் பல்கலைக் கழகம், தஞ்சாவூர், 1986.

சந்திரசேகரன், ஆர், கணேசன், கே.பி. (ப.ஆ) தமிழியல் : ஓர் அகநோக்கு, கலைக்கதிர் வெளியீடு, கோவை, 1972.

சாமிநாதையர், உ.வே. சிலப்பதிகார மூலமும் அரும் பதவுரையும் அடியார்க்கு நல்லாருரையும், கேசரி அச்சுக்கூடம், சென்னை, 1927.

சாமிநாதையர், உ.வே. (ப.ஆ.), பெருங்கதை, கேசரி அச்சுக் கூடம், சென்னை, 1935.

குமரகுருபர சுவாமிகள் பிரபந்தத் திரட்டு, ஸ்ரீகாசி மடம், திருப்பனந்தாள், 1961.

குறுந்தொகை, கபீர் அச்சுக்கூடம், சென்னை, 1962.

சீவகசிந்தாமணி மூலமும் நச்சினார்க்கினியருரையும், கபீர் அச்சுக்கூடம், சென்னை, 1969.

பரிபாடல் மூலமும் பரிமேல ழகர் உரையும், உ.வே.சா. நூல்நிலையம், சென்னை, 1980.

சாம்பசிவன், ச. (ப.ஆ.),	கண்ணன் பிள்ளைத்தமிழ், பூமகள் புத்தக நிலையம், சென்னை. 1971.
சாரங்கபாணி, இரா.,	பரிபாடல் திறன், மணிவாசகர் நூலகம், சிதம்பரம், 1972.
சிங்காரவேலன், சொ.,	மூவர் தமிழ், மணிவாசகர் நூலகம், சிதம்பரம், 1966.
சிதம்பரசுவாமிகள்,	திருப்போரூர்ச் சந்நிதி முறை, சைவ சித்தாந்த மகாசமாஜம், சென்னை. 1948.
சிவகுமார மௌனகுரு சாமிகள்,	திருஞானப்பாவை, சிவா அமிர்த மௌன ஞானசபை, வேப்பேரி, சென்னை, 1968.
சிவப்பிரகாச சுவாமிகள்,	சிவப்பிரகாச சுவாமிகள் பிரபந்தத் திரட்டு, கழக வெளியீடு, சென்னை, 1941.
சுத்தானந்த பாரதியார்,	தமிழ்க்கனல், சுத்த நிலையம், சென்னை, (பதிப்பாண்டு விவரம் இல்லை).
சுந்தரமூர்த்தி, இ.,	இலக்கியச் சுடர், அன்பு நூலகம், சென்னை, 1977.
சுந்தரமூர்த்தி. கு. (ப.ஆ.),	முத்துவீரியம், கழக வெளியீடு, சென்னை 1972.
சுப்பிரமணிய அய்யர், ஏ.வி.,	தமிழ் ஆராய்ச்சியின் வளர்ச்சி, அமுத நிலையம், சென்னை, 1971.
சுப்பிரமணியம், வ.அய். முதலானோர்,	சங்க இலக்கியக் கட்டுரைகள் – கருத்தரங்கம், தமிழ்ப் பல் கலைக்கழகம், தஞ்சாவூர், 1984.

சுப்பிரமணியபிள்ளை, கே. (ப.ஆ.),	பெரியபுராணம், ஸ்ரீ காசிமடம் திருப்பனந்தாள், 1970.
சுப்பிரமணியபிள்ளை, பொன். (ப.ஆ),	திருக்கயிலாய ஞானஉலா, ஸ்ரீமகாலிங்கசுவாமி தேவஸ்தானம், திருவிடை மருதூர், 1962.
சுப்பிரமணியன், ச.வே.,	இலக்கணத்தொகை யாப்பு– பாட்டியல், தமிழ்ப்பதிப்பகம், சென்னை, 1978.
	பிரபந்த தீபம், தமிழ்ப் பதிப்பகம், சென்னை. 1980.
	திராவிடமொழி இலக்கியங்கள் அறிமுகம், உலகத் தமிழாராய்ச்சி நிறுவனம், சென்னை, 1983.
	தமிழ் இலக்கிய வகையும் வடிவும், தமிழ்ப் பதிப்பகம், சென்னை, 1984.
சுப்பிரமணியன், ச.வே. வீராசாமி, தா.வே. (ப.ஆ)	தமிழ் இலக்கியக் கொள்கை ஓர் அறிமுகம் தொகுதி–1, உலகத் தமிழாராய்ச்சி நிறுவனம், சென்னை, 1976.
சுப்பிரமணியன், ச.வே. திருநாவுக்கரசு, க.த. (ப.ஆ.)	தமிழ் இலக்கியக் கொள்கை தொகுதி –2, உலகத் தமிழாராய்ச்சி நிறுவனம், சென்னை, 1977.
சுப்புரெட்டியார், ந.,	சடகோபன் செந்தமிழ், பாரி நிலையம், சென்னை, 1989.

செங்கல்வராயபிள்ளை, வ.சு.(உ.ஆ.),	முருகவேள் பன்னிருதிருமுறை திருப்புகழ்–தொகுதி–5, பகுதி –1, கழகவெளியீடு, சென்னை, 1955.
செயராமன், ந.வீ.	சிற்றிலக்கியச் செல்வங்கள், மணிவாசகர் நூலகம், சிதம்பரம், 1967.
	பாட்டியல் திறனாய்வு, மணிவாசகர் நூலகம். சென்னை, 1977.
செயராமன், ந.வீ.	பாட்டியலும் இலக்கிய வகைகளும், இலக்கியப் பதிப்பகம், சென்னை, 1981. சிற்றிலக்கிய அகராதி நறுமலர்ப் பதிப்பகம், சென்னை, 1983.
செயராமன், நா.	சங்க இலக்கியத்தில் பாடாண்திணை, மீனாட்சி புத்தக நிலையம், மதுரை, 1975.
செல்வகேசவராய முதலியார், திருமணம், (ப.ஆ.).	கொ.பள்ளிகொண்டான் பிள்ளையவர்கள் பிரபந்தத் திரட்டு, சென்னை 1899.
சொக்கப்பநாவலர் (உ.ஆ.),	தஞ்சைவாணன் கோவை, கா. நமச்சிவாய முதலியார் (ப.ஆ.), சென்னை, 1943.
சோமசுந்தர பாரதியார், ச..	தொல்காப்பியர் பொருட் படலம், நாவலர் புத்தக நிலையம், மதுரை. 1965.
சோமசுந்தரனார்,பொ.வே. இராமசாமிப்புலவர். சு.அ. (உ.ஆ.),	சூளாமணி (இரு பகுதிகள்), கழக வெளியீடு, சென்னை 1970.

சௌந்தரபாண்டியன், எஸ்., தமிழில் பிள்ளைத்தமிழ் இலக்கியம், ஸ்டார் பிரசுரம், சென்னை, *1989.*

ஞானசம்பந்தன், அ.ச. தத்துவமும் பக்தியும், தெய்வத் தமிழ் மன்றம், மாயூரம், *1977.*

ஞானசித்த சுவாமிகள். திருக்குருகூர், திருவரங்கத் திருமாலை, மதராஸ் ரிப்பன் அச்சுக்கூடம், சென்னை, *1900.*

தத்துவராய சுவாமிகள், பாடுதுறை, லோகநாத முதலியார் (ப.ஆ.), மநோன் மணி விலாச அச்சுக்கூடம், சென்னை, *1917.*

தனிநாயக அடிகள், தமிழ்த்தூது பாரிநிலையம், சென்னை, *1962.*

தாமோதரன், கு., திருவாய் மொழித்திறன், பாரி நிலையம், சென்னை, *1981.*

திருமலை அய்யங்கார், ரெ., திருப்பாவை மாலை, திருவல்லிக்கேணித் தமிழ்ச் சங்க வெளியீடு, (எண் *100*), சென்னை, *1957.*

திருவரங்கத்தமுதனார், இராமாநுச நூற்றந்தாதி தீபிகையுரையுடன், மாடல் அச்சுக்கூடம், சென்னை, *1929.*

தில்லைநாதன், சி., இலக்கியமும் சமுதாயமும், தமிழ்ப் புத்தகாலயம், சென்னை, *1987.*

துரையரங்கனார், மொ.அ., தொல்காப்பிய நெறி, மீனாட்சி புத்தக நிலையம், மதுரை, *1963.*

தூரன்,பெ.(ப.ஆ.), சித்திரமடல், புதுமலர் நிலையம், கோயமுத்தூர், *1947.*

தேவராஜய்யங்கார் ஸ்வாமிகள்,	ஸ்ரீசடகோப – திவ்ய சரித்திரம், திருஞாந முத்திரைப் பிரசுராலயம், ஆழ்வார் திருநகரி, 1929.
நக்கீரர் (உ.ஆ.),	களவியல் என்ற இறையனார் அகப்பொருள் உரை, கழக வெளியீடு, சென்னை, 1964.
நச்சினார்க்கினியர் (உ.ஆ.),	தொல்காப்பியம் பொருளதிகாரம் செய்யுளியல், கழக வெளியீடு, சென்னை, 1965.
நச்சினார்க்கினியர் (உ.ஆ.),	தொல்காப்பியம்–பொருளதிகாரம், கழக வெளியீடு, சென்னை, 1968.
நலங்கிள்ளி, அரங்க.,	பாட்டியல்கள் ஓர் அறிமுகம் வாணிதாசன் பதிப்பகம், புதுவை, 1986.
நாயுடு.அ.கி.,	நால்வகைப்பாவும் பாவை நோன்பு வரலாறும், முப்பால் நிலையம், பூளைமேடு, 1967.
நாராயணையங்கார், திரு. (ப.ஆ.),	மாறனலங்காரம் மூலமும் உரையும், தமிழ்ச்சங்க முத்திராசாலை, மதுரை, 1915.
	அழகர் பிள்ளைத்தமிழ், தமிழ்ச் சங்க முத்திராசாலை மதுரை, 1919.
பரந்தாமனார், அ.கி.,	மறுமலர்ச்சிக் கவிதைகள், பாரி நிலையம், சென்னை, 1958.
பரமசிவன், தொ.	அழகர்கோயில், பதிப்புத் துறை, ம.கா. பல்கலைக் கழகம், மதுரை, 1989.

பரிமேலழகர் (உ.ஆ.). திருக்குறள் மூலமும் பரிமேலழ கருரையும், கழக வெளியீடு சென்னை, *1946.*

பக்ஷிராஜய்யங்கார், கி., திருமொழி நூற்றந்தாதி, ஸ்ரீ இராமானுச மிஷன், திருவாலி திருநகரி, *1967.*

பார்த்தசாரதி அய்யங்கார், டி.சி. (ப.ஆ.), பன்னீராயிரப்படி குருபரம் பரை, பூமகள் விலாச அச்சுக்கூடம், சென்னை, *1928.*

பிங்கலமுனிவர், பிங்கல நிகண்டு, கழக வெளியீடு, சென்னை, *1968.*

பிச்சமுத்து, ந. திறனாய்வும் தமிழ் இலக்கியக் கொள்கைகளும், சக்தி வெளியீடு, சென்னை, *1986.*

பிள்ளை.கே.கே., தென்னிந்திய வரலாறு (முதற்பகுதி), பழனியப்பா பிரதர்ஸ், சென்னை, *1976.*

புருஷோத்தமநாயடு, பு.ரா., ஆசாரிய ஹிருதய மூலமும் வியாக்கியானத்தின் தமிழாக்கமும் பகுதி *1–2, 3–4.* சென்னைப் பல்கலைக் கழகம், சென்னை, *1965.*

புருஷோத்தமநாயடு, பு.ரா., ஸ்ரீவசன பூஷண மூலமும் வியாக்கியானத்தின் தமிழாக்கமும், தி.கி.நாராயணசாமி நாயுடு (வெ–ர்), கடலூர், *1970.*

பெரியகருப்பன், இராம., சங்க இலக்கிய ஒப்பீடு– இலக்கியக் கொள்கைகள், சோலை நூலகம், மதுரை. *1975.*

பெரியகருப்பன், இராம.,	சங்க இலக்கிய ஒப்பீடு– இலக்கிய வகைகள், சோலை நூலகம், மதுரை 1979.
பெரியகருப்பன், இராம.,	புதிய நோக்கில் தமிழ் இலக்கிய வரலாறு, சோலை நூலகம், மதுரை, 1980.
பேராசிரியர் (உ.ஆ.).	தொல்காப்பியம்– பொருளதிகாரம், கழக வெளியீடு, சென்னை, 1975.
மாணிக்கம், வ சுப.	தமிழ்க்காதல், பாரிநிலையம் (வி.உ.), சென்னை. 1962.
மாதவன், வே.இரா.	சித்திரக்கவிகள், உலகத் தமிழாராய்ச்சி நிறுவனம், சென்னை, 1983.
மீனாட்சி சுந்தரன், தெ.பொ.,	சமணத் தமிழ் இலக்கிய வரலாறு, கலைக்கதிர் வெளியீடு, கோவை, 1961.
	தமிழ்மணம், மீனாட்சி புத்தக நிலையம், மதுரை, 1973.
முகவைக்கண்ணமுருகனார்,	ஸ்ரீரமண சந்நிதிமுறை, ஸ்ரீரமணாசிரம வெளியீடு, சென்னை, 1933.
முத்தப்பன், பழ.	சிவஞானமுனிவரின் அந்தாதி இலக்கியங்கள், உலகத் தமிழ்க் கல்வி இயக்ககம், சென்னை, 1987.
முத்துச்சண்முகன் (ப.ஆ)	வையை – மலர் ஐந்து, பதிப்புத் துறை, ம.கா. பல்கலைக்கழகம், மதுரை, 1980.

முத்துச்சண்முகன், நிர்மலா மோகன், சிற்றிலக்கியங்களின் தோற்றமும் வகையும், முத்துப் பதிப்பகம், மதுரை, *1979*.

முத்துச்சண்முகன், பெரியகருப்பன், இராம. *(ப.ஆ.)*, வையை–மலர் ஒன்று, தமிழ்த் துறை வெளியீடு, மதுரைப் பல்கலைக்கழகம், மதுரை, *1974*.

முத்துச்சண்முகன், வேங்கடராமன், சு., வையை–மலர் நான்கு, தமிழ்த் துறை வெளியீடு, மதுரைப் பல்கலைக்கழகம், மதுரை, *1977*.

ரங்கநாதன்,ஆ. *(ப.ஆ.)*, ஸ்ரீவைஷ்ணவம், சுவர்ணவிலாஸ், திருவல்லிக்கேணி, *1937*.

ராதாகிருஷ்ணபிள்ளை, ம., உரிமையும் கடமையும், அல்லயன்ஸ் கம்பெனி, சென்னை, *1945*.

ராதாகிருஷ்ணபிள்ளை, ம., பிற்கால வைணவம், அல்லயன்ஸ் கம்பெனி, சென்னை, *1963*.

ராமாநுஜாசார்யன், சே., அழகியமணவாள மாமுனிவன், அறநெறி பதிப்பகம், சென்னை *1970*.

ராஜகோபாலன், டி.எஸ்., வைணவ ஆசாரியர்கள்–முதற்பகுதி, ஸ்டார் பிரசுரம், சென்னை, *1972*.

ராஜம், எஸ். *(வெ—ர்)*, கல்லாடம், மணிமேகலை, பதினெண்கீழ்க்கணக்கு *(இரு தொகுதிகள்)*, சாசன மாலை, *(தனித்தனி நூல்கள்)* மர்ரே அண்டு கம்பெனி, சென்னை, *1957, 1959, 1960*.

லூர்து, தே., நாட்டார் வழக்காற்றியல், எல்.மேரி *(வெ–ர்)*, திருநெல்வேலி, *1975*.

வரதராசன், மா.,	பன்னீராயிரப்படி ஓர் ஆய்வு, திருப்பதி, 1989.
	தமிழ் இலக்கிய வரலாறு. சாகித்ய அக்காதெமி, புதுதில்லி, 1983.
	காலந்தோறும் தமிழ், தாயகம் வெளியீடு, சென்னை, 1985.
வரதராஜ ஐயர், இ.எஸ்.,	தமிழ் இலக்கிய வரலாறு (கி.பி.1 முதல் 1100), அண்ணாமலைப் பல்கலைக் கழகம், 1979.
வரதராஜுலு நாயுடு, நா. (ப.ஆ.),	ஆண்டாள் பிள்ளைத்தமிழ், ஏசியன் பிரிண்டர்ஸ், சென்னை, (பதிப்பாண்டு விவரம் இல்லை).
விசாகப்பெருமாளையர்,	யாப்பிலக்கணம், கழக வெளியீடு, சென்னை, 1967.
வெள்ளைவாரணன்,க.,	தமிழ் இலக்கிய வரலாறு– தொல்காப்பியம், பன்னிரு திருமுறை வரலாறு– இரண்டாம்பகுதி, முதற்பகுதி, (தனித்தனி நூல்கள்) அண்ணா மலைப் பல்கலைக் கழகம், அண்ணாமலைநகர் 1957, 1969, 1972.
வேங்கடசாமி, மயிலை, சீனி.,	பௌத்தமும் தமிழும், கழக வெளியீடு, சென்னை, 1950.
	சமயங்கள் வளர்த்த தமிழ், மணிவாசகர் நூலகம், சிதம்பரம், 1966.
வேணுகோபாலப்பிள்ளை, (ப.ஆ),	புலமைப்பரிசு, எம்.ஆர்.அப்பா துரை (வி.உ.), சென்னை, 1961.

வேலுப்பிள்ளை, ஆ.,	தமிழர் சமய வரலாறு, பாரி புத்தகப்பண்ணை, சென்னை, 1980.
வேலுப்பிள்ளை, ஆ.,	தமிழ் இலக்கியத்தில் காலமும் கருத்தும், பாரி புத்தகப் பண்ணை, சென்னை, 1985.
வையாபுரிப்பிள்ளை, எஸ். (ப.ஆ),	சங்க இலக்கியம் (பாட்டும் தொகையும்) இரண்டு பகுதிகள், பாரி நிலையம், சென்னை, 1967.
வையாபுரிப்பிள்ளை, எஸ்.,	தமிழர் பண்பாடு, தமிழ்ப் புத்தகாலயம், சென்னை, 1958.
	இலக்கிய விளக்கம், தமிழ்ப் புத்தகாலயம், சென்னை, 1965.
ஸ்ரீ தேவநாதாச்சாரியர் (ப.ஆ.),	திருவாய்மொழி வாசக மாலை என்ற விவரண சதகம், சரஸ்வதி மஹால் நூல்நிலையம், தஞ்சாவூர், 1952.
ஸ்ரீநிவாசையர்.எஸ். (ப.ஆ.).	நூற்றெட்டுத் திருப்பதி அந்தாதி, உ.வே.சா. நூல்நிலையம், சென்னை, 1982.
ஸ்ரீ நிவாஸ அய்யங்கார், ஸி.ஆர்.	ஆழ்வார்கள் சரித்திரம், சுதேசமித்திரன் ஆபீஸ், சென்னை, 1922.
ஸ்ரீநிவாஸபிள்ளை, கே.எஸ்.	தமிழ் வரலாறு – முற்பாகம், வெற்றிவேல் பவர் பிரஸ், தஞ்சை, 1956.

ஜகந்நாதாசாரியர்.சி. (உ.ஆ), திருவெழுகூற்றிருக்கை, அருள்மிகு அருணாசலேச்வார் திருக்கோயில், திருவண்ணாமலை, 1982

கோபாலகிருஷ்ணமாசாரியர் மலர்மாலை, கபீர் அச்சகம், சென்னை, 1942.

நித்யாநுஸந்தாநம், திருமலை – திருப்பதி தேவஸ்தானம், திருப்பதி, 1982.

ஸ்ரீ ரெங்கராஜமாலை, திருவல்லிக்கேணித் தமிழ்ச் சங்க வெளியீடு (எண்.68), சென்னை, 1954.

(ஆ) கட்டுரைகள்

அகஸ்தியலிங்கம், ச., "மடல்", கலைக்களஞ்சியம் – தொகுதி 8, தமிழ் வளர்ச்சிக் கழகம், சென்னை, 1961.

சச்சிதானந்தன், வை., "ஒப்பிலக்கிய வரம்பும் கொள்கைகளும்" இந்தியவியல், தமிழியல் புதுமைப்பயிற்சி யரங்கு, ம.கா. பல்கலைக் கழகம், மதுரை, 1988.

பிரேமாநந்தகுமார், "ஆசானைப் போற்றுதும்" தினமணி இணைப்பு – தமிழ் மணி, 8–11–90.

முருகரத்தனம்,தி., "சமய எழுச்சியும் இலக்கிய வளர்ச்சியும் (கி.பி.200– 600)", புதுவைப் பல்கலைக்கழகம் நடத்திய தேசியக் கருத்தரங்குக் கட்டுரை, காரைக்கால், ஆகஸ்டு 1988.

(இ) ஆய்வேடுகள்

மணிவேல், மு., தமிழ்இலக்கியத்தில் கைக்கிளை, பிஎச்.டி. ஆய்வேடு, ம.கா. பல்கலைக் கழகம், மதுரை, 1979.

ஜெயந்தி, ர.   ஆழ்வார் பாடல்கள் –
                            அடைவும் ஓதும் மரபுகளும்
                            எம்.ஃபில்., ஆய்வேடு, ம.கா.
                            பல்கலைக்கழகம், மதுரை,
                            1980.

English

(a) Books

Alastair Fowler,   Kinds of Literature-1 An
                           Introduction to the theory of
                           Genres and modes,
                           Clarendon Press,
                           Oxford, 1987.

Arunachalam, M.,   An Introduction to the History of
                           Tamil Literature,
                           Gandhi Vidyalayam,
                           Tiruchitrambalam, 1974.

Basham, A.L.,   The wonder that was India,
                           Fontana Books in association
                           with Rupa & Co.,
                           Delhi, 1974.

Bhandarkar, R.G.,   Vaisnavism Saivism and minor
                           religious systems,
                           Asian Educational Service,
                           New Delhi, 1983.

Canney, M.A.,   An Encyclopaedia of Religions,
                           Nag Publishers, Delhi, 1976.

Chidambaranatha Chettiar, A., Advanced Studies in Tamil
                           Prosody,
                           Annamalai University,
                           Annamalainagar 1977.

Chopra, P.N,   History of South India, vol.I
Ravindran, T.K.   Ancient period, S. Chand & Co.
Subramanian, N.,   Ltd.,
                           New Delhi, 1979.

George Watson,   The Study of Literature,
                           Orient Longmans,
                           Delhi, 1969.

Govindacharya, A.,	The Holy Lives of The Azhvars or The Dravida Saints, G.T.A. Press, Mysore, 1902.
Hari Rao, V.N. (Ed.),	Koil Olugu, Rochouse&Sons Pvt. Ltd., Madras, 1961.
Hardy, Friedhelm. A.,	Viraha-Bhakti-The Early History of Krsna Devotion in South India, Oxford University Press, Oxford, New York, 1983,
Ilakkuvanar, S.,	Tholkappiyam with critical studies, Kural Neri Publishing House, Madurai, 1963.
Kinsley, David R.,	The Sword and the Flute, Vikas Publishing House Pvt. Ltd., Delhi, 1976.
Meenakshisundaran, T.P.,	A History of Tamil Literature, Annamalai University, Annamalai Nagar, 1965.
Meenakshisundaran, T.P.,	Prof.T.P. Meenakshisundaran Sixty-First Birthday Commemoration Volume, Annamalai University, Annamalai Nagar, 1961.
Narayanaswami Naidu B.V. (Ed.),	Journal of the Annamalai University (Vol.IX No.3), Annamalai Nagar, 1940.
Norman Cutler,	Songs of Experience-The poetics of Tamil devotion, Indiana University Press, Bloomington and Indianapolis, 1987.
Pillai, K.K., Narayana pillai, A.S. Subramaniam. V.I. (Ed.),	Professor P.SundaramPillai Commemoration Volume, The Saiva Siddhanta Works Publishing Society, Madras, 1957.

Prawer, S.S.,	Comparative Literary Studies-An Introduction, Gerald Duckworth & Co. Ltd., London, 1973.
Ramanujam, B.V.	History of Vaishnavism in South India upto Ramanuja, Annamalai University, Annamalai Nagar, 1973.
Rene Wellek and Austin Warren,	Theory of Literature, Penguin Books. London, 1970.
Richard Barz.	The Bhakti Sect of Vallabhacarya, Thomson Press (India) Ltd., 1976.
Sachithanandan, V.(Ed.),	Journal of the Madurai University, Vol.II-No. 2, 1970.
Swain, J. E.,	A History of World Civilization, Eurasia Publishing House (Pvt.) Ltd., New Delhi, 1970.
Zvelebil, Kamil V.,	Literary Conventions in Akam Poetry, Institute of Asian Studies, Madras, 1986.

(b) Articles

Giriprakash, T.S.,	"Dandaka Metres In Dravidian Languages" Paper submitted in the Summer Institute of Comparative Literature conducted by the Dept. of English and Comparative Literature Madurai Kamaraj university Madurai, 1984.
Prema Nandakumar,	A Book Review Published in The Hindu, Dated December 18, 1990.